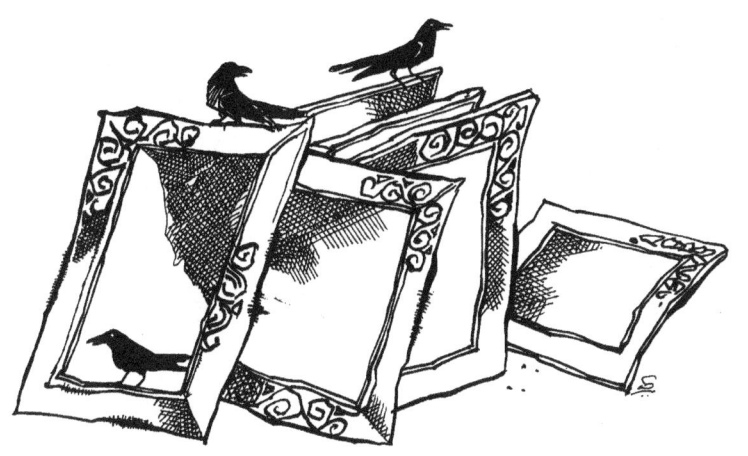

ರಕ್ಷಕ ಅನಾಥ

ವಸುಧೇಂದ್ರ

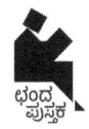

ಛಂದ ಪುಸ್ತಕ

Rakshaka Anaatha
-Collection of Essays in Kannada
by Vasudhendra,
Published by Chanda Pustaka,
I-004, Mantri Paradise,
Bannerughatta Road, Bangalore-560 076
ISBN: 978-93-84908-21-8

ಹಕ್ಕುಗಳು: ಲೇಖಕರವು
ಮೊದಲ ಮುದ್ರಣ: 2010
ಎರಡನೆಯ ಮುದ್ರಣ: 2020

ಒಳಚಿತ್ರಗಳು: ಪ. ಸ. ಕುಮಾರ್
ಮುಖಪುಟ ವಿನ್ಯಾಸ: ಸೌಮ್ಯ ಕಲ್ಯಾಣಕರ್
ಕರಡು ತಿದ್ದುವಿಕೆ: ಮಂಜುನಾಥ ಕೊಳ್ಳೆಗಾಲ
ಪುಟಗಳು: 152 ಬೆಲೆ: ₹ 150
ಕಾಗದ: ಎನ್ಎಸ್ ಮ್ಯಾಪ್ ಲಿಥೋ 70 ಜಿಎಸ್ಎಂ, 1/8 ಡೆಮಿ

ಪ್ರತಿಗಳಿಗಾಗಿ ಸಂಪರ್ಕಿಸಿ:

ಛಂದ ಪುಸ್ತಕ
ಐ–004, ಮಂತ್ರಿ ಪ್ಯಾರಡೈಸ್
ಬನ್ನೇರುಘಟ್ಟ ರಸ್ತೆ
ಬೆಂಗಳೂರು–560 076
ಸೆಲ್: 98444 22782
me@vasudhendra.com

ಮುದ್ರಣ
Pustaka Digital Media Pvt Ltd, Dindigal - 624005

ವಸುಧೇಂದ್ರ

ಬಳ್ಳಾರಿ ಜಿಲ್ಲೆಯ ಸಂಡೂರಿನಲ್ಲಿ 1969ರಲ್ಲಿ ಜನಿಸಿ, ಅಲ್ಲಿಯೇ ತಮ್ಮ ಪ್ರಾಥಮಿಕ ವಿದ್ಯಾಭ್ಯಾಸವನ್ನು ಮಾಡಿದ್ದಾರೆ. NITK ಸುರತ್ಕಲ್‌ನಿಂದ ಇಂಜಿನಿಯರಿಂಗ್ ಮತ್ತು IISc ಬೆಂಗಳೂರಿನಿಂದ ಎಂ.ಇ. ಪದವಿ ಪಡೆದಿದ್ದಾರೆ. 20 ವರ್ಷಗಳ ಕಾಲ ಸಾಫ್ಟ್‌ವೇರ್ ಪ್ರಪಂಚದಲ್ಲಿ ಕೆಲಸ ಮಾಡಿ, ಈಗ ತಮ್ಮ ಸಮಯವನ್ನು ಪ್ರವಾಸ, ಓದು ಮತ್ತು ಬರಹಗಳಿಗೆ ಬಳಸುತ್ತಾರೆ.

ಕರ್ನಾಟಕ ಸಾಹಿತ್ಯ ಅಕಾಡೆಮಿ ಪುಸ್ತಕ ಬಹುಮಾನ, ದ.ರಾ. ಬೇಂದ್ರೆ ಕಥಾ ಪ್ರಶಸ್ತಿ, ಮಾಸ್ತಿ ಕಥಾ ಪುರಸ್ಕಾರ, ಡಾ. ಯು. ಆರ್. ಅನಂತಮೂರ್ತಿ ಪ್ರಶಸ್ತಿ, ಬೆಸಗರಹಳ್ಳಿ ರಾಮಣ್ಣ ಪ್ರಶಸ್ತಿ, ವಸುದೇವ ಭೂಪಾಲಂ ದತ್ತಿ ನಿಧಿ ಪ್ರಶಸ್ತಿ, ವರ್ಧಮಾನ ಉದಯೋನ್ಮುಖ ಪ್ರಶಸ್ತಿ, ಸೇಡಂನ 'ಅಮ್ಮ' ಪ್ರಶಸ್ತಿ ಮತ್ತು ಕಥಾರಂಗಂ ಪ್ರಶಸ್ತಿಗಳನ್ನು ಪಡೆದಿದ್ದಾರೆ. 'ಛಂದ ಪುಸ್ತಕ' ಎಂಬ ಪ್ರಕಾಶನ ಸಂಸ್ಥೆಯನ್ನು ಪ್ರಾರಂಭಿಸಿ, ಅದರ ಮೂಲಕ ನಾಡಿನ ಹಲವಾರು ಹೊಸ ಬರಹಗಾರರ ಪುಸ್ತಕಗಳನ್ನು ಪ್ರಕಟಿಸಿದ್ದಾರೆ. ಆ ಪುಸ್ತಕಗಳ ಜೊತೆಗೆ, ತಮ್ಮ ಪುಸ್ತಕಗಳ ಮುದ್ರಣ ಮತ್ತು ಮಾರಾಟವನ್ನು ಸ್ವತಃ ನೋಡಿಕೊಳ್ಳುತ್ತಾರೆ.

ಚಾರಣದಲ್ಲಿ ವಿಶೇಷ ಆಸಕ್ತಿಯಿರುವ ಇವರು ನಮ್ಮ ಪಶ್ಚಿಮ ಘಟ್ಟದ ಕಾಡಿನಲ್ಲಿರುವ ಹಲವು ಬೆಟ್ಟಗಳನ್ನೂ, ತಾಂಜಾನಿಯಾ ದೇಶದಲ್ಲಿರುವ ಕಿಲಿಮಂಜಾರೋ ಪರ್ವತವನ್ನೂ ಮತ್ತು ಹಿಮಾಲಯದಲ್ಲಿರುವ ಹಲವಾರು ಪರ್ವತಗಳನ್ನೂ ಹತ್ತಿದ್ದಾರೆ. ಟಿಬೇಟಿನಲ್ಲಿರುವ ಕೈಲಾಶ ಮತ್ತು ಮಾನಸಸರೋವರದ ಚಾರಣವನ್ನು ಮಾಡಿದ್ದಾರೆ. ಸ್ಕ್ವಾಷ್ ಆಟ, ಮಹಾಭಾರತದ ಅಧ್ಯಯನ ಮತ್ತು ಶಾಸ್ತ್ರೀಯ ಸಂಗೀತವನ್ನು ಕೇಳುವುದು ಇವರ ಇತರ ಹವ್ಯಾಸಗಳಾಗಿವೆ.

vas123u@rocketmail.com

ಕನ್ನಡದ ಹೆಮ್ಮೆ
'ಬರಹ' ಬ್ರಹ್ಮ
ಪ್ರಿಯ ಗೆಳೆಯ
ಶೇಷಾದ್ರಿವಾಸುವಿಗೆ

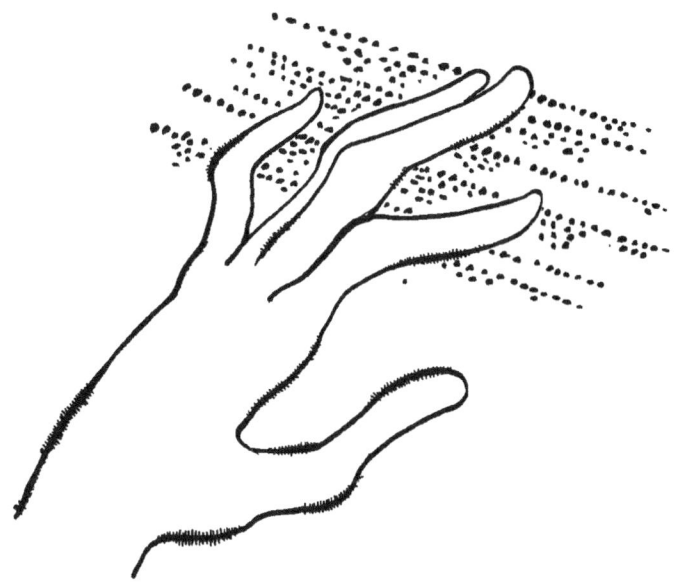

ಪರಿವಿಡಿ

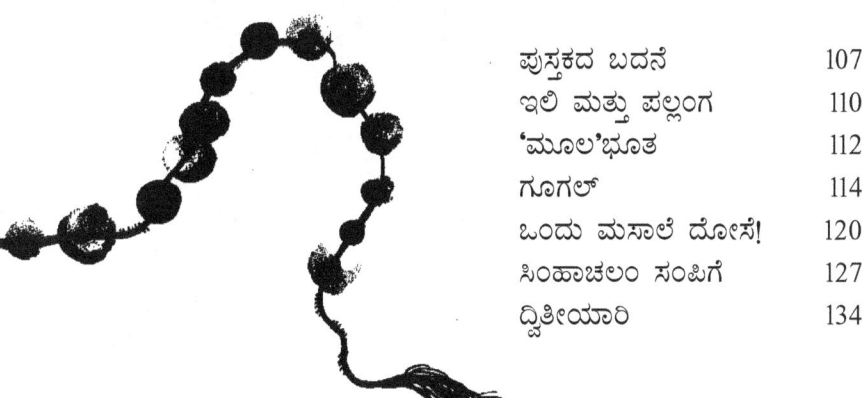

ರಕ್ಷಕ ಅನಾಥ

ಬೆಂಗಳೂರಿಗೆ ಬಂದು ಬದುಕು ಹೂಡಿ ಆಗಲೇ ಹದಿನೈದು ವರ್ಷವಾಯ್ತು. ಈಗ ಯಾರಾದರೂ ಹೊಸದಾಗಿ ಪರಿಚಯವಾದವರು "ನಿಮ್ಮ ಊರು ಯಾವುದು?" ಎಂದು ಕೇಳಿದಾಗ ಒಂದೆರಡು ಕ್ಷಣ ತಬ್ಬಿಬ್ಬಾಗುತ್ತೇನೆ. ಮೊನ್ನೆ ಮೊನ್ನೆಯವರೆಗೆ ಊರಿನಲ್ಲಿ ನಾನು ಹುಟ್ಟಿ ಬೆಳೆದ ಮನೆಯೊಂದಿದೆ ಎಂಬ ಧೈರ್ಯವಿತ್ತು. ಇತ್ತೀಚೆಗೆ ಅದನ್ನೂ ಮಾರಿಯಾಯ್ತು. ಬಂದ ಹಣದಲ್ಲಿ ಬೆಂಗಳೂರಿನ ಮನೆಯ ಅಡುಗೆ ಮನೆಯನ್ನು ಆಧುನೀಕರಿಸಿದ್ದೂ ಆಯ್ತು. ಈಗ ಮೆತ್ತಗೆ "ಇದೇ ಊರಿನವನು.." ಎಂದು ಬೆಂಗಳೂರನ್ನು ಒಪ್ಪಿಕೊಳ್ಳುತ್ತಿದ್ದೇನೆ. ಕೇಳಿದವರು ಅಕಸ್ಮಾತ್ತಾಗಿ ತಾವು ಬಳ್ಳಾರಿ ಜಿಲ್ಲೆಯ ಹತ್ತಿರದ ಊರಿನವರೆಂದು ಹೇಳಿದರೆ ಸಾಕು, "ಹೇ! ನಾನೂ ನಿಮ್ಮೋನೇ ರ್‍ರೀ" ಎನ್ನುವಾಗ ಖುಷಿ ಉಕ್ಕುತ್ತದೆ.

ಊರಿನ ಮನೆಯನ್ನು ಮಾರುವುದು ಅತ್ಯಂತ ಸಂಕಟದ ಸಂಗತಿ. ಹಾಲುಣಿಸಿ ಬೆಳೆಸಿದ ಮನೆಯ ಹಿರಿಯ ಹಸುವನ್ನು ಕಸಾಯಿ ಖಾನೆಗೆ ಮಾರಾಟ ಮಾಡಿದಂತೆ. ಆದರೆ ವಾಸ್ತವ ಸಂಗತಿಗಳು ನಮ್ಮ ಭಾವುಕತನವನ್ನು ಹಿಸುಕಿಹಾಕುತ್ತವೆ. ಮನೆಯನ್ನು ಬಾಡಿಗೆ ಕೊಟ್ಟರೆ ಅದರ ಹಣವನ್ನೂ ಜನ ಸರಿಯಾಗಿ ಕೊಡುವದಿಲ್ಲ. ಹಾಗೇ ಬಿಟ್ಟರೆ ಮನೆ ಪಾಳು ಬಿದ್ದುಹೋಗಿ ಅವರಿವರ ಪಾಲಾಗುತ್ತದೆ. ಬೆಂಗಳೂರಿನ ರಿಯಲ್ ಎಸ್ಟೇಟ್ ನೋಡಿಬಿಟ್ಟ ನನಗೆ, ಊರಿನ ಮನೆ ಕೇವಲ ಭಾವನಾತ್ಮಕ ತಂತುವಾಗಿ ಮಾತ್ರ ಉಳಿದದ್ದು ಕಹಿ ಸತ್ಯ. ಕೊನೆಗೆ ಮಾರಲು ನಿರ್ಧರಿಸಿದೆ. ಸುಮಾರು

ನಾಲ್ಕಾರು ವರ್ಷಗಳ ಕಾಲ ಅವರಿವರ ಬಳಿ ಹೇಳಿಕೊಂಡ ಮೇಲೆ ಒಬ್ಬರು ಕೊಳ್ಳಲು ಒಪ್ಪಿಕೊಂಡರು. ನೋಂದಣಿ ಕಾರ್ಯಗಳು ಸುಸೂತ್ರವಾಗಿ ಮುಗಿದವು.

ಮನೆಯಲ್ಲಿದ್ದ ವಸ್ತುಗಳನ್ನು ನಾನು ಮತ್ತು ಅಕ್ಕ ನಮಗೆ ಬೇಕಾದಷ್ಟು ಉಳಿಸಿಕೊಂಡು, ಮಿಕ್ಕಿದ್ದನ್ನು ಅವರಿವರಿಗೆ ಕೊಟ್ಟುಬಿಟ್ಟೆವು. ಎಲ್ಲಾ ವಸ್ತುಗಳನ್ನು ಹಂಚಿಕೊಂಡೆವಾದರೂ ಮನೆಯಲ್ಲಿದ್ದ ಸಾಕಷ್ಟು ದೇವರ ಪಟಗಳನ್ನು ಏನು ಮಾಡಬೇಕೆಂದು ತಿಳಿಯದಾಯ್ತು. ಒಂದು ಮೊಳೆ ಹೊಡೆಯಲೂ ಹಿಂಜರಿಯುವಂತಹ ಹೊಸ ಮನೆಗಳನ್ನು ಕಟ್ಟಿಕೊಂಡಿರುವ ನಾವು ಈ ಹಳೆಯ ದೇವರ ಪಟಗಳನ್ನು ಹೇಗೆ ಉಪಯೋಗಿಸಬೇಕು? ಹತ್ತಿರದ ದೇವಸ್ಥಾನಕ್ಕೆ ಹೋಗಿ ಅರ್ಚಕರನ್ನು ಈ ಪಟಗಳು ಬೇಕೆ ಎಂದು ಕೇಳಿದರೆ ಖಡಾಖಂಡಿತವಾಗಿ ನಿರಾಕರಿಸಿದರು. "ತಲೆತಲಾಂತರದಿಂದ ಈ ಊರಿನಾಗೆ ಬಾಳಿದ ಮನೆಗಳವರೂ ಈಗ ಮನೆ ಮಾರಿ ಬೆಂಗಳೂರು ಸೇರ್ತಾ ಇದೀರಪ್ಪ. ಎಲ್ಲಾರ ಮನೆಯ ದೇವರ ಪಟಗಳನ್ನು ಇಟ್ಟುಗೊಂಡು ನನ್ನೇನು ಮಾಡು ಅಂತೀಯ?" ಎಂದು ಅಸಹನೆ ಮತ್ತು ದುಃಖ ಬೆರೆತ ಧ್ವನಿಯಲ್ಲಿ ಹೇಳಿದರು. ಮನೆಯ ಇತರ ವಸ್ತುಗಳನ್ನು ಅವರಿವರು ಖುಷಿಯಿಂದ ಪಡೆದರಾದರೂ, ಪಟಗಳು ಮಾತ್ರ ಬೇಡವೆಂದರು. ಕಾಡಿನಲ್ಲಿ ಒಯ್ದು ಯಾವುದಾದರೂ ಮರದ ಕೆಳಗೆ ಇಟ್ಟು ಬಿಡಿ ಎಂದು ಕೆಲವರು ಸಲಹೆ ಮಾಡಿದರು. ನಾವು ಪೂಜಿಸಿದ ದೇವರ ಪಟಗಳನ್ನು ಹಾಗೆ ಅನಾಥವಾಗಿ ಎಲ್ಲಿಯೋ ಬಿಟ್ಟು ಬರಲಾದೀತೆ? ಅದಕ್ಕೂ ಹೆಚ್ಚಾಗಿ ಕಾಡಿನ ಬಗ್ಗೆ ಕಳಕಳಿಯನ್ನು ಹೊಂದಿರುವ ನನಗೆ ಹಾಗೆ ತ್ಯಾಜ್ಯವಸ್ತುವನ್ನು ಕಾಡಿನಲ್ಲಿ ಬಿಸಾಕಲು ಖಂಡಿತಾ ಮನಸ್ಸಾಗಲಿಲ್ಲ. ಈ ದೇವರ ಪಟಗಳು ನಾನಂದುಕೊಂಡದ್ದಕ್ಕಿಂತಲೂ ದೊಡ್ಡ ಸಮಸ್ಯೆಯಾಗಿಬಿಟ್ಟವು.

ಅಪ್ಪ-ಅಮ್ಮಗೆ ಮಹಾ ದೈವಭಕ್ತಿ. ಮನೆಗೆ ಕ್ಯಾಲೆಂಡರ್ ರೂಪದಲ್ಲಿ ಯಾವುದೇ ದೇವರು ಬಂದರೂ ಸರಿ, ಅದನ್ನು ಮನೆಯಿಂದ ಹೊರಗೆ ಕಳುಹಿಸುವ ಮಾತೇ ಇರಲಿಲ್ಲ. ಆ ಕ್ಯಾಲೆಂಡರಿನಲ್ಲಿದ್ದ ತಿಂಗಳು-ದಿನಾಂಕದ ವಿವರಗಳು ಕೇವಲ ನೆಪ ಮಾತ್ರವಾಗಿತ್ತು. ಝಗಝಗಿಸುವ ದೇವರ ಚಿತ್ರ ಮಾತ್ರ ಅವರಿಗೆ ಮುಖ್ಯವಾಗಿರುತ್ತಿತ್ತು. ವರ್ಷ ಮುಗಿಯುವದರೊಳಗೆ ಅದಕ್ಕೆ ಕಟ್ಟು ಹಾಕಿಸಿ, ಗೋಡೆಗೆ ಯಾವುದೇ ಸಂಕೋಚವಿಲ್ಲದಂತೆ ಮೊಳೆ ಹೊಡೆದು, ದೇವರ ಪಟವನ್ನು ಸ್ಥಾಪಿಸಿ, ಮರುದಿನದಿಂದ ಕುಂಕುಮ ಹಚ್ಚಿ ಮಂಗಳಾರತಿ ಮಾಡಿಯೇಬಿಡುತ್ತಿದ್ದರು. ಇನ್ನು ತೀರ್ಥಕ್ಷೇತ್ರಗಳಿಗೆ ಹೋದರಂತೂ, ಅಲ್ಲಿಯ ಪ್ರಮುಖ ದೇವರ ಪಟವನ್ನು ತಪ್ಪದೇ ತರುತ್ತಿದ್ದರು. ಧರ್ಮಸ್ಥಳ ಮಂಜುನಾಥ, ತಿರುಪತಿ ತಿಮ್ಮಪ್ಪ, ಮಂಚಾಲಿ ರಾಘಪ್ಪ, ಉಡುಪಿ ಕೃಷ್ಣಪ್ಪ, ಕುಕ್ಕೆ ಸುಬ್ರಹ್ಮಣ್ಯ, ಸನ್ನುತಿ ಚಂದ್ರಲಾ, ಹಂಪಿಯ ಯಂತ್ರೋದ್ಧಾರ, ಪುರಿ ಜಗನ್ನಾಥ, ಕಾಶಿ ವಿಶ್ವನಾಥ, ಬದರಿ ನಾರಾಯಣ, ಕೊಲ್ಹಾಪುರ ಮಹಾಲಕ್ಷ್ಮಿ ...

ಒಂದೇ, ಎರಡೇ? ತಾವು ಹೋಗಿ ಬಂದ ಪುಣ್ಯಕ್ಷೇತ್ರಗಳು, ಇತರರು ಹೋಗಿ ಬಂದು ಪ್ರಸಾದದ ಜೊತೆಯಲ್ಲಿ ಕೊಟ್ಟ ದೇವರ ಚಿತ್ರಗಳು – ಎಲ್ಲವೂ ಮನೆಯ ಗೋಡೆಯ ಮೇಲೆ ರಾರಾಜಿಸುತ್ತಿದ್ದವು. ಮನೆಯ ಹೊರಗಡೆಗೆ ಬಾಗಿಲಿನ ಮೇಲೆ ಸ್ವಾದಿಯ ಭೂತರಾಜರು. ರಾತ್ರಿ ನಾವು ನಿದ್ದೆ ಮಾಡುವಾಗ ಆ ಎಲ್ಲಾ ದೇವರುಗಳು ಎಚ್ಚರದಿಂದಿದ್ದು ನಮ್ಮನ್ನು ಕಾಯುತ್ತಿರುವಂತಹ ಭಾವ ಮೂಡುತ್ತಿತ್ತು. ಏನಾದರೂ ತಪ್ಪು ಮಾಡಿದರೆ ಆ ದೇವರುಗಳ ಸಿಟ್ಟಿನ ನೋಟವನ್ನು ಎದುರಿಸುವುದಕ್ಕೆ ಎದೆ ನಡುಗುತ್ತಿತ್ತು. ಒಳ್ಳೆಯ ಕಾರ್ಯಗಳನ್ನು ಮಾಡಿದರೆ ನಗುಮುಖದಿಂದಲೇ ಎಲ್ಲರೂ ಆಶೀರ್ವಾದ ಮಾಡುತ್ತಿದ್ದರು. ಹಾಗೆ ನೋಡಿದರೆ ಮನೆಯಲ್ಲಿ ಒಬ್ಬರೇ ಇದ್ದೇವೆಂಬ ಭಾವ ಎಂದೂ ಬರಲು ಸಾಧ್ಯವಿರಲಿಲ್ಲ.

ತೀರ್ಥಕ್ಷೇತ್ರಗಳಿಗೆ ಸಂಬಂಧವಿಲ್ಲದ, ಆದರೆ ಕೆಲವು ಹಬ್ಬ ಅಥವಾ ಪೂಜೆಗಳಿಗೆ ಮಾತ್ರ ಬೇಕಾಗುವ ಕೆಲವು ದೇವರುಗಳ ಪಟಗಳಿದ್ದವು. ಸತ್ಯನಾರಾಯಣ, ವಟ ಸಾವಿತ್ರಿ, ಸೂರ್ಯನಾರಾಯಣ, ಪುರಂದರದಾಸ, ಬುಧಬೃಹಸ್ಪತಿ, ವರಮಹಾಲಕ್ಷ್ಮಿ ಇತ್ಯಾದಿ. ವಟಸಾವಿತ್ರಿಯ ಹುಣ್ಣಿಮೆಯೆಂದು ಪೂಜೆ ಮಾಡಿ, ಸಾಯಂಕಾಲದ ಹೊತ್ತು ಅಮ್ಮ ಸಾವಿತ್ರಿಯ ಕತೆಯನ್ನು ಓದುತ್ತಿದ್ದಳು. ಮಡಿಹೆಂಗಸು ಕಾಶವ್ವ ಹಾಡನ್ನು ಕೇಳಲು ಬಾಗಿಲ ಬಳಿ ಬಂದು ಕೂಡುತ್ತಿದ್ದಳು. ಸತ್ಯವಾನನ ಆತ್ಮವನ್ನು ಯಮಧರ್ಮರಾಯ ಪಾಶ ಹಾಕಿ ಎಳೆದೊಯ್ಯುವಾಗ ಬಿಕ್ಕಿ ಬಿಕ್ಕಿ ಅಳುತ್ತಿದ್ದಳು. ಗೊತ್ತಿದ್ದ ಆ ಕತೆಯನ್ನೇ ಪ್ರತಿ ವರ್ಷ ಕೇಳುವಾಗಲೂ ಅಳು ಮಾತ್ರ ತಪ್ಪದೇ ಬರುತ್ತಿತ್ತು. "ಎಂಥಾ ಪತಿವ್ರತಿ ನೋಡವ್ವ... ಯಮನ ಹಿಂದೆ ಬಿದ್ದು ಮುತ್ತೈದಿತನ ಉಳಿಸಿಗೊಂಡಳು. ನನ್ನ ಗಂಡ ಸತ್ತಾಗ ನಂಗೂ ಹಂಗೆ ಅವನ ಹಿಂದೆ ಹೋಗಿ ಬಡಿದಾಡಿ ಗಂಡನ್ನ ವಾಪಾಸು ಇಸ್ಕೊಂಡು ಬರಬೇಕು ಅಂತ ಅನ್ನಿಸಿತ್ತು ನೋಡು. ಆದರೆ ನಮ್ಮಂತಾ ಹುಲು ಮನುಷ್ಯರಿಗೆ ಆತ ಹೆಂಗೆ ಕಾಣ್ತಾನೆ ಹೇಳು" ಎಂದು ತಪ್ಪದೆ ಹೇಳುತ್ತಿದ್ದಳು.

ಪುರಂದರದಾಸರ ಪುಣ್ಯದಿನದಂದು ಬೆಳಿಗ್ಗೆಯಿಂದ ರಾತ್ರಿ ಮಲಗುವವರೆಗೆ ದಾಸರ ಹಾಡು, ಭಜನೆ. ಅಮ್ಮ ಮತ್ತು ಅಕ್ಕ ಇಂಪಾಗಿ ಹಾಡುತ್ತಿದ್ದರು. ನನಗೆ ಹಾಡಲು ಬರದಿದ್ದರೂ ಭಜನೆಯಲ್ಲಿ ಭರ್ಜರಿಯಾಗಿ ಭಾಗವಹಿಸುತ್ತಿದ್ದೆ. ಗುಂಪಿನಲ್ಲಿ ಒಂದಾಗಿ ಹಾಡಲು ಒಳ್ಳೆಯ ಕಂಠದ ಅವಶ್ಯಕತೆಯಿರುವದಿಲ್ಲ. ಹಾಡುವ ಉತ್ಸಾಹವಿದ್ದರೆ ಸಾಕು. ಅಕ್ಕಪಕ್ಕದ ಮನೆಯವರೆಲ್ಲಾ ಭಾಗವಹಿಸುತ್ತಿದ್ದರು.

ನಾನೇ ಚಿತ್ರ ಬರೆದ ಹನುಮಂತನ ಪಟವೊಂದು ಮನೆಯಲ್ಲಿತ್ತು. ಶಾಲೆಯಲ್ಲಿ ಚಿತ್ರ ಬರೆಯುವ ಸ್ಪರ್ಧೆಯಲ್ಲಿ ನಾನು ಆ ಹನುಮಂತನ ಚಿತ್ರವನ್ನು ಬರೆದಿದ್ದೆ. ಪರ್ವತವನ್ನು ಕೈಯಲ್ಲಿ ಹೊತ್ತು, ಸಮುದ್ರ ಹಾರುವ ಹನುಮಂತನ ಚಿತ್ರವದು.

ಅವನ ಬಾಲ ಅವನ ಉದ್ದ ದೇಹವನ್ನು ಸುತ್ತಿ ತಲೆಯ ಮೇಲೆ ಬಂದಿತ್ತು. ಆ ಚಿತ್ರಕ್ಕೆ ಸಮಾಧಾನಕರ ಬಹುಮಾನ ಕೊಟ್ಟಿದ್ದರು. ಅಕ್ಕ ಆ ಚಿತ್ರವನ್ನು ನೋಡಿ ತಮಾಷೆ ಮಾಡಿದ್ದೇ ಮಾಡಿದ್ದು. 'ನಿನ್ನ ಹನುಮಂತ ಸರಿಯಾಗಿ ಊಟಾನೇ ಮಾಡಿಲ್ಲ, ಕಡ್ಡಿ ಪೈಲ್ವಾನ ಆಗ್ಯಾನೆ' ಎನ್ನುತ್ತಿದ್ದಳು. ಬಾಲ ಕೆಳಗೆ ಅಲ್ಲಾಡಿಸುತ್ತ ಇರಬೇಕು, ಅದು ಹೆಂಗೆ ಆಕಾಶಕ್ಕೆ ಮುಖ ಮಾಡಿ ನಿಗುರಿ ನಿಂತಿರ್ತದೆ ಅಂತ ತರ್ಕದ ಪ್ರಶ್ನೆ ಮಾಡುತ್ತಿದ್ದಳು. ಅಮ್ಮ ಮಾತ್ರ ಅವಳ ಕುಹಕದ ಮಾತಿಗೆ ಸೊಪ್ಪು ಹಾಕದೆ ಆ ಚಿತ್ರಕ್ಕೂ ಕಟ್ಟು ಹಾಕಿಸಿ ಉಳಿದ ದೇವರುಗಳ ಮಧ್ಯೆ ಸೇರಿಸಿಬಿಟ್ಟಿದ್ದಳು. ಆದರೆ ಅಕ್ಕನೂ ಆ ಪಟವನ್ನು ಭಕ್ತಿಯಿಂದ ಪೂಜಿಸುವ ಹೊತ್ತು ಮುಂದೆ ಬಂತು.

ಅಕ್ಕನಿಗೆ ಎರಡು ಮೂರು ಕಡೆ ತೋರಿಸಿದರೂ ಯಾವುದೋ ಕುಂಟು ನೆಪದಲ್ಲಿ ಸಂಬಂಧಗಳು ಕೂಡಿ ಬರಲಿಲ್ಲ. ಅಪ್ಪ-ಅಮ್ಮಗೆ ಆತಂಕ ಶುರುವಾಯ್ತು. ಅಕ್ಕಗೆ ವಿಚಿತ್ರ ಸೋಲಿನ ಭಾವ. ಆಗ ಯಾರೋ ಹಿರಿಯರು ದಿನಾ ಹನುಮಂತನನ್ನು ಪೂಜೆ ಮಾಡಿ, ಬಾಲಕ್ಕೆ ಒಂದೊಂದೇ ಗಂಧದ ಚುಕ್ಕೆಯನ್ನು ಇಡಲು ಹೇಳಿದರು. ಅಕ್ಕ ಯಾವುದೇ ಸಲಹೆಗೂ ಸಿದ್ಧವಿದ್ದಳು. ನನ್ನ ಹನುಮಂತನ ಬಾಲ ದಿನಕ್ಕೊಂದು ಗಂಧದ ಚುಕ್ಕೆಯಿಂದ ತಂಪಾಗತೊಡಗಿತು. ಬಾಲವೆಲ್ಲಾ ಗಂಧದ ಚುಕ್ಕೆಯಿಂದ ಮುಚ್ಚಿಹೋಗುವದರೊಳಗೆ ಅಕ್ಕಗೆ ಸಂಬಂಧ ಕುದುರಿತು. "ಈ ಪಟದಾಗಿನ ಹನುಮಂತ ಮಹಾ ಸತ್ಯವಂತ" ಎಂದು ಅಮ್ಮ ಎಲ್ಲರ ಮುಂದೂ ಹೇಳಿಕೊಂಡು ತಿರುಗಾಡಿದಳು. ಅಕ್ಕಗೂ ಆ ಹನುಮಂತನ ಮೇಲೆ ಇನ್ನಿಲ್ಲದ ಭಕ್ತಿ ಬೆಳೆದು, ಕಡ್ಡಿ ದೇಹ ಮತ್ತು ತರ್ಕವಿಲ್ಲದೆ ನಿಗುರಿ ನಿಂತ ಬಾಲಗಳು ಕಾಣದಂತಾಯ್ತು. ಅಮ್ಮನ ಮಾತನ್ನು ಕೇಳಿ ಮತ್ತೊಂದೆರಡು ಹುಡುಗಿಯರು ಗಂಧ ಹಚ್ಚಿ ಗಂಡನನ್ನು ಪಡೆದರು. ಎಲ್ಲರಂತೆ ಕೃಷ್ಣವೇಣಮ್ಮ ತಮ್ಮ ಮಗಳು ಮಂಜಿಯ ಜೊತೆ ಆ ಪಟಕ್ಕೆ ಪೂಜೆ ಮಾಡಿಸಿದರು. ಬಾಲ ಮುಚ್ಚಿ ಹೋಗುವಷ್ಟು ಗಂಧ ಹಚ್ಚಿದರೂ ಮಂಜಿಗೆ ಸಂಬಂಧ ಕುದುರಲಿಲ್ಲ. "ನಮ್ಮ ಹುಡುಗಿ ಹಣೇಲಿ ಮದುವಿ ಬರೆದಿಲ್ಲ ಅಂದರೆ ಯಾವ ದೇವರಾದರೂ ಏನು ಮಾಡ್ತಾನೆ ಬಿಡ್ರಿ" ಎಂದು ಕೃಷ್ಣವೇಣಮ್ಮ ತಪ್ಪನ್ನು ಮಗಳ ಹಣೆಬರಹದ ಮೇಲೆ ಹಾಕಿ ದೇವರ ಮಹಿಮೆಯನ್ನು ಕಾಪಾಡಿದರು.

ಗಂಡಿ ನರಸಿಂಹ ಸ್ವಾಮಿ ಮನೆಯ ದೇವರಾದರೂ ಮೂಲ ವಿಗ್ರಹದ ಪಟ ಮಾತ್ರ ಮನೆಯಲ್ಲಿರಲಿಲ್ಲ. ಅದಕ್ಕೆ ಕಾರಣವಿಲ್ಲದೇ ಇಲ್ಲ. ಆ ದೇವರು ಎಂತಹ ಸತ್ಯವಂತನೆಂದರೆ ಫೋಟೋ ತೆಗೆದರೆ ಅದರಲ್ಲಿ ಬರುತ್ತಲೇ ಇರಲಿಲ್ಲ. ಹಠ ಮಾಡಿದ ಇಂಗ್ಲೀಷ್ ಮಹಿಳೆಯೊಬ್ಬಳು ಕದ್ದು ಮುಚ್ಚಿ ಆ ದೇವರ ಫೋಟೋ ತೆಗೆದಳಾದರೂ, ಉಗ್ರನರಸಿಂಹನ ಸಿಟ್ಟಿಗೆ ಗುರಿಯಾಗಿ ರಕ್ತಕಾರಿ ಸತ್ತುಬಿಟ್ಟಳಂತೆ. ಕುದುರೆಯ ಮೇಲೆ ಬಂದ ಅವಳ ಚಿತ್ರ ಗುಡಿಯ ಗೋಪುರದ ಮೇಲೆ ಇನ್ನೂ ಇದೆ.

ನಮ್ಮೆಲ್ಲರ ನಂಬಿಕೆಯನ್ನು ಬುಡಮೇಲು ಮಾಡುವಂತೆ ಗೋಪಣ್ಣನ ಮಗ ಪ್ರಹ್ಲಾದ ಬೆಂಗಳೂರಿನಿಂದ ಬಂದ. ದೊಡ್ಡ ಪಟ್ಟಣದ ಥಳುಕು–ಬಳುಕನ್ನು ಕಂಡಿದ್ದ ಪ್ರಹ್ಲಾದ ಯಾರಿಗೂ ಗೊತ್ತಾಗದಂತೆ ದೇವರ ಫೋಟೋವನ್ನು ಕ್ಲಿಕ್ಕಿಸಿದ. ಅವನಿಗೆ ನಮ್ಮೆಲ್ಲರ ಮೌಢ್ಯವನ್ನು ಸುಳ್ಳು ಮಾಡಿದ ಖುಷಿ. "ನೋಡ್ರಿ ನೋಡ್ರಿ..." ಎಂದು ನಗುತ್ತಾ ಆ ಫೋಟೋವನ್ನು ಎಲ್ಲರಿಗೂ ತೋರಿಸಿಕೊಂಡು ಬಂದ. ಅಮ್ಮ–ಅಪ್ಪಗೆ ತುಂಬಾ ಬೇಸರವಾಗಿತ್ತು. "ದೇವರನ್ನು ಸುಳ್ಳು ಮಾಡಬೇಕು ಅನ್ನೋ ಸುಡುಗಾಡು ಬುದ್ಧಿ ಈ ರಂಡೆಗಂಡಗೆ... ಅದೇನು ಸಾಧಿಸ್ತಾನೋ..." ಎಂದು ಅಮ್ಮ ಅರ್ಧ ಬೇಸರ, ಅರ್ಧ ಸಿಟ್ಟಿನಲ್ಲಿ ಹೇಳಿದಳು. ಆದರೆ ಆ ಫೋಟೋವನ್ನು ಮಾತ್ರ ಮನೆಯಲ್ಲಿ ಇಟ್ಟುಗೊಳ್ಳಲು ಇಬ್ಬರೂ ಒಪ್ಪಲಿಲ್ಲ. ಊರಿಗೆ ಹೋಗುವ ದಿನ ಅವನನ್ನು ಊಟಕ್ಕೆ ಕರೆದಿದ್ದಳು. ಬಿಸಿಬೇಳೆ ಹುಳಿಯನ್ನ ಮಹಾ ಖಾರವಾಗಿತ್ತು. ಒಂದು ತುತ್ತು ನುಂಗಿದ್ದೇ ತಡ, ಪ್ರಹ್ಲಾದನಿಗೆ ಖಾರ ನೆತ್ತಿಗೇರಿತು. ಕಣ್ಣು ಮೂಗಿನಲ್ಲಿ ನೀರು ಬಂದು ಕಣ್ಣು ಕಣ್ಣು ಬಿಡಲಾರಂಭಿಸಿದ. ಅವನಿಗೆ ನೀರು ತಂದು ಕೊಡುವದನ್ನು ಮರೆತ ಅಮ್ಮ "ಉಗ್ರ ನರಸಿಂಹಗೆ ತಪ್ಪಾಯ್ತು ಅಂತ ಬೇಡ್ಕೊಳಪ್ಪ... ಎಲ್ಲಾ ಸರಿ ಹೋಗ್ತದೆ..." ಅಂತ ಒತ್ತಾಯ ಮಾಡಲಾರಂಭಿಸಿದಳು.

ಮನೆಯಲ್ಲಿದ್ದದ್ದು ಬರೀ ದೇವರ ಪಟಗಳು ಮಾತ್ರವಲ್ಲ. ಸಾಕಷ್ಟು ಹಿರಿಯರ ಪಟಗಳೂ ಇದ್ದವು. ಮೈ ಕುಸಿದು ಹೋಗುವಷ್ಟು ಒಡವೆ ವಸ್ತ್ರಗಳನ್ನು ಹೇರಿಕೊಂಡು ಕುರ್ಚಿಯ ಮೇಲೆ ಕುಳಿತ ಅಜ್ಜಿ, ಅವಳು ಪಕ್ಕ ಕೋಟು–ಧೋತ್ರ ಹಾಕಿಕೊಂಡು ಕೈಯಲ್ಲಿ ಬೆತ್ತವನ್ನು ಹಿಡಿದುಕೊಂಡು ನಿಂತ ಅಜ್ಜ. ಅದರ ಪಕ್ಕದಲ್ಲಿ ಜೊತೆಜೊತೆಯಾಗಿ ನಿಂತ ಅಪ್ಪ–ಅಮ್ಮನ ಪಟ. ಊಟಿಗೆ ಹನುಮೂನಿಗೆ ಹೋದಾಗ ಹೆಗಲ ಮೇಲೆ ಕೈಹಾಕಿ ನಿಂತ ಅಕ್ಕ–ಭಾವನ ಬಣ್ಣದ ಪಟ. ನಾನು ಮಗುವಾಗಿದ್ದಾಗ ಜಮಖಾನೆಯ ಮೇಲೆ ಮಲಗಿ ತಲೆ ಎತ್ತಿದ ಪಟ. ಇಂದಿರಾಗಾಂಧಿ ಊರಿಗೆ ಬಂದಾಗ ಆಕೆಗೆ ಅಕ್ಕ ಹಾರ ಹಾಕುವಾಗ ತೆಗೆದ ಒಂದು ಪಟ. ಅಪ್ಪ ಪದವಿಯನ್ನು ಪಡೆದಾಗ ಕಪ್ಪು ಕೋಟು, ಟೊಪ್ಪಿಗೆಯನ್ನು ಹಾಕಿಕೊಂಡು ತೆಗೆಸಿದ ಪಟ. ಅಮ್ಮ ತನ್ನ ಜೊತೆಗಾರ್ತಿಯರೊಡನೆ ಕೈಗೆ ವಾಚು ಕಟ್ಟಿಕೊಂಡು ತೆಗೆಸಿಕೊಂಡ ಪಟ. ಇವಲ್ಲದೆ ಅಕ್ಕ ಹಾಕಿದ ಬಟನ್ ಬಾತುಕೋಳಿಯ ಪಟ.

ನಮಗೆ ಯಾರೆಂದು ಗೊತ್ತಿಲ್ಲದ ಒಬ್ಬ ಹೆಂಗಸಿನ ಪಟವೊಂದು ನಮ್ಮ ಮನೆಯಲ್ಲಿತ್ತು. ಆಕೆಯ ಹೆಸರು ರಿಂದಮ್ಮ. ದೊಡ್ಡ ದೊಡ್ಡ ಕಂಗಳ ಆಕೆ ಒಂದಿಷ್ಟೂ ನಗುವಿಲ್ಲದೆ ಭಯಂಕರ ಗಂಭೀರವಾಗಿದ್ದಳು. ಅಪ್ಪನಿಗೆ ಆ ಪಟದ ಮೇಲೆ ತುಂಬಾ ಗೌರವ. ಆದರೆ ಆತನಿಗೂ ಆಕೆ ಯಾರೆಂದು ಗೊತ್ತಿರಲಿಲ್ಲ. ಆದರೆ ಅಜ್ಜನ ಕಾಲದಿಂದಲೂ ರಿಂದಮ್ಮನ ಬಗ್ಗೆ ಮನೆಯಲ್ಲಿ ತುಂಬಾ ಗೌರವವಿತ್ತು. ಆಕೆ ನಮ್ಮ

ಮನೆಯ ಒಳಿತಿಗಾಗಿ ಜೀವವನ್ನೇ ಕೊಟ್ಟಿದ್ದಾಳಂತೆ. ಹೇಗೆ, ಎಂದು, ಯಾವಾಗ – ಯಾರೂ ಪ್ರಶ್ನೆ ಕೇಳಿದ್ದಿಲ್ಲ. ಉತ್ತರವೂ ಗೊತ್ತಿರಲಿಕ್ಕಿಲ್ಲ. ಆದರೆ ಪಿತೃಪಕ್ಷದಂದು ಆಕೆಗೆ ತಪ್ಪದೆ ಪಿಂಡಪ್ರದಾನವಾಗುತ್ತಿತ್ತು.

ಅಪ್ಪನ ಎರಡನೆಯ ಚಿಕ್ಕಪ್ಪನ ಮದುವೆಯಲ್ಲಿ ತೆಗೆದ ಒಂದು ಗ್ರೂಪ್ ಫೋಟೋ ಇತ್ತು. ಅದರಲ್ಲಿ ಅಪ್ಪ ಥೇಟ್ ನನ್ನಂತೆಯೇ ಇದ್ದರು. ಆ ಚಿಕ್ಕ ವಯಸ್ಸಿಗೇ ಧೋತ್ರ ಉಟ್ಟು, ಕೋಟು ತೊಟ್ಟು, ತಲೆಗೆ ಒಂದು ಟೊಪ್ಪಿಗೆಯನ್ನಿಟ್ಟಿದ್ದರು. ಶಾಲೆಯ ಫ್ಯಾನ್ಸಿ ಡ್ರೆಸ್ ಸ್ಪರ್ಧೆಗೆ ಅಕ್ಕ ನನಗೆ ಅದೇ ವೇಷವನ್ನು ಹಾಕಿದ್ದಳು. ಪ್ರಥಮ ಬಹುಮಾನ ಬಂದಿತ್ತು. ನಮ್ಮ ಮನೆಗೆ ಯಾರೇ ಹಿರಿಯರು ಬಂದರೂ ಈ ಪಟವನ್ನು ಗಂಟೆಗಟ್ಟಲೆ ನೋಡುತ್ತಾ ಕುಳಿತುಬಿಡುತ್ತಿದ್ದರು. ಇದು ಸುಂದರಮ್ಮ, ಇದು ಅನಂತ, ಈತ ಗುಂಡು ಕಾಕಾ ಎಂದೆಲ್ಲಾ ಗುರುತಿಸಿ ಖುಷಿಪಡುತ್ತಿದ್ದರು. ಆದರೆ ಅಪ್ಪನ ಚಿಕ್ಕಮ್ಮಗೆ ಮಾತ್ರ ಈ ಪಟ ಕಂಡರೆ ಆಗುತ್ತಿರಲಿಲ್ಲ. ಯಾಕೆಂದರೆ ಆಕೆ ಆ ಪಟದಲ್ಲಿರಲಿಲ್ಲ. ಚಿಕ್ಕಪ್ಪನ ಪಕ್ಕ ಕುಳಿತ ಆತನ ಮೊದಲ ಹೆಂಡತಿ ಒಂದೇ ವರ್ಷದಲ್ಲಿ ಹೆರಿಗೆಯಲ್ಲಿ ಸತ್ತು ಹೋಗಿದ್ದಳು. "ಸತ್ತ ಮೇಲೂ ಏನು ಕಾಡಿದಳವ್ವಾ ಈ ನನ್ನ ಸವತಿ..." ಎಂದು ನಖಶಿಖಾಂತ ಉರಿಯುತ್ತಿದ್ದಳು. ಆದರೆ ಹೆರಿಗೆಯಲ್ಲಿ ಉಳಿದ ಸರೋಜಕ್ಕ ಮಾತ್ರ ಅರಳುಗಣ್ಣುಗಳಿಂದ ಅವಳು ಕಾಣದ ಅವಳಮ್ಮನನ್ನು ನೋಡುತ್ತಾ ನಿಲ್ಲುತ್ತಿದ್ದಳು.

ಇನ್ನೂರಕ್ಕೂ ಹೆಚ್ಚು ಪಟಗಳನ್ನು ಮನೆ ಕೊಂಡವರು ನನಗೆ ತಂದು ಕೊಟ್ಟರು. ಒಂದೊಂದೇ ಪಟವನ್ನು ನೋಡಿದಾಗಲೂ ನುಗ್ಗಿ ಬರುವ ನೆನಪುಗಳು. ಆದರೆ ಅವುಗಳನ್ನು ರಕ್ಷಿಸುವದಾದರೂ ಹೇಗೆ? ನಮ್ಮ ಬದುಕನ್ನು ಅಪ್ಪಣೆ ಕೊಟ್ಟು ನಡೆಸಿದ ಈ ದೇವಾನುದೇವತೆಗಳು, ಹಿರಿಯರು ನನ್ನ ಕಡೆ ಅಸಹಾಯಕ ದೃಷ್ಟಿಯಿಂದ "ಹೇಗಾದರೂ ಕಾಪಾಡು" ಎಂದು ಬೇಡಿಕೊಳ್ಳಲಾರಂಭಿಸಿದರು. ಉಗ್ರನರಸಿಂಹನ ಉಗುರುಗಳು ಮೊಂಡಾಗಿದ್ದವು, ಲಕ್ಷ್ಮಿಯ ಕೈಯಿಂದ ಸುರಿಯುವ ಬಂಗಾರದ ನಾಣ್ಯಗಳು ಹೊಳಪು ಕಳೆದುಕೊಂಡಿದ್ದವು, ಸತ್ಯನಾರಾಯಣನ ಅಕ್ಕಪಕ್ಕದ ಬಾಳೆ ಎಲೆಗಳು ಬಾಡಿದ್ದವು, ಸೂರ್ಯದೇವರಿಗೆ ಗ್ರಹಣ ಹಿಡಿದಿತ್ತು.

ಎರಡು ದಿನ ಯೋಚಿಸಿದ ನಂತರ ಉಪಾಯ ಹೊಳೆಯಿತು. ಎಲ್ಲಾ ಪಟಗಳ ಕಟ್ಟನ್ನು ಬಿಚ್ಚಿ, ಗಾಜನ್ನು ತೆಗೆದು, ಹಗೂರಕ್ಕೆ ಚಿತ್ರಗಳನ್ನು ಬಿಡಿಸಿಕೊಂಡೆ. ಪ್ರತಿಯೊಂದು ಚಿತ್ರವನ್ನೂ ಸ್ಕ್ಯಾನರಿನಲ್ಲಿಟ್ಟು, ಸಾಫ್ಟ್‌ಕಾಪಿ ಮಾಡಿದೆ. ಎಲ್ಲಾ ಪಟಗಳ ಚಿತ್ರಗಳನ್ನು ಒಂದು ಸಿಡಿಯಲ್ಲಿ ಶೇಖರಿಸಿಕೊಂಡೆ. ಆ ಸಿಡಿಯನ್ನು ಕಿರುಬೆರಳಿನ ತುದಿಗೆ ಸಿಕ್ಕಿಸಿ ಕೈಯನ್ನು ಎತ್ತಿ ಹಿಡಿದಾಗ ಗೋವರ್ಧನಗಿರಿಧಾರಿಯಂತೆ ಪುಳಕಿತಗೊಂಡೆ. ಮುಕ್ಕೋಟಿ ದೇವತೆಗಳನ್ನು ನನ್ನ ಕಿರುಬೆರಳ ತುದಿಯಲ್ಲಿ ಎತ್ತಿ ಹಿಡಿದಿದ್ದೆ.

ಈಗ ನನ್ನ ಕಂಪ್ಯೂಟರ್ ಪರದೆಯಲ್ಲಿ ಈ ಎಲ್ಲಾ ದೇವತೆಗಳು, ಹಿರಿಯರೂ ಸ್ಕ್ರೀನ್‌ಸೇವರ್ ಆಗಿದ್ದಾರೆ. ನಾನು ಸ್ವಲ್ಪ ಹೊತ್ತು ಕೆಲಸ ನಿಲ್ಲಿಸಿದರೂ ಸಾಕು, ಒಬ್ಬೊಬ್ಬರಾಗಿ ಬಂದು ಪುಟ್ಟ ಪರದೆಯ ಮೇಲೆ ದರ್ಶನ ಕೊಡುತ್ತಾರೆ. ಆ ಪಟಗಳನ್ನು ನೋಡಿದಾಗ ಬಾಲ್ಯಕ್ಕೊಮ್ಮೆ ಓಡಿ ಹೋದ ಬೆಚ್ಚನೆಯ ಅನುಭವ ನನಗಾಗುತ್ತದೆ. ನನ್ನ ಸಹೋದ್ಯೋಗಿಗಳು "ಅರೆರೆ, ಈ ಪಟ ನಮ್ಮನಿಯಲ್ಲಿತ್ತು... ಈ ಪಟ ನಮ್ಮನಿಯಲ್ಲಿತ್ತು..." ಎಂದು ಗುರುತಿಸುತ್ತಾರೆ.

02ನೇ ಅಕ್ಟೋಬರ್ 2006

ಅತಿಥಿ ಮತ್ತು ಸಂಸ್ಕೃತಿ

ನನ್ನ ಬಾಸ್ ಸಂದೀಪನಿಗೊಮ್ಮೆ ಚಿಕ್ಕದಾಗಿ ಹೃದಯಾಘಾತವಾಯಿತು. ಆಸ್ಪತ್ರೆ ದರ್ಶನ ಮಾಡಿಸಿ, ಏನೇನೋ ಪರೀಕ್ಷೆಗಳನ್ನು ಮಾಡಿಸಿದಾಗ ನಿಜಕ್ಕೂ ಹೆದರಿಬಿಟ್ಟ. "ಲಂಡನ್ನಲ್ಲಿ ಈವತ್ತು ಮೀಟಿಂಗಿನಲ್ಲಿರಬೇಕಿತ್ತು. ಇದೇನ್ರಿ ಹಿಂಗೆ ಐಸಿಯುನಲ್ಲಿ ವಯರ್‌ಗಳನ್ನ ಅಂಟಿಸಿಕೊಂಡು ಮಲಗಿಕೊಂಡೀನಿ?" ಎಂದು ಭಯಮಿಶ್ರಿತ ಧ್ವನಿಯಲ್ಲಿ ಹೇಳಿದ. "ತುಂಬಾ ಕೆಲಸ ಮಾಡ್ತೀರ ಸಾರ್. ಹಗಲು ರಾತ್ರಿ ಅನ್ನದಂಗೆ ದುಡಿತೀರಿ. ದೇಹ ಎಷ್ಟಂತ ತಡಕೊಂಡೀತು ಹೇಳ್ರಿ?" ಎಂದು ಅನುಕಂಪದಲ್ಲಿ ಮಾತನಾಡಿದೆ. ನನ್ನ ಮಾತಿಗೆ ಖುಷಿಯಾದ. ಕಣ್ಣು ತುಂಬಿ ನಿಂತಿದ್ದ ಮೇಡಂಗೆ "ಡಾಕ್ಟರು ಡಿಸ್‌ಚಾರ್ಜ್ ಮಾಡಿದ ತಕ್ಷಣ ಆಫೀಸಿಗೆ ಬರ್ತೀನಿ ಅಂತ ಹಠ ಮಾಡ್ತಾರೆ. ನೀವು ಒಪ್ಪಿಗೋಬೇಡಿ. ಯಾವುದಾದರೂ ಆಶ್ರಮಕ್ಕೆ ಹೋಗಿ ಯೋಗ, ಧ್ಯಾನ ಅಂತ ಒಂದು ವಾರ ಪೂರ್ತಿ ವಿರಾಮ ತೊಗಳ್ಳಿ. ಮೊಬೈಲ್ ಫೋನ್ ಕೂಡಾ ಅವರ ಕೈಗೆ ಸಿಗದಂಗೆ ನೋಡಿಕೊಳ್ಳಿ" ಎಂದು ಕಳಕಳಿಯಿಂದ ಹೇಳಿದೆ. "ನೀವು ನನ್ನ ತಮ್ಮ ಇದ್ದಂಗೆ ನೋಡಿ" ಎಂದು ಕಣ್ಣೊರೆಸಿಕೊಂಡರು.

ಬಾಸ್ ಒಂದು ವಾರ ಪೂರ್ತಿ ಬರುವದಿಲ್ಲ ಎನ್ನುವ ಸುದ್ದಿಯನ್ನು ಇ-ಮೇಲ್‌ನಲ್ಲಿ ಕಳುಹಿಸಿದ್ದೇ ತಡ ಇಡೀ ಆಫೀಸಿನಲ್ಲಿ ಹಬ್ಬದ ವಾತಾವರಣ

ಮೂಡಿಬಿಟ್ಟಿತು. ಹತ್ತಾರು ಲೀವ್ ಲೆಟರ್‌ಗಳು ಪುತಪುತನೆ ನನ್ನ ಟೇಬಲ್ ಮೇಲೆ ಬಂದು ಕುಳಿತವು. ಫಾರ್ಮಲ್ ಡ್ರೆಸ್‌ಗಳನ್ನು ಮೂಲೆಗೆ ಒಗೆದು, ಬಣ್ಣ ಬಣ್ಣದ ಉಡುಗೆ ತೊಡುಗೆಗಳನ್ನು ಧರಿಸಿಕೊಂಡು ಬಂದರು. ಹೊಸ ಸಿನಿಮಾ ಹಾಡುಗಳನ್ನು ಹಾಕಿಕೊಂಡು ಮನತೃಪ್ತಿಯಾಗುವಂತೆ ಮೀಟಿಂಗ್ ಹಾಲಿನಲ್ಲಿ ನರ್ತನವನ್ನೂ ಮಾಡಿದರು.

ಮುಂದಿನ ಸೋಮವಾರ ಬಂತು. ನಾನು ಆಫೀಸಿಗೆ ಬರುವ ವೇಳೆಗಾಗಲೇ ಸಂದೀಪನ ಕಪ್ಪು ಕಾರು ಬಂದು ನಿಂತಿತ್ತು. ಸೀದಾ ಅವನ ರೂಮಿಗೆ ಹೋದೆ. ಏನೆಲ್ಲಾ ವಿಚಾರಣೆ ಮಾಡ್ತಾನೋ ಅಂತ ಒಳಗೊಳಗೇ ಹೆದರಿಕೆಯಾಗುತ್ತಿತ್ತು. "ಇನ್ನೂ ಒಂದು ವಾರ ರೆಸ್ಟ್ ತೊಗೋಬೇಕಿತ್ತು ಸಾರ್... ಯಾಕೆ ಇಷ್ಟು ಬೇಗನೆ ಕೆಲಸಕ್ಕೆ ಬರಲಿಕ್ಕೆ ಹೋದ್ರಿ" ಎಂದೆ. ನನ್ನ ಮಾತನ್ನು ಗಣನೆಗೆ ತೆಗೆದುಕೊಳ್ಳದಂತೆ ಬರೀ ಕೈ ಸನ್ನೆಯಲ್ಲಿ ಕುಳಿತುಕೊಳ್ಳಲು ಹೇಳಿದ. ಕುಳಿತೆ. ಒಂದು ಕ್ಷಣ ಕಣ್ಣನ್ನು ಗಟ್ಟಿಯಾಗಿ ಮುಚ್ಚಿ, ಏನೋ ಧ್ಯಾನ ಮಾಡಿ, ನಂತರ ನಿಧಾನಕ್ಕೆ ಕಣ್ಣು ಬಿಟ್ಟು "ನಮ್ಮ ಸಂಸ್ಕೃತಿ ಎಷ್ಟೊಂದು ಅದ್ಭುತವಾದದ್ದು ಕಣ್ರಿ" ಎಂದು ಹೇಳಿ, ಟೇಬಲಿನ ಮೇಲೆ ಹೊಸದಾಗಿ ಸ್ಥಾಪನೆಗೊಂಡಿದ್ದ ಸನ್ಯಾಸಿಯ ಫೋಟೋವನ್ನು ನೋಡಿದ. ನನ್ನ ಎಡಗಣ್ಣು ಅದುರಿತು. "ಹೌದು ಸಾರ್. ನಮ್ಮ ಸಂಸ್ಕೃತಿ ಅದ್ಭುತವಾದದ್ದು" ಎಂದು ಹೂಂಗುಟ್ಟಿದೆ. "ಎಷ್ಟೊಂದು ಜನ ವಿದೇಶಿಯರು ನಮ್ಮ ಆಫೀಸಿಗೆ ಬರ್ತಾರೆ. ಅವರಿಗೂ ಈ ಸಂಸ್ಕೃತಿಯನ್ನ ಪರಿಚಯ ಮಾಡಿಕೊಡಬೇಕು ಕಣ್ರಿ. ಮುಂಡೇವಕ್ಕೆ ಗೊತ್ತಾಗ್ಲಿ, ನಾವು ಅಂದ್ರೆ ಏನು ಅಂತ. ಮುಂದಿನ ವಾರ ಸ್ಟೀವ್ ಬರ್ತಾ ಇದಾನೆ. ನಮ್ಮ ಸಂಸ್ಕೃತಿ ಗೊತ್ತಾಗೋ ಹಂಗೆ ಏನಾದ್ರೂ ತಯಾರಿ ಮಾಡ್ರಿ. ಸಂಜೆಯೊಳಗೆ ಪ್ಲಾನ್ ಏನು ಅಂತ ಇ-ಮೇಲ್ ಮಾಡಿ" ಎಂದ. ತಕ್ಷಣ ನಾನು "ಬಡ್ಜೆಟ್ ಎಷ್ಟು ಸ್ಯಾಂಕ್ಷನ್ ಮಾಡ್ತೀರಾ ಸಾರ್?" ಎಂದೆ. ಸಂದೀಪನಿಗೆ ರೇಗಿಹೋಯ್ತು. "ನಮ್ಮ ಸಂಸ್ಕೃತಿ ಅಂದ್ರೆ ಹಣ ಕೊಟ್ಟು ಕೊಳ್ಳೋದು ಅಲ್ಲ ಕಣ್ರಿ. ದಿನನಿತ್ಯ ನಾವು ವ್ಯವಹರಿಸುವ ರೀತಿ-ನೀತೀನೇ ಸಂಸ್ಕೃತಿ. ಏನಾದ್ರೂ ಇನೋವೇಟಿವ್ ಆಗಿ ಯೋಚನೆ ಮಾಡ್ರಿ. ಇಷ್ಟು ಒಳ್ಳೆ ಐಡಿಯಾ ಕೊಟ್ಟರೂ ಇಂಪ್ಲಿಮೆಂಟ್ ಮಾಡೋಕೆ ಆಗಲ್ಲ ಅಂದ್ರೆ ಹೆಂಗೆ ರ್ರೀ?" ಎಂದು ಉಗಿದ. "ತಪ್ಪಾಯ್ತು ಸಾರ್" ಎಂದು ಹೇಳಿ ಹೊರಬಂದೆ. ನನ್ನ ಮಂಡೆ ಬಿಸಿ ಆಗಿತ್ತು. ಬಡ್ಜೆಟ್ ಇಲ್ಲದಂಗೆ ಸಂಸ್ಕೃತಿ ಪರಿಚಯಿಸೋದು ಅಂದ್ರೆ ಹೆಂಗೆ?

ಸಂಜೆಯ ವೇಳೆಗೆ ಒಂದು ಉಪಾಯ ಹೊಳೆಯಿತು. ಸ್ಟೀವ್ ಬರುವ ಮರುದಿನವೇ ಗಣೇಶನ ಹಬ್ಬವಿತ್ತು. ಆಫೀಸಿನಲ್ಲಿ ಗಣೇಶನ ಮೂರ್ತಿಯೊಂದನ್ನು ತಂದಿಟ್ಟು, ಪೂಜೆ ಮಾಡಿಸಿದರೆ ವಿಶೇಷವಾಗಿರುತ್ತದೆಂದು ಅನ್ನಿಸಿತು. ಸಂದೀಪನಿಗೂ

ನನ್ನ ಯೋಜನೆ ಇಷ್ಟವಾಯ್ತು. "ವಿಘ್ನವಿನಾಶಕನ ಪೂಜೆ ಎಲ್ಲದಕ್ಕೂ ಒಳ್ಳೆಯದು. ನೋಡೋದಕ್ಕೆ ಚಂದಾಗಿರೋ ಹುಡುಗಿ ಜೊತೆ ಪೂಜೆ ಮಾಡಿಸ್ರಿ" ಎಂದು ಒಪ್ಪಿಗೆ ಕೊಟ್ಟ. "ಗಣೇಶನ ಪೂಜೆ ಗಂಡಸರು ಮಾಡಬೇಕು ಸಾರ್..." ಎಂದೆ. "ಗಂಡಸರು ಮಾಡಿದ್ರೆ ನೋಡೋದಕ್ಕೆ ಚೆನ್ನಾಗಿರಲ್ಲ ಕಣ್ರಿ. ಪೂಜೆ ಪುನಸ್ಕಾರಕ್ಕೆಲ್ಲಾ ಹೆಂಗಸರೇ ಸರಿ. ಆದರೆ ಆ ಸುಡುಗಾಡು ಚೂಡಿದಾರ್ ಹಾಕ್ಕೊಂಡು ಬರಬೇಡ ಅಂತ ಹೇಳ್ರಿ. ಲಕ್ಷಣವಾಗಿ ಒಳ್ಳೆ ರೇಷ್ಮೆ ಸೀರೆ ಉಟ್ಟುಗೊಂಡು ಬರಲಿ. ಹಂಗಂತ ಹೊಕ್ಕುಳು ಕೆಳಗೆ ಉಡೋದು, ಸ್ಲೀವ್‌ಲೆಸ್ ಬ್ಲೌಜ್ ಹಾಕ್ಕೊಂಡು ಬರೋದು ಮಾಡಿಯಾರು" ಎಂದು ಎಚ್ಚರಿಕೆ ಕೊಟ್ಟ. "ಹಂಗೆಲ್ಲಾ ಹುಡುಗಿಯರಿಗೆ ಹೇಗೆ ಹೇಳೋದು ಸಾರ್?" ಎಂದು ರಾಗವೆಳೆದೆ. "ಏನಾದ್ರೂ ಇನೋವೇಟಿವ್ ಆಗಿ ಯೋಚನೆ ಮಾಡ್ರಿ. ಎಲ್ಲಾ ನಾನೇ ಹೇಳಬೇಕಾ?" ಎಂದು ಮತ್ತೊಮ್ಮೆ ನನ್ನ ದಡ್ಡತನವನ್ನು ಹೀಯಾಳಿಸಿದ. "ತಪ್ಪಾಯ್ತು ಸಾರ್" ಎಂದು ಹೊರಬಂದೆ.

ಜಾವ ಟೀಮಿನ ಲಕ್ಷ್ಮಿ ಪೂಜೆ ಮಾಡಲು ಒಪ್ಪಿಕೊಂಡಳು. "ರೇಷ್ಮೆ ಸೀರೆ ಉಟ್ಟುಗೊಂಡು ಬರಬೇಕು ಕಣ್ರಿ" ಎಂದೆ. "ಮೈಸೂರು ಸಿಲ್ಕಾ ಇಲ್ಲಾ ಕಂಚಿ ಪಟ್ಟಾ?" ಎಂದು ಕ್ಲಾರಿಟಿ ಕೇಳಿದಳು. "ಯಾವುದಾದರೂ ಪರವಾಗಿಲ್ಲ. ಆದರೆ ಸೀರೆ ಮಾತ್ರ ಲಕ್ಷಣವಾಗಿ ಉಟ್ಟುಗೊಂಡು ಬರಬೇಕು. ನಿಮ್ಮ ತಾಯಿ ಹೇಗೆ ಉಟ್ಟು ಗೊಳ್ಳುತ್ತಿದ್ದರೋ ನೆನಪಿಸಿಕೊಳ್ಳಿ. ಹಾಗೇ ಉಟ್ಟುಗೊಂಡು ಬನ್ನಿ" ಎಂದು ಹೇಳಿದೆ. "ಅದು ಸ್ವಲ್ಪ ಓಲ್ಡ್ ಫ್ಯಾಶನ್ ಆಯ್ತಲ್ಲ ಸಾರ್.." ಎಂದಳು. "ಪರವಾಗಿಲ್ಲ. ಓಲ್ಡ್ ಈಸ್ ಗೋಲ್ಡ್" ಎಂದು ನಕ್ಕೆ. "ಹಾಗೇ ಆಗಲಿ ಸಾರ್" ಎಂದು ಒಪ್ಪಿಗೊಂಡಳು.

ಸ್ಟೀವ್‌ನ ಹೋಟೆಲಿಗೆ ಹೋಗಿ ಅವನನ್ನು ಕಾರಿನಲ್ಲಿ ಕೂಡಿಸಿಕೊಂಡು ಬಂದೆವು. ಸಂದೀಪ್ ಗಣೇಶನ ಕತೆಯನ್ನು ಸ್ಟೀವ್‌ಗೆ ಹೇಳಬೇಕೆಂದು ಅಪ್ಪಣೆ ಕೊಟ್ಟಿದ್ದ. ನಾನು ವಿವರವಾಗಿ ಪಾರ್ವತಿ ಸ್ನಾನ, ಗಣೇಶನ ದ್ವಾರಪಾಲಕ ವೃತ್ತಿ, ಶಿವನ ಕೋಪ, ಆನೆಯ ಸಾವು ಎಲ್ಲವನ್ನೂ ತಿಳಿಸಿದೆ. ಪಕ್ಕವೇ ಕುಳಿತಿದ್ದ ಸಂದೀಪ್ "ಯು ನೋ ಸ್ಟೀವ್, ಅಂತಹ ಪುರಾತನ ಕಾಲದಲ್ಲಿಯೇ ಭಾರತೀಯರಿಗೆ ಸರ್ಜರಿ ಗೊತ್ತಿತ್ತು. ಹೇಗೆ ಬೇರೆ ಪ್ರಾಣಿಯ ದೇಹವನ್ನು ಮನುಷ್ಯನಿಗೆ ಜೋಡಿಸಿಬಿಟ್ಟರು ನೋಡಿ?" ಎಂದು ವೇದಾಂತಿಯಂತೆ ಹೇಳಿದ. ಸ್ಟೀವ್ ಅತ್ಯಂತ ಮುಗ್ಧತೆಯಲ್ಲಿ "ಒಂದು ಪ್ರಶ್ನೆ ಕೇಳ್ತೀನಿ. ದಯವಿಟ್ಟು ಬೇಜಾರು ಮಾಡಿಕೋಬೇಡಿ. ಆನೆ ತಲೆ ತುಂಬಾ ದೊಡ್ಡದಿರುತ್ತಲ್ಲವಾ? ಮಗುವಿಗೆ ಸೇರಿಸುವಾಗ ಸೈಜ್ ಸರಿ ಹೋಗುತ್ತಾ?" ಎಂದ. ನಾನು ಆ ಪ್ರಶ್ನೆ ನನಗೆ ಸಂಬಂಧಿಸಿದ್ದೇ ಅಲ್ಲವೆನ್ನುವಂತೆ, ಲಕ್ಷ್ಮಿಗೆ "ರೇಷ್ಮೆ ಸೀರೆ, ಅಮ್ಮ, ನೆನಪಿರಲಿ" ಎಂದು ಎಸ್‌ಎಂಎಸ್ ಕಳುಹಿಸಿದೆ. ಸಂದೀಪ್ ಮಾತ್ರ ಸ್ವಲ್ಪ ಕೆಮ್ಮಿದಂತೆ ಮಾಡಿ "ದೇವರ ವಿಚಾರದಲ್ಲಿ ಯಾವುದು ಕಷ್ಟ ಹೇಳಿ?" ಎಂದು

ಸ್ಟೀವ್‌ಗೆ ಸವಾಲು ಹಾಕಿದ. ಲಕ್ಷ್ಮಿಯಿಂದ "ಸೆರಗು ಹೊದೆದುಕೊಳ್ಳುತ್ತಿದ್ದೇನೆ" ಎಂದು ರಿಪ್ಲೈ ಬಂತು.

ಆಫೀಸಿನ ಪೋರ್ಟಿಕೋದಲ್ಲಿ ಇಳಿಯುವಾಗ "ನಾಳೆ ಗಣೇಶನ ಹಬ್ಬ ಇದೆ. ಅದಕ್ಕೇ ಈವತ್ತು ಒಂದು ಚಿಕ್ಕ ಪೂಜೆಯ ಕಾರ್ಯಕ್ರಮವಿದೆ" ಎಂದು ಸ್ಟೀವ್‌ಗೆ ತಿಳಿಸಿದೆ. "ಈ ಹಬ್ಬದ ವಿಶೇಷವೇನು?" ಎಂದು ಕೇಳಿದ. "ಪ್ರತಿ ವರ್ಷವೂ ಒಂದು ದಿನ ಗಣೇಶನ ಹಬ್ಬವನ್ನು ಮಾಡುತ್ತೇವೆ. ಒಂದು ರೀತಿಯಲ್ಲಿ ಇದು ಅವನ ಹುಟ್ಟಿದ ಹಬ್ಬ ಇದ್ದಂತೆ" ಎಂದು ನನಗೆ ತೋಚಿದಂತೆ ವಿವರಣೆ ಕೊಟ್ಟೆ. "ದೇವರ ಹುಟ್ಟು ಹಬ್ಬವನ್ನು ಮಾಡುವ ಐಡಿಯಾ ಚೆನ್ನಾಗಿದೆ" ಎಂದು ಖುಷಿಯಾದ. ನಂತರ ಅವನನ್ನು ಆಫೀಸಿನ ಕಟ್ಟಡವನ್ನು ತೋರಿಸಿ, ಕಾಫಿ ಕುಡಿಸಿ, ಸ್ವಲ್ಪ ಸುಧಾರಿಸಿಕೊಳ್ಳಲು ಆಫೀಸಿನ ಹಿರಿಯ ಅಧಿಕಾರಿಯೊಬ್ಬರ ಜೊತೆಗೆ ಕಳುಹಿಸಿದೆವು. ನಾನು ಮತ್ತು ಸಂದೀಪ್ ಪೂಜೆಯ ತಯಾರಿ ಹೇಗಿದೆಯೆಂದು ಪರೀಕ್ಷಿಸಲು ಹೋದೆವು.

ನಾವಿಬ್ಬರೂ ಬೆಚ್ಚಿ ಬೀಳುವಂತೆ ಲಕ್ಷ್ಮಿ ಸೀರೆ ಉಟ್ಟುಕೊಂಡು ಬಂದಿದ್ದಳು. ಸ್ಲೀವ್‌ಲೆಸ್ ಬ್ಲೌಜ್ ಮಾತಂತಿರಲಿ, ಕುಪ್ಪಸವನ್ನೇ ಹಾಕಿರಲಿಲ್ಲ! ಮೊಣಕಾಲಿಗಿಂತಲೂ ಕೊಂಚ ಕೆಳಗಿನ ತನಕ ಸೀರೆ ಉಟ್ಟು, ಸೆರಗನ್ನೇ ಎದೆಯೆಲ್ಲಾ ಮುಚ್ಚುವಂತೆ ಸುತ್ತಿಕೊಂಡು, ಸೊಂಟಕ್ಕೆ ಕುಚ್ಚನ್ನು ಮಾಡಿ ಸಿಗಿಸಿದ್ದಳು. ಬೆಳ್ಳಿಯ ಡಾಬನ್ನು ಹಾಕಿ, ಮುತ್ತಿನ ಆಭರಣಗಳಿಂದ ಸಿಂಗರಿಸಿಕೊಂಡಿದ್ದಳು. "ಇದೇನ್ರಿ, ಹಿಂಗೆ ಸೀರೆ ಉಟ್ಟೀರಿ?" ಎಂದು ಸಂದೀಪ್ ಸಿಡುಕಿದ. "ನಾನು ಈ ತರಹ ಬೇಡ ಅಂದೆ ಸಾರ್... ಆದರೆ ಇವರೇ ಆ ತರಹ ಉಟ್ಟುಗೊಂಡು ಬರಲಿಕ್ಕೆ ಹೇಳಿದ್ರು" ಎಂದು ನನ್ನನ್ನು ತೋರಿಸಿದಳು. ನನಗೆ ರೇಗಿ ಹೋಯ್ತು. "ನಾನೆಲ್ರಿ ಹಂಗೆ ಹೇಳಿದೆ?" ಎಂದೆ. "ನಮ್ಮಮ್ಮನ ತರಹ ಸೀರೆ ಉಟ್ಟುಕೊಂಡು ಬರಲಿಕ್ಕೆ ನೀವೇ ಅಲ್ವಾ ಸಾರ್ ಹೇಳಿದ್ದು? ಓಲ್ಡ್ ಈಸ್ ಗೋಲ್ಡ್ ಅಂತ ಬೇರೆ ಹೇಳಿದ್ರಿ. ತುಂಬಾ ಕಷ್ಟಪಟ್ಟು ಈ ತರಹ ಉಟ್ಟುಗೊಂಡು ಬಂದೀನಿ. ನಮ್ ಜನ ಹಂಗೇ ಸಾರ್. ನಮ್ಮ ತಾಯಿ ಯಾವತ್ತೂ ಕುಪ್ಪಸ ತೊಡ್ತಾ ಇರಲಿಲ್ಲ" ಎಂದು ಪ್ರಾಮಾಣಿಕವಾಗಿ ಹೇಳಿದಳು. ನನಗೆ ಪೀಕಲಾಟಕ್ಕೆ ಇಟ್ಟುಕೊಂಡಿತು. "ಅವರ ತಾಯಿ ಕುಪ್ಪಸ ಹಾಕಲ್ಲ ಅಂತ ದೇವರಾಣೆಗೂ ನನಗೆ ಗೊತ್ತಿರಲಿಲ್ಲ ಸಾರ್..." ಎಂದು ಬಡಬಡಿಸಿದೆ. "ಏನ್ರಿ ಇದು ಅವಸ್ಥೆ? ಸುಮ್ಮನೆ ಚೂಡಿದಾರ್ ಉಟ್ಟುಗೊಂಡು ಬಂದಿದ್ರೆ ಚೆನ್ನಾಗಿತ್ತು" ಎಂದು ಸಂದೀಪ್ ಹಲುಬಿದ. "ಸಾರ್, ಇದು ಕೂಡಾ ನಮ್ಮ ಸಂಸ್ಕೃತಿ... ಸುಮ್ಮನೆ ಪೂಜೆ ಮಾಡಲಿ ಬಿಡಿ" ಎಂದು ಸಮಾಧಾನ ಮಾಡಿದೆ.

ಸ್ಟೀವ್ ಬಂದ. ಲಕ್ಷ್ಮಿ ಅವನಿಗೆ ಉದ್ದಕ್ಕೆ ಕುಂಕುಮ ಹಚ್ಚಿ, ಸುಗಂಧರಾಜದ ಮಾಲೆಯನ್ನು ಹಾಕಿದಳು. ಗಣೇಶನ ಮೂರ್ತಿಯ ಪಕ್ಕದಲ್ಲಿದ್ದ ಲ್ಯಾಪ್‌ಟಾಪ್ ಆನ್

ಮಾಡಿ, ಮಂತ್ರಗಳ ಸಿಡಿ ಹಾಕಿದ ಲಕ್ಷ್ಮಿ ಪೂಜೆ ಪ್ರಾರಂಭಿಸಿದಳು. "ಭಟ್ಟರನ್ನ ಕರೆದಿದ್ರೆ ಮಂತ್ರ ಹೇಳ್ತಿದ್ರಲ್ರೀ..." ಎಂದು ಸಂದೀಪ್ ವಟಗುಟ್ಟಿದ. "ಬಡ್ಜೆಟ್ ಪ್ರಾಬ್ಲಂ ಸಾರ್..." ಎಂದು ಪಿಸುಗುಟ್ಟಿದೆ. ನನ್ನನ್ನು ದುರುಗುಟ್ಟಿಕೊಂಡು ನೋಡಿದ.

ಹೂವು, ಎಲೆ, ಕುಂಕುಮ, ಅರಿಷಿಣ ಹಾಕಿ ಲಕ್ಷ್ಮಿ ಭರ್ಜರಿಯಾಗಿ ಪೂಜೆ ಮಾಡಿದಳು. ಪೂಜೆಯ ಕೊನೆಗೆ ದೊಡ್ಡ ಆರತಿ ತಟ್ಟೆಯಲ್ಲಿ ಐದು ದೀಪಗಳನ್ನು ಹಚ್ಚಿ ದೇವರಿಗೆ ಸುತ್ತಿಸಿ ಸುತ್ತಿಸಿ ಬೆಳಗಿದಳು. ಆರತಿ ತಟ್ಟೆಯನ್ನು ತಂದು ಸಂದೀಪನ ಮುಂದೆ ಹಿಡಿದಳು. ಸಂದೀಪ ಅತ್ಯಂತ ನಾಟಕೀಯವಾಗಿ "ಅತಿಥಿ ದೇವೋ ಭವ" ಎಂದು ಸ್ಟೀವ್‌ನ ಕಡೆ ಎರಡೂ ಕೈಗಳನ್ನು ತೋರಿಸಿ, ಅವನಿಗೆ ಮೊದಲು ಆರತಿಯನ್ನು ಕೊಡುವಂತೆ ಹೇಳಿದ. ಲಕ್ಷ್ಮಿ ಆರತಿ ತಟ್ಟೆಯನ್ನು ಸ್ಟೀವ್ ಮುಂದೆ ಹಿಡಿದಳು. ಆಗ ನಾವ್ಯಾರೂ ಊಹಿಸದ ಒಂದು ಘಟನೆ ನಡೆಯಿತು. ಸ್ಟೀವ್ ಆ ಐದೂ ದೀಪಗಳನ್ನು ಉಫ್ ಎಂದು ಒಂದೇ ಉಸಿರಿಗೆ ಊದಿ "ಹ್ಯಾಪಿ ಬರ್ತ್ ಡೆ ಟು ಯೂ... ಗಣೇಶ..." ಎಂದು ಚಪ್ಪಾಳೆ ತಟ್ಟಿ ಹಾಡಲಾರಂಭಿಸಿದ. ಲಕ್ಷ್ಮಿ, ನಾನು, ಸಂದೀಪ ಬೆಕ್ಕಸ ಬೆರಗಾಗಿ ನೋಡುವದಿರಲಿ, ಮೂಲೆಯಲ್ಲಿ ಕುಳಿತ ಗಣೇಶ ಕೂಡ ತಬ್ಬಿಬ್ಬಾದ!

ಪೂಜೆ ಮುಗಿದಿದ್ದೇ ಸಂದೀಪ್ ನನ್ನನ್ನು ರೂಮಿಗೆ ಕರೆಸಿ ಚೆನ್ನಾಗಿ ಉಗಿದ. "ದೀಪ ಆರಿಸಿ ಅಪಶಕುನ ಮಾಡಿಬಿಟ್ಟನಲ್ರೀ..." ಎಂದ. "ಇರ್ಲಿ ಬಿಡ್ರಿ ಸಾರ್, ಅದು ಅವರ ಸಂಸ್ಕೃತಿ" ಎಂದೆ. "ಇನ್ನು ಮುಂದೆ ಈ ಪೂಜೆ ಪುನಸ್ಕಾರಗಳನ್ನು ಈ ಮುಂಡೇವುಗಳ ಮುಂದೆ ಮಾಡಬಾರದು ಕಣ್ರಿ. ಹಚ್ಚಿದ ದೀಪಗಳನ್ನು ಇವರು ಹಿಂಗೆ ಆರಿಸಿದ್ರೆ ರೌರವ ನರಕದಲ್ಲಿ ನನ್ನ ಕುದಿಯೋ ಎಣ್ಣೆನಾಗೆ ಕರಿತಾರೆ ಅಷ್ಟೇ" ಎಂದು ಪಾಪಭೀತಿಯಲ್ಲಿ ಹೇಳಿದ. ಸಂದೀಪ್‌ನನ್ನು ಇಡಿಯಾಗಿ ದೊಡ್ಡ ಬಾಣಲಿಯಲ್ಲಿ ಕರಿಯುವ ದೃಶ್ಯ ಕಣ್ಣ ಮುಂದೆ ಬಂದು ನಗು ತಡೆಯಲು ಆಗದೆ ಕಿಸಕ್ ಅಂದೆ. "ನನ್ನ ಜತೀಗೆ ನಿಮ್ಮನ್ನೂ ಎಣ್ಣೆನಾಗೆ ಹಾಕ್ತಾರೆ... ನೀವೂ ಇದರಾಗೆ ಭಾಗಿ ಇದೀರ... ಹಲ್ಕಿರೀಬೇಡಿ" ಎಂದು ಒದರಿದ. "ಸಾರಿ ಸಾರ್..." ಎಂದು ಸುಮ್ಮನಾದೆ.

ಸ್ಟೀವ್ ತನ್ನ ದೇಶಕ್ಕೆ ಹೋಗುವ ಮುಂಚೆ ಒಂದು ಪಾರ್ಟಿಯನ್ನು ಹಮ್ಮಿಕೊಂಡಿದ್ದೆವು. ಅದಕ್ಕವನು ತನ್ನ ಹೆಂಡತಿಯನ್ನೂ ಕರೆದುಕೊಂಡು ಬಂದಿದ್ದ. ನಾವೆಲ್ಲಾ ಬೆಕ್ಕಸ ಬೆರಗಾಗುವಂತೆ ಅವನ ಹೆಂಡತಿ ಅಂದು ಲಕ್ಷ್ಮಿ ಉಟ್ಟುಕೊಂಡ ಮಾದರಿಯಲ್ಲಿಯೇ ಸೀರೆ ಉಟ್ಟುಕೊಂಡು ಬಂದಿದ್ದಳು. "ತುಂಬಾ ಒಳ್ಳೆಯ ಡ್ರೆಸ್ಸಿಂಗ್ ಸ್ಟೈಲಿದು. ಎಷ್ಟೊಂದು ರೊಮ್ಯಾಂಟಿಕ್ ಆಗಿದೆ, ಆದರೂ ಡೀಸೆಂಟಾಗಿದೆ. ನಿನ್ನೆ ಲಕ್ಷ್ಮಿನ್ನ ಕರೆದುಕೊಂಡು ಸೀರೆ ಅಂಗಡಿಗೆ ಹೋಗಿ, ಅವಳಿಂದಲೇ ಈ ದಿನ ನನ್ನ ಹೆಂಡತಿಗೆ ಡ್ರೆಸ್ ಹಾಕಿಸಿದ್ದೇನೆ. ಇಷ್ಟೊಂದು ರೊಮ್ಯಾಂಟಿಕ್ ಆಗಿ ಯಾಕೆ ಈ ಊರಲ್ಲಿ ಯಾರೂ ಸೀರೆ ಉಡಲ್ಲ? ನನಗಂತೂ ಈ ಡ್ರೆಸ್ ಅದ್ಭುತವಾಗಿ ಕಾಣ್ತಿದೆ.

ನಿಮಗೆ ಹೇಗೆ ಕಾಣಿಸ್ತಾ ಇದೆ?" ಎಂದು ನನ್ನ ಕೇಳಿದ. "ನನಗೂ ತುಂಬಾ ಚೆನ್ನಾಗಿ ಕಾಣಿಸ್ತಾ ಇದೆ" ಎಂದು ಉಗುಳು ನುಂಗಿದೆ.

ಇಷ್ಟೆಲ್ಲಾ ಆದರೂ ನಮ್ಮ ಸಂಸ್ಕೃತಿಯನ್ನು ಪರಿಚಯಿಸುವ ಭ್ರಮೆಯಿನ್ನೂ ಸಂದೀಪನಿಗೆ ಮಾಸಿರಲಿಲ್ಲ. "ಈ ಪೂಜೆ ಗೀಜೆ ಎಲ್ಲಾ ಪುಳಿಚ್ಚಾರಿ ಸಂಸ್ಕೃತಿ ಕಣ್ರಿ. ಈ ಮುಂಡೇವೆಲ್ಲಾ ಮದ್ದು ಮಾಂಸ ತಿನ್ನೋ ಜನಾಂಗ. ಯಾವುದಾದ್ರೂ ಶೂದ್ರ ಸಂಸ್ಕೃತಿಯನ್ನ ಪರಿಚಯಿಸೋಣ. ಅದು ಇಷ್ಟವಾಗುತ್ತೆ" ಎಂದು ಅಪ್ಪಣೆ ಕೊಟ್ಟ. ಬಡ್ಜೆಟ್ ಕೇಳುವ ತಪ್ಪನ್ನು ಈ ಬಾರಿ ನಾನು ಮಾಡಲಿಲ್ಲ.

ಡೇವಿಡ್ ಬರುವ ವೇಳೆಗೆ ಒಂದು ಶೂದ್ರ ಸಂಸ್ಕೃತಿಯ ಪರಿಚಯದ ಒಂದು ಪ್ರದರ್ಶನವನ್ನು ನಾನು ಸಿದ್ಧ ಮಾಡಿಟ್ಟುಕೊಂಡೆ. ಆಫೀಸಿನ ಹಿತ್ತಲಿನಲ್ಲಿ ಒಂದು ತೆಂಗಿನ ಮರವಿದೆ. ನಾವು ಕಟ್ಟಡ ಕಟ್ಟಿದ್ದ ಜಾಗದಲ್ಲಿ ಮುಂಚೆ ತೆಂಗಿನ ತೋಟವೇ ಇತ್ತಂತೆ. ಎಲ್ಲಾ ಕಡಿದು, ಬಿಲ್ಡಿಂಗ್ ಎಬ್ಬಿಸಿ, ಈಗ ಇದೊಂದು ಮರ ಉಳಿದುಕೊಂಡಿದೆ. ಯಾರಾದರೊಬ್ಬರ ಜೊತೆ ತೆಂಗಿನ ಮರವನ್ನು ಹತ್ತಿಸಿ, ಎಳನೀರನ್ನು ಕಡಿದು ತಂದು ಕುಡಿಯಲು ಕೊಟ್ಟರೆ ಚೆನ್ನಾಗಿರುತ್ತದೆ ಎಂಬ ನನ್ನ ಯೋಜನೆಗೆ ಸಂದೀಪ್ ಒಪ್ಪಿಕೊಂಡ. ಇಂಗ್ಲೆಂಡಿನಲ್ಲಿ ತೆಂಗಿನ ಮರಗಳನ್ನು ನೋಡಿದ ನೆನಪು ನನಗಿರಲಿಲ್ಲವಾದ್ದರಿಂದ ಆ ಅನುಭವ ಅವರಿಗೆ ಹೊಸದಾಗಿರುತ್ತದೆಂಬುದು ನನ್ನ ಅಂದಾಜಾಗಿತ್ತು.

ಆಫೀಸಿನ ಎಲ್ಲಾ ಸಾಫ್ಟ್‌ವೇರ್ ಹುಡುಗರಿಗೆ "ತೆಂಗಿನ ಮರ ಹತ್ತಲು ಬರುತ್ತಾ?" ಎಂದು ಒಂದು ಇ–ಮೇಲ್ ಕಳುಹಿಸಿದೆ. "ವೀಡಿಯೋ ಗೇಮಾ? ಹಾಗಿದ್ರೆ ರೆಡಿ" ಎಂದು ಒಂದೆರಡು ಉತ್ತರಗಳು ಬಂದವು. "ಚಿಕ್ಕಂದಿನಲ್ಲಿ ಅಭ್ಯಾಸ ಇತ್ತು. ಆದರೆ ಈ ಬೆಂಗಳೂರಿಗೆ ಬಂದ ಮೇಲೆ ಎಲ್ಲಾ ಮರೆತು ಹೋಗಿದೆ" ಎಂದು ಒಂದಿಬ್ಬರು ಉತ್ತರಿಸಿದರು. ಯಾರಿಂದಲೂ ಮರ ಹತ್ತುವ ಗ್ರೀನ್ ಸಿಗ್ನಲ್ ಸಿಗಲಿಲ್ಲ. ಏನು ಮಾಡಬೇಕೋ ನನಗೂ ತೋಚಲಿಲ್ಲ. ಕೊನೆಗೆ ಸೆಕ್ಯೂರಿಟಿ ಗಾರ್ಡ್‌ಗಳನ್ನು ವಿಚಾರಿಸಿದಾಗ ತಿಪಟೂರಿನ ವ್ಯಕ್ತಿಯೊಬ್ಬರು ತಮಗೆ ಗೊತ್ತೆಂದು ಹೇಳಿದರು. ಹೆಸರು ಬಸವ.

'ನಮ್ಮ ಬಸವ' ಮರ ಹತ್ತುವದನ್ನು ಡೇವಿಡ್ ಗೋಣೆತ್ತಿ ನೋಡಿದ. ಎರಡು ಎಳನೀರುಗಳನ್ನು ಕಡಿದು ತಂದ 'ನಮ್ಮ ಬಸವ' ಅದರ ತಲೆಯನ್ನು ಚಕಚಕನೆ ಕಡಿದು ಎಳನೀರನ್ನು ಕುಡಿಯಲು ಕೊಟ್ಟ. ಡೇವಿಡ್ ತುಂಬಾ ಖುಷಿಯಾಗಿಬಿಟ್ಟ. ಎಳನೀರು ಎಷ್ಟೊಂದು ಸುರಕ್ಷಿತ ಪಾನೀಯವೆಂದು ಸಂದೀಪ್ ವಿವರಣೆ ಕೊಟ್ಟ. ಅಂತೂ ಈ ಪ್ರದರ್ಶನ ಯಶಸ್ವಿಯಾಗಿ ನಡೆಯಿತು. 'ನಮ್ಮ ಬಸವ' ಕೂಡಾ ಹೊಗಳಿಕೆಯಿಂದ ಉಬ್ಬಿ ಹೋದ.

ಮುಂದೆ ಯಾರೇ ಬಂದರೂ ಈ ತೆಂಗಿನ ಮರದ ಪ್ರಹಸನವನ್ನು ನಡೆಸುತ್ತಿದ್ದೆವು. ಆದರೆ ಮೂರು ನಾಲ್ಕು ತಿಂಗಳಿನಲ್ಲಿ ತೆಂಗಿನ ಮರದ ಕಾಯಿಗಳೆಲ್ಲಾ ಮುಗಿದು ಹೋಗಲಾರಂಭಿಸಿದವು. ಇನ್ನೊಂದು ತೆಂಗಿನ ಮರವೂ ಕ್ಯಾಂಪಸ್ಸಿನಲ್ಲಿರಲಿಲ್ಲ. ಕೊನೆಗೆ ಮುಂಚೆಯೇ ಎರಡು ಎಳನೀರುಗಳನ್ನು ಕೊಂಡು ತಂದು ತೆಂಗಿನ ಮರದ ಮೇಲೆ ಬಚ್ಚಿಟ್ಟು ಬರುವುದು, ನಂತರ 'ನಮ್ಮ ಬಸವ' ಮರ ಹತ್ತಿ ಎಳನೀರುಗಳನ್ನು ಕಡಿದು ತರುವ ನಾಟಕ ಮಾಡುವುದು ನಡೆಯಿತು.

ಆದರೆ ನಮ್ಮ ಅರಿವಿಗೆ ಬಾರದ ಪ್ರಮಾದವೊಂದು ತೆರೆಯ ಹಿಂದೆ ನಡೆಯುತ್ತಿತ್ತು. ಬಂದವರಿಗೆಲ್ಲರಿಗೂ ತಪ್ಪದಂತೆ ತೆಂಗಿನ ಮರದ ಪ್ರಹಸನ ನಡೆಸುತ್ತಿದ್ದ ನಮಗೆ ಆ ಅತಿಥಿಗೆ ಈಗಾಗಲೇ ಅದನ್ನು ತೋರಿಸಿಯಾಗಿದೆ ಎಂಬುದು ಮರೆತು ಹೋಗಿರುತ್ತಿತ್ತು. ಮೂರನೆಯ ಬಾರಿ ಡೇವಿಡ್ ಬಂದಾಗಲೂ ತೆಂಗಿನ ಮರದ ಪ್ರಹಸನವನ್ನು ಉತ್ಸಾಹದಿಂದ ತೋರಿಸಿದೆವು. ಅವನು ಎಳನೀರು ಒಂದೆರಡು ಗುಟುಕು ಕುಡಿದ ತಕ್ಷಣ ಸಂದೀಪ್ ಉತ್ಸಾಹದಿಂದ "ಹೇಗಿತ್ತು?" ಎಂದು ಕೇಳಿದ. "ಹೆಂಗಸರು ತೆಂಗಿನ ಮರ ಹತ್ತಲ್ವಾ?" ಎಂದು ಪ್ರಶ್ನಿಸಿದ. ನನಗೆ ಪ್ರಶ್ನೆ ವಿಚಿತ್ರವೆನ್ನಿಸಿತು. ಹೆಂಗಸರು ತೆಂಗಿನ ಮರ ಹತ್ತಿದ್ದನ್ನು ನೋಡಿದ ನೆನಪು ನನಗಾಗಲಿಲ್ಲ. ಆದರೆ ಸಂದೀಪ್ ಸುಮ್ಮನಿರಬೇಕಲ್ಲ, ನಮ್ಮ ಮಹಿಳೆಯರ ಸಾಹಸದ ಬಗ್ಗೆ ಕೇಳಿದರೆ ಹಾಗೆಲ್ಲಾ ಸುಮ್ಮನೆ ಬಿಟ್ಟುಕೊಡುತ್ತಾನೆಯೆ? "ಕತ್ತಿ ಹಿಡಿದು ಕುದುರೆಯ ಮೇಲೆ ಸವಾರಿ ಮಾಡುತ್ತಾ ಯುದ್ಧ ಮಾಡಿದವರು ಸಾರ್ ನಮ್ಮ ಹೆಂಗಸರು. ಈ ತೆಂಗಿನ ಮರ ಹತ್ತುವುದು ಯಾವ ಲೆಕ್ಕ?" ಎಂದು ಪ್ರಶಂಶಿಸಿದ. ಡೇವಿಡ್ ಯಾವುದೇ ಭಾವನೆಗಳನ್ನು ತೋರಿಸದೆ "ಹಾಗಿದ್ರೆ ಮುಂದಿನ ಸಲ ಯಾರಾದರೂ ಹೆಂಗಸರ ಜೊತೆ ಮರ ಹತ್ತಿಸಲು ಹೇಳಿ. ಗಂಡಸರ ತಿಕವನ್ನು ಎಷ್ಟು ಸಲ ಅಂತ ನೋಡೋದು" ಎಂದು ಎಳನೀರನ್ನು ಪೂರ್ತಿಯಾಗಿ ಕುಡಿದು ಮುಗಿಸಿ, 'ನಮ್ಮ ಬಸವ'ನಿಂದ ಅದನ್ನು ಎರಡು ಹೋಳು ಮಾಡಿಸಿ, ಗೆಬರಿ ಗೆಬರಿ ಕೊಬ್ಬರಿಯನ್ನು ತಿಂದು "ಮುಂದಿನ ಸಲ ಗಂಜಿ ತೆಳ್ಳಗಿರಲಿ. ನೀರು ಸಿಹಿಯಾಗಿರ್ತದೆ" ಎಂದು 'ನಮ್ಮ ಬಸವ'ನಿಗೆ ಬುದ್ಧಿ ಹೇಳಿ, ಗೆರಟವನ್ನು ಸಂದೀಪನ ಕೈಗಿತ್ತು ಆಫೀಸಿನ ಕಡೆ ಪುಟು ಪುಟು ಹೆಜ್ಜೆ ಹಾಕಿದ. ಅವನು ಅತ್ತ ಹೋಗಿದ್ದೇ ಸಂದೀಪ್ "ಅದೆಂಥಾ ಹೊಲಸು ಮನುಷ್ಯ ಕಣ್ರಿ ಇವನು. ಸಂಸ್ಕೃತಿ ನೋಡಿ ಅಂದ್ರೆ ತಿಕ ನೋಡ್ತಾನಲ್ರಿ?" ಎಂದು ಸಿಟ್ಟಾದ. "ಕಾಣಿಸ್ತದಲ್ಲಾ ಸಾರ್, ಅದಕ್ಕೇ..." ಎಂದೆ. "ಕಾಣೋದೆಲ್ಲಾ ನೋಡೋಕಾಗುತ್ತೇನ್ರಿ?" ಎಂದು ಗದರಿದ. ಈ ಮಾತು ಅತ್ಯಂತ ಕ್ಲಿಷ್ಟ ಆಧ್ಯಾತ್ಮಿಕ ಪ್ರಶ್ನೆಯಂತೆ ಕಂಡು ನನಗೆ ಗೋಜಲಾಯ್ತು. "ಸಾರಿ ಸಾರ್, ಕಾಣೋದೆಲ್ಲಾ ನೋಡಬಾರದು" ಎಂದು ತಪ್ಪೊಪ್ಪಿಕೊಂಡೆ.

'ನಮ್ಮ ಬಸವ' ಮತ್ತೊಮ್ಮೆ ತೆಂಗಿನ ಮರವನ್ನು ಹತ್ತಲು ಖಡಾಖಂಡಿತವಾಗಿ ನಿರಾಕರಿಸಿದ. "ಕೆಳಗೆ ನಿಂತೋರು ನಮ್ಮ ತಿಕ ನೋಡ್ತಾ ಇದಾರೆ ಅಂದ್ರೆ ಹೆಂಗೆ ಮರ ಹತ್ತೋಕೆ ಆಗುತ್ತೆ ಸಾರ್? ಮರ್ಯಾದೆ ಮುಚ್ಚಿಕೊಳ್ಳೋಕೆ ಅಂತ ಕೈಯಿಂದ ತಿಕ ಮುಚ್ಚಿಕೊಳ್ಳಲಿಕ್ಕೆ ಹೋಗಿ ನೆಲಕ್ಕೆ ಬಿದ್ದರೆ ಏನು ಗತಿ? ನಾವು ಮರ್ಯಾದಸ್ಥರು ಸಾರ್..." ಎಂದು ಅಲವತ್ತುಕೊಂಡ. ಅಲ್ಲಿಗೆ ಶೂದ್ರ ಸಂಸ್ಕೃತಿಯ ಪರಿಚಯದ ಪ್ರದರ್ಶನ ನಿಂತು ಹೋಯಿತು.

ಕೆವಿನ್ ಬಂದಾಗ ಬೆಳಿಗ್ಗೆ ಅವನನ್ನು ಉಪಹಾರಕ್ಕೆಂದು ನಮ್ಮ ಕ್ಯಾಂಟೀನಿಗೆ ಕರೆದುಕೊಂಡು ಹೋಗಿದ್ದೆವು. ಕೆಂಪಮ್ಮ ಬಿಸಿ ಬಿಸಿಯಾಗಿ ಪೂರಿಗಳನ್ನು ಮಾಡಿದ್ದಳು. ಜೊತೆಗೆ ಗರಿಗರಿಯಾದ ಮಸಾಲೆ ದೋಸೆಯನ್ನೂ ಮಾಡಿಕೊಟ್ಟಳು. ಕೆವಿನ್ ಅದ್ಭುತ ಪ್ರಶ್ನೆಗಳನ್ನು ಕೇಳಲಾರಂಭಿಸಿದ.

"ಈ ದೋಸೆ ತುಂಬಾ ತೂತುಗಳನ್ನು ಹೆಂಗೆ ಮಾಡ್ತಾರೆ?" ಎಂದ. "ಸೂಜಿ ತೊಗೊಂಡು ಅದರ ಮೈಯೆಲ್ಲಾ ಚುಚ್ಚುತೀವಿ" ಎಂದೆ. "ಈ ಪೂರಿಯಲ್ಲಿ ಗಾಳಿಯನ್ನ ಹೆಂಗೆ ತುಂಬ್ತಾರೆ?" ಎಂದ. "ಸೈಕಲ್ ಪಂಪಿಂದ ಗಾಳಿ ಹೊಡಿತಾರೆ" ಎಂದೆ. ಪಕ್ಕದಲ್ಲಿ ಕುಳಿತಿದ್ದ ಸಂದೀಪ್ ನನ್ನ ಉತ್ತರಗಳಿಂದ ಕಂಗಾಲಾಗಿ "ಮಾಡಿ ತೋರಿಸಿ ಅಂತ ಕೇಳಿದ್ರೆ ಏನ್ರೀ ಮಾಡ್ತೀರಾ?" ಎಂದು ಪಿಸುಗುಟ್ಟಿದ. "ನಿಮ್ಮ ಹತ್ತಿರ ಇನೋವೇಟಿವ್ ಐಡಿಯಾ ಕೇಳಿ ಇಂಪ್ಲಿಮೆಂಟ್ ಮಾಡ್ತೀನಿ ಸಾರ್..." ಎಂದೆ.

ಕೆವಿನ್ ಊರಿಗೆ ಹೋದ ಮೇಲೆ ಸಂದೀಪ್ "ಇನ್ನು ಮುಂದೆ ನಮ್ಮ ಅಡಿಗೆ ಮಾಡೋ ವಿಧಾನ ತೋರಿಸಿದ್ರೆ ಹೆಂಗಿರ್ತದೆ ಕಣ್ರೀ? ಸ್ತ್ರೀ ಸಂಸ್ಕೃತಿ ಪರಿಚಯ ಮಾಡಿಕೊಟ್ಟಂತೆ ಆಗಲ್ವಾ?" ಅಂದ. ಸಂದೀಪ್ ಸಿಟ್ಟಾದರೂ ಚಿಂತೆಯಿಲ್ಲವೆಂದು ನಾನು ಬುದ್ಧಿಮಾತುಗಳನ್ನು ಹೇಳಿದೆ. "ಸಾರ್, ಅವರಿಗೆ ಏನು ಬೇಕೋ ಅದನ್ನು ನೋಡಿಕೊಂಡು ಹೋಗಲಿ ಬಿಡಿ. ಬೇಕಾದಷ್ಟು ಸಂಸ್ಕೃತಿ ಕಣ್ಣಿಗೆ ಬೀಳ್ತಾನೇ ಇರ್ತದೆ. ನಮ್ಮ ಕಣ್ಣಿಗೆ ಕಾಣದ್ದೂ ಅವರಿಗೆ ಕಾಣ್ತದೆ. ನಾವಾಗಿ ಏನೋ ತೋರಿಸಬೇಕು ಅಂತ ಒದ್ದಾಡೋದು ಬೇಡ. ಬೇರೆ ಏನೇನೋ ಕಂಡುಬಿಡ್ತದೆ" ಎಂದೆ. "ನೀವು ಹೇಳೋ ಮಾತಿನಾಗೂ ಅರ್ಥ ಅದೆ ಬಿಡ್ರಿ" ಎಂದು ಪ್ರಥಮ ಬಾರಿಗೆ ಸಂದೀಪ್ ನನ್ನನ್ನು ಒಪ್ಪಿಕೊಂಡ.

09ನೇ ನವೆಂಬರ್ 2006

ನಶ್ವರ ಶವ, ಈಶ್ವರ ಜೀವ

ನಮ್ಮೂರಿನಲ್ಲಿ ಶುಭ ಮತ್ತು ಅಶುಭಗಳೆರಡಕ್ಕೂ ಬ್ಯಾಂಡ್ ಬಾರಿಸುತ್ತಿದ್ದವರು ಕೊರಚರು. 'ಮದುವೆಗೋ ಮಸಣಕೋ ಪೋಗೆಂದ ಕಡೆ' ಪೋಗಿ ಅವೇ ವಾದ್ಯಗಳನ್ನು ನುಡಿಸುತ್ತಿದ್ದರು. ಮದುವೆಗೆ ಹೊಸ ಹೊಸ ಸಿನಿಮಾ ಹಾಡುಗಳನ್ನು ನುಡಿಸುತ್ತಿದ್ದರಾದರೂ, ಶವಯಾತ್ರೆಗೆ ಮಾತ್ರ ಒಂದೇ ವಿಷಾದ ರಾಗವನ್ನು ನುಡಿಸುತ್ತಿದ್ದರು. ಮದುವೆಯ ಮೆರವಣಿಗೆಗೆ ಬಣ್ಣದ ಸಮವಸ್ತ್ರಗಳನ್ನು ಧರಿಸುತ್ತಿದ್ದರಾದರೂ, ಶವಯಾತ್ರೆಗೆ ಮಾತ್ರ ದಿನ ನಿತ್ಯದ ದಿರಿಸಿನಲ್ಲಿಯೇ ಬರುತ್ತಿದ್ದರು. ಈ ಕೊರಚರ ಮನೆಗಳು ನಮ್ಮ ಮನೆಯ ಹಿಂಭಾಗದಲ್ಲೇ ಇದ್ದವು.

ಊರಿನಲ್ಲಿ ಯಾರೇ ಸಾಯಲಿ, ನಮ್ಮ ಮನೆಯ ಮುಂದೆಯೇ ಶವಯಾತ್ರೆ ಸಾಗಬೇಕಿತ್ತು. ಎಲ್ಲಾ ಜಾತಿಯವರ ಸ್ಮಶಾನಗಳಿಗೂ ನಮ್ಮ ಮನೆಯ ಮುಂದಿನ ದಾರಿಯೇ ಹಾದಿಯಾಗಿತ್ತು. ಬ್ರಾಹ್ಮಣರ ಶವಗಳಿಗೆ ವಾದ್ಯವೃಂದ ಇಲ್ಲವಾದರೂ, ಹೆಚ್ಚು ಕಡಿಮೆ ಬೇರೆ ಜಾತಿಯವರ ಶವಯಾತ್ರೆಗೆ ವಾದ್ಯವಿರಲೇಬೇಕಿತ್ತು. ಶ್ರೀಮಂತ ಮನೆಯವರ ಹೆಣವಾದರೆ ಮೆರವಣಿಗೆ ಭರ್ಜರಿಯಾಗಿರುತ್ತಿತ್ತು. ಮಂಡಾಳನ್ನು ತೂರುವದರ ಜೊತೆಗೆ ನಾಣ್ಯಗಳನ್ನೂ ತೂರುತ್ತಿದ್ದರು. ಬಡಹುಡುಗರು ಬಡಿದಾಡಿ ಈ ಹಣವನ್ನು ಆಯ್ದುಕೊಳ್ಳುತ್ತಿದ್ದರು. ಈ ಹುಡುಗರಲ್ಲಿ ಸಾಕಷ್ಟು ಜನ ನನ್ನ ಸಹಪಾಠಿಗಳಾಗಿರುತ್ತಿದ್ದರು.

ರೈಲು ಬರುವದಕ್ಕೆ ಮುಂಚೆ, ಬಂದ ನಂತರ ಮತ್ತು ಹೊರಡುವದಕ್ಕೊಮ್ಮೆ ನಿಲ್ದಾಣದಲ್ಲಿ ಬೆಲ್ಲನ್ನು ಬಾರಿಸುತ್ತಾರಲ್ಲಾ, ಹಾಗೇ ಮೂರು ಬಾರಿ ಮೇಳವಾಗುತ್ತಿತ್ತು.

ಮೊದಲನೆಯ ಮೇಳ ಐದು ನಿಮಿಷ ಬಾರಿಸಿದರೆ, ಊರಿಗೆಲ್ಲಾ ಸತ್ತ ಸುದ್ದಿ ತಿಳಿಯಲಿ ಎಂಬುದಾಗಿರುತ್ತಿತ್ತು. ಶವದ ಮೆರವಣಿಗೆ ಬೆಳಗಿನ ಹೊತ್ತೇ ನಡೆಯುತ್ತಿತ್ತು. ಊರಿನವರೆಲ್ಲಾ ನೋಡಲೆಂದೋ, ರಾತ್ರಿ ಹೊತ್ತು ಸ್ಮಶಾನಕ್ಕೆ ಹೋಗಬಾರದೆಂದೋ ಕಾರಣವಿರಬೇಕು. ರಾತ್ರಿ ಸತ್ತರೂ ಬೆಳಗಿನ ತನಕ ಹೆಣವನ್ನು ಕಾಯುತ್ತಿದ್ದರು. ಬೆಳಿಗ್ಗೆಬೆಳಿಗ್ಗೆ ಸಾವಿನ ಮೇಳ ಕಿವಿಗೆ ಬಿದ್ದಿದ್ದೇ ಓಣಿಯವರೆಲ್ಲಾ ಮಾಡುವ ಕೆಲಸವನ್ನು ನಿಲ್ಲಿಸಿ ಯಾರು ಸತ್ತದ್ದೆಂದು ವಿಚಾರಿಸಲಿಕ್ಕೆ ಶುರು ಮಾಡುತ್ತಿದ್ದರು. ಪರಿಚಯದವರಾದರೆ ತಕ್ಷಣ ಅವರ ಮನೆಗೆ ಓಡಿ ಹೋಗುತ್ತಿದ್ದರು. ಯಾರೋ ಪರಿಚಯವಿಲ್ಲದವರಾದರೆ "ಕುಂಬಾರ ಓಣಿಯವರಂತೆ", "ಒಂಟಿ ಮಸೀದಿ ಓಣಿಯವರಂತೆ" ಎಂದು ಸುಮ್ಮನಾಗಿಬಿಡುತ್ತಿದ್ದರು.

ಎರಡನೆಯ ಬಾರಿ ಮೇಳ ಕೇಳಿಸಿತೆಂದರೆ ಶವಯಾತ್ರೆಗೆ ಪೂರ್ತಿ ಸಿದ್ಧವಾಗಿದೆಯೆಂದೂ, ಬಂಧು ಬಳಗದವರೆಲ್ಲಾ ಬಂದಾಗಿದೆಯೆಂದೂ, ಕಡೆಯ ದರ್ಶನಕ್ಕೆ ಬರುವವರು ತಕ್ಷಣ ಬರಬೇಕೆಂದೂ ಅರ್ಥ. ಅದಾದ ಹತ್ತು ಹದಿನೈದು ನಿಮಿಷಕ್ಕೆ ಮೂರನೆಯ ಮೇಳ ಶುರುವಾಗುತ್ತಿತ್ತು. ಅಂದರೆ ಹೆಣವನ್ನು ಎತ್ತಿದರೆಂದೇ ಅರ್ಥ. ಈ ಮೇಳ ಸ್ಮಶಾನ ತಲುಪವವರೆಗೂ ನಿಲ್ಲುತ್ತಿರಲಿಲ್ಲ. ಮನೆಗೆ ಹೆಣ ಹತ್ತಿರವಾಗುತ್ತಾ ಬಂದಂತೆಲ್ಲಾ ಈ ಮೇಳ ಇನ್ನಷ್ಟು ಗಟ್ಟಿಯಾಗಿ ಕೇಳಿಸುತ್ತಿತ್ತು. ಮನೆಯನ್ನು ದಾಟಿ ದೂರವಾದಂತೆಲ್ಲಾ ಕ್ಷೀಣಿಸುತ್ತಿತ್ತು.

ಮೂರನೆಯ ಮೇಳ ಕೇಳಿಸಿದ್ದೇ ತಡ ಮನೆಮಂದಿಯೆಲ್ಲಾ ಮಾಡುತ್ತಿದ್ದ ಕೆಲಸವನ್ನು ಬಿಟ್ಟು ಅಂಗಳಕ್ಕೆ ಬಂದು ನಿಲ್ಲುತ್ತಿದ್ದರು. ಮಕ್ಕಳು–ಮರಿ, ಬಸುರಿ–ಬಾಣಂತಿ ಎಂಬ ಭೇದಭಾವವಿಲ್ಲದೆ ಎಲ್ಲರೂ ಹೆಣವನ್ನು ನೋಡಲು ಬಾಗಿಲಿಗೆ ಬಂದು ನಿಲ್ಲುತ್ತಿದ್ದೆವು. ಬಳ್ಳಾರಿಯಿಂದ ಬಂದ ನಮ್ಮ ಬಂಧುಗಳೊಬ್ಬರು "ಚಿಕ್ಕ ಹುಡುಗರು ಒಳಗೆ ಹೋಗಬೇಕು" ಅಂತ ನಮ್ಮನ್ನು ಮನೆಯೊಳಗೆ ಕಳುಹಿಸಲು ನೋಡಿದರು. ನಾವು ಮಾತು ಕೇಳುತ್ತೇವೆಯೆ? ಏನೇ ಮಾಡಿದರೂ ಅಂಗಳದಿಂದ ಕದಲುತ್ತಿರಲಿಲ್ಲ. ನಮ್ಮಮ್ಮ ನಮ್ಮ ಸಹಾಯಕ್ಕೆ ಬರುತ್ತಿದ್ದಳು. "ಹೇಳಿ ಕೇಳಿ ನಮ್ಮದು ಸಣ್ಣ ಊರು. ಎರಡು ತಿಂಗಳಿಗೋ, ಮೂರು ತಿಂಗಳಿಗೋ ಒಂದು ಮದುವಿ ಇಲ್ಲಾ ಹೆಣದ ಮೆರವಣಿಗಿ ಆಗ್ತದೆ. ಅದನ್ನೂ ನೋಡಬೇಡ ಅಂದರೆ ಹೆಂಗೆ" ಎಂದು ಹೇಳುತ್ತಿದ್ದಳು. ಹೆಂಗಸರು ಹಸುಗೂಸುಗಳನ್ನೂ ಕೊಂಕುಳಲ್ಲಿಟ್ಟುಕೊಂಡು ಬಂದು ಹೆಣದ ಮೆರವಣಿಗೆ ನೋಡುತ್ತಿದ್ದರು.

ಮದುವೆಯ ಮೆರವಣಿಗೆಯಾದರೆ ನಿಧಾನವಾಗಿ ಸಾಗಬೇಕು. ಆದರೆ ಹೆಣದ ಮೆರವಣಿಗೆ ವೇಗವಾಗಿಯೇ ಹೋಗುತ್ತಿತ್ತು. ಶ್ರೀಮಂತ ಮನೆತನದವರಾಗಿ, ಹೆಣಕ್ಕೆ ಸಾಕಷ್ಟು ಶೃಂಗಾರ ಮಾಡಿದ್ದರೆ ಮಾತ್ರ ನಿಧಾನಕ್ಕೆ ಹೋಗುತ್ತಿದ್ದರು. ಸ್ಮಶಾನಕ್ಕೆ

ಹೋಗಲಿರುವ ಕಿರುದಾರಿಯನ್ನು ಬಳಸದೆ, ಸಾಧ್ಯವಾದಷ್ಟು ಎಲ್ಲಾ ಓಣಿಗಳನ್ನು ಬಳಸಿಕೊಂಡು ಹೋಗುವಂತೆ ಮೆರವಣಿಗೆಯನ್ನು ರೂಪಿಸಿರುತ್ತಿದ್ದರು.

ಹೆಣದ ಮೆರವಣಿಗೆಯಲ್ಲಿ ಮೊದಲಿಗೆ ವಾದ್ಯ ನುಡಿಸುವ ಕೊರಚರು, ಅವರ ಹಿಂದೆ ಗಂಡಸರು, ಅವರ ಹಿಂದೆ ಹೆಣ ಹಾಗೂ ಹೆಣದ ಹಿಂದೆ ಹೆಂಗಸರು ಇರುತ್ತಿದ್ದರು. ಬ್ರಾಹ್ಮಣರನ್ನು ಬಿಟ್ಟರೆ ಉಳಿದೆಲ್ಲಾ ಜಾತಿಯವರ ಹೆಣದ ಜೊತೆಗೆ ಹೆಂಗಸರೂ ಸ್ಮಶಾನಕ್ಕೆ ಹೋಗುತ್ತಿದ್ದರು. ಮೆರವಣಿಗೆಯಲ್ಲಿ ನಡೆಯುವವರು ಯಾರೂ ಊರ ಜನರ ಕಡೆ ನೋಡುತ್ತಿರಲಿಲ್ಲ.

ಹೆಣ ನೋಡಿದ ಮೇಲೆ ಎಲ್ಲರಿಗೂ ಅದು ಯಾರೆಂದು ಅರ್ಥವಾಗುತ್ತಿತ್ತು. "ಗೌಳೇರ ಓಣಿ ಜಿನ್ನದಲ್ರೀ, ಅದರಾಗೆ ಮೆಣಸಿನಕಾಯಿ ಕುಟ್ಟೋ ಮಷಿನ್ನು ನಡೆಸ್ತಿದ್ದ ಈತ", "ಮಂಗಳವಾರ, ಶುಕ್ರವಾಗ ಜೋಗಮ್ಮ ಆಗಿ ಬರ್ತಿದ್ದಳಲ್ರೀ, ಆಕಿ ಈಕಿ. ಇಷ್ಟಿಷ್ಟು ಭಂಡಾರ ಕೊಡ್ತಿದ್ಲು" "ಮೈನ್ಸ ಲಾರಿ ಓಡಿಸ್ತಿದ್ನಂತೆ. ದಿನಾ ರಾತ್ರಿ ಕುಡೀತಿದ್ನಂತೆ" – ಹೀಗೆ. ಹೆಚ್ಚು ಕಡಿಮೆ ಎಲ್ಲರಿಗೂ ಊರವರ ಮುಖ ಪರಿಚಯವಿರುತ್ತಿತ್ತು. ಹೆಣ ಸಾಗಿದ ಮೇಲೆ ಮೆರವಣಿಗೆಯಲ್ಲಿದ್ದವರ ಬಗ್ಗೆ ವಿಧವಿಧವಾದ ಅಭಿಪ್ರಾಯಗಳು ಬರುತ್ತಿದ್ದವು. "ಹೆಣಕ್ಕೆ ಉಡಿಸಿದ್ದ ಸೀರಿ ಬಣ್ಣ ಛಲೋ ಇತ್ತು", "ಹೆಂಡತಿ ಸತ್ತಾಳಂದರೂ ಆತನ ಕಣ್ಣಾಗ ಒಂದು ಹನಿ ನೀರಿರಲಿಲ್ಲ ನೋಡ್ರಿ. ಗಂಡಸರ ಹೃದಯ ಕಲ್ಲಿರ್ತದೇ ನಮ್ಮವ್ವ", "ನಾಕು ನಾಕು ಜನ ಹಿಡಕೊಂಡರೂ ಅಳು ಕಡಿಮಿ ಆಗ್ತಿದ್ದಿಲ್ಲ ನೋಡು. ತಾಯಿ ಸಂಕಟ ದೊಡ್ಡದು".

ಅದೇ ಸಮಯಕ್ಕೆ ಯಾರಾದರೂ ಊರಿಂದ ಬರುವವರಿಗೆ ಈ ಹೆಣ ಎದುರಾದರೆ ಅವರಿಗದು ಶುಭಶಕುನವಾಗುತ್ತಿತ್ತು. ಹೆಣ ಬರುವದಿದೆ ಎಂದು ಗೊತ್ತಾದರೆ ಒಳ್ಳೆಯ ಕಾರ್ಯಕ್ಕೆ ಹೊರಡುವವರು ಬೇಕೆಂದೇ ಅದಕ್ಕೆ ಎದುರಾಗಿ ಹೊರಡುತ್ತಿದ್ದರು. ಗಂಡಿಗೆ ಹೆಣ್ಣು, ಹೆಣ್ಣಿಗೆ ಗಂಡು ತೋರಿಸುವವರಿಗೆ ಹೆಣ ಎದುರಾದರೆ ಆ ಸಂಬಂಧ ಖಂಡಿತಾ ಗಟ್ಟಿಯಾಗುತ್ತದೆಂದು ಅರ್ಥ. ಆದರೆ ಹೆಣ ಹೂಳಿ ಬರುವವರ ದರ್ಶನ ಮಾತ್ರ ಅಪಶಕುನದ್ದು. ಯಾರೂ ಅವರ ಮುಖ ನೋಡುತ್ತಿರಲಿಲ್ಲ. ಮೆರವಣಿಗೆ ನೋಡಲು ಅಂಗಳಕ್ಕೆ ಓಡಿ ಬಂದಿದ್ದ ಜನ, ಈಗ ಯಾವುದೇ ವಾದ್ಯಮೇಳವಿಲ್ಲದೆ ಸಪ್ಪೆ ಮುಖ ಹಾಕಿಕೊಂಡು ಬರುವ ಅದೇ ಜನರನ್ನು ಕಂಡರೆ ಯಮದರ್ಶನವಾದಂತೆ ಮನೆಯೊಳಗೆ ಓಡಿ ಹೋಗುತ್ತಿದ್ದರು.

ಹೆಣದ ಮೆರವಣಿಗೆಯ ಸಂಜೆ ಶಾಂತಣ್ಣ ತಪ್ಪದೆ ಅಮ್ಮನ ಹತ್ತಿರ ಮಾತನಾಡಲು ಬರುತ್ತಿದ್ದ. ಹೆಚ್ಚು ಕಡಿಮೆ ಎಲ್ಲಾ ಜಾತಿಯವರ ಹೆಣದ ಅಲಂಕಾರವನ್ನು ಈತನೇ ಮಾಡುತ್ತಿದ್ದ. ಅಮ್ಮ ಮಾಡಿಕೊಟ್ಟ ಕಾಫಿ ಕುಡಿದು, ಎಲೆ ಅಡಿಕೆ ತೆಗೆದುಕೊಂಡು

"ಹೆಂಗಿತ್ತು ಅಲಂಕಾರ?" ಅಂತ ಕಣ್ಣಲ್ಲಿಯೇ ಸವಾಲನ್ನು ಹಾಕುವಂತೆ ಕೇಳುತ್ತಿದ್ದ. ಅಮ್ಮ ಅಲಂಕಾರ ಭಾಳ ಭೇಷಿತ್ತು ಅಂತ ಹೊಗಳಿದರೆ ಈತಗೆ ಸಮಾಧಾನ. ಆದರೆ ಅಮ್ಮ ಅಷ್ಟೊಂದು ಸುಲಭವಾಗಿ ಸರ್ಟಿಫಿಕೇಟ್ ಕೊಡುತ್ತಿರಲಿಲ್ಲ. "ಮತ್ತೆ ಮತ್ತೆ ಅದೇ ಕೆಂಪು ಸೀರಿ ಉಡುಸ್ತೀ ನೋಡು. ಯಾರನ್ನ ಜೀವಂತ ಇರೋರು ಕೆಂಪು ಸೀರಿ ಉಟ್ಟುಗೊಂಡು ಬಂದರೂ ನಂಗೆ ಹೆಣಾನೇ ನಡಕೊಂಡು ಬಂದಂಗೆ ಆಗ್ತದೆ" ಅಂತ ಜರಿಯುತ್ತಿದ್ದಳು. ಆದರೆ ಶಾಂತಣ್ಣ ಶಾಂತವಾಗಿ "ನಾನೇನು ಮಾಡಲವ್ವಾ? ಆ ನೇಕಾರ ವಾಮಣ್ಣ ಅಗ್ಗಕ್ಕೆ ಕೊಡ್ತೀನಿ ತೊಗೋ ಅಂತ ಹತ್ತು ಕೆಂಪು ಸೀರಿ ನಂಗೆ ಮಾರಿದ. ಒಂದಿಷ್ಟು ಎಳಿ ತಪ್ಪಿ ಅಲ್ಲಲ್ಲಿ ನೇಯ್ಗೆ ಸರಿಯಾಗಿರಲಿಲ್ಲ ಅಂತೆ. ಅವು ಮುಗಿಯೋ ತನಕ ನಾನು ಬೇರೆ ಸೀರಿ ಎಲ್ಲಿಂದ ತರಲಿ ಹೇಳು?" ಎಂದು ಗೋಳನ್ನು ತೋಡಿಕೊಳ್ಳುತ್ತಿದ್ದ. "ಮುಖ ಅಂತೂ ಕರ್ರಗೆ ಆಗಿ ಹೋಗಿತ್ತು ನೋಡು" ಅಂತಂದರೆ, "ನಾನೇನು ಮಾಡಲವ್ವಾ... ನಿನ್ನೆ ಸಂಜೆ ಸತ್ತಿದ್ದು. ಎಷ್ಟೇ ಸ್ನೋ ಪೌಡರ್ ಹಚ್ಚಿದ್ರೂ ಬಣ್ಣ ತೇಲಲಿಲ್ಲ" ಎಂದು ಸಮರ್ಥಿಸಿಕೊಳ್ಳುತ್ತಿದ್ದ. ಅಂತೂ ಅಮ್ಮ ಅವನನ್ನು ಸತಾಯಿಸಿ, "ಆದರೂ ಪರವಾಗಿಲ್ಲ. ಜೀವಂತ ಇರೋವರ ಹಂಗೇ ಕಾಣಿಸ್ತಿತ್ತು" ಎಂದು ಹೇಳಿಬಿಟ್ಟರೆ ಶಾಂತಣ್ಣನ ಜೀವಕ್ಕೆ ನೆಮ್ಮದಿ.

ಅಂಬಣ್ಣ ಕೊರಚರ ವಾದ್ಯವೃಂದದ ಮುಖ್ಯಸ್ಥ. ದಿನಾ ಬೆಳಿಗ್ಗೆ ಸರಿಯಾಗಿ ಏಳೂ ನಲವತ್ತೈದಕ್ಕೆ ಮತ್ತು ಮಧ್ಯಾಹ್ನ ಒಂದೂವರೆಗೆ ಬರುತ್ತಿದ್ದ. ಆ ಸಮಯಕ್ಕೆ ಸರಿಯಾಗಿ ಧಾರವಾಡ ಬಾನುಲಿಯಲ್ಲಿ ಸಿನಿಮಾ ಹಾಡುಗಳು ಬರುತ್ತಿದ್ದವು. ನಮ್ಮ ಮನೆಯಲ್ಲಿ ಭಯಂಕರ ದೀಪಗಳನ್ನು ಝಗಮಗಿಸುತ್ತಾ ಟೀವಿಯ ಗಾತ್ರದ ಒಂದು ರೇಡಿಯೋ ಇತ್ತು. ಅದು ಬಿತ್ತರಿಸುವ ಹಾಡುಗಳನ್ನು ಗಮನವಿಟ್ಟು ಕೇಳುತ್ತಿದ್ದ. ಹೊಸ ಸಿನಿಮಾದ ಹಾಡುಗಳು ಬಹಳ ಮುಖ್ಯ. ಮರುದಿನ ಬೆಳಗಾಮುಂಜಾನೆ ಆ ಹೊಸ ಹಾಡುಗಳನ್ನು ತನ್ನ ಮನೆಯಲ್ಲಿ ಅಭ್ಯಾಸ ಮಾಡುತ್ತಿದ್ದರೆ ನಮ್ಮ ಮನೆಗೆ ಚೆನ್ನಾಗಿ ಕೇಳಿಸುತ್ತಿತ್ತು. ಮುಂಬರುವ ಮದುವೆಗೆ ಅವೇ ಹೊಸ ಹಾಡುಗಳನ್ನು ನುಡಿಸುತ್ತಿದ್ದ. ಕುಣಿದು ನರ್ತಿಸುವಂತಹ ತಾಳಬದ್ಧ ಹಾಡುಗಳನ್ನಷ್ಟೇ ಆಯ್ದುಕೊಳ್ಳುತ್ತಿದ್ದ. ಅಳುಬುರುಕ ಹಾಡುಗಳನ್ನು ಎಂದೂ ನುಡಿಸುತ್ತಿರಲಿಲ್ಲ. ಅವನಿಗೆ ಹಾಡಿನ ಸಾಹಿತ್ಯ ತಿಳಿಯುತ್ತಿರಲಿಲ್ಲ. ಕೇವಲ ಅದರ ಲಯಬದ್ಧ ಧ್ವನಿ ಮಾತ್ರ ಅವನಿಗೆ ಮುಖ್ಯವಾಗಿರುತ್ತಿತ್ತು. "ಕುಲದಲ್ಲಿ ಕೀಳ್ಯಾವುದೋ ಹುಚ್ಚಪ್ಪ..." ಎಂಬ ಸ್ಮಶಾನ ವೈರಾಗ್ಯದ ಹಾಡನ್ನು ಯಾವುದೇ ಮುಜುಗರವಿಲ್ಲದೆ ಮದುವೆಯ ಮೆರವಣಿಗೆಗೆ ನುಡಿಸುತ್ತಿದ್ದ. ಜನರೂ ತಲೆಕೆಡಿಸಿಕೊಳ್ಳದೆ ಅದಕ್ಕೆ ಖುಷಿಯಿಂದ ನೃತ್ಯ ಮಾಡುತ್ತಿದ್ದರು. ಆದರೆ ಹೆಣದ ಮೆರವಣಿಗೆಗೆ ಮಾತ್ರ ಈ ಸಮಸ್ಯೆಯಿರಲಿಲ್ಲ. ಅದೇ ವಿಷಾದ ರಾಗವನ್ನು ನುಡಿಸಿದರಾಗುತ್ತಿತ್ತು!

ಒಂದು ದಿನ ಬೆಳಿಗ್ಗೆಬೆಳಿಗ್ಗೆ ಶವದ ಮೇಳ ಕೇಳಲಾರಂಭಿಸಿತು. ಎಲ್ಲರೂ ಯಾರು ಸತ್ತಿರಬಹುದೆಂದು ತಲೆಕೆಡಿಸಿಕೊಳ್ಳಲಾರಂಭಿಸಿದರು. ಆದರೆ ಯಾರಿಗೂ ಸತ್ತವರ್‍ಯಾರೆಂದು ತಿಳಿಯಲಿಲ್ಲ. ಎಲ್ಲಿಂದ ಸದ್ದು ಬರುತ್ತಿದೆ ಎಂದು ಗಮನವಿಟ್ಟು ಕೇಳಿದಾಗ ಅದು ಅಂಬಣ್ಣನ ಮನೆಯಿಂದ ಎಂದು ಗೊತ್ತಾಯಿತು. ಅವನ ಮನೆಯಲ್ಲಿ ಯಾರಾದರೂ ಸತ್ತರೇನೋ ಎಂದು ಎಲ್ಲರೂ ಅನುಮಾನ ಪಡಲಾರಂಭಿಸಿದರು. ಅಮ್ಮ ನನ್ನನ್ನು ಅವನ ಮನೆಗೆ ಓಡಿಸಿ ಅಂಬಣ್ಣನನ್ನು ಕರೆದುಕೊಂಡು ಬರುವದಕ್ಕೆ ಹೇಳಿದಳು. ಅಂಬಣ್ಣ ತಕ್ಷಣ ಬಂದ.

"ಅದ್ಯಾಕೋ ಅಂಬಣ್ಣ ಆ ಸುಡುಗಾಡು ಮೇಳ ಬಾರಿಸಲಿಕ್ಕೆ ಹತ್ತಿ. ಯಾರೂ ಸತ್ತಿಲ್ಲ ಬಿಟ್ಟಿಲ್ಲ" ಎಂದು ವಿಚಾರಿಸಿದಳು.

"ಹನುಮಂತುಗೆ ಕಲಿಸಿಕೊಡ್ತಿದೀನವ್ವಾ... ನಂಗೆ ಇತ್ತೀಚೆಗೆ ಕೆಮ್ಮು ಭಾಳ ಆಗ್ಯದೆ. ಎಷ್ಟು ದಿನ ಮೇಳ ಬಾರಿಸೋಕೆ ಆಗುತ್ತೋ ಗೊತ್ತಿಲ್ಲ. ಅದಕ್ಕೆ..." ಅಂತ ನಿಜ ಸಂಗತಿ ಹೇಳಿದ. ಹನುಮಂತು ಅಂಬಣ್ಣನ ಮಗ. ಅಕ್ಕನ ಸಹಪಾಠಿ.

"ನೀನು ಕಲಿಸೋದು ಹಂಗಿರ್ಲಿ. ಬೆಳಿಗ್ಗೆ ಬೆಳಿಗ್ಗೆ ಸುಡುಗಾಡು ಮೇಳ ಕೇಳಿದ್ರೆ ನಮ್ಮ ಎದಿ ಒಡೀತದೆ. ನೀನು ಊರಾಗೆ ಕೂತು ಅದನ್ನೆಲ್ಲಾ ಕಲಿಸೋ ಹಂಗಿಲ್ಲ" ಎಂದು ಅಮ್ಮನ ಹಠ. "ಎಲ್ಲಿ ಹೋಗಲಮ್ಮ?" ಅಂತ ಅಂಬಣ್ಣನ ಗೋಳು. ಕೊನೆಗೆ ಒಂದು ಮಾತಿಗೆ ಒಪ್ಪಿದ. ಗಂಡಿ ನರಸಿಂಗಸ್ವಾಮಿಗೆ ಹೋಗಿ ಅಲ್ಲಿ ಮಗನಿಗೆ ಶವ ಮೆರವಣಿಗೆಯ ಮೇಳವನ್ನು ಕಲಿಸಿಕೊಡಬೇಕೆಂದು ನಿರ್ಧರಿಸಲಾಯಿತು. "ಆ ದೇವರಿಗೆ ಮದುವಿ ಮೇಳಾನೂ ಒಂದೇ, ಸುಡುಗಾಡು ಮೇಳಾನೂ ಒಂದೇ... ಎರಡೂ ಅವನೇ ನುಡಿಸೋದು" ಎಂದು ಅಮ್ಮ ವೇದಾಂತದ ಸಮಜಾಯಿಷಿ ಕೊಟ್ಟಳು.

ಅಂಬಣ್ಣ ತನ್ನ ಮಗನನ್ನು ದಿನನಿತ್ಯ ಗಂಡಿ ನರಸಿಂಹಸ್ವಾಮಿಯ ಹಳ್ಳದ ದಂಡೆಗೆ ಕರೆದುಕೊಂಡು ಹೋಗಿ ಶವದ ಮೆರವಣಿಗೆಯ ಮೇಳವನ್ನು ಕಲಿಸಿಕೊಟ್ಟ. ಮದುವೆಗೆ ನುಡಿಸುವ ಮೇಳ ಕಷ್ಟದ್ದು. ಶವಕ್ಕೆ ಅಂತಹ ಪರಿಣಿತಿ ಬೇಕಿಲ್ಲ. ಅದಕ್ಕೇ ಮೊದಲಿಗೆ ಶವದ ಮೇಳವನ್ನು ಕಲಿಸಿಕೊಟ್ಟಿದ್ದ.

ಹನುಮಂತು ರಂಗ ಪ್ರವೇಶ ಮಾಡುವ ದಿನವೂ ಬಂತು. ಆ ದಿನ ಅಂಬಣ್ಣನಿಗೆ ವಿಪರೀತ ಕೆಮ್ಮಾಗಿ, ಅವನೇ ವಾದ್ಯವನ್ನೆತ್ತಿಕೊಂಡ. ಅಂಬಣ್ಣ ಅವನಿಗೆ ಧೈರ್ಯ ಕೊಡುವಂತೆ ಜೊತೆಯಲ್ಲಿ ನಡೆಯುತ್ತಿದ್ದ, ಅಷ್ಟೇ. ರಂಗಪ್ರವೇಶದ ಅಳುಕು ಹನುಮಂತನಿಗಿತ್ತು. ಜನ ಮೆಚ್ಚುತ್ತಾರೋ ಇಲ್ಲವೋ ಎಂಬ ಅನುಮಾನದಲ್ಲಿಯೇ ನುಡಿಸಲಾರಂಭಿಸಿದ. ನಮ್ಮ ಓಣಿಗೆ ಬರುತ್ತಲೇ ಅವನ ಆತಂಕ ಇನ್ನೂ ಹೆಚ್ಚಾಗಲಾರಂಭಿಸಿತು. ಅವನ ಸಹಪಾಠಿಯಾದ ಅಕ್ಕ ತಲಬಾಗಿಲಿನಲ್ಲಿ ನಿಂತು

ತನ್ನನ್ನು ಗಮನಿಸುತ್ತಿದ್ದಾಳೆಂಬುದು ಅವನಿಗೆ ಗೊತ್ತಿತ್ತು. ಕೈಕಾಲಲ್ಲಿ ಸಣ್ಣಗೆ ನಡುಕ. ಮನೆಯ ಮುಂದೆ ಬಂದಾಗ ಓರೆಗಣ್ಣಿಂದ ಅಕ್ಕನೆಡೆ ನೋಡಿದ. ಅಕ್ಕ ಹೆಬ್ಬೆರಳು, ತೋರುಬೆರಳನ್ನು ಜೋಡಿಸಿ "ಫಸ್ಟ್ ಕ್ಲಾಸ್" ಎಂಬಂತೆ ಸಂಜ್ಞೆ ಮಾಡಿದಳು. ಅವನ ಭಯವೆಲ್ಲಾ ಕರಗಿ ಮತ್ತಷ್ಟು ಉತ್ಸಾಹದಿಂದ ಮೇಳ ನುಡಿಸುತ್ತಾ ಮುಂದೆ ಹೋದ. ಅವನ ಹಿಂದೆ ಸಾವಿನ ಮನೆಯವರೆಲ್ಲಾ ಅಳುತ್ತಾ ಸಾಗಿದರು. ಆ ದಿನ ಊರಿನವರೆಲ್ಲಾ ಅವನ ಪರಿಣಿತಿಯನ್ನು ಮನಸಾರೆ ಮೆಚ್ಚಿಕೊಂಡರು. ಮುಂದೆ ಯಾರದೇ ಮನೆಯಲ್ಲಿ ಸಾವಾಗಲಿ, ಹನುಮಂತುವನ್ನೇ ಡಿಮ್ಯಾಂಡ್ ಮಾಡಿ ಕರೆಸಿಕೊಳ್ಳುತ್ತಿದ್ದರು. ಅಂಬಣ್ಣ ಮೂಲೆಗುಂಪಾದ. "ಬೀಡಿಗೆ ಒಂದೈವತ್ತು ಪೈಸೆ ಕೊಡು" ಎಂದು ಮಗನನ್ನು ಬೇಡುವ ಸ್ಥಿತಿಗೆ ಬಂದ.

ನಮ್ಮ ಆತ್ಮೀಯರಲ್ಲದವರ ಸಾವು ನಮಗೆ ಭಯವನ್ನೋ, ಕುತೂಹಲವನ್ನೋ, ವಿಸ್ಮಯವನ್ನೋ ಮೂಡಿಸುತ್ತದೆ. ಆದರೆ ಸಾವಿನಲ್ಲಿರುವ ನೋವು ಹತ್ತಿರದವರು ತೀರಿಕೊಂಡಾಗ ಮಾತ್ರ ಅರ್ಥವಾಗುತ್ತದೆ. ಅಪ್ಪ ಸತ್ತಾಗ ಆ ನೋವು ನನಗೆ ತಿಳಿಯಿತು. ಹಾಗೆ ನೋಡಿದರೆ ಅಪ್ಪನ ಸಾವು ಅಂತಹ ಅನಿರೀಕ್ಷಿತವಾದದ್ದೇನೂ ಆಗಿರಲಿಲ್ಲ. ವಯಸ್ಸಾಗಿತ್ತು. ಮೆತ್ತಗಾಗಿದ್ದರು. ದಿನಾ ಊಟ ಮುಗಿದ ಮೇಲೆ ಅಮ್ಮ-ಅಪ್ಪ ಇಬ್ಬರೂ ಕುಳಿತು ಮಾತ್ರೆಗಳನ್ನು ಹಂಚಿಕೊಂಡು ನುಂಗುವಾಗ "ಮೊದಲು ನೀವು ಹೋಗ್ತೀರೋ, ಇಲ್ಲಾ ನಾನೇ ಹೋಗ್ತೀನೋ..." ಅಂತ ಯಾವುದೇ ಅಳುಕಿಲ್ಲದೆ ಮಾತನಾಡೋರು. ಆದರೆ ಆ ದಿನ ಊಟ ಮಾಡುವಾಗ ಗಂಟಲಿಗೆ ಅಗಳು ಬಿದ್ದಿದ್ದೇ ಅಪ್ಪ ಉಸಿರಾಡಲಾಗದೆ ಒದ್ದಾಡಲಾರಂಭಿಸಿದರು. ನಾನು ಅವರನ್ನು ಕೈಯಲ್ಲಿ ಹಿಡಿದುಕೊಂಡು "ಕೆಮ್ಮು... ಕೆಮ್ಮು... ಅಗಳು ಹೊರ ಬರ್ತದೆ" ಎಂದು ಕೂಗುತ್ತಿರುವಾಗಲೇ ಅಪ್ಪ ತೇಲುಗಣ್ಣು ಮಾಡಿಬಿಟ್ಟ. ಅಮ್ಮ ಪರಿಸ್ಥಿತಿಯನ್ನು ಅರ್ಥ ಮಾಡಿಕೊಂಡಿದ್ದೇ "ಹೋಯ್ತು, ಹೋಯ್ತು, ಹೋಯ್ತು... ನಾರಾಯಣ, ನಾರಾಯಣ, ನಾರಾಯಣ" ಎಂದು ಗಟ್ಟಿಯಾಗಿ ಅರಚಿಬಿಟ್ಟಳು. ಕೈಯಲ್ಲಿರುವ ಅಪ್ಪನ ದೇಹ ಶವವೆಂಬುದು ತಿಳಿದಾಗ ವಿಚಿತ್ರ ಭಯ, ನಡುಕ, ನೋವು.

"ಈ ಕಾಣದ ಬೆಂಗಳೂರಲ್ಲಿ ಅನಾಥರಂಗೆ ಅವರ ಶವಸಂಸ್ಕಾರ ಮಾಡೋದು ಬೇಡ. ಊರಿಗೆ ಒಯ್ಯೋಣ" ಅಂತ ಅಮ್ಮ ದೃಢ ನಿರ್ಧಾರದಲ್ಲಿ ಹೇಳಿಬಿಟ್ಟಳು. ನಾನೂ ಒಪ್ಪಿಕೊಂಡೆ. ಊರಿಗೆ ಹೋಗಲೆಂದು ಅಂಬಾಸಡರ್ ಕಾರೊಂದನ್ನು ಬುಕ್ ಮಾಡಿದೆ. ಹೆಣ ಒಯ್ಯಬೇಕಾದ್ದರಿಂದ ಎರಡರಷ್ಟು ಹಣ ಕೊಡಬೇಕೆಂದು ಹೇಳಿದರು. ಮನೆ ಬಾಡಿಗೆಗೆ ಕೊಟ್ಟಿದ್ದ ಯಜಮಾನರು ತಾವೂ ನನ್ನೊಡನೆ ಬರುವದಾಗಿ ಹೇಳಿದರು. ಅಮ್ಮ ದುಃಖದಲ್ಲಿಯೇ ಉಣ್ಣದೇ ಬಿಟ್ಟ ತಟ್ಟೆಗಳನ್ನೆಲ್ಲಾ ತೆಗೆದು, ಎಂಜಲು ಗೋಮೆ ಮಾಡಿದಳು.

ಅಂಬಾಸಡರ್ ಕಾರಿನಲ್ಲಿ ಅಪ್ಪನನ್ನು ಎಲ್ಲಿ ಮಲಗಿಸುವದೆಂದು ತಿಳಿಯಲಿಲ್ಲ. ಡ್ರೈವರ್‌ನನ್ನು ಕೇಳಿದಾಗ "ಡಿಕ್ಕಿನಾಗೆ ಹಗ್ಗ ಕಟ್ಟಿ ತೂರಿಸಿಡಬೇಕು ಸಾರ್" ಅಂದ. ಅಪ್ಪನನ್ನು ಕಾರಿನ ಡಿಕ್ಕಿಯಲ್ಲಿ ಲಗೇಜಿಡುವಂತೆ ಇಡಬೇಕೆಂಬ ವಿಚಾರವೇ ನನಗೆ ದೊಡ್ಡ ಆಘಾತವಾಗಿತ್ತು. "ಸಾಧ್ಯನೇ ಇಲ್ಲ... ಅಪ್ಪನ್ನ ಡಿಕ್ಕಿನಲ್ಲಿ ಇಡಲ್ಲ" ಎನ್ನುವಾಗ ನನಗೆ ಕಣ್ಣಲ್ಲಿ ನೀರೇ ಬಂದಿತ್ತು. "ಹೆಣನ್ನ ಹಂಗೇ ಸಾಗಿಸೋದೋ..." ಅಂತ ಅಮ್ಮನೂ ಹೇಳಿದರೂ ನಾನು ಒಪ್ಪಲಿಲ್ಲ. ಆಂಬುಲೆನ್ಸ್‌ಗೆ ಫೋನ್ ಮಾಡಿದೆ. ಮೂರು ಸಾವಿರ ಜಾಸ್ತಿಯೆಂದರು. ಒಪ್ಪಿಕೊಂಡೆ. ಅಪ್ಪನನ್ನು ಮಲಗಿಸಿ, ಅವರ ಪಕ್ಕ ನಾನೂ ಮತ್ತು ಅಮ್ಮ ಕುಳಿತುಕೊಳ್ಳಲು ಸ್ಥಳವಿತ್ತು.

ಹಿರಿಯೂರು ದಾಟುವಾಗಲಾಗಲೇ ಮಧ್ಯಾಹ್ನ ಎರಡು ಗಂಟೆಯಾಗಿತ್ತು. ಹೋಟೆಲೊಂದರ ಮುಂದೆ ಗಾಡಿ ನಿಲ್ಲಿಸಿದರು. ಡ್ರೈವರ್ ಕಾಫಿ ಕುಡಿಯಬೇಕಿತ್ತು. ಮನೆಯ ಯಜಮಾನರು ನನ್ನ ಬಳಿಗೆ ಬಂದು "ನಿಮ್ಮ ತಾಯಿಯವರಿಗೆ ಡಯಾಬಿಟೀಸ್ ಇದೆ. ಬೆಳಿಗ್ಗೆಯಿಂದ ಉಪವಾಸ ಇದಾರೆ. ದಯವಿಟ್ಟು ಏನಾದರೂ ತಿನ್ನೋದಕ್ಕೆ ಒಪ್ಪಿಸಿ. ಸಂಸ್ಕಾರ ಮುಗಿಯುವ ಹೊತ್ತಿಗೆ ಸಂಜೆಯಾಗುತ್ತೆ. ಅಷ್ಟು ಹೊತ್ತು ಹಸಿವಿನಿಂದ ಇರೋದು ಒಳ್ಳೇದಲ್ಲ. ನೀವೂ ಏನಾದರೂ ತಿನ್ನಲೇಬೇಕು" ಎಂದು ಒತ್ತಾಯ ಮಾಡಿದರು.

ನಾನು ಒಂದೆರಡು ಇಡ್ಲಿ ತಿಂದೆ. ಅಮ್ಮನನ್ನು ಒಪ್ಪಿಸುವುದು ಮಾತ್ರ ತುಂಬಾ ಕಷ್ಟವಾಯ್ತು. "ಇಂಥಾ ಹೊತ್ತಲ್ಲಿ ತಿನ್ನಬಾರದೋ..." ಎಂದು ಬಿಕ್ಕಿದಳು. ಒಂದೆರಡು ಬಾರಿ ಉಪವಾಸವಿದ್ದಿದ್ದರಿಂದ ಅಮ್ಮನ ಡಯಾಬಿಟೀಸ್ ಕಾಯಿಲೆ ಉಲ್ಬಣಿಸಿ ಆಸ್ಪತ್ರೆಗೆ ಸೇರಿಸಿದ್ದು ನೆನಪಿಸಿದೆ. ತಿನ್ನಲೇಬೇಕೆಂದು ಹಠ ಮಾಡಿದೆ. ಒಂದೆರಡು ಇಡ್ಲಿ ತಿಂದಳು. ಅಪ್ಪನಿಗೆ ಇಡ್ಲಿಯನ್ನು ತೋರಿಸಿ "ಸಿಟ್ಟು ಮಾಡಿಕೋ ಬ್ಯಾಡ್ರಿ" ಎಂದು ಹೇಳಿದಳು. ಸ್ವಲ್ಪ ಹೊತ್ತಿಗೆ ಅಮ್ಮನಿಗೆ ಹಾಗೇ ತೂಕಡಿಕೆ ಬಂತು. ಹದಿನೈದು ನಿಮಿಷ ನಿದ್ದೆ ಮಾಡಿದಳು. ಗಾಡಿ ಜಂಪಾದಾಗ ಬೆಚ್ಚಿ ಬಿದ್ದು ಎಚ್ಚರಗೊಂಡವಳೆ, "ಅಯ್ಯಯ್ಯೋ... ನಿದ್ದೆ ಮಾಡಿಬಿಟ್ಟೆನೇನೋ..." ಎಂದು ಗಲ್ಲ ಗಲ್ಲ ಬಡಿದುಕೊಂಡಳು.

ಹಲವಾರು ದಶಕಗಳ ಕಾಲ ಅಪ್ಪ ಊರಲ್ಲಿ ಬದುಕು ಮಾಡಿದ್ದರಿಂದ ಸಾಕಷ್ಟು ಜನರು ಅಂತಿಮ ದರ್ಶನಕ್ಕೆ ಬಂದಿದ್ದರು. ಎಲ್ಲರ ಅಳು, ಗತಕಾಲದ ನೆನಪಿನ ಮಾತುಗಳಿಂದ ಸಾಕಷ್ಟು ಗಜಿಬಿಜಿಯ ವಾತಾವರಣ ಸೃಷ್ಟಿಯಾಗಿತ್ತು. ಆ ಹೊತ್ತಿನಲ್ಲಿ ಊರಿನ ರಾಜಕೀಯ ಧುರೀಣರು ಅಂತಿಮ ದರ್ಶನಕ್ಕೆ ಬಂದರು. ಅಪ್ಪ ಅವರ ಬಳಿ ಸಾಕಷ್ಟು ಕಾಲ ಕೆಲಸ ಮಾಡಿದ್ದರು. "ಅವರು ಬಂದ್ರು, ಅವರು ಬಂದ್ರು..." ಅಂತ ಒಬ್ಬರಿಗೊಬ್ಬರು ಹೇಳಲಾರಂಭಿಸಿದರು. ಧಿಡೀರನೆ ಅಲ್ಲಿ ಸೂಜಿ ಬಿದ್ದರೂ ಸದ್ದು ಕೇಳುವಂತಹ ಮೌನ ನಿರ್ಮಾಣವಾಯಿತು. ಅಷ್ಟೊಂದು ಅಳುತ್ತಿದ್ದ ಅಮ್ಮ

ಕೂಡಾ ಗಪ್‌ಚುಪ್ ಆಗಿ ತಲೆಬಗ್ಗಿಸಿಕೊಂಡು ಕುಳಿತುಬಿಟ್ಟಳು. ಅವರು ಅಪ್ಪನಿಗೆ ನಮಸ್ಕರಿಸಿ, ಯಾವಾಗ, ಹೇಗಾಯ್ತು, ಮುಂದೇನು ಅಂತ ಒಂದೆರಡು ಮಾತಾಡಿ ಹೊರಟುಬಿಟ್ಟರು. ಜನರೆಲ್ಲಾ ಮತ್ತೆ ಗದ್ದಲದಲ್ಲಿ ಮುಳುಗಿಹೋದರು. ಬಂಧು ಬಳಗ ಅಮ್ಮ ಸಮೇತವಾಗಿ ಎಲ್ಲರೂ ಮತ್ತೆ ದುಃಖದಲ್ಲಿ ಕರಗಿದರು.

ಗೋಪಣ್ಣ ನನ್ನನ್ನು ಆಚೆ ಕರೆದು "ಬೇಗನೆ ಬಾವಿ ಮೇಲೆ ಸ್ನಾನ ಮಾಡಿ, ಪಂಚೆ ಉಟ್ಟುಗೋ. ಕತ್ತಲಾಗದ್ರಾಗೆ ಸಂಸ್ಕಾರ ಆಗಬೇಕು" ಎಂದು ಹೇಳಿದರು. ಹೊಸ ಪಂಚೆಯೊಂದನ್ನು ಕೊಟ್ಟು "ಆಮೇಲಕ್ಕೂ ಉಪಯೋಗಕ್ಕೆ ಬರಲಿ ಅಂತ ಒಳ್ಳೇ ರೇಟಿಂದೇ ತಂದೀನಿ" ಎಂದು ಹೇಳಿ ಹೊರಗೆ ಚಟ್ಟ ಕಟ್ಟುವ ಕಾರ್ಯಕ್ಕೆ ಹೊರಟು ಹೋದರು. ಹಿತ್ತಲಿನಲ್ಲಿ ನಾನೊಬ್ಬನೇ ಇದ್ದೆ. ಬಾವಿಯಿಂದ ನೀರನ್ನು ಸೇದಿ ಸುರುವಿಕೊಳ್ಳಲಾರಂಭಿಸಿದೆ. ಮೂರನೇ ಕೊಡವನ್ನು ಎಳೆಯುವಾಗ ಯಾರೋ ಹಿತ್ತಲಿನ ಬಾಗಿಲಿನಲ್ಲಿ ಬಂದು ನಿಂತಿದ್ದು ಗೊತ್ತಾಯ್ತು. ಕೊಡವನ್ನು ಪೂರ್ತಿ ಎಳೆದು, ಕಟ್ಟೆಯ ಮೇಲಿಟ್ಟು ಬಾಗಿಲಿನ ಕಡೆ ನೋಡಿದೆ. ಅಚ್ಚರಿಯಾಯ್ತು. ಅಮ್ಮ ನಿಂತಿದ್ದಳು. ಅಪ್ಪನ ದೇಹವನ್ನು ಬಿಟ್ಟು ಒಂದು ಕ್ಷಣವೂ ಕದಲಿರದ ಅಮ್ಮ ಈಗ್ಯಾಕೆ ಇಲ್ಲಿಗೆ ಬಂದಳೆಂದು ಅರ್ಥವಾಗಲಿಲ್ಲ. ನನ್ನ ಹತ್ತಿರ ಬಂದು "ಸ್ಮಶಾನ ಎಂಥವರಿಗೂ ಭಯ ಹುಟ್ಟಿಸ್ತದೆ. ನೀನಿನ್ನೂ ಸಣ್ಣವನು. ಆದರೆ ಹೆದರ್ಕೋಬೇಡ. ಹೆಣಕ್ಕೆ ಬೆಂಕಿ ಇಟ್ಟ ಮೇಲೆ ದೂರ ನಿಂತುಕೋ. ಒಮ್ಮೊಮ್ಮೆ ತಲೆಬುರಡಿ ಸಿಡಿತದೆ" ಎಂದು ಹೇಳಿದಳು. ಹಾಗೇ ಆಗಲೆಂದು ಗೋಣಲ್ಲಾಡಿಸಿದೆ. ಹೊರಟುಹೋದಳು.

ಅಂಬಣ್ಣ, ಹನುಮಂತು, ಶಾಂತಪ್ಪ ಬಂದಿದ್ದರಾದರೂ ಬ್ರಾಹ್ಮಣರ ಶವಕ್ಕೆ ಅಲಂಕಾರವೂ ಇಲ್ಲ, ಮೇಳವೂ ಇಲ್ಲ. ಎರಡು ಕೊಡ ನೀರು ಸುರುವಿ, ದೇಹವನ್ನು ಬೆತ್ತಲೆಗೊಳಿಸಿ, ಬಿಳಿಯ ಬಟ್ಟೆ ಹೊದಿಸಿ, ಚಟ್ಟಕ್ಕೆ ಹಗ್ಗದಿಂದ ಕಟ್ಟಿ, ಅಪ್ರದಕ್ಷಿಣೆಯಲ್ಲಿ ಸುತ್ತಿ, ಎಳ್ಳು ನೀರನ್ನು ಶವದ ಬಾಯಲ್ಲಿ ಹಾಕಿ, "ನಾರಾಯಣ... ನಾರಾಯಣ..." ಎನ್ನುತ್ತಾ ಹೆಣವನ್ನು ಎತ್ತಿ ದಡದಡನೆ ಸ್ಮಶಾನಕ್ಕೆ ಕಾಲು ಹಾಕಲಾರಂಭಿಸಿದರು. ಮುಂದೆ ಹೋಗುತ್ತಿರುವ ನನ್ನ ಕೈಯಲ್ಲಿ ಕೆಂಡ ಹಾಕಿದ ಗಡಿಗೆ. ಹಿಂತಿರುಗಿ ನೋಡುವಂತಿಲ್ಲವೆಂದು ಗೋಪಣ್ಣ ಹೇಳಿದ್ದರು.

ಹೇಳಿಕೊಳ್ಳಲು ನಾಚಿಕೆಯಾಗುತ್ತಾದರೂ ಈ ಸಂಗತಿಯನ್ನು ಹೇಳಲೇ ಬೇಕು. ದಡದಡ ಹೆಜ್ಜೆ ಹಾಕುತ್ತ ಈಶ್ವರ ಗುಡಿಯನ್ನು ದಾಟಿದ್ದೆವೋ ಇಲ್ಲವೋ ನನಗೆ ಶೌಚಕ್ಕೆ ಅವಸರವಿಟ್ಟುಕೊಂಡಿತು. ಅಪ್ಪನ ಸಾವಿನ ಗಡಿಬಿಡಿಯಲ್ಲಿ ಬೆಳಿಗ್ಗೆಯಿಂದ ಹೋಗೇ ಇಲ್ಲವೆಂಬ ಸಂಗತಿ ಮನಸ್ಸಿಗೆ ಭಯ ಹುಟ್ಟಿಸಲಾರಂಭಿಸಿತು. "ಇಲ್ಲ, ಇಲ್ಲ... ಅಪ್ಪನ ಹೆಣವನ್ನು ಸಾಗಿಸುತ್ತಿರುವ ಈ ಹೊತ್ತಲ್ಲಿ ಇಂತಹ ಕ್ಷುಲ್ಲಕ ಸಂಗತಿಗಳು ನನ್ನನ್ನೇನೂ ಮಾಡಲಾರವು. ಅಪ್ಪನನ್ನು ಕಳೆದುಕೊಂಡ ದುಃಖ

ದೊಡ್ಡದು" ಎಂದು ಮನಸ್ಸಿನಲ್ಲಿಯೇ ನಿರ್ಧರಿಸಿ ಹೆಜ್ಜೆ ಹಾಕಲಾರಂಭಿಸಿದೆ. ಊಹೂಂ. ಭೈರಪ್ಪನ ಗುಡಿಯ ಬಳಿ ಬರುವಷ್ಟರಲ್ಲಿ ಒತ್ತಡ ಇನ್ನಷ್ಟು ಜಾಸ್ತಿಯಾಗಲಾರಂಭಿಸಿತು. ನಡೆಯಲೂ ಆಗದಂತೆ ನಿಂತುಬಿಟ್ಟೆ. ಗೋಪಣ್ಣ ಮಾಸ್ತರು ಹತ್ತಿರಕ್ಕೆ ಓಡಿ ಬಂದರು. ಸಂಗತಿಯನ್ನು ತಿಳಿಸಿದೆ. "ಇಲ್ಲೇ ಹತ್ತಿರದಲ್ಲಿ ಪದ್ದಕ್ಕನ ಮನೆಯಿದೆ. ಐದು ನಿಮಿಷದಲ್ಲಿ ಹೋಗಿ ಬರುತ್ತೇನೆ" ಎಂದೆ. "ಹೆಣದ ಮೈಲಿಗಿಯಲ್ಲಿದೀಯಪ್ಪಾ... ಯಾರೂ ಮನೆಯಾಗೆ ಸೇರಿಸಂಗಿಲ್ಲ..." ಎಂದರು. "ನಮ್ಮನಿಗೇ ಹೋಗಿ ಬರ್ತೀನಿ" ಎಂದೆ. "ಹಾಗೆಲ್ಲಾ ಮಾಡಬಾರದಪ್ಪಾ... ಹೆಂಗನ್ನಾ ಸ್ಮಶಾನಕ್ಕೆ ಹೋಗೋ ತನಕ ತಡೆಹಿಡುಕೋ..." ಎಂದು ಬೇಡಿಕೊಂಡರು. ಹೇಗೆ ತಡೆದುಕೊಳ್ಳಲು ಸಾಧ್ಯ? ಶವ ಹೊತ್ತವರು "ಏನಂತೆ..." ಎಂದು ಕೇಳಿದರು. ಗೋಪಣ್ಣ ಏನಿಲ್ಲವೆಂದು ಕೈಯಾಡಿಸಿದರು. "ಹೆಣ ಭಾರ ಅದೆ. ಬಡ ಬಡ ಹೆಜ್ಜೆ ಹಾಕಿ" ಎಂದರು. ಬಲವಂತದಿಂದ ಹೆಜ್ಜೆ ಹಾಕಲಾರಂಭಿಸಿದೆ. ಆ ಕ್ಷಣದಲ್ಲಿ ಅಪ್ಪನ ಸಾವು, ಅಮ್ಮನ ನೋವು – ಯಾವುದೂ ನನ್ನನ್ನು ಕಾಡುತ್ತಿರಲಿಲ್ಲ. ಯಾವಾಗ ಶೌಚಕಾರ್ಯ ಮುಗಿಸಿಯೇನೋ ಎಂಬುದೊಂದೇ ನನ್ನನ್ನು ಕಾಡುತ್ತಿತ್ತು. ಸ್ಮಶಾನ ತಲುಪಿದ್ದೇ ಕೆಂಡದ ಗಡಿಗಿಯನ್ನು ನೆಲಕ್ಕಿಟ್ಟು ಹಳ್ಳದ ಕಡೆ ಓಡಿ ಹೋದೆ. ಪಾಚಿಗಟ್ಟಿದ, ನೂರಾರು ನೊಣ ಸೊಳ್ಳೆಗಳು ಹಾರಾಡುತ್ತಿದ್ದ, ಕುಣಿಯಲ್ಲಿ ನಿಂತ ಕೆಂಪು ಬಣ್ಣದ ನೀರಿಂದಲೇ ಸ್ವಚ್ಛವಾಗಬೇಕಾಯ್ತು. ಮತ್ತೆ ವಾಪಾಸು ಬಂದಾಗ ಎಲ್ಲರೂ ಕಾಯುತ್ತಿದ್ದರು. ಅಪ್ಪ ಕೂಡಾ. ಹೆಣದ ಬಳಿ ಹೋಗಿ "ತಪ್ಪಾಯ್ತಪ್ಪ..." ಎಂದು ಹೇಳಿದೆ.

ಮರುದಿನದಿಂದ ಮನೆಗೆ ಅಮ್ಮನನ್ನು ಮಾತನಾಡಿಸಲು ಜನರು ಬರಲಾರಂಭಿಸಿದರು. ಹೇಗಾಯ್ತು, ಯಾವಾಗಾಯ್ತು, ಎಲ್ಲಿ – ಅಂತೆಲ್ಲಾ ಅವರಿಗೆ ಹೊಸದಾಗಿ ವಿವರಿಸಬೇಕಿತ್ತು. ಹೊಸದಾಗಿ ಬಂದ ಪ್ರತಿಯೊಬ್ಬರ ಮುಂದೂ ಅಮ್ಮ ಅಳಬೇಕಿತ್ತು. ಏಳನೆ ದಿನಕ್ಕೆಲ್ಲಾ ನನಗೆ ಸಾಕು ಸಾಕಾಗಿತ್ತು. ಬದುಕು ಯಾವಾಗ ಮತ್ತೆ ಮಾಮೂಲಿ ಸ್ಥಿತಿಗೆ ಬರುತ್ತದೋ ಎಂದು ಹಪಹಪಿಸುವಂತಾಗಿತ್ತು.

ಒಂದು ದಿನ ಹೊಸಪೇಟೆಯಿಂದ ಮೂವರು ಹೆಂಗಸರು ಅಮ್ಮನನ್ನು ಮಾತನಾಡಿಸಲು ಬಂದರು. ಮೂವರೂ ಅಮ್ಮನಿಗೆ ಚಿರಪರಿಚಿತರೇ ಆದರೂ ವೈದೇಹಿ ಮಾತ್ರ ಇತ್ತೀಚೆಗೆ ಬಹಳ ಸುದ್ದಿಯಲ್ಲಿದ್ದಾಕೆ. ಗಂಡನ ದಿನಸಿ ಅಂಗಡಿಯಲ್ಲಿ ಕೂತು ವ್ಯಾಪಾರ ಮಾಡುತ್ತಿದ್ದ ವೈದೇಹಿ, ದಿನಾ ಪಿಗ್ಮಿ ಎತ್ತಲು ಬರುತ್ತಿದ್ದ ಮಲೆಯಾಳಿ ಹುಡುಗನೊಂದಿಗೆ ಪ್ರೀತಿ ಮೂಡಿ ತಿಂಗಳ ಕೆಳಗೆ ಓಡಿ ಹೋಗಿದ್ದಳು. "ವೈದೇಹಿ ಏನಾದಳು?" ಎಂದವಳ ಗಂಡ ಹಲುಬಿದ್ದ. ಆದ್ದರಿಂದ ಮನೆಯಲ್ಲಿದ್ದವರೆಲ್ಲಾ ವೈದೇಹಿಯೆಡೆ ಕುತೂಹಲದಿಂದ ನೋಡುತ್ತಿದ್ದರು.

ಯಥಾಪ್ರಕಾರ ಅಮ್ಮನ ಅಳು, ಅವರ ಸಮಾಧಾನ, ನನ್ನಿಂದ ಸಾವಿನ ವಿವರಗಳು ಮುಗಿದವು. ಆಗ ವೈದೇಹಿ "ಕೈ ಕಾಲು ತೊಳ್ಕೋಬೇಕು" ಎಂದು ಹಿತ್ತಲಿಗೆ ಹೋದಳು. ಆಕೆ ಹಿತ್ತಲ ಬಾಗಿಲಿಂದ ಮರೆಯಾಗಿದ್ದೆ, ಅಮ್ಮ ಮೆತ್ತಗೆ "ಯಾವಾಗ ವಾಪಾಸು ಬಂದ್ಲು ಈಕಿ?" ಎಂದು ಉಳಿದಿಬ್ಬರನ್ನು ಕೇಳಿದಳು. ಅವರಿಬ್ಬರೂ ಅಷ್ಟೇ ಮೆತ್ತನೆಯ ಸ್ವರದಲ್ಲಿ "ಹೋದ ವಾರ" ಎಂದರು. "ಆಕಿ ಗಂಡ ಒಪ್ಪಿಗೊಂಡನೇನು?" ಎಂದು ಅಮ್ಮ ಮತ್ತೆ ಕೆದಕಿದಳು. "ಹೆಣ್ಣಿಗ ಸೂಳೆಮಗ, ಒಪ್ಪಿಗೊಂಡ. ಊಟ-ತಿಂಡಿಗೆ ಕಷ್ಟ ಆಗ್ತಾ ಅದೆ. ಅಂಗಡಿ ನೋಡಿಕೊಳ್ಳೋರೂ ಯಾರೂ ಇಲ್ಲ ಅಂತಂದ. 'ನಂದೇನೂ ತಪ್ಪಿಲ್ಲ, ಆ ಮಲೆಯಾಳಿ ಮುಂಡೆಮಗ ಮಾಟ ಮಾಡಿಸಿದ್ದಕ್ಕೆ ಹಂಗೆ ಓಡಿ ಹೋಗಿದ್ದು' ಅಂತ ಈಕಿನೂ ಒಪ್ಪಿಸಿದ್ಲಂತೆ" ಎಂದರು. ಅಷ್ಟರಲ್ಲಿ ಬೇರೆ ಯಾರೋ ಬಳ್ಳಾರಿಯವರು ಮಾತನಾಡಿಸಲು ಬಂದರು. ಮತ್ತೆ ಮನೆ ಅಳು-ಸಮಾಧಾನಗಳಿಂದ ತುಂಬಿ ಹೋಯ್ತು.

ಕಳೆದ ಕೆಲವು ದಿನಗಳಿಂದ ನಡೆದ ಘಟನೆಗಳಿಂದ ಜರ್ಜರಿತನಾಗಿದ್ದ ನನಗೆ, ಅಮ್ಮನ ಆ ಪುಟ್ಟ ಗಾಸಿಪ್ ಕೇಳಿದ್ದೇ ಮುಂದಿನ ದಿನಗಳಲ್ಲಿ ಬದುಕು ಯಾವತ್ತಿನಂತೆ ನಡೆಯುತ್ತೆ ಎಂದನ್ನಿಸಿಬಿಟ್ಟು ಮನಸ್ಸು ನಿರಾಳವಾಯ್ತು. ಅಂತಹ ಧೈರ್ಯ ಕೊಟ್ಟ ಅಮ್ಮನಿಗೆ ಮನಸ್ಸಿನಲ್ಲಿಯೇ ಥ್ಯಾಂಕ್ಸ್ ಹೇಳಿದೆ.

07ನೇ ಮಾರ್ಚ್ 2007

ಕೃಷ್ಣ ನಿಜಕ್ಕೂ ಸೀರೆ ಕೊಟ್ಟನೆ?

ಮಹಾಭಾರತದಲ್ಲಿ ದ್ರೌಪದಿ ವಸ್ತ್ರಾಪಹರಣ ಅತ್ಯಂತ ಜನಪ್ರಿಯ ಪ್ರಸಂಗ. ದುಶ್ಯಾಸನನು ದ್ರೌಪದಿಯ ಸೀರೆ ಎಳೆಯುವಾಗ, ಅವಳು ಕೃಷ್ಣನನ್ನು ಮೊರೆಯಿಡಲು, ಶ್ರೀ ಕೃಷ್ಣ ಅವಳಿಗೆ ಅಕ್ಷಯವಸ್ತ್ರವನ್ನಿತ್ತ ಸನ್ನಿವೇಶ ಅತ್ಯಂತ ರೋಚಕವಾದ ಕಥಾಭಾಗವಾಗಿದೆ. "ಬಾಲೆ ಸೀರೆಯ ಸಭೆಯಲಿ ಸೆಳೆವಾಗ ಕೃಷ್ಣ ಎಂಬ ನಿನ್ನ ನಾಮವೆ ಕಾಯ್ತೋ..." ಎಂದು ದಾಸರೂ ಈ ಸನ್ನಿವೇಶವನ್ನು ತಮ್ಮ ಸಾಕಷ್ಟು ಕೀರ್ತನೆಗಳಲ್ಲಿ ಮತ್ತೆ ಮತ್ತೆ ಕೊಂಡಾಡಿದ್ದಾರೆ.

ಆದರೆ ವಿವರವಾಗಿ ವ್ಯಾಸಭಾರತವನ್ನು ಅಭ್ಯಾಸ ಮಾಡಿದಾಗ ದ್ರೌಪದಿ ವಸ್ತ್ರಾಪಹರಣ ಮೂಲ ಮಹಾಭಾರತದ ಘಟನೆಯೆಂತಲೂ, ಕೃಷ್ಣ ಅಕ್ಷಯವಸ್ತ್ರ ಕೊಡುವ ಸನ್ನಿವೇಶ ಮಾತ್ರ ಯಾರೋ ನಂತರದಲ್ಲಿ ಧಿಡೀರನೆ ಸೇರಿಸಿದ ಸಂಗತಿಯೆಂತಲೂ ಅನ್ನಿಸುತ್ತದೆ. ಸಭಾಪರ್ವದ 90ನೆಯ ಅಧ್ಯಾಯದಲ್ಲಿ ಬರುವ ಈ ಸನ್ನಿವೇಶ ಕೇವಲ ಒಂದು ಪುಟದಷ್ಟಿದೆಯೆಂದರೆ ನಿಮಗೆ ಅಚ್ಚರಿಯಾಗಬಹುದು. ಆದರೆ ದ್ರೌಪದಿ ವಸ್ತ್ರಾಪಹರಣದ ಸನ್ನಿವೇಶ ಸುಮಾರು 35 ಪುಟಗಳಲ್ಲಿ ವರ್ಣಿತವಾಗಿದೆ. ಪ್ರತಿಯೊಂದು ಸನ್ನಿವೇಶವನ್ನೂ ಅತ್ಯಂತ ವಿವರವಾಗಿ ಸಂಯಮದಿಂದ ಹೇಳುತ್ತಾ ಹೋಗುವ ವ್ಯಾಸರು, ಕೃಷ್ಣ ಸೀರೆ ಕೊಡುವ ಮಹತ್ವದ

ಸಂಗತಿಯನ್ನು ಮಾತ್ರ ಒಂದು ಪುಟದಲ್ಲಿ ಹೇಳುವ ಅವಸರವನ್ನೇಕೆ ತೋರಿದರು? ಎಂದು ಸಂಶಯವಾಗುತ್ತದೆ.

ಕೃಷ್ಣನನ್ನು ದ್ರೌಪದಿ ಪ್ರಾರ್ಥಿಸುವದಕ್ಕೆ ಅವರಿಬ್ಬರ ಮಧ್ಯದಲ್ಲಿ ನಿಜಕ್ಕೂ ಸಹೋದರ-ಸಹೋದರಿ ಸ್ನೇಹ ಭಾವ ಮೂಡಿತ್ತೇ ಎಂದು ಮೊದಲು ನೋಡೋಣ. ಶ್ರೀಕೃಷ್ಣ ಮಹಾಭಾರತದ ನಾಯಕನಾದರೂ ಅವನ ಪ್ರವೇಶವಾಗುವುದು ಸಭಾಪರ್ವದ 202ರ ಅಧ್ಯಾಯದಲ್ಲಿ. ಅಲ್ಲಿಯವರೆಗೂ ಪಾಂಡವರಿಗೂ ಅವನ ಪರಿಚಯ ಅಷ್ಟಾಗಿ ಇರುವುದು ಕಾಣುವುದಿಲ್ಲ. ಬಲರಾಮನಿಗೆ ಕೃಷ್ಣನೇ ಪಾಂಡವರನ್ನು ತೋರಿಸಿ ಯಾರು ಯಾರೆಂದು ತಿಳಿಸುವ ಸನ್ನಿವೇಶ ದ್ರೌಪದಿ ಸ್ವಯಂವರದಲ್ಲಿ ಬಂದಿದೆ. ದ್ರೌಪದಿಗಂತೂ ಮದುವೆಯ ಮುಂಚೆ ಯಾದವರ ಪರಿಚಯವಿರುವ ಯಾವ ವಿವರಗಳೂ ಮಹಾಭಾರತದಲ್ಲಿ ಕಾಣುವದಿಲ್ಲ. ಮದುವೆಯ ನಂತರವೇ ಅವಳು ಶ್ರೀಕೃಷ್ಣನನ್ನು ಭೇಟಿಯಾಗುತ್ತಾಳೆ. ಕೆಲವೇ ವರ್ಷಗಳಲ್ಲಿ ಶ್ರೀಕೃಷ್ಣ ಅವಳಿಗೆ ಸವತಿಯಾಗಿ ತನ್ನ ತಂಗಿ ಸುಭದ್ರೆಯನ್ನು ತರುತ್ತಾನೆ. ಅದೂ ದ್ರೌಪದಿ ಅತ್ಯಂತ ಪ್ರೀತಿಸುವ ಮಧ್ಯಮ ಪಾಂಡವನಾದ ಅರ್ಜುನನಿಗೆ ಹತ್ತಾರು ಹೆಣ್ಣುಗಳ ಅಮಲನ್ನು ಹತ್ತಿಸುವದರ ಮೂಲಕ! ಸವತಿಯನ್ನು ತಂದ ವ್ಯಕ್ತಿಯನ್ನು ಯಾವ ಹೆಣ್ಣು ತಾನೆ ಅಷ್ಟೊಂದು ಸುಲಭವಾಗಿ ಅಣ್ಣನೆಂದು ಒಪ್ಪಿಕೊಂಡಾಳು? ಹೀಗೆ ಸವತಿಯಾಗಿ ಬಂದ ಸುಭದ್ರೆ, ದ್ರೌಪದಿಗಿಂತಲೂ ಮುಂಚೆಯೇ ಬಸಿರಾಗಿ ಅಭಿಮನ್ಯುವನ್ನು ಪಡೆಯುತ್ತಾಳೆ. ಅನಂತರವೇ ದ್ರೌಪದಿಗೆ ಐದು ಜನ ಮಕ್ಕಳು ಹುಟ್ಟುತ್ತಾರೆ. ಮಹಾಭಾರತದುದ್ದಕ್ಕೂ ಈ ಉಪಪಾಂಡವರಿಗೆ ಅಂತಹ ಮಹತ್ವ ಸಿಕ್ಕಂತೆ ಕಾಣುವದಿಲ್ಲ. ಅದಕ್ಕೆ ಬದಲಾಗಿ ಅಭಿಮನ್ಯುವಿನ ಪರಾಕ್ರಮವೇ ವಿಜೃಂಭಿಸಿದೆ. ಉಪಪಾಂಡವರ ಕತೆಯೇನಿದ್ದರೂ ಮುಂದೆ ಅಶ್ವತ್ಥಾಮನಿಂದ ಹತ್ಯೆಗೊಳಗಾಗುವುದು ಮಾತ್ರ. ಅಭಿಮನ್ಯು ಮಹಾಭಾರತದಲ್ಲಿ ಹೆಚ್ಚಿನ ಮಹತ್ವವನ್ನು ಪಡೆಯುವದಕ್ಕೆ ಶ್ರೀಕೃಷ್ಣನೂ ಕಾರಣವೆನ್ನಿಸುತ್ತದೆ. ಒಟ್ಟಾರೆ ಕೃಷ್ಣನನ್ನು ದ್ರೌಪದಿಯು ದೈವಾಂಶಸಂಭೂತನಾಗಿ ಕಾಣುವಂತೆ ಮಾಡುವ ಅಥವಾ ಸಹೋದರನಂತೆ ಭಾವಿಸುವಂತೆ ಪ್ರೇರೇಪಿಸುವ ಯಾವ ಘಟನೆಗಳೂ ಕಾಣಿಸುವದಿಲ್ಲ.

ಶಿಶುಪಾಲ ವಧೆಯನ್ನು ದ್ರೌಪದಿ ಕಣ್ಣಾರೆ ಕಂಡಿರುತ್ತಾಳಾದರೂ, ಅದು ಕೃಷ್ಣನ ಬಗ್ಗೆ ಗೌರವ ತರುವ ಸನ್ನಿವೇಶವೇನೂ ಅಲ್ಲ. ಶಿಶುಪಾಲ ಯುದ್ಧ ಬಾರದ ಬಾಲಕ. ವಯಸ್ಸಿನಲ್ಲಿ ಕೃಷ್ಣನಿಗಿಂತಾ ತುಂಬಾ ಚಿಕ್ಕವನು. ತನ್ನ ಯೌವನದ ಬಿಸಿ ರಕ್ತದಿಂದಾಗಿ ಕೃಷ್ಣನಿಗೆ ಪಾಂಡವರು ಪ್ರಥಮ ಅರ್ಘ್ಯ ಕೊಟ್ಟಿದ್ದನ್ನು ವಿರೋಧಿಸಿದ ಎಂಬುದಷ್ಟೇ ಅವನ ತಪ್ಪಾಗಿತ್ತು. ಅದು ಅವನನ್ನು ಸಂಹರಿಸುವಷ್ಟು ದೊಡ್ಡ ತಪ್ಪಲ್ಲ. ಅನಂತರ ಖಾಂಡವವನ ದಹನ, ಮಯಸಭಾ ನಿರ್ಮಾಣ, ರಾಜಸೂಯ ಯಾಗ,

ಜರಾಸಂಧ ವಧೆ ಮುಂತಾದ ಅಧ್ಯಾಯಗಳಲ್ಲಿ ಶ್ರೀಕೃಷ್ಣನು ಪಾಂಡವರಿಗೆ ನಿಕಟ ಸ್ನೇಹಿತನಾಗಿ, ಅತ್ಯಂತ ಪ್ರೀತಿಯಿಂದ ಅವರು ರಾಜ್ಯ ಕಟ್ಟಿಕೊಳ್ಳಲು ಸಹಾಯ ಮಾಡುತ್ತಾನೆ. ಯಾದವರಿಗೆ ಸ್ವತಃ ರಾಜನಾಗುವ ಅವಕಾಶವಿಲ್ಲದ ಶ್ರೀಕೃಷ್ಣ, ಪಾಂಡವರ ಬಳಿಯಿದ್ದು ಅವರು ರಾಜ್ಯವನ್ನು ಕಟ್ಟಿಕೊಳ್ಳಲು ಶ್ರಮಿಸುವುದು ಅರ್ಥಪೂರ್ಣವಾಗಿದೆ. ಆದರೆ ಎಲ್ಲಿಯೂ ದ್ರೌಪದಿ ಮತ್ತು ಕೃಷ್ಣನ ಒಡನಾಟ ಅಷ್ಟಾಗಿ ನಮಗೆ ಈ ಅಧ್ಯಾಯಗಳಲ್ಲಿ ಕಂಡು ಬರುವದಿಲ್ಲ. ಆದರೆ ಒಮ್ಮೆಲೆ ದ್ಯೂತ ಪರ್ವದಲ್ಲಿ ಪಾಂಡವರು ಸರ್ವಸ್ವವನ್ನು ಸೋತು, ದ್ರೌಪದಿಯನ್ನು ಸಭೆಗೆ ಎಳೆದು ತಂದು ವಸ್ತ್ರಾಪಹರಣ ಮಾಡುವಾಗ ಮಾತ್ರ ದ್ರೌಪದಿ ಶ್ರೀಕೃಷ್ಣನನ್ನು "ನೀನೇ ಗತಿ..." ಎಂದು ಕೂಗುವುದು ಮಾತ್ರ ಅತ್ಯಂತ ಅಸಹಜವೆನ್ನಿಸುತ್ತದೆ.

ಆ ಹೊತ್ತಿನಲ್ಲಿ ರಜಸ್ವಲೆಯಾದ ದ್ರೌಪದಿ ಒಂಟಿ ವಸ್ತ್ರದಲ್ಲಿರುತ್ತಾಳೆ. ವ್ಯಾಸರು 'ಒಂಟಿ ವಸ್ತ್ರ' ಎನ್ನುತ್ತಾರೆಯೇ ಹೊರತು ಸೀರೆಯೆನ್ನುವುದಿಲ್ಲ. ಆ ಕಾಲಕ್ಕೆ ಸೀರೆಯಂತಹ ಉಡುಪು ಇತ್ತೋ ಇಲ್ಲವೋ ತಿಳಿಯುವದಿಲ್ಲ. ಒಂಟಿ ವಸ್ತ್ರವನ್ನು ದ್ರೌಪದಿ ಯಾವ ಬಗೆಯಲ್ಲಿ ಉಡುತ್ತಿದ್ದಳೋ ಗೊತ್ತಿಲ್ಲ. ನಮ್ಮ ಸಿನಿಮಾ, ನಾಟಕಗಳಲ್ಲಿ ದ್ರೌಪದಿ ಸೀರೆಯನ್ನು ಉಟ್ಟಿರುತ್ತಾಳೆ. ಒಂಟಿ ವಸ್ತ್ರದ ಬಗ್ಗೆ ತಲೆ ಕೆಡಿಸಿಕೊಳ್ಳುವದಿಲ್ಲ. ಮೇಲಾಗಿ ದುಶ್ಯಾಸನ ಸೆರಗನ್ನು ಹಿಡಿದು ಎಳೆಯುತ್ತಾನಾದ್ದರಿಂದ, ಮರ್ಯಾದೆಗಂಜಿ ಅವಳಿಗೆ ಕುಪ್ಪಸವನ್ನೂ ತೊಡಿಸಿರುತ್ತೇವೆ.

ಕೃಷ್ಣ ಸೀರೆ ಕೊಟ್ಟ ನಂತರದ ಅಧ್ಯಾಯಗಳಲ್ಲಿ ಅತ್ಯಂತ ಗಲಿಬಿಲಿಗೊಳಿಸುವ ಸನ್ನಿವೇಶಗಳು ಬರುತ್ತವೆ. ನಿಜಕ್ಕೂ ಕೃಷ್ಣ ಸೀರೆ ಕೊಟ್ಟಿದ್ದೇ ಆದರೆ, ಆ ಸನ್ನಿವೇಶ ದ್ರೌಪದಿಯ ವಿಜಯವನ್ನೂ, ಕೌರವರ ಸೋಲನ್ನೂ ಸಾರಿ ಹೇಳುವಂತಾಗಬೇಕು. ಪಾಂಡವರು ಶ್ರೀಕೃಷ್ಣನ ಪವಾಡವನ್ನು ಹೊಗಳುವುದೂ, ಕೌರವರು ಅವಮಾನದಿಂದ ಕುದಿಯುವುದು ಆಗಬೇಕು. ಆದರೆ ಮುಂದಿನ ಅಧ್ಯಾಯಗಳಲ್ಲಿ ಅಂತಹದೇನೂ ಕಂಡು ಬರುವದಿಲ್ಲ. ಅದಕ್ಕೆ ಬದಲಾಗಿ ದುರ್ಯೋಧನ ತನ್ನ ಧೋತ್ರವನ್ನು ಸರಿಸಿ, ಬೆತ್ತಲೆ ತೊಡೆಯನ್ನು ತಟ್ಟಿ ದ್ರೌಪದಿಗೆ ತೋರಿಸಿ ನಕ್ಕು, ಅಲ್ಲಿ ಬಂದು ಕುಳಿತುಕೊಳ್ಳೆಂದು ಅವಳಿಗೆ ಪೋಲಿ ಸಂಜ್ಞೆಯನ್ನು ಮಾಡುತ್ತಾನೆ (ವ್ಯಾಸರ ಬರವಣಿಗೆಯ ಸಂಯಮ ಎಷ್ಟೆಂದರೆ ಅಂತಹ ಸಂದರ್ಭದಲ್ಲಿಯೂ ದುರ್ಯೋಧನನ ಆ ಎಡತೊಡೆ ಗಾತ್ರದಲ್ಲಿ ಬಾಳೆ ಕಂಬಕ್ಕೂ, ಆನೆಯ ಸೊಂಡಿಲಿಗೂ ಸಮಾನವಾಗಿತ್ತಲ್ಲದೆ ವಜ್ರದಂತೆ ದೃಢವಾಗಿ ಇತ್ತೆಂದು ವರ್ಣಿಸುತ್ತಾರೆ!). ಭೀಷ್ಮ-ದ್ರೋಣರು ದ್ರೌಪದಿ ಕೇಳಿದ ಧರ್ಮಸೂಕ್ಷ್ಮದ ಪ್ರಶ್ನೆಯನ್ನೇ ಮತ್ತೆ ಮತ್ತೆ ಮೆಲುಕು ಹಾಕುತ್ತಾರೆ. ಭೀಮ ಸಿಟ್ಟಿನಿಂದ ದುರ್ಯೋಧನನ ತೊಡೆ ಮುರಿಯುವ ಪ್ರತಿಜ್ಞೆಯನ್ನು ಮಾಡುತ್ತಾನೆ. ಅರ್ಜುನ ಕರ್ಣನನ್ನೂ, ಸಹದೇವ ಶಕುನಿಯನ್ನೂ, ನಕುಲ ಶಕುನಿಪುತ್ರನಾದ

ಉಲೂಕನನ್ನೂ ಕೊಲ್ಲುವದಾಗಿ ಪ್ರತಿಜ್ಞೆ ಮಾಡುತ್ತಾರೆ. ಯುದಿಷ್ಠಿರ ಅಂತಹ ಯಾವುದೇ ಪ್ರತಿಜ್ಞೆಯ ಉಸಾಬರಿಗೆ ಹೋಗುವದಿಲ್ಲ. ಕೊನೆಗೆ ಗಾಂಧಾರಿ ಮತ್ತು ವಿಧುರರು ಬುದ್ಧಿ ಹೇಳಿದ ಮೇಲೆ ಧೃತರಾಷ್ಟ್ರ ಎಚ್ಚೆತ್ತುಕೊಂಡು ದ್ರೌಪದಿಗೆ ಮೂರು ವರಗಳನ್ನು ದಯಪಾಲಿಸುತ್ತಾನೆ. ದ್ರೌಪದಿ ಎರಡು ವರಗಳನ್ನು ಪಡೆದುಕೊಂಡು, ಮೂರನೆಯದನ್ನು ಕ್ಷತ್ರಿಯಾಭಿಮಾನದಿಂದ ನಿರಾಕರಿಸುತ್ತಾಳೆ.

ವಿಶೇಷವೆಂದರೆ ಮುಂದಿನ ಅಧ್ಯಾಯದಲ್ಲಿ ಮತ್ತೆ ದ್ರೌಪದಿ ಒಂಟಿವಸ್ತ್ರದಲ್ಲಿಯೇ (ಅದೂ ರಕ್ತದ ಕಲೆಯಿರುವ ವಸ್ತ್ರ) ಇರುವ ವಿವರಗಳು ಬರುತ್ತವೆ. ವನವಾಸಕ್ಕೆ ಹೋಗಲು ಸಿದ್ಧಳಾದಾಗ ಅವಳು ಯಥಾಪ್ರಕಾರ ಒಂಟಿ ದುಕೂಲವನ್ನುಟ್ಟುಕೊಂಡ ರಜಸ್ವಲೆಯೆಂದೇ ವ್ಯಾಸರು ತಿಳಿಸುತ್ತಾರೆ. ಶ್ರೀ ಕೃಷ್ಣ ಕೊಟ್ಟ ಅಕ್ಷಯವಸ್ತ್ರ ಏನಾಯಿತೆಂಬ ಅನುಮಾನ ಮೂಡುತ್ತದೆ. ಮುಂದಿನ ಪರ್ವಗಳಲ್ಲಿ ಕೃಷ್ಣನ ಈ ಅಕ್ಷಯವಸ್ತ್ರ ಪವಾಡದ ಬಗ್ಗೆ ಚಕಾರವಿಲ್ಲ. ಆದರೆ ಅಂತಹ ಘಟನೆ ನಡೆದಿರುವುದೇ ಸುಳ್ಳೆನ್ನಿಸುವಂತಹ ಕೆಲವು ಸನ್ನಿವೇಶಗಳು ನಮಗೆ ಸಿಗುತ್ತವೆ.

ವನಪರ್ವದ 12ನೆಯ ಅಧ್ಯಾಯದಲ್ಲಿ ಶ್ರೀಕೃಷ್ಣನು ಪಾಂಡವರನ್ನು ಭೇಟಿಯಾಗಲು ಕಾಮ್ಯಕವನಕ್ಕೆ ಬರುತ್ತಾನೆ. ಆಗ ಅವನ ಬಳಿ ದ್ರೌಪದಿ ಅತ್ಯಂತ ದುಃಖದಲ್ಲಿ ಈ ರೀತಿ ಹೇಳುತ್ತಾಳೆ. "........ ಓ ಮಧುಸೂದನ! ಹೆಚ್ಚೇಕೆ? ನನ್ನ ಪಾಲಿಗೆ ಈಗ ಪತಿಗಳಿಲ್ಲ! ಪುತ್ರರಿಲ್ಲ! ಬಂಧುಗಳಿಲ್ಲ! ಸಹೋದರರಿಲ್ಲ! ಪಿತನಿಲ್ಲ! ಕೊನೆಗೆ ನೀನೂ ನನ್ನ ಪಾಲಿಗಿಲ್ಲ! ಅಂತಹ ಅಲ್ಪಜನರಿಂದ ನನಗುಂಟಾದ ದುಃಖಗಳನ್ನು ನೋಡಿಯೂ, ನೀವೆಲ್ಲರೂ ಅಲಕ್ಷ್ಯ ಮಾಡಿದಿರಿ! ಆಗ ಕರ್ಣನು ನನ್ನನ್ನು ನೋಡಿ ನಕ್ಕುದರಿಂದುಂಟಾದ ದುಃಖವು ನನಗಿನ್ನೂ ಆರಲಿಲ್ಲ! ......"

ಅದಕ್ಕೆ ಪ್ರತಿಯಾಗಿ ಶ್ರೀಕೃಷ್ಣನು ದ್ಯೂತ ಸಮಯದಲ್ಲಿ ತಾನು ದ್ವಾರಕೆಯಲ್ಲಿಲ್ಲದ್ದರಿಂದ ತನಗೆ ಅವರ ಕಷ್ಟಕ್ಕೆ ಒದಗಿ ಬರಲು ಆಗಲಿಲ್ಲವೆಂದು ಪೇಚಾಡುತ್ತಾನೆ. ಜೊತೆಗೆ ತಾನು ಅದೇ ಹೊತ್ತಿನಲ್ಲಿ ಸೌಭವೆಂಬ ನಗರವನ್ನು ನಾಶಮಾಡಲು ಹೋಗಿದ್ದೆನೆಂದೂ, ಶಿಶುಪಾಲನ ಅಣ್ಣನಾದ ಸಾಲ್ವನನ್ನು ಸಂಹರಿಸಿದೆನೆಂದೂ ವಿವರಿಸುತ್ತಾನೆ. ದ್ರೌಪದಿಗೆ ಅವಮಾನ ಮಾಡಿದವರ ಪತ್ನಿಯರೆಲ್ಲರೂ ಅತಿ ಶೀಘ್ರದಲ್ಲಿ ಅವರ ಪತಿಗಳ ಹೆಣಗಳನ್ನು ನೋಡಿ ಅಳುವ ಸಂದರ್ಭ ಬರುತ್ತದೆಂದೂ ಸಮಾಧಾನ ಪಡಿಸುತ್ತಾನೆ.

ದ್ರುಪದನ ಮಗಳಾದರೂ ದ್ರೌಪದಿಗೆ ಅವಮಾನಗಳು ಅಲ್ಲಿಗೇ ನಿಲ್ಲುವದಿಲ್ಲ. ಐದು ಮಕ್ಕಳ ತಾಯಿಯಾದ ಇವಳ ಚೆಲುವಿಗೆ ಅವಳ ವಯಸ್ಸಿಗಿಂತಲೂ ಕಿರಿಯ ಗಂಡಸರೂ ಆಸೆ ಪಟ್ಟು ಅವಳನ್ನು ತನ್ನವಳಾಗಿ ಮಾಡಿಕೊಳ್ಳಲು ಹಾತೊರೆಯುವ ಸಂಗತಿಗಳು ವಿಚಿತ್ರವೆನ್ನಿಸುತ್ತವೆ. ಕೃಷ್ಣವರ್ಣದ ಅವಳ ಅನುಪಮ ಚೆಲುವಿನ

ಬಗ್ಗೆ ವಿಶೇಷ ಕುತೂಹಲವನ್ನೂ ಮೂಡಿಸುತ್ತವೆ. ಸಿಂಧುರಾಜ (ಜಯದ್ರಥ) ಮತ್ತು ಕೀಚಕ – ಇಬ್ಬರೂ ದ್ರೌಪದಿಯ ಅಪ್ರತಿಮ ಚೆಲುವಿಗೆ ಬಾಯಿಬಾಯಿ ಬಿಡುತ್ತಾರೆ. ಇಷ್ಟವಾದ ಹೆಣ್ಣು ಯಾರೇ ಆಗಿರಲಿ – ತಾಯಿ, ತಂಗಿ, ಅತ್ತಿಗೆ – ಅವರನ್ನು ಸೇರುವುದು ಪುರುಷ ಧರ್ಮ ಎಂದು ಬಾಯಿ ಬಿಟ್ಟು ಹೇಳುವ ಕಾಮಾಂಧರಿವರು. ಜಯದ್ರಥ ಅವಳ ಸೆರಗನ್ನು ಹಿಡಿದೆಳೆದು ತನ್ನ ರಥದಲ್ಲಿ ಕಟ್ಟಿ ಹಾಕಿ ಒಯ್ಯುತ್ತಿರುವಾಗ ಅರ್ಜುನ ಮತ್ತು ಭೀಮ ಅವಳನ್ನು ರಕ್ಷಿಸುತ್ತಾರೆ. ಭೀಮನು ಜಯದ್ರಥನ ತಲೆ ಬೋಳಿಸಿ ಅವಮಾನ ಮಾಡುತ್ತಾನೆ. ಆದರೆ ದ್ರೌಪದಿ ಅವನನ್ನು ಕೊಲ್ಲಬೇಡವೆಂದು ಹೇಳಿ, ಕ್ಷಮಿಸುತ್ತಾಳೆ.

ಕೀಚಕ ವಧೆಯ ವೃತ್ತಾಂತವು ವಿರಾಟ ಪರ್ವದಲ್ಲಿ ವಿವರವಾಗಿ ಚಿತ್ರಿತವಾಗಿದೆ. ಸೈರಂಧ್ರಿಯಾಗಿ ಸುದೇಷ್ಣೆಯ ಬಳಿ ದಾಸಿಯಾಗಿ ಕೆಲಸ ಮಾಡುತ್ತಿರುವ ದ್ರೌಪದಿಯನ್ನು ನೋಡಿ ಕೀಚಕ ತನ್ನ ಕಾಮದಾಹವನ್ನು ಅದಮಿಟ್ಟುಕೊಳ್ಳಲಾರದಾಗುತ್ತಾನೆ. ತನ್ನ ರಾಜ್ಯವನ್ನೇ ಅವಳ ಕಾಲ ಬುಡದಲ್ಲಿ ಚೆಲ್ಲಿ ಅವಳನ್ನು ಕೂಡಲು ಪ್ರಯತ್ನಿಸುತ್ತಾನೆ. ಒಪ್ಪದಿದ್ದ ಅವಳ ಕೂದಲನ್ನು ಹಿಡಿದು ಎಳೆದುಕೊಂಡು ವಿರಾಟನ ಸಭೆಗೆ ಬರುತ್ತಾನೆ. ಅವಳು ವಿರಾಟನ ಮುಂದೆ ಧರ್ಮಸೂಕ್ಷ್ಮದ ಮಾತನ್ನು ಎತ್ತಿದಾಗ, ಕೀಚಕನ ಕೀಲುಗೊಂಬೆಯಾದ ವಿರಾಟ ಯಾವ ಉತ್ತರವನ್ನೂ ಕೊಡುವದಿಲ್ಲ. ತಮಾಷೆಯೆಂದರೆ ವಿರಾಟನೇ ದ್ರೌಪದಿಯ ರೂಪಕ್ಕೆ ಆಸೆ ಪಟ್ಟು ಅವಳನ್ನು ಅನುಭವಿಸಲು ಒದ್ದಾಡಿರುತ್ತಾನಾದರೂ, ಪುಕ್ಕಲುತನದ ಅವನನ್ನು ಸುದೇಷ್ಣೆ ಹೆದರಿಸಿ ಅಂಕೆಯಲ್ಲಿಟ್ಟುಕೊಂಡಿರುತ್ತಾಳೆ.

ಅಂತಹ ವಿರಾಟನ ಸಭೆಯಲ್ಲಿ ಕೀಚಕ ಅವಳನ್ನು ನೆಲಕ್ಕೆ ಕೆಡವಿ, ಕಾಲಿಂದ ಅವಳ ಮುಖಕ್ಕೆ ರಕ್ತ ಬರುವಂತೆ ಒದೆಯುತ್ತಾನೆ. ದ್ರೌಪದಿ ಅಳುವುದು ಬಿಟ್ಟರೆ ಬೇರೇನೂ ಮಾಡಲು ಸಾಧ್ಯವಿಲ್ಲದಂಥ ಹೊತ್ತದು. ಬೇರೆ ವೇಷದಲ್ಲಿದ್ದ ಭೀಮನಿಗೆ ಸಂಕೇತದ ಮಾತುಗಳ ಮೂಲಕ ರಕ್ಷಿಸೆಂದು ಬೇಡಿಕೊಳ್ಳುತ್ತಾಳೆ. ಭೀಮ ಸಿಟ್ಟಿಗೆದ್ದು ಹತ್ತಿರದಲ್ಲಿದ್ದ ಮರವನ್ನು (ರಾಜಸಭೆಯಲ್ಲಿ ಮರವಿತ್ತು ಎನ್ನುವುದು ವಿಶೇಷವಲ್ಲವೆ?) ಕಿತ್ತಲು ಸಿದ್ಧವಾಗುತ್ತಾನಾದರೂ ಯುದಿಷ್ಠರ ಅವನನ್ನು ಕಣ್ಸನ್ನೆಯಿಂದಲೇ ತಡೆಯುತ್ತಾನೆ. ಕೊನೆಗೆ ಅವಳು ಸದ್ಯಕ್ಕೆ ಮನೆಗೆ ಹೋಗುವದಕ್ಕೆ ಸಭೆ ಅಪ್ಪಣೆ ಕೊಡುತ್ತದೆ.

ಆ ರಾತ್ರಿ ಭೀಮನನ್ನು ಭೇಟಿಯಾಗಿ, ಅಂಗಲಾಚಿ ಬೇಡಿಕೊಳ್ಳುವ ದ್ರೌಪದಿ ಕೀಚಕನ ಸಂಹಾರಕ್ಕೆ ಭೀಮನನ್ನು ಸಿದ್ಧಗೊಳಿಸುತ್ತಾಳೆ. ಭೀಮ ಉಪಾಯದಿಂದ ಕೀಚಕನನ್ನು ಸಂಹರಿಸುತ್ತಾನೆ. ಆದರೆ ಅಲ್ಲಿಗೇ ದ್ರೌಪದಿಯ ಅವಮಾನ ನಿಲ್ಲುವದಿಲ್ಲ. ಕೀಚಕನ ಸಹೋದರರು ಅವಳ ಮೇಲೆ ಕೋಪಗೊಂಡು ಅವಳನ್ನು ಕೀಚಕನ ಹೆಣಕ್ಕೆ ಬಿಗಿದು ಜೀವಂತ ಸುಡಲು ಪ್ರಯತ್ನಿಸುತ್ತಾರೆ. ಶವನನ್ನು ಸ್ಮಶಾನಕ್ಕೆ ಒಯ್ಯುವಾಗ

ಅಸಹಾಯಕತೆಯಿಂದ ದ್ರೌಪದಿ ಒಂದೇ ಸಮನೆ ಕಿರುಚುತ್ತಿರುತ್ತಾಳೆ. ಮತ್ತೊಮ್ಮೆ ಭೀಮ ಅವಳ ಸಹಾಯಕ್ಕೆ ಬರುತ್ತಾನೆ.

ಮೇಲಿನ ಎರಡೂ ಘಟನೆಗಳಲ್ಲಿ ವಿಶೇಷವಾಗಿ ನಾವು ಗಮನಿಸಬೇಕಾದ್ದೇನೆಂದರೆ ಎಲ್ಲಿಯೂ ದ್ರೌಪದಿ ಕೃಷ್ಣನನ್ನು ನೆನೆಯದಿರುವುದು. ಹಾಗೆ ನೋಡಿದರೆ ಕೀಚಕನಿಂದಾದ ಅವಮಾನ ದುಶ್ಯಾಸನ ಮಾಡಿದ ಅವಮಾನಕ್ಕಿಂತಲೂ ಕಡಿಮೆಯಾದದ್ದೇನಲ್ಲ. ದುಶ್ಯಾಸನ ಅವಮಾನ ಮಾಡುವಾಗ ಅವಳು ಪಾಂಡವ ಪತ್ನಿಯೆಂಬ ಅರಿವಾದರೂ ಎಲ್ಲರಿಗಿತ್ತು. ಆದರೆ ವಿರಾಟನ ಸಭೆಯಲ್ಲಿ ಅವಳು ದಾಸಿ. ಗಂಡಂದಿರನ್ನು 'ಸಹಾಯ ಮಾಡಿ' ಎಂದು ಕೇಳುವ ಹಾಗಿಲ್ಲದ ಅಜ್ಞಾತವಾಸ. ಆದರೂ ಅಲ್ಲಿ ಕೃಷ್ಣನ ನೆನಪು ಅವಳಿಗೆ ಬರುವದಿಲ್ಲ.

'ಮಿಥ್' ಅನ್ನು ಧಿಕ್ಕರಿಸಿ, ವಾಸ್ತವದ ನೆಲೆಯಲ್ಲಿ ಬರೆದ ಎಸ್. ಎಲ್. ಭೈರಪ್ಪನವರ 'ಪರ್ವ' ಕಾದಂಬರಿಯಲ್ಲಿಯೂ ದ್ರೌಪದೀ ವಸ್ತ್ರಾಪಹರಣದ ಸನ್ನಿವೇಶದಲ್ಲಿ ಕೃಷ್ಣನ ಪ್ರಸ್ತಾಪ ಬರುತ್ತದೆ. ಅಕ್ಷಯ ವಸ್ತ್ರವನ್ನು ಕೊಡುವ ನಾಟಕೀಯ ರೂಪದಲ್ಲಲ್ಲ. ಅದಕ್ಕೆ ಬದಲಾಗಿ ದ್ರೌಪದಿಯೇ ಕೃಷ್ಣನ ಹೆಸರಿನಲ್ಲಿ ಅವರನ್ನು ಹೆದರಿಸುತ್ತಾಳೆ. ತನ್ನ ಸಹಾಯಕ್ಕೆ ಶ್ರೀಕೃಷ್ಣ ಯಾದವ ಸೈನ್ಯವನ್ನು ತಂದು ಕೌರವರನ್ನು ನಾಶ ಮಾಡುತ್ತಾನೆಂದು ಬೆದರಿಸುತ್ತಾಳೆ. ಅದಕ್ಕೆ ಕೌರವರು ಅಂಜಿ ಸುಮ್ಮನಾಗುತ್ತಾರೆ ಎಂದು ಭೈರಪ್ಪನವರು ಕಲ್ಪಿಸುತ್ತಾರೆ. ಯಾಕೋ ಆ ಕಲ್ಪನೆಯೂ ನನ್ನ ಮನಸ್ಸಿಗೆ ಒಪ್ಪಿಗೆಯಾಗಲಿಲ್ಲ. ಕೃಷ್ಣನ ಪ್ರಾಣಪ್ರಿಯ ಸ್ನೇಹಿತ ಅರ್ಜುನನನ್ನೇ ದ್ಯೂತದಲ್ಲಿ ಸೋಲಿಸಿ ಮೂಲೆಗೆ ಕೂಡಿಸಿರುವ ಕೌರವರು, ಉನ್ಮತ್ತರಾಗಿ ದ್ರೌಪದಿಯನ್ನು ಬೆತ್ತಲೆ ನೋಡಬೇಕೆಂಬ ಹುಮ್ಮಸ್ಸಿನಲ್ಲಿರುವ ಹೊತ್ತದು. ಅಂತಹ ಸಂದರ್ಭದಲ್ಲಿ ಅವರು ದ್ರೌಪದಿಯ ಈ ಎಚ್ಚರಿಕೆಗೆ ಹೆದರುತ್ತಾರೆನ್ನುವುದು ನಂಬಲಾಗುವದಿಲ್ಲ. ಕಾಮಾತುರನಾದವನಿಗೆ ಭಯವೆಲ್ಲಿ, ಲಜ್ಜೆಯೆಲ್ಲಿ?

ಈ ಎಲ್ಲಾ ಸಂಗತಿಗಳನ್ನು ಗಮನಿಸಿದಾಗ ಶ್ರೀಕೃಷ್ಣ ಅಕ್ಷಯವಸ್ತ್ರವನ್ನು ಕೊಟ್ಟ ಸಂದರ್ಭ ಮೂಲ ವ್ಯಾಸಭಾರತದಲ್ಲಿ ಇರಲಿಕ್ಕಿಲ್ಲವೆಂದೂ, ಅನಂತರದ ದಿನಗಳಲ್ಲಿ ಶ್ರೀಕೃಷ್ಣನನ್ನು ಪವಾಡ ಪುರುಷನನ್ನಾಗಿಸುವ ಹಪಾಹಪಿಯಲ್ಲಿ ಆ ತುಂಡು ಕತೆಯನ್ನು ಯಾರೋ ಸೇರಿಸಿದ್ದಾರೆಂದು ಭಾವಿಸಬಹುದಾಗಿದೆ. ಆದರೆ ಅದೇ ಮುಂದೆ ಅತ್ಯಂತ ಜನಪ್ರಿಯ ಕತೆಯಾಗಿರುವುದು ಮಾತ್ರ ಪವಾಡವೇ ಸರಿ. ಹಾಗೆ ನೋಡಿದರೆ ಅಂತಹ ಯಾವುದೇ ಪವಾಡಗಳ ಹಂಗಿಲ್ಲದೆಯೂ ಶ್ರೀಕೃಷ್ಣ ಮಹಾಭಾರತದ ನಾಯಕನಾಗಿ ಮಿಂಚುತ್ತಾನೆ. ಅವನ ಜಾಣ್ಮೆ, ಸ್ಪಷ್ಟ ನಿರ್ಧಾರ, ರೂಢಿ ಮುರಿಯುವ ಗುಣ, ಮಾನವೀಯ ಅನುಕಂಪ, ವಿಶಿಷ್ಟವೀರ್ಯ – ಎಲ್ಲವೂ ಅವನ ನಾಯಕತ್ವಕ್ಕೆ ಪೂರಕವಾಗಿಯೇ ಇವೆ. ಆದರೆ ನಾಯಕನನ್ನು

ಪವಾಡ ಪುರುಷನಾಗಿಸುವ ಮನುಷ್ಯರ ತುಡಿತ ಅನಾದಿ ಕಾಲದಿಂದಲೂ ನೀಲಿ ಸುದ್ದಿಗಳನ್ನು ಹರಡುತ್ತಲೇ ಬಂದಿದೆ.

ಇಷ್ಟೆಲ್ಲಾ ಹೇಳಿದ ಮೇಲೂ ಒಂದು ಸಂಗತಿಯನ್ನು ನಾನು ಹೇಳಲೇಬೇಕು. ಊರಲ್ಲಿ ಯಾರೇ ಹರಿಕಥೆ ದಾಸರು ದ್ರೌಪದಿ ವಸ್ತ್ರಾಪಹರಣ ಪ್ರಸಂಗವನ್ನು ಹೇಳಿದರೂ ಕೇಳುತ್ತಿದ್ದವರೆಲ್ಲಾ ಕಣ್ಣೀರು ಹಾಕುತ್ತಿದ್ದರು. ನಮ್ಮಮ್ಮ "ಎಲ್ಲಾ ಹೆಂಗಸರಿಗೂ ಇಂಥಾ ಒಬ್ಬ ಅಣ್ಣ ಇರಬೇಕು ನೋಡವ್ವ" ಎಂದು ತನ್ನ ಗೆಳತಿಯರ ಮುಂದೆ ಸೆರಗಿನಿಂದ ಕಣ್ಣೊರೆಸಿಕೊಳ್ಳುತ್ತಾ ಹೇಳುತ್ತಿದ್ದಳು. ವ್ಯಾಸಭಾರತದ ಅಕ್ಷಯವಸ್ತ್ರ ಪ್ರಕರಣ ಸುಳ್ಳಿರಬಹುದೆಂದು ಹೇಳುವ ಧೈರ್ಯ ನನಗಿದೆಯಾದರೂ, ನನ್ನಮ್ಮನ ಕಣ್ಣೀರನ್ನು ಸುಳ್ಳೆಂದು ಹೇಳುವ ಧೈರ್ಯ ಖಂಡಿತಾ ಇಲ್ಲ. ಅದು ನನ್ನ ಉದ್ದೇಶವೂ ಅಲ್ಲ.

(ನನ್ನ ಈ ಪ್ರಬಂಧವು ಸಂಪೂರ್ಣವಾಗಿ ಪಂಡಿತ ದೇವಶಿಖಾಮಣಿ ಅಳಸಿಂಗರಾಚಾರ್ಯರು ಅನುವಾದಿಸಿದ 'ವ್ಯಾಸ ಮಹರ್ಷಿ ಪ್ರಣೀತ ಶ್ರೀಮಹಾಭಾರತವು' ಪುಸ್ತಕವನ್ನು ಅವಲಂಭಿಸಿದೆ. ನನ್ನ ಈ ಬಗೆಯ ಯೋಚನಾ ಲಹರಿಯು ಇರಾವತಿ ಕರ್ವೆಯವರ 'ಯುಗಾಂತ' ಮತ್ತು ಎಸ್.ಎಲ್. ಭೈರಪ್ಪನವರ 'ಪರ್ವ' ಪುಸ್ತಕಗಳ ಪ್ರಭಾವದಿಂದಾಗಿ ರೂಪಗೊಂಡಿದ್ದೆಂದು ಭಾವಿಸುತ್ತೇನೆ.)

16ನೇ ಸೆಪ್ಟೆಂಬರ್ 2007

ಸಮ್ಮೇಳನ

ಶಿವಮೊಗ್ಗ ಸಾಹಿತ್ಯ ಸಮ್ಮೇಳನದಲ್ಲಿಯೂ ಒಂದು ಮಳಿಗೆ ತೆರೆದಿದ್ದೆ. ಆಗ ಕೇವಲ ನಮ್ಮ ಮಳಿಗೆಯಲ್ಲಿ ಮಾತ್ರ ನಮ್ಮ ಪ್ರಕಟಣೆಗಳು ಸಿಗುತ್ತಿದ್ದವು. ಅಂತಹ ವ್ಯಾಪಾರವೂ ಆಗಿರಲಿಲ್ಲ. ಆದರೆ ಸಮ್ಮೇಳನ ಮುಗಿದ ಮೇಲೆ ಅಲ್ಲಿಯ ಸ್ಥಳೀಯ ಪುಸ್ತಕ ವ್ಯಾಪಾರಿಗಳು ನಮ್ಮ ಪ್ರಕಟಣೆಯ ಸಾವಿರಾರು ಪುಸ್ತಕಗಳನ್ನು ಮಾರಾಟ ಮಾಡಲು ಆ ಪುಟ್ಟ ವ್ಯಾಪಾರ ಸಹಾಯ ಮಾಡಿತ್ತು. ಈ ಬಾರಿ ಉಡುಪಿಯ ಸಮ್ಮೇಳನದಲ್ಲಿ ಹಲವಾರು ಪುಸ್ತಕ ವ್ಯಾಪಾರಿಗಳು ನಮ್ಮ ಪುಸ್ತಕಗಳನ್ನು ಅಂಗಡಿಯಲ್ಲಿ ಇಡಲು ಇಷ್ಟಪಟ್ಟರು. ಆದರೆ ಅವರ ಆಸಕ್ತಿಯಿದ್ದಿದ್ದು ನಮ್ಮ 'ಬೆಸ್ಟ್ ಸೆಲ್ಲರ್' ಗಳ ಮೇಲೆ ಮಾತ್ರ. ನನಗೋ ಪ್ರಕಟಿಸಿದ ಪ್ರತಿಯೊಂದು ಪುಸ್ತಕದ ಮೇಲೂ ತಾಯಿ ಮಮತೆ. ನಾನು ಓದಿ, ಮೆಚ್ಚಿ, ಖುಷಿಯಿಂದ ಪ್ರಕಟಿಸಿದ ಪುಸ್ತಕಗಳವು. ಎಲ್ಲವೂ ಜನರಿಗೆ ಸಿಗಬೇಕೆಂಬ ಉದ್ದೇಶದಿಂದ ನಾನೂ ಮಳಿಗೆಯನ್ನು ತೆರೆಯಲು ನಿರ್ಧರಿಸಿದೆ. ಆದರೆ ಒಬ್ಬನ ಕೈಯಲ್ಲಿಯೇ ಅದು ಸಾಧ್ಯವಾಗದ ಕೆಲಸ. ಉಡುಪಿಯ ಕುಗೋ, ಕುಂದಾಪುರದ ರಮಾನಂದ ಕಾಮತ್ ಮತ್ತು ಮೂಡಬಿದ್ರೆ ಆಳ್ವಾಸ್ ಕಾಲೇಜಿನ ವಿದ್ಯಾರ್ಥಿ ರವೀಂದ್ರ ನಾಯಕ್ ನನಗೆ ಸಹಾಯ ಮಾಡಲು ತುಂಬು ಹೃದಯದಿಂದ ಒಪ್ಪಿಕೊಂಡರು.

ಮಳಿಗೆ ಯಾವ ಜಾಗದಲ್ಲಿ ಸಿಗುತ್ತದೆಂಬುದು ಅತ್ಯಂತ ಮಹತ್ವದ ಸಂಗತಿಯಾಗಿರುತ್ತದೆ. ಜನರು ಸುಳಿದಾಡುವ ಹತ್ತಿರ ಸಿಕ್ಕರೆ ಅಥವಾ ಪ್ರವೇಶ ದ್ವಾರದಲ್ಲಿಯೇ ಸಿಕ್ಕರೆ ಸಾಕಷ್ಟು ಪುಸ್ತಕಗಳು ಮಾರಾಟವಾಗುತ್ತವೆ. ಆದರೆ ನಮಗೆ ಸಿಕ್ಕ ಜಾಗ ಮಾತ್ರ ಪ್ರವೇಶ ದ್ವಾರದಿಂದ ತುಂಬಾ ದೂರದಲ್ಲಿತ್ತು ಮತ್ತು ಸಾರ್ವಜನಿಕ ಮೂತ್ರಾಲಯಕ್ಕೆ ಹೋಗುವ ದಾರಿಯಲ್ಲಿತ್ತು! ಕಾಮತರು ಮಾತ್ರ ಅತ್ಯಂತ ವಿಶ್ವಾಸದಲ್ಲಿ "ಸಮ್ಮೇಳನಕ್ಕೆ ಬಂದವರೆಲ್ಲಾ 'ಅಲ್ಲಿಗೆ' ಬರಲೇ ಬೇಕಲ್ಲವಾ? ಅಂದ ಮೇಲೆ ಪುಸ್ತಕ ವ್ಯಾಪಾರವೂ ಜೋರಾಗಿ ಆಗಬಹುದು" ಎಂಬ ಭರ್ಜರಿ ಉತ್ಸಾಹ ತೋರಿದರು. ಆದರೆ ಅಂತಹದ್ದೇನೂ ಆಗಲಿಲ್ಲ. ಸ್ನಾನ ಮಾಡಿದಂತೆ ಬೆವರಿಳಿಯುವ ಉಡುಪಿಯ ಬಿಸಿಲಿನಲ್ಲಿ ಮೂತ್ರದ ಅವಶ್ಯಕತೆ ಯಾರಿಗೂ ಆಗುತ್ತಿರಲಿಲ್ಲವೇನೋ! ಆದರೆ ಕೆಲವೊಮ್ಮೆ ಗಂಡ–ಹೆಂಡತಿ ಜೊತೆಯಲ್ಲಿ ಆ ಕಡೆಗೆ ಬರುತ್ತಿದ್ದರು. ಹೆಂಡತಿ 'ಅಲ್ಲಿಗೆ' ಹೋದಾಗ ಗಂಡ ಸುಮ್ಮನೆ ನಮ್ಮ ಮಳಿಗೆಯ ಮುಂದೆ ನಿಂತು ಪುಸ್ತಕಗಳನ್ನು ಮುಟ್ಟಿ ಮುಟ್ಟಿ ನೋಡುತ್ತಿದ್ದ. ಹೆಂಡತಿ ಬಂದ ಮೇಲೆ ಗಂಡ 'ಅಲ್ಲಿಗೆ' ಹೋಗುತ್ತಿದ್ದ. ಆಗ ಹೆಂಡತಿ ಪುಸ್ತಕಗಳನ್ನು ಕೈಯಲ್ಲಿ ಹಿಡಿದು ಓದುವ ನಟನೆ ಮಾಡುತ್ತಿದ್ದಳು. ಮೊದಲೇ ಅಲ್ಲಿ ಕೈ ತೊಳೆದುಕೊಳ್ಳಲು ಇದ್ದ ನಲ್ಲಿಗಳ ಬಳಿ ಸಿಕ್ಕಾ ಪಟ್ಟೆ ಕೆಸರಾಗಿದ್ದರಿಂದ ಎಷ್ಟೋ ಜನ ಹಾಗೇ ಬರುತ್ತಿದ್ದುದು ನಮಗೆ ಕಾಣುತ್ತಿತ್ತು. ಇಲ್ಲಿ ಬಂದು ನಮ್ಮ ಪುಸ್ತಕಗಳನ್ನು ಕೈಯಲ್ಲಿ ಹಿಡಿದು ನೋಡುತ್ತಾ ನಿಂತರೆ ನಮಗಾಗುತ್ತಿದ್ದ ಸಂಕಟವನ್ನು ಯಾರ ಮುಂದೆ ಹೇಳಿಕೊಳ್ಳೋಣ?

ಮೊದಲ ಎರಡು ದಿನ ಮಾತ್ರ ಯಾವುದೇ ವ್ಯಾಪಾರವಾಗಲಿಲ್ಲ. ಬಿಸಿಲಲ್ಲಿ ಕುಳಿತಿದ್ದಷ್ಟೇ ಬಂತು. ಲಕ್ಷಾಂತರ ಜನರು ಕಣ್ಣಿಗೆ ಕಾಣುತ್ತಿದ್ದರಾದರೂ ಯಾರೂ ನಮ್ಮ ಮಳಿಗೆಯ ಕಡೆಗೆ ಬರುವ ಉತ್ಸಾಹ ತೋರುತ್ತಿರಲಿಲ್ಲ. ಎರಡನೆಯ ದಿನ ಸಂಜೆಯಾದರೂ ಜನ ಬರಬಹುದೆಂದು ಆಸೆಯಿತ್ತು. ಆದರೆ ಸರಿಯಾಗಿ ಅದೇ ಸಮಯಕ್ಕೆ ನಮ್ಮ ಮಳಿಗೆಗಳ ಕಡೆಯಲ್ಲಿ ವಿದ್ಯುತ್ ಕೈ ಕೊಟ್ಟಿತು. ಸುಮಾರು ಅರ್ಧ ಗಂಟೆಗೂ ಹೆಚ್ಚು ಹೊತ್ತು ಬರೀ ಕತ್ತಲು. ಜನರು ಬರುವದಿರಲಿ, ನಮಗೂ ಯಾವುದು ಯಾವ ಪುಸ್ತಕವೆಂದು ಕಾಣಿಸದಂತಾಯ್ತು. ಆ ಹೊತ್ತಿನಲ್ಲಿ ಅಕ್ಕನ ಫೋನ್ ಬಂತು. ಅವಳ ಬಳಿಯಲ್ಲಾದರೂ ನನ್ನ ಸಮಸ್ಯೆ ಹೇಳಿಕೊಂಡು ಹಗುರಾಗಬಹುದಲ್ಲಾ ಎಂದು ಖುಷಿಯಾಯ್ತು. ನನ್ನ ಪರಿಸ್ಥಿತಿಯನ್ನು ಕೇಳಿ ಸ್ವಲ್ಪಾದರೂ ಅನುಕಂಪ ತೋರುತ್ತಾಳೆಂದರೆ, ಅವಳು ಬೇರೆಯೇ ಧ್ವನಿಯಲ್ಲಿ ಮಾತನಾಡಲಾರಂಭಿಸಿದಳು. "ಉಡುಪಿ ಅಂದ್ರೆ ಕೃಷ್ಣನ ಊರು. ನೀನು ಪೇಪರಿನಾಗೆ ಕೃಷ್ಣನ ಬಗ್ಗೆ ಇಲ್ಲ ಸಲ್ಲದ್ದು ಬರೆದು, ಆತ ಸೀರಿ ಕೊಟ್ಟಿದ್ದೇ ಸುಳ್ಳು ಅಂತ ಹೇಳಿ ಈಗ ಆತನ ಊರಿನಾಗೆ

ವ್ಯಾಪಾರ ಆಗಬೇಕು ಅಂದ್ರೆ ಮಾತು ಕೇಳ್ತಾನೇನು? ಮೊದಲು ಗುಡಿಗೆ ಹೋಗಿ ಹುಂಡಿನಾಗೆ ತಪ್ಪು ಕಾಣಿಕೆ ಹಾಕಿ ಬೇಡಿಕೊಂಡು ಬಾ. ಎಲ್ಲಾ ವ್ಯಾಪಾರ ಕುದುರ್ತದೆ" ಎಂದು ನನ್ನ ತರ್ಕಕ್ಕೇ ಸಿಗದ ಮಾತುಗಳನ್ನು ಹೇಳಿಬಿಟ್ಟಳು. "ಅಯ್, ಹೋಗೇ..." ಎಂದು ನಾನು ಅವಳ ಮಾತುಗಳನ್ನು ತಳ್ಳಿ ಹಾಕಿದೆ. "ಹಾಗಿದ್ರೆ ನನ್ನ ಹತ್ತಿರ ಗೋಳಾಡಬೇಡ" ಎಂದು ಕಡ್ಡಿ ಮುರಿದಂತೆ ಹೇಳಿಬಿಟ್ಟಳು. ಕೊನೆಗೆ "ಹೆಂಗೂ ಅಷ್ಟು ದೂರ ಹೋಗಿದೀಯ. ಒಮ್ಮೆ ಗುಡಿಗೆ ಹೋಗಿ ಚೌಕಿ ಊಟ ಮಾಡಿ ಬಾ. ಹೋದಾಗ ಜನಿವಾರ ಹಾಕ್ಕೊಳೋದು ಮರೀಬೇಡ" ಎಂದು ತಿಳಿ ಹೇಳಿದಳು.

ಆದರೆ ಮರುದಿನ ನಾನೇ ಒಂದು ಉಪಾಯ ಮಾಡಿದೆ. ಕೃತಕವಾಗಿ ನಿರ್ಮಿಸಿದ ಮಳಿಗೆಗಳ ಗಲ್ಲಿಯ ತುದಿಯಲ್ಲಿ ನಮ್ಮ ಮಳಿಗೆಯಿತ್ತು. ಜನರು ಗಲ್ಲಿಯ ಮೊದಲ ಅಂಗಡಿಗೆ ಭೇಟಿ ಕೊಟ್ಟು ಹಾಗೇ ಹೋಗಿಬಿಡುತ್ತಿದ್ದರು. ನಾನು ಅದನ್ನು ಗುರುತಿಸಿ ನಮ್ಮ "ಛಂದ ಪುಸ್ತಕ"ದ ಬ್ಯಾನರೊಂದನ್ನು ಒಯ್ದು ಗಲ್ಲಿಯ ಮುಖ್ಯದ್ವಾರದಲ್ಲಿ ಕಟ್ಟಿ ಬಂದೆ. ಒಂದೆರಡು ತಾಸಿನಲ್ಲಿಯೇ ಜನರು ನಮ್ಮ ಪುಸ್ತಕಗಳನ್ನು ಕೇಳಿಕೊಂಡು ಬರಲಾರಂಭಿಸಿದರು. ಒಂದು ಪುಟ್ಟ ಬ್ಯಾನರ್ ವ್ಯಾಪಾರದಲ್ಲಿ ಎಷ್ಟೊಂದು ಪ್ರಮುಖ ಪಾತ್ರ ವಹಿಸುತ್ತದಲ್ಲ ಎಂದು ನನಗೆ ಅಚ್ಚರಿಯಾಯ್ತು. ಉಳಿದ ಎರಡು ದಿನಗಳಲ್ಲಿ ಮೋಸವಿಲ್ಲದಂತೆ ವ್ಯಾಪಾರವಾಯ್ತು.

ಪುಸ್ತಕ ವ್ಯಾಪಾರದ ಅತಿ ದೊಡ್ಡ ಸಮಸ್ಯೆಯೆಂದರೆ ಅವುಗಳ "ಭಾರ". ಆದ್ದರಿಂದಲೇ ನಮ್ಮ ಹಿರಿಯರು ಸಾಂಕೇತಿಕವಾಗಿ ನಮ್ಮ ಪುರಾತನ ಕಾವ್ಯವನ್ನು "ಮಹಾ ಭಾರ"ತ ಎಂದು ಕರೆದಿದ್ದಾರೇನೋ ಎಂಬುದು ನನ್ನ ಅನುಮಾನ. ಬೆಳಿಗ್ಗೆಯೆಲ್ಲಾ ಸೊಗಸಾಗಿ ವ್ಯಾಪಾರ ಮಾಡುತ್ತಿದ್ದೆವಾದರೂ, ರಾತ್ರಿ ಬಿಡದಿಗೆ ಹೋಗುವಾಗ ಈ ಪುಸ್ತಕಗಳ ಹೆಣ ಭಾರವನ್ನು ಸಾಗಿಸುವುದು ಎಲ್ಲಿಗೆ? ಸಾಕಷ್ಟು ವ್ಯಾಪಾರಸ್ಥರು ಅಲ್ಲಿಯೇ ಮಳಿಗೆಯಲ್ಲಿ ಮಲಗಿಕೊಳ್ಳುತ್ತಿದ್ದರು. ಆದರೆ ಆ ಮಣ್ಣು, ಧೂಳಿನಲ್ಲಿ ಮಲಗಿದರೆ ನನ್ನ ದೇಹ ತಡೆಯಲಿಕ್ಕಿಲ್ಲವೆಂದು ನನಗೆ ಅನುಮಾನವಿತ್ತು. ಅದನ್ನು ಅರಿತವರಂತೆ ದೂರದ ಹೋಟಲೊಂದರಲ್ಲಿ ಕಾಮತರು ಗೆಳೆಯರ ಮೂಲಕ ಅನುಕೂಲ ಮಾಡಿಕೊಟ್ಟಿದ್ದರು. ಆದರೆ ರಾತ್ರಿ ಆ ಪುಸ್ತಕಗಳನ್ನು ಅಲ್ಲಿಗೆ ಒಯ್ಯುವುದು ತ್ರಾಸದಾಯಕವಾಗಿತ್ತು. ಅಕ್ಕ-ಪಕ್ಕದವರನ್ನು ಸಲಹೆ ಕೇಳಿದಾಗ ಅವರು "ಪುಸ್ತಕಗಳನ್ನು ರಟ್ಟಿನ ಡಬ್ಬದಲ್ಲಿ ಹಾಕಿ, ಮಳಿಗೆಯಲ್ಲಿಯೇ ಇಟ್ಟು ಹೋಗಿ, ಯಾರೂ ಮುಟ್ಟುವದಿಲ್ಲ" ಎಂದು ಹೇಳಿದರು. ನಾನು ಅನುಮಾನಿಸಿದೆ. "ನೋಡಿ ಸಾರ್, ಕನ್ನಡ ಪುಸ್ತಕಗಳನ್ನ ಯಾರೂ ಕಳ್ಳತನ ಮಾಡಲ್ಲ. ಕಳ್ಳರಿಗೆ ಅವನ್ನು ಮಾರೋದಕ್ಕೆ ಗೊತ್ತಾಗಲ್ಲ, ಪುಸ್ತಕ ಓದೋ ಹವ್ಯಾಸ ಇರೋರು ಕಳ್ಳತನ ಮಾಡಲ್ಲ. ಆದ್ದರಿಂದ ನೀವು ನಿಶ್ಚಿಂತೆಯಿಂದಿರಿ" ಎಂದು ಹೇಳಿದರು.

ದೇವರ ಮೇಲೆ ಭಾರ ಹಾಕಿ ಪುಸ್ತಕದ ಬಂಡಲುಗಳನ್ನು ಅಲ್ಲಿಯೇ ಇಟ್ಟು ಹೋಟೆಲಿಗೆ ಹೋದೆವು. ನನಗೆ ರಾತ್ರಿ ನಿದ್ದೆಯಲ್ಲಿಯೂ ನನ್ನ ಪುಸ್ತಕಗಳು ಕಳ್ಳತನವಾದಂತೆ ದುಃಸ್ವಪ್ನ ಬಿದ್ದು ಎಚ್ಚರವಾಗಿತ್ತು. ಬೆಳಿಗ್ಗೆ ಎದ್ದು ಮಳಿಗೆಗೆ ಹೋಗಿ ನೋಡುತ್ತೇನೆ, ಪುಸ್ತಕಗಳ ಬಂಡಲುಗಳು ಯಥಾಸ್ಥಾನದಲ್ಲಿ ನಗುನಗುತ್ತಾ ಇದ್ದವು. ನಾಲ್ಕು ದಿನವೂ ನಮ್ಮ ಪುಸ್ತಗಳನ್ನು ಯಾರೂ ಮುಟ್ಟಲಿಲ್ಲ. ನಮ್ಮ ಕನ್ನಡದ ಪುಸ್ತಕಗಳ ಈ ವಿಶೇಷಕ್ಕೆ ನಗಬೇಕೋ ಅಳಬೇಕೋ ತಿಳಿಯಲಿಲ್ಲ. ವ್ಯಾಪಾರದ ಸರಕಾಗಿಯೂ ಹೀಗೆ ಅನಾಥವಾಗಿ ಎಲ್ಲೆಂದರಲ್ಲಿ ಸುರಕ್ಷಿತವಾಗಿ ಬಿಟ್ಟು ಹೋಗಬಹುದಾದ್ದು ಬಹುಶಃ ನಮ್ಮ ಕನ್ನಡ ಪುಸ್ತಕಗಳು ಮಾತ್ರವೇನೋ!

ಮೊದಲ ಎರಡು ದಿನ ವಿಪರೀತ ಬಿಸಿಲಿನಿಂದ ಸುಟ್ಟು ಹೋದೆವು. ಬೆಳಿಗ್ಗೆ ಎಂಟಕ್ಕೆಲ್ಲಾ ಶುರುವಾಗುವ ಚುರುಗುಡುವ ಬಿಸಿಲು, ಹತ್ತೂವರೆಯ ಹೊತ್ತಿಗೆಲ್ಲಾ ನಮ್ಮ ಮಳಿಗೆಯನ್ನು ಪ್ರವೇಶಿಸುತ್ತಿತ್ತು. ಸಂಜೆಯ ಆರರವರೆಗೆ ಬಿಸಿಲಿನಿಂದ ತಪ್ಪಿಸಿಕೊಳ್ಳಲಾಗುತ್ತಿರಲಿಲ್ಲ. ಒಂದು ದೊಡ್ಡ ಬಟ್ಟೆಯನ್ನು ಹಂದರದಂತೆ ನಮ್ಮ ಮಳಿಗೆಯಿಂದ ಎದುರು ಮಳಿಗೆಯವರೆಗೆ ಕಟ್ಟುವುದೆಂದು ಯೋಚಿಸಿದೆವು. ರಮಾನಂದ ಕಾಮತರು ಹತ್ತಿರದಲ್ಲೇ ಇದ್ದ ಕುಗೋರವರ ಮನೆಗೆ ಬಟ್ಟೆ ತರಲು ಹೋದರು. ತೆಳ್ಳನೆಯ ಧೋತ್ರದಂತಹ ಬಟ್ಟೆ ತಂದರೆ ಭಾರಕ್ಕೆ ಕುಸಿಯುವದಿಲ್ಲವೆಂದು ಹೇಳಿದೆ. ಜೊತೆಗೆ ಅದನ್ನು ನಿಲ್ಲಿಸಲು ಒಂದಿಷ್ಟು ಉದ್ದನೆಯ ಬಿದಿರು ಕೋಲುಗಳನ್ನು ಮತ್ತು ಕಟ್ಟಲು ಹಗ್ಗವನ್ನು ತನ್ನಿರೆಂದು ಸಲಹೆ ಕೊಟ್ಟೆ. ಕುಗೋರವರು ಒಂದು ಹೊಸ ಬಿಳಿಯ ಧೋತ್ರ, ಒಂದಿಷ್ಟು ಬಿದಿರು ಕೋಲು, ಒಂದಿಷ್ಟು ಹಗ್ಗವನ್ನು ಕೊಟ್ಟು "ಒಂದು ಹೊಸ ಮಡಿಕೇನೂ ಕೊಟ್ಟು ಬಿಡ್ತೀನಿ. ಬೇರೆ ಕೆಲಸಕ್ಕೂ ಬರ್ತದೆ" ಎಂದು ತಮಾಷೆ ಮಾಡಿದರಂತೆ! ನಾನು, ರವಿ, ಕಾಮತರು ಹರ ಸಾಹಸ ಮಾಡಿ ಬೆಳಿಗ್ಗೆಯೇ ಧೋತ್ರವನ್ನು ಕಟ್ಟಿದೆವು. ಬಿಸಿಲು ಶುರುವಾಯ್ತು. ನಮ್ಮ ದಡ್ಡತನದ ಅರಿವಾಯ್ತು! ನಮ್ಮ ಬಟ್ಟೆಯ ನೆರಳು ಪೂರಾ ಪಕ್ಕದ ಮಳಿಗೆಯವರಿಗೆ ಬೀಳುತ್ತಿತ್ತು. ಸಂಜೆಯಾದರೂ ನಮ್ಮ ಮಳಿಗೆಗೆ ಒಂದಿಂಚು ನೆರಳೂ ಬೀಳಲಿಲ್ಲ. ಇನ್ನು ಬಟ್ಟೆಯನ್ನು ಬಿಚ್ಚಿ, ನಮ್ಮ ಈ ಪಕ್ಕದ ಮಳಿಗೆಗಳಿಗೆ ಅದನ್ನು ಕಟ್ಟಿ ನೆರಳನ್ನು ಮಾಡಿಕೊಳ್ಳುವ ಉತ್ಸಾಹ ನಮಗ್ಯಾರಿಗೂ ಇಲ್ಲದ್ದರಿಂದ ಹಾಗೇ ಮತ್ತೆರಡು ದಿನ ಬಿಸಿಲಿನಲ್ಲಿ ಮೈ ಸುಟ್ಟುಕೊಂಡೆವು.

ನಾವು ಬರೆದ ಪುಸ್ತಕಗಳನ್ನೇ ನಾವು ಮಾರುವುದು ಅತ್ಯಂತ ಮುಜುಗರದ ಸಂಗತಿ. ಬೇರೆಯವರ ಪುಸ್ತಕಗಳ ಬಗ್ಗೆ ಎಷ್ಟಾದರೂ ಹೊಗಳಿ ಗ್ರಾಹಕರನ್ನು ಹುರಿದುಂಬಿಸಬಲ್ಲವನಾಗಿದ್ದೆ. ಆದರೆ ಅವರು "ಈ ಪುಸ್ತಕ ಹೇಗಿದೆ?" ಎಂದು ನನ್ನ ಪುಸ್ತಕವನ್ನೇ ಕೇಳಿದರೆ ಏನುತ್ತರ ಕೊಡಬೇಕೋ ತಿಳಿಯದೆ ಕಂಗಾಲಾಗುತ್ತಿದ್ದೆ.

ಆದರೆ ಸುಮ್ಮನೆ ಕಲ್ಲಿನ ರಥದಂತೆ ಮಳಿಗೆಯಲ್ಲಿ ನಿಂತುಬಿಟ್ಟರೆ ಪುಸ್ತಕವನ್ನು ಯಾರೂ ಕೊಳ್ಳುವದಿಲ್ಲವೆನ್ನುವುದು ಒಂದೇ ದಿನದಲ್ಲಿ ನನಗೆ ಅನುಭವಕ್ಕೆ ಬಂತು. ಪಕ್ಕದ ಮಳಿಗೆಯ ವ್ಯಕ್ತಿಯಂತೂ "ಬರ್‍ರಣ್ಣೋ ಬರ್‍ರಿ... ಬರ್‍ರಕ್ಕೋ ಬರ್‍ರಿ... ಇಂಥಾ ಒಳ್ಳೆ ಪುಸ್ತಕ ಮತ್ತೆ ನಾಳೆ ಬೇಕೂ ಅಂದ್ರೂ ಸಿಗಂಗಿಲ್ಲ... ಒಂದು ಸಿನಿಮಾ ಟಿಕೇಟಿನ ಬೆಲೆಗೆ ನಾಲ್ಕು ಪುಸ್ತಕ..." ಅಂತೆಲ್ಲಾ ಜೋರು ಜೋರಾಗಿ ಕೂಗಿ ಗಿರಾಕಿಗಳನ್ನು ಆಕರ್ಷಿಸುತ್ತಿದ್ದ. ವಿಚಿತ್ರವೆಂದರೆ ಅವನು ಯಾವೊಂದು ಪುಸ್ತಕವನ್ನೂ ಓದಿದವನಲ್ಲ! ಆದರೆ ಅವನ ಕೂಗಿನಿಂದಾಗಿ ಸಾಕಷ್ಟು ವ್ಯಾಪಾರವೂ ಆಗುತ್ತಿತ್ತು. ಅವನಂತೆ ಕೂಗುವುದು ಸಾಧ್ಯವಿಲ್ಲವಾದರೂ, ಪುಸ್ತಕದ ಬಗ್ಗೆ ಒಳ್ಳೆಯ ಮಾತುಗಳನ್ನು ಹೇಳುವುದು ಅಭ್ಯಾಸ ಮಾಡಿಕೊಂಡೆ. ಹೇಗೂ ಪುಸ್ತಕ ಕೊಳ್ಳುವವರು ಅಪರಿಚಿತರಲ್ಲವೆ?

"ಈ ಪುಸ್ತಕ ತೊಗೊಳ್ಳಿ ಸಾರ್... ಈ ಬಾರಿ ಅಕಾಡೆಮಿ ಪ್ರಶಸ್ತಿ ಬಂದಿದೆ... ಒಮ್ಮೆ ಓದಿದ್ರೆ ಅವರ ಎಲ್ಲಾ ಪುಸ್ತಕ ಓದಬೇಕು ಅಂತೀರಾ... ಬೇಕಿದ್ರೆ ಇದೊಂದು ಪುಟ್ಟ ಕತೆ ಓದಿ ನೋಡಿ..." ಎಂದೆಲ್ಲಾ ನನ್ನ ಪುಸ್ತಕಗಳ ಬಗ್ಗೆ ಸಂಕೋಚ ಬಿಟ್ಟು ಹೇಳಲು ಶುರುಮಾಡಿದೆ. ಅದರಿಂದ ವ್ಯಾಪಾರ ಕೊಂಚ ಚುರುಕಾಯಿತು. ಆದರೆ ನಾನು ಚಿಪ್ಪಿನಲ್ಲಿ ಬಚ್ಚಿಟ್ಟುಕೊಳ್ಳಬೇಕೆನ್ನಿಸುವ ಸಂದರ್ಭವೂ ನಡೆದು ಹೋಯ್ತು. ನಾಲ್ಕೈದು ಜನ ಹೆಂಗಸರು ಅಂಗಡಿಗೆ ಬಂದರು. ಅದರಲ್ಲಿ ಒಬ್ಬಾಕೆ ನನ್ನ ಪುಸ್ತಕಗಳನ್ನು ನೋಡಿ "ಹೇಗಿವೆ?" ಎಂದು ವಿಚಾರಿಸಿದಳು. ಆ ಹೊತ್ತಿಗಾಗಲೇ ನಾನು ಮೈ ಚಳಿ ಬಿಟ್ಟಿದ್ದರಿಂದ ಸ್ವಲ್ಪ ಓವರ್ ಡೋಸ್‌ನಲ್ಲಿ ನನ್ನ ಪುಸ್ತಕಗಳನ್ನು ವರ್ಣಿಸಿದೆ. ಆಕೆ ನನ್ನ ಪ್ರಶಂಸೆಯಿಂದ ಪುಸ್ತಕವೊಂದನ್ನು ಕೊಳ್ಳುವ ನಿರ್ಧಾರ ಮಾಡಿದಳು. ಆದರೆ ಯಾವುದಕ್ಕೂ ಇರಲಿ ಎಂದು ಜೊತೆಯಲ್ಲಿ ಬಂದಿದ್ದ ಮಹಿಳೆಗೆ ತೋರಿಸಿದಳು. ಆಕೆ ಚೇಳು ಕಡಿಸಿಕೊಂಡವರಂತೆ "ಅಯ್ಯಯ್ಯೋ... ಆತಂದಂತೂ ತೊಗಳ್ಳೇ ಬೇಡ... ಆತಗೆ ಕತೆ ಬರೀವಾಗ ಮಡಿ ಯಾವುದು, ಮೈಲಿಗಿ ಯಾವುದು ಗೊತ್ತಾಗಂಗಿಲ್ಲ..." ಎಂದು ಹೇಳಿಬಿಟ್ಟಳು. ಈಕೆ ನನ್ನ ಕಡೆ 'ಮೋಸ ಮಾಡಿಬಿಟ್ಟೆ' ಎನ್ನುವಂತಹ ನೋಟವನ್ನು ಬೀರಿ, ಪುಸ್ತಕವನ್ನು ಕೊಳ್ಳದೆ ಹೊರಟು ಹೋದಳು.

ಸಮವಸ್ತ್ರ ಧರಿಸಿದ ಸಾವಿರಾರು ಮಕ್ಕಳು ಅವರ ಮಾಸ್ತರರ ಜೊತೆಗೆ ಬರುತ್ತಿದ್ದರು. ಮಕ್ಕಳ ಉತ್ಸಾಹಕ್ಕೆ ಕಡಿವಾಣವೆಲ್ಲಿ? ಕುಣಿಯುತ್ತಾ ಎಗರುತ್ತಾ ಪ್ರತಿಯೊಂದು ಪುಸ್ತಕದಂಗಡಿಗೂ ಹೋಗಿ, ಎಲ್ಲಾ ಪುಸ್ತಕಗಳನ್ನು ಮುಟ್ಟಿ ಮುಟ್ಟಿ ನೋಡಿ, ಪುಸ್ತಕದ ಹೆಸರನ್ನು ಅಕ್ಷರ ಜೋಡಿಸಿಕೊಂಡು ಓದಿ ಒಂದು ಉತ್ಸಾಹದ ವಾತಾವರಣವನ್ನು ಮೂಡಿಸಿ ಹೋಗುತ್ತಿದ್ದರು. ಒಬ್ಬ ಎಂಟು ವರ್ಷದ ಪೋರನಂತೂ ನನ್ನ ಅಂಗಡಿಯ ಎಲ್ಲಾ ಪುಸ್ತಕಗಳ ಬೆಲೆಯನ್ನು ವಿಚಾರಿಸಿ, ವಿವೇಕಾನಂದರಂತೆ ಕೈಗಳನ್ನು ಜೋಡಿಸಿದ ಪೋಜ್ ಕೊಟ್ಟು "ನಿಮ್ಮ ಪುಸ್ತಕಗಳು ಭಾಳ ದುಬಾರಿ ಅವೆ.

ಇನ್ನು ಮುಂದೆ ಸ್ವಲ್ಪ ಕಡಿಮೆ ಬೆಲೆಗೆ ಮಾರಾಟ ಮಾಡ್ರಿ" ಎಂದು ನನಗೆ ಬುದ್ಧಿ ಮಾತು ಹೇಳಿ ಹೋದ! ಆದರೆ ಈ ಮಕ್ಕಳ ಬಳಿ ಹಣವಿಲ್ಲದ್ದರಿಂದ ಅವರು ಪುಸ್ತಕಗಳನ್ನು ಕೊಳ್ಳುವದಿಲ್ಲವೆಂದು ಎಲ್ಲಾ ವ್ಯಾಪಾರಿಗಳಿಗೂ ಗೊತ್ತು. ಜೊತೆಗೆ ಹುಡುಗರ ಗುಂಪೊಂದು ಬಂದು ಹೋದಾಗಲೆಲ್ಲಾ ಧೂಳಿನ ಮೋಡವೊಂದು ಎದ್ದು ಬಿಟ್ಟು ಪುಸ್ತಕಗಳು ಕೊಳೆಯಾಗುತ್ತಿದ್ದವು. ಆದ್ದರಿಂದ ಒಂದಿಬ್ಬರು ವ್ಯಾಪಾರಿಗಳು ನನ್ನ ಬಳಿ ಗೊಣಗಾಡಿ ಹೋದರು. ಆದರೆ ಸಂಜೆಯ ವೇಳೆಗೆ ನನ್ನ ಮಳಿಗೆಗೆ ಬಂದು ಒಂದು ತಾಸು ಕುಳಿತಿದ್ದ ಹಿರಿಯ ವಿಮರ್ಶಕ ಮುರಳೀಧರ ಉಪಾಧ್ಯರು, ಮಕ್ಕಳು ಸಮ್ಮೇಳನದಲ್ಲಿ ಭಾಗವಹಿಸುವದನ್ನು ಕಂಡು ಅತ್ಯಂತ ಭಾವುಕರಾಗಿ ಮಾತನಾಡಿದರು. "ಈ ಹಿಂದೆ ಮಣಿಪಾಲದಾಗೆ ಸಮ್ಮೇಳನ ಆದಾಗ ನಾನೂ ಇಷ್ಟೇ ಚಿಕ್ಕವನಾಗಿದ್ದೆ. ಆಗ ಅನಕೃರವರನ್ನು ಮೆರವಣಿಗೆ ಮಾಡಿ ಸಮ್ಮೇಳನಕ್ಕೆ ಕರಕೊಂಡು ಹೋಗಿದ್ರು. ಅದಾಗಿ ದಶಕಗಳು ಕಳೆದರೂ ಆ ದೃಶ್ಯ ಇನ್ನೂ ನನ್ನ ಮನಸ್ಸಿನಾಗೆ ಹಂಗೇ ಫಳಫಳ ಅಂತದೆ ನೋಡ್ರಿ. ಹಂಗೇ ಈ ಮಕ್ಕಳು ಮುಂದೆ ಎಷ್ಟೇ ದೊಡ್ಡವರಾದರೂ ಈವತ್ತಿನ ದಿನವನ್ನ ಮರೆಯಂಗಿಲ್ಲ" ಎಂದು ಹೇಳಿದರು.

ನನಗೆ ಭೇಟಿ ಮಾಡಿದವರ ಮುಖಗಳ ನೆನಪು ಸಾಕಷ್ಟು ದಿನ ಉಳಿಯುವದಿಲ್ಲ. ಸಿನಿಮಾಗಳಲ್ಲಿ ನಟ-ನಟಿಯರು ಸ್ವಲ್ಪ ವೇಷ ಬದಲಾಯಿಸಿದರೂ ಸಾಕು, ಅವರು ಯಾರೆಂದು ಗುರುತಿಸಲಾಗದೆ ಒದ್ದಾಡುತ್ತೇನೆ. ಆದರೆ ಒಮ್ಮೆ ಪರಿಚಯವಾದರೂ ಸಾಕು, ಅವರೊಡನೆ ಆಡಿದ ಮಾತುಗಳು, ನಡೆದ ಘಟನೆಗಳು ಅತ್ಯಂತ ನಿಖರವಾಗಿ ನೆನಪಿನಲ್ಲಿರುತ್ತವೆ. ಸಮ್ಮೇಳನದಲ್ಲಿ ಸಾಕಷ್ಟು ಜನ ನನ್ನ ಮಳಿಗೆಗೆ ಬಂದವರು "ಹೇಗಿದೀರಾ?" ಎಂದು ನನ್ನನ್ನು ಹೆಸರು ಹಿಡಿದು ಮಾತನಾಡಿಸುತ್ತಿದ್ದರು. ನನಗೋ ಕೆಲವೊಮ್ಮೆ ಅವರು ಯಾರೆಂದು ತಿಳಿಯದ ಗಲಿಬಿಲಿ. ಒಂದು ದಿನವಂತೂ ಒಬ್ಬರು ಹಿರಿಯರು ಬಂದು ಕೈ ಕುಲುಕಿ, ಹೆಗಲ ಮೇಲೆ ಕೈ ಹಾಕಿ, ಅತ್ಯಂತ ಆತ್ಮೀಯತೆಯಿಂದ "ನಿಮ್ಮನ್ನು ಇಲ್ಲಿ ನೋಡಿದ್ದು ತುಂಬಾ ಸಂತೋಷವಾಗಿದೆ" ಎಂದು ಮುಖದಲ್ಲಿ ಸಂತಸವನ್ನು ತುಳಕಿಸುತ್ತಾ ಹೇಳಿದರು. ನಾನು ಅತ್ಯಂತ ಕಷ್ಟದಿಂದ ಅವರ ಮುಖವನ್ನು ನೆನಪಿನಾಳದಿಂದ ಹೆಕ್ಕಿ ತೆಗೆದು "ರಾಘವೇಂದ್ರ ಅವರೆ, ನನಗೂ ನಿಮ್ಮನ್ನು ನೋಡಿ ತುಂಬಾ ಖುಷಿಯಾಯ್ತು" ಎಂದೆ. ಅವರು ಹಗೂರಕ್ಕೆ ಹೆಗಲಿನಿಂದ ಕೈ ತೆಗೆದು "ನಾನು ಬಸವರಾಜ, ಗೊತ್ತಾಗಲಿಲ್ವಾ?" ಎಂದು ಪೆಚ್ಚಾದರು. ನನಗೂ ಆ ಸಂದರ್ಭವನ್ನು ಹೇಗೆ ನಿಭಾಯಿಸಬೇಕೋ ತಿಳಿಯದೆ "ನೀವಿಬ್ಬರೂ ಒಂದೇ ತರಹ ಇದೀರ. ನಿಮ್ಮಬ್ಬರದೂ ಫೋಟೋ ತೆಗೆದು ವಿಜಯ ಕರ್ನಾಟಕಕ್ಕೆ ಕಳುಹಿಸಿದ್ರೆ, 'ಬಾದರಾಯಣ ಸಂಬಂಧ' ಕಾಲಂನಲ್ಲಿ ಹಾಕ್ತಾರೆ ನೋಡ್ರಿ" ಎಂದು ಕೃತಕ ನಗುವನ್ನು ತರಿಸಿಕೊಂಡು ಹೇಳಿದೆ. ಅದಕ್ಕವರು "ಆ

ಕಾಲಂ ನಿಲ್ಲಿಸಿ ತುಂಬಾ ದಿನವಾಯ್ತಲ್ವಾ?" ಎಂದರು. ಮತ್ತೆ ಮುಂದೆ ಸಂವಾದ ಬೆಳೆಯದಂತೆ "ಪುಸ್ತಕ ನೋಡ್ರಿ ಸಾರ್" ಎಂದು ವಿನಂತಿಸಿಕೊಂಡೆ.

ನಮ್ಮ ಪುಸ್ತಕಗಳಲ್ಲಿ ಎಲ್ಲರ ಗಮನವನ್ನು ಸೆಳೆಯುತ್ತಿದ್ದುದು ನಿಸ್ಸಂಶಯವಾಗಿ "ಅದೃಶ್ಯ ಕಾವ್ಯ" ಎನ್ನುವ ಬ್ರೈಲ್ ಲಿಪಿಯ ಪುಸ್ತಕ. ಅದರ ಗಾತ್ರ, ದಪ್ಪ, ವಿಭಿನ್ನತೆಗಳಿಂದಾಗಿ ಅಂಗಡಿಗೆ ಬಂದ ಪ್ರತಿಯೊಬ್ಬರೂ ಆ ಪುಸ್ತಕವನ್ನು ತೆರೆದು ನೋಡುತ್ತಿದ್ದರು. ಬರೀ ಖಾಲಿ ಬಿಳಿ ಹಾಳೆಗಳನ್ನು ನೋಡಿದ್ದೇ ಶಾಕ್ ಹೊಡೆದಂತೆ ಅವರು 'ಹೇ..' ಎಂದು ಉದ್ಗಾರ ಮಾಡಿ ನನ್ನೆಡೆಗೆ ಪ್ರಶ್ನಾರ್ಥಕವಾಗಿ ನೋಡುತ್ತಿದ್ದರು. ನಾನು ಮತ್ತು ರವಿ ಬೇಸರವಿಲ್ಲದಂತೆ ಪ್ರತಿಯೊಬ್ಬರಿಗೂ "ಇದು ಕುರುಡರು ಓದುವ ಪುಸ್ತಕ. ಬೆರಳಿನಿಂದ ಪುಟಗಳಲ್ಲಿರುವ ಉಬ್ಬು ಚಿಕ್ಕೆಗಳನ್ನು ಸ್ಪರ್ಶಿಸಿ ಓದುತ್ತಾರೆ. ಅವು ಕನ್ನಡದ ಅಕ್ಷರಗಳೇ..." ಎಂದು ಹೇಳುತ್ತಿದ್ದೆವು. ಅವರೂ ಆ ಚಿಕ್ಕೆಗಳ ಸ್ಪರ್ಶ ಸುಖ ಅನುಭವಿಸಿ "ಓದಲಿಕ್ಕೆ ಬರವಲ್ಲದಲ್ಲಾ..." ಎಂದು ಮುಗ್ಧವಾಗಿ ಕೇಳುತ್ತಿದ್ದರು. ಬ್ರೈಲ್ ಅಕ್ಷರಗಳೇ ಬೇರೆ, ನಮ್ಮ ಕನ್ನಡದ ಅಕ್ಷರಗಳೇ ಬೇರೆ ಎಂದು ವಿವರಿಸುತ್ತಿದ್ದೆವು. ಸಾಮಾನ್ಯವಾಗಿ ಎಲ್ಲರೂ ಹೊಸತನ್ನು ನೋಡಿದ ಖುಷಿ ಪಡುತ್ತಿದ್ದರು. "ರಾಣಿ ಮುಖರ್ಜಿ ಓದ್ತಾಳಲ್ಲೇ, ಅದೇ..." ಎಂದು ಕಾಲೇಜಿನ ಹುಡುಗಿಯರ ಗುಂಪೊಂದು ಸಂಭ್ರಮ ಪಟ್ಟಿತು. ಆದರೆ ಅದು ತಮಗೆ ತಿಳಿಯದ ವಿಶೇಷವೆಂಬುದನ್ನು ಗಮನಿಸಿಯೂ, ಅದರ ಬಗ್ಗೆ ಕೇಳಿದರೆ ತಮ್ಮ ಅಜ್ಞಾನವೆಲ್ಲಿ ಪ್ರಕಟವಾಗುತ್ತದೆಯೋ ಎಂಬ ಬಿಂಕದಲ್ಲಿ ಸಾಕಷ್ಟು ಜನ ಹಾಗೇ ಹೋಗಿದ್ದು ಮಾತ್ರ ನನಗೆ ಅಚ್ಚರಿ ತರಿಸುತ್ತಿತ್ತು.

ಉಡುಪಿಯ ಗೃಹಿಣಿಯೊಬ್ಬರು ಬಂದು ಆ ಪುಸ್ತಕವನ್ನು ಸ್ಪರ್ಶಿಸಿ, ಯಥಾಪ್ರಕಾರ "ಅಕ್ಷರ ಗೊತ್ತಾಗವಲ್ಲದು..." ಎಂದು ಹೇಳಿದರು. ನಾವು ಬೇಸರಗೊಳ್ಳದೆ "ಅದು ಕುರುಡರಿಗೆ ಮಾತ್ರ ಗೊತ್ತಾಗುತ್ತೆ ಮೇಡಂ. ಕಣ್ಣಿದ್ದವರಿಗೆ ಓದಲಿಕ್ಕೆ ಬರಲ್ಲ" ಎಂದು ಹೇಳಿದೆವು. ತಕ್ಷಣ ಆಕೆ "ಹಾಗಾ..." ಎಂದು ಎಲ್ಲಾ ಅರ್ಥವಾದಂಥ ಭಾವವನ್ನು ಮುಖದಲ್ಲಿ ಪ್ರಕಟಿಸಿ, ತಕ್ಷಣ ಕಣ್ಣು ಮುಚ್ಚಿಕೊಂಡಿದ್ದೇ ಆ ಪುಟಗಳ ಮೇಲೆ ಕೈಯಾಡಿಸಿ "ಆದರೂ ಅಕ್ಷರ ತಿಳೀತಾ ಇಲ್ಲಲ್ಲಾ..." ಎಂದು ಹೇಳಿ ನಮ್ಮನ್ನು ಬೆಚ್ಚಿ ಬೀಳಿಸಿ ಬಿಟ್ಟರು. ಕುರುಡುತನ ಬೇರೆ, ಕಣ್ಣು ಮುಚ್ಚಿಕೊಳ್ಳುವುದು ಬೇರೆ ಎಂದು ವಿವರಿಸುವದರಲ್ಲಿ ನಾನು ಸುಸ್ತು ಹೊಡೆದೆ. ಕೊನೆಗೆ ಆಕೆ "ಎಲ್ಲಾ ಮೋಸ..." ಎಂದು ಡಿಕ್ಲೇರ್ ಮಾಡಿ ಹೊರಟು ಹೋದರು.

ಹೊಸದಾಗಿ ಮದುವೆಯಾಗಿ ಬಂದ ದಂಪತಿಗಳೊಬ್ಬರು ನಮ್ಮ ಮಳಿಗೆಗೆ ಭೇಟಿ ಕೊಟ್ಟರು. ಆ ಹುಡುಗಿ ಬ್ರೈಲ್ ಪುಸ್ತಕವನ್ನು ಸ್ಪರ್ಶಿಸಿ ಪುಳಕಗೊಂಡು "ಗುಳು ಗುಳು... ಅಂತದೆ" ಅಂತ ಗಂಡನನ್ನು ನೋಡಿ ಕಿಲ ಕಿಲ ನಕ್ಕಳು.

ಗಂಡನೂ ಪುಸ್ತಕವನ್ನು ಸ್ಪರ್ಶಿಸಿ "ಗುಳು ಗುಳು... ಅಂತದೆ" ಅಂತ ಹೆಂಡತಿಯ ಮಾತಿಗೆ ಒಪ್ಪಿಕೊಂಡ. ಮತ್ತೆ ಹೆಂಡತಿ ಪುಸ್ತಕ ಸ್ಪರ್ಶಿಸಿ "ಗುಳು ಗುಳು... ಅಂತದೆ" ಅಂತ ಕಿಲ ಕಿಲ ನಕ್ಕಳು. ಮತ್ತೊಮ್ಮೆ ಗಂಡ. ಉಳಿದ ಪುಸ್ತಕಗಳ ಕಡೆ ಕಣ್ಣೂ ಹಾಯಿಸದೆ, ಹತ್ತಾರು ಬಾರಿ ಗುಳು ಗುಳು ಮಾಡಿಕೊಳ್ಳುತ್ತಾ ನಿಂತುಬಿಟ್ಟ ಈ ಹೊಸ ದಂಪತಿಗಳನ್ನು ಕಂಡು ನನಗೆ ಸಿಟ್ಟು ಬಂತು. "ಅಷ್ಟೊಂದು ಸಾರಿ ಮುಟ್ಟಬೇಡಿ ಸಾರ್. ಹೊಲಸಾಗ್ತದೆ" ಎಂದು ಹೇಳಿಬಿಟ್ಟೆ. ಕೊನೆಯ ಬಾರಿ ಮತ್ತೊಮ್ಮೆ 'ಗುಳು ಗುಳು' ಮಾಡಿಕೊಂಡು "ಪುಸ್ತಕ ಚೆನ್ನಾಗಿದೆ" ಎಂದು ನನಗೆ ಹೇಳಿ ಅಲ್ಲಿಂದ ಹೊರಟು ಹೋದರು.

ಅಪರೂಪಕ್ಕೆ ಬಳ್ಳಾರಿಯಿಂದ ರಿಂದಮ್ಮ ಮತ್ತು ಪ್ರಭಂಜನಾಚಾರ್ಯರು ನನ್ನ ಪುಸ್ತಕದ ಮಳಿಗೆಗೆ ಭೇಟಿಕೊಟ್ಟರು. ಚಿಕ್ಕಂದಿನಲ್ಲಿ ನೋಡಿದ್ದಾದರೂ ನನ್ನ ಗುರುತು ಹಿಡಿದು ಮಾತನಾಡಿಸಿದರು. ಯಾವತ್ತೂ ಅವರಿಬ್ಬರು ಪುಸ್ತಕಗಳನ್ನು ಓದಿದ್ದು ನೋಡಿದ ನೆನಪಿಲ್ಲದ್ದರಿಂದ "ಇದೇನು ಇಲ್ಲಿ?" ಎಂದು ಸಹಜವಾಗಿ ಕೇಳಿದೆ. ರಿಂದಮ್ಮ ವಿವರಣೆ ಕೊಟ್ಟರು. "ಉಡುಪಿ ಕೃಷ್ಣಪ್ಪನ ದರ್ಶನಕ್ಕೆ ಅಂತ ಬಂದಿದ್ವಿ. ಬೆಳಿಗ್ಗೆ ಚೌಕಿ ಊಟ ಮಾಡಿ, ಒಂದು ಗಳಿಗಿ ನಿದ್ದಿ ತೆಗೆದು, ಹಂಗೇ ಹಗೂರಕ್ಕೆ ಊರಾಗೆ ತಿರುಗಾಡಿಕೊಂತಾ ಬಂದ್ವಿ, ಇಲ್ಲಿ ನೋಡಿದ್ರೆ ನೊಣ ಮುಕ್ಕರಿದಂಗೆ ಜನ ಸೇರಿದ್ರು. ಏನಿರಬಹುದು ಅಂತ ಒಳಗೆ ಬಂದ್ರೆ, ಸುಡುಗಾಡು ಕಥಿ ಪುಸ್ತಕ ಮಾರಾಟ ಮಾಡೋದಕ್ಕೆ ಹಿಂಗೆ ಜನ ಸೇರಾರಲ್ಲ ಅಂತ ಆಶ್ಚರ್ಯ ಆಯ್ತು ನೋಡು. ಕೃಷ್ಣಪ್ಪನ ದರ್ಶನ ಮಾಡಿದ ಪುಣ್ಯ, ನೀನಾದ್ರು ಸಿಕ್ಕಿ ನೋಡು. ನಿಮ್ಮಮ್ಮನ್ನೇ ನೋಡಿದಂಗೆ ಆಗ್ತದೆ" ಎಂದು ತಮ್ಮ ಸಾಹಿತ್ಯ ಪ್ರೇಮವನ್ನು ಮೆರೆಸಿ ಬಿಟ್ಟರು. ರಿಂದಮ್ಮನ ಕಣ್ಣಿಗೆ ನನ್ನ "ಅದೃಶ್ಯ ಕಾವ್ಯ" ಬಿತ್ತು. ಪುಸ್ತಕದ ಒಳಪುಟಗಳನ್ನು ನೋಡಿ "ಇಲ್ನೋಡ್ರಿ, ತುರೇಮಣಿ ಹಂಗೆ ಕಾಗದ ತೂತು ತೂತು ಮಾಡಿಟ್ಟಾರೆ" ಎಂದು ತನ್ನ ಉಪಮಾ ಜ್ಞಾನವನ್ನು ತೋರಿಸಿಕೊಟ್ಟರು.

ನಾನು ಆ ಪುಸ್ತಕವನ್ನು ವಿವರಿಸಿ "ಯಾರಾದ್ರೂ ಕುರುಡರು ಗೊತ್ತಿದ್ರೆ ತೊಗೊಳ್ರಿ. ಉಪಯೋಗ ಆಗ್ತದೆ" ಎಂದು ವಿನಂತಿಸಿಕೊಂಡೆ. ರಿಂದಮ್ಮ ಏಕ್‌ದಂ ಸೀರಿಯಸ್ಸಾಗಿ ಬಿಟ್ಟರು. "ಮನಿಯಾಗೇ ಇದ್ದಾಳಲ್ಲಪ್ಪ ಕುರುಡಿ. ಇವರ ತಮ್ಮನ ಹೆಂಡತಿ ಸುಶೀಲಿ. ತೊಗೊಂಡ್ರೆ ಆಕಿಗೆ ತೊಗೋಬೇಕು ನೋಡು" ಎಂದರು. ನನಗೆ ತಿಳಿದಂತೆ ಸುಶೀಲಕ್ಕಗೆ ಚೆನ್ನಾಗಿ ಕಣ್ಣು ಕಾಣಿಸುತ್ತಿತ್ತು. "ಸುಶೀಲಕ್ಕಗೆ ಯಾವಾಗ ಕುರುಡು ಬಂತು ರಿಂದಮ್ಮ?" ಎಂದೆ. "ಆಕಿ ಎರಡು ಗಂಡು ಮಕ್ಕಳು ಆ ಸುಡುಗಾಡು ಸಾಫ್ಟ್‌ವೇರ್ ಕೆಲಸಕ್ಕೆ ಸೇರಿಕೊಂಡಾರಪ್ಪ. ಲಕ್ಷಗಟ್ಟಳೆ ಸಂಬಳ ಅಂತೆ. ಕಣ್ಣು ಇನ್ನೆಂಗೆ ಕಾಣಿಸ್ತದೇಳು ಆಕಿಗೆ?" ಎಂದರು. ನನಗೆ ನಗು

ತಡೆಯಲಾಗಲಿಲ್ಲ. "ತೊಗೊಳೋಣೇನ್ರಿ?" ಎಂದು ಗಂಡನನ್ನು ಕೇಳಿದರು. "ಸಾಕು ಸುಮ್ಮನಿರೆ, ತಲಿಯೆಲ್ಲಾ ಹರಟಬೇಡ..." ಎಂದು ಪ್ರಭಂಜನಾಚಾರ್ಯರು ಸಿಟ್ಟು ಮಾಡಿಕೊಂಡರು. ನಾನು ಊಹಿಸಿದಂತೆಯೇ ಅವರು ಒಂದೂ ಪುಸ್ತಕವನ್ನು ಕೊಳ್ಳಲಿಲ್ಲ. ಕೊನೆಗೆ ಹೋಗುವಾಗ "ಭಲೋ ಸಂಬಳ ಬರೋ ಕೆಲಸ ಮಾಡ್ತೀ ಅಂತ ಹೇಳ್ತಾರೆ. ಈ ಬಿಸಿಲಾಗೆ ಪುಸ್ತಕದಂಗಡಿ ತೆರೆಯೋ ಬುದ್ಧಿ ಅದ್ಯಾವ ದೇವರು ನಿಂಗೆ ಕೊಟ್ಟನೋ ಗೊತ್ತಿಲ್ಲ ನೋಡಪ್ಪ. ಹೋಗಲಿ, ದೇವರ ನಾಮದ ಪುಸ್ತಕಾನಾದ್ರೂ ಮಾರಾಟಕ್ಕಿಡು. ನಾಕು ಜನ ತೊಗೊಳ್ತಾರೆ. ಪುಣ್ಯಾನೂ ಸಿಗ್ತದೆ, ಪುರುಷಾರ್ಥನೂ ದಕ್ತದೆ" ಎಂದು ನನಗೆ ಉಪದೇಶ ಮಾಡಿ ಹೊರಟು ಹೋದರು.

ಹಿರಿಯರೊಬ್ಬರು ಮಾತ್ರ ಆ ಪುಸ್ತಕದ ಪುಟಗಳನ್ನು ಏಕಪ್ರಕಾರವಾಗಿ ಸವರುತ್ತಾ ಮಾತಾಡದೆ ನಿಂತುಬಿಟ್ಟರು. ನಾನು ಇತರ ಗಿರಾಕಿಗಳೊಂದಿಗೆ ವ್ಯವಹಾರದಲ್ಲಿ ಮುಳುಗಿದ್ದೆನಾದ ಕಾರಣ ಕೆಲವು ನಿಮಿಷಗಳ ಕಾಲ ಅವರೆಡೆಗೆ ಗಮನ ಕೊಡಲು ಆಗಲಿಲ್ಲ. ಎಲ್ಲಾ ಗಿರಾಕಿಗಳು ಹೋದ ಮೇಲೆ, ಅವರನ್ನು ಉದ್ದೇಶಿಸಿ "ಅದು ಬ್ರೈಲ್ ಪುಸ್ತಕ ಸಾರ್... ಕುರುಡರಿಗಾಗಿ..." ಎಂದು ಹೇಳಲು ಹೋದೆ. ಅವರು "ಗೊತ್ತದಪ್ಪ..." ಎಂದು ನನ್ನ ಮಾತನ್ನು ತುಂಡರಿಸಿದರು. ಅವರ ಕಣ್ಣುಗಳು ಹನಿಗೂಡಿದ್ದವು. ನಂತರ ಚಾಳೀಸು ತೆಗೆದು, ಧೋತ್ರದ ಚುಂಗಿನಿಂದ ತಮ್ಮ ಕಣ್ಣುಗಳನ್ನು ಒರೆಸಿಕೊಂಡು "ನನ್ನ ಮಗ ಕುರುಡ ಇದ್ದಾನೆ. ಅದಕ್ಕೇ ನಂಗೆ ಬ್ರೈಲ್ ಬಗ್ಗೆ ಚೆನ್ನಾಗಿ ಗೊತ್ತು" ಎಂದರು. ನಾನು ತಕ್ಷಣ "ಓ ಹೌದಾ... ಸಂತೋಷ..." ಎಂದು ಬಿಟ್ಟೆ! ತಕ್ಷಣ ನನ್ನ ತಪ್ಪು ಅರಿವಾಗಿ "ಸಾರಿ ಸಾರ್... ಬಾಯಿ ತಪ್ಪಿ ಬಂತು..." ಎಂದು ಕೈ ಹಿಸುಕಿಕೊಂಡೆ. ಅವರು ಸುಮ್ಮನೆ ನನ್ನನ್ನು ನೋಡಿ ನಕ್ಕರು. ಆ ಪುಸ್ತಕದ ಬೆಲೆ ರಿಯಾಯ್ತಿಯ ನಂತರ ಐವತ್ತು ರೂಪಾಯಿ ಆಗಿತ್ತು. ಆದರೆ ಅವರು ತಮ್ಮ ಜೇಬನ್ನೆಲ್ಲಾ ಸವರಿದರೂ ನಲವತ್ತೆರಡು ರೂಪಾಯಿಗಿಂತಲೂ ಹೆಚ್ಚಿರಲಿಲ್ಲ. ಬೇರೆ ಪುಸ್ತಕಗಳನ್ನು ಆಗಲೇ ಕೊಂಡಿದ್ದರಿಂದ ಅವರ ಬಳಿ ಹೆಚ್ಚಿನ ಹಣವಿರಲಿಲ್ಲ. ಅಷ್ಟಕ್ಕೇ ಕೊಡಿ ಎಂದು ನನ್ನನ್ನು ಕೇಳಿದರು. "ಇಲ್ಲ ಸಾರ್... ಅದೇ ತುಂಬಾ ಕಡಿಮೆ ಹಣ. ನಾನು ಮತ್ತಷ್ಟು ಕಡಿಮೆ ಮಾಡಲಾರೆ" ಎಂದು ನನ್ನ ಅಸಹಾಯಕತೆಯನ್ನು ಪ್ರಕಟಿಸಿದೆ. "ಹಾಗಿದ್ದರೆ ಪುಸ್ತಕ ಈಗ ಒಯ್ದು ಅನಂತರ ಉಳಿದ ಹಣ ತಂದು ಕೊಡಲಾ?" ಎಂದು ಕೇಳಿದರು. ನನ್ನ ವ್ಯಾಪಾರಿ ಬುದ್ಧಿ ಎಚ್ಚರವಾಯ್ತು. "ಇನ್ನೂ ಎರಡು ದಿನ ಇಲ್ಲೇ ಇರ್ತೀನಿ. ದಯವಿಟ್ಟು ಹಣ ತೆಗೆದುಕೊಂಡು ಬನ್ನಿ. ಆಗ ಪುಸ್ತಕ ಒಯ್ಯುವಿರಂತೆ" ಎಂದು ಹೇಳಿಬಿಟ್ಟೆ. ಅವರು ಹಾಗೇ ಆಗಲೆಂದು ಹೇಳಿ ಹೊರಟು ಹೋದರು. ಸಮ್ಮೇಳನ ಮುಗಿಯುವ ತನಕ ಅವರಿಗಾಗಿ ಎದುರು ನೋಡಿದೆ. ಊಹೂಂ, ಬರಲಿಲ್ಲ. ಊಟಕ್ಕೆ ಹೋದಾಗ,

ಸುಮ್ಮನೆ ಅಡ್ಡಾಡಲು ಹೋದಾಗ, ಗೋಷ್ಠಿಗಳನ್ನು ಕೇಳಲು ಕುಳಿತ ಜನರ ನಡುವೆ ನನ್ನ ಕಣ್ಣು ಅವರಿಗಾಗಿ ಹುಡುಕಾಟ ನಡೆಸಿತ್ತು. ಕಡೆಗೂ ಸಿಗಲಿಲ್ಲ. ನನ್ನ ಚಿಲ್ಲರೆ ಬುದ್ಧಿಗೆ ಮನಸ್ಸು ಬೇಸರಗೊಂಡಿತು.

ಕೊನೆಯ ದಿನ ಆ ಪುಸ್ತಕದ ಉಪಯೋಗ ಮಾಡಿಕೊಳ್ಳಬಲ್ಲವರೊಬ್ಬರಿಗೆ ಮಾರಾಟ ಮಾಡುವ ಸೌಭಾಗ್ಯ ನನ್ನದಾಯಿತು. ಸಂಜೆಯ ತಂಪು ಹರಡುವ ಹೊತ್ತಿನಲ್ಲಿ ಉಡುಪಿಯ ಸಂಧ್ಯಾ ಶೆಣೈಯವರು ನನ್ನೊಡನೆ ಮಳಿಗೆಯಲ್ಲಿ ಕುಳಿತು ತಾವು ಹಾಸ್ಯ ಸಮ್ಮೇಳನದಲ್ಲಿ ಹೇಳುವ ಒಳ್ಳೊಳ್ಳೆಯ ನಗೆಚಟಾಕಿಗಳನ್ನು ಹೇಳಿ ನಗಿಸುತ್ತಿದ್ದರು. ಬೆಳಿಗ್ಗೆಯಿಂದ ಸುಸ್ತಾಗಿದ್ದ ನನಗೆ ಅವರ ನಗೆ ಗುಳಿಗೆಗಳು ಆರಾಮ ಕೊಡುತ್ತಿದ್ದವು. ಆ ಹೊತ್ತಿನಲ್ಲಿ ದೂರದಲ್ಲಿ ಅಂಧರೊಬ್ಬರು ಕೋಲನ್ನು ಹಿಡಿದುಕೊಂಡು, ತಮ್ಮ ಪುಟ್ಟ ಮಗ ಮತ್ತು ಬಂಧುವೊಬ್ಬರ ಜೊತೆ ಹೋಗುತ್ತಿದ್ದುದು ಕಣ್ಣಿಗೆ ಬಿತ್ತು. ತಕ್ಷಣ ಅವರ ಬಳಿ ಓಡಿ ಹೋಗಿ "ಬನ್ನಿ... ನಮ್ಮ ಮಳಿಗೆಯಲ್ಲಿ ನಿಮಗಾಗಿ ಒಂದು ವಿಶೇಷವಿದೆ..." ಎಂದು ಹೇಳಿ, ಅವರನ್ನು ಕೈ ಹಿಡಿದುಕೊಂಡು ಕರೆದುಕೊಂಡು ಬಂದೆ. ಅವರ ಕೈಗೆ ಪುಸ್ತಕವನ್ನು ಕೊಟ್ಟು ಸುಮ್ಮನೆ ನಿಂತೆ. ಅದನ್ನು ಸವರಿದ ಅವರು "ಬ್ರೈಲ್..." ಎಂದು ಮುಖದ ತುಂಬಾ ನಗುವರಳಿಸಿಕೊಂಡು ಹೇಳಿದರು. ನಮಗೂ ಖುಷಿಯಾಯ್ತು. ಅವರಿಗೆ ಇಂಗ್ಲೀಷ್ ಬ್ರೈಲ್ ಚೆನ್ನಾಗಿ ಬರುತ್ತಿತ್ತೇ ವಿನಾಃ, ಕನ್ನಡದ ಬ್ರೈಲ್ ಅಷ್ಟಾಗಿ ಅಭ್ಯಾಸವಿರಲಿಲ್ಲ. "ಸ್ಕೂಲಲ್ಲಿ ಕನ್ನಡ ಬ್ರೈಲ್ ಕಲಿತಿದ್ದೆ. ಆದರೆ ಕನ್ನಡದ ಬ್ರೈಲ್ ಪುಸ್ತಕಗಳು ಇಲ್ಲವೇ ಇಲ್ಲ. ಅದಕ್ಕೇ ಮರ್ತು ಹೋಗಿದೆ..." ಎಂದು ವಿವರಣೆ ಕೊಟ್ಟರು. ಆದರೂ ಕಷ್ಟ ಪಟ್ಟು ಒಳ ಪುಟದ ಮಧ್ಯ ಭಾಗದ ಯಾವುದೋ ಒಂದೆರಡು ಪದಗಳನ್ನು ಓದಿ "ಸರಿಯಲ್ವಾ?" ಎಂದು ನನ್ನನ್ನು ಅತ್ಯಂತ ಮುಗ್ಧರಾಗಿ ಕೇಳಿದರು. ನನಗಾದರೂ ಹೇಗೆ ಗೊತ್ತು? "ಆದರೂ ಕೊಂಡುಕೊಳ್ತೀನಿ. ಮತ್ತೊಮ್ಮೆ ಎಲ್ಲಾ ಜ್ಞಾಪಿಸಿಕೊಂಡು ಈ ಪುಸ್ತಕ ಓದ್ತೀನಿ" ಎಂದು ಹೇಳಿ ಪುಸ್ತಕವನ್ನು ಕೊಂಡರು. ಆ ಪುಸ್ತಕವನ್ನು ಪ್ಯಾಕ್ ಮಾಡಿ ಅವರ ಕೈಗೆ ಕೊಟ್ಟಾಗ "ಮುಖ ಪುಟದಲ್ಲಿ ಯಾವ ಚಿತ್ರ ಹಾಕೀರಿ?" ಎಂದು ಕೇಳಿದರು. ಆ ರೇಖಾಚಿತ್ರವನ್ನು ವಿವರಿಸಿದೆ. ನಂತರ ತಮ್ಮ ಮಗ ತುಂಬಾ ತುಂಟನೆಂದೂ, ತಮ್ಮ ಜೊತೆಯಲ್ಲಿರುವ ಇನ್ನೊಬ್ಬರು ಹೆಂಡತಿಯ ತಮ್ಮನೆಂದೂ ಪರಿಚಯಿಸಿ, ನಮ್ಮ ಬಗ್ಗೆಯೂ ಸಾಕಷ್ಟು ವಿವರಗಳನ್ನು ಕೇಳಿಕೊಂಡು ಹೊರಟು ಹೋದರು. ಅಲ್ಲಿಯವರೆಗೆ ಹಾಸ್ಯ ಹೇಳಿ ನನ್ನನ್ನು ನಗಿಸುತ್ತಿದ್ದ ಸಂಧ್ಯಾ ಶೆಣೈಯವರ ಕಣ್ಣುಗಳೂ ಒದ್ದೆಯಾಗಿದ್ದವು.

ಸಮ್ಮೇಳನದ ಕೊನೆಯ ದಿನದ ಸಂಜೆಯಂತೂ ಅತ್ಯಂತ ಭಾವುಕ ಕ್ಷಣಗಳ ಸಂಗತಿಯಾಗಿತ್ತು. ನಮ್ಮ ರಕ್ಷಣೆಯನ್ನು ನೋಡಿಕೊಂಡ ಪೋಲೀಸರು, ಅತ್ಯಂತ

ರುಚಿಕಟ್ಟಾದ ಅಡಿಗೆ ಮಾಡಿ ಬಡಿಸಿದ ಬಾಣಸಿಗರು, ದಿನ ಪೂರ್ತಿ ನಮಗೆ ಕುಡಿಯುವ ನೀರನ್ನು ಸರಬರಾಜು ಮಾಡಿದ ಸ್ವಯಂ ಸೇವಕರು, ಬೇರೆ ಬೇರೆ ಮಳಿಗೆಗಳನ್ನು ನಡೆಸುತ್ತಿರುವ ವ್ಯಾಪಾರಿಗಳು, ಸಮ್ಮೇಳನದ ಗೋಷ್ಠಿಗಳಿಗೆ ಬಂದು ಹಿಂತಿರುಗುತ್ತಿರುವ ಸಾಹಿತಿ ಮಿತ್ರರು, ಲಕ್ಷಾಂತರ ಜನರು ತಮ್ಮೂರಿಗೆ ಬಂದಿದ್ದರಿಂದ ಹಣ ಮಾಡಿದ ಆಟೋ ಚಾಲಕರು, ಪೆಂಡಾಲು-ಬೆಳಕು-ಮೈಕು ಮುಂತಾದವುಗಳನ್ನು ನೋಡಿಕೊಂಡವರು - ನಾಲ್ಕು ದಿನ ದುಡಿದ ಜನರು ಮಳಿಗೆಗಳಿಗೆ ಭೇಟಿ ನೀಡಿ ಪುಸ್ತಕಗಳನ್ನು ಕೊಂಡೊಯ್ದರು.

ಭಾನುವಾರ ಬೆಳಿಗ್ಗೆ ಉಳಿದ ಪುಸ್ತಕದ ಬಂಡಲುಗಳನ್ನು ಊರಿಗೆ ವಾಪಾಸು ಪಾರ್ಸಲ್ ಮಾಡಲೆಂದು ಸಮ್ಮೇಳನದ ಮೈದಾನಕ್ಕೆ ಬಂದೆ. ಅಲ್ಲಿನ ದೃಶ್ಯ ನೋಡಿ ಹೃದಯ ಹಿಂಡಿದಂತಾಯ್ತು. ಜನರ ನೂಕು ನುಗ್ಗಲನ್ನು ಕಂಡ ಮಳಿಗೆಗಳು ಬಿಕೋ ಎನ್ನುತ್ತಿದ್ದವು, ನೂರಾರು ಧ್ವನಿಗಳನ್ನು ಬಿತ್ತರಿಸಿದ ಸ್ಪೀಕರುಗಳು ಮೌನವಾಗಿದ್ದವು, ಡಿಮ್ಯಾಂಡಿಲ್ಲದ ಕುರ್ಚಿಗಳು ಅನಾಥವಾಗಿ ಬಿದ್ದಿದ್ದವು, ಪಾಕಶಾಲೆಯ ಒಲೆ ಬಿಸಿ ಕಳೆದುಕೊಂಡಿತ್ತು, ಓದುವವರಿಲ್ಲದ ಬ್ಯಾನರುಗಳು ನೇತಾಡುತ್ತಿದ್ದವು. ನನ್ನ ಅಕ್ಕ ಪಕ್ಕದ ಮಳಿಗೆಗಳವರು ತಮ್ಮ ಉಳಿದ ಪುಸ್ತಕಗಳನ್ನು ಪ್ಯಾಕ್ ಮಾಡಿಕೊಳ್ಳುತ್ತಿದ್ದರು. ನಾನು ಹೊರಡಲು ಅಣಿಯಾದ ತಕ್ಷಣ ಬಂದು ಮಾತನಾಡಿಸಿ, ಮೊಬೈಲ್ ನಂಬರುಗಳನ್ನು ಕೊಟ್ಟು "ಮತ್ತೆ ಸಿಗೋಣ" ಎಂದು ಆತ್ಮೀಯತೆಯಿಂದ ಹೇಳಿದರು. ಎಷ್ಟು ವ್ಯಾಪಾರವಾಯಿತೆಂದು ಕೇಳಿ, ತಮ್ಮದನ್ನೂ ಸಂಕೋಚವಿಲ್ಲದಂತೆ ತಿಳಿಸಿದರು. ಒಂದಿಬ್ಬರು ನೆನಪಿಗಾಗಿ ಒಂದೊಂದು ಪುಸ್ತಕವನ್ನೂ ನನಗೆ ಕೊಟ್ಟರು.

ಸಾಹಿತ್ಯ ಸಮ್ಮೇಳನದ ಮುಖ್ಯ ಉದ್ದೇಶಗಳೇನೆಂಬುದರ ಬಗ್ಗೆ ನನಗೆ ಅಷ್ಟಾಗಿ ತಿಳುವಳಿಕೆಯಿಲ್ಲ. ನನ್ನ ಪಾಲಿಗೆ ಸಾಹಿತ್ಯ ಸಮ್ಮೇಳನವೆಂದರೆ ವಿದ್ವತ್‌ಪೂರ್ಣ ಗೋಷ್ಠಿಗಳಲ್ಲ, ಹಾರ-ಶಾಲು-ಪತ್ರಗಳ ಸನ್ಮಾನಗಳಲ್ಲ, ಮಿನರಲ್ ವಾಟರ್ ಭೋಜನವಲ್ಲ - ಕೇವಲ ಲಕ್ಷಾಂತರ ಕನ್ನಡಿಗರ ಜೊತೆ ನಾಲ್ಕು ದಿನ ಒಂದಾಗಿ ಇರುವುದು. "ಎಲ್ಲರೊಳಗೊಂದಾಗು ಮಂಕುತಿಮ್ಮ" ಎಂದು ಡಿ.ವಿ.ಜಿ. ಹೇಳಿದ್ದು ಇಂತಹ ಸಂಭ್ರಮವನ್ನು ಅನುಭವಿಸುವದಕ್ಕಾಗಿಯೇ ಇರಬೇಕು. ಈ ಅನುಭೂತಿಗಾಗಿ ಪ್ರತಿ ವರ್ಷದ ಸಾಹಿತ್ಯ ಸಮ್ಮೇಳನವನ್ನು ಎದುರು ನೋಡುತ್ತಿರುತ್ತೇನೆ.

26ನೇ ಡಿಸೆಂಬರ್ 2007

ಮನೆ 'ಮಾರು'

ನಮ್ಮ ಮನೆ ಅಷ್ಟೇನೂ ಸುಂದರವಾಗಿರಲಿಲ್ಲ. ನಮ್ಮಜ್ಜ ಒಳ್ಳೆಯ ಮನೆಯನ್ನೇ ಕಟ್ಟಿರಬೇಕು. ಆದರೆ ಆರು ಜನ ಗಂಡು ಮಕ್ಕಳಿಗೆ ಹರಿದು ಹಂಚಿ ಕೊಟ್ಟಾಗ ಎಲ್ಲಾ ತುಣುಕುಗಳು ಅಂದಗೆಟ್ಟಿದ್ದವು. ನಮ್ಮ ಮನೆಗೆ ಸರಿಯಾಗಿ ಬೆಳಕೂ ಇರಲಿಲ್ಲ. ಇದ್ದ ಒಂದು ಕಿಟಕಿಯನ್ನು ಯಾರೋ ನೆರೆಯವರು ಗಲಾಟೆ ಮಾಡಿ ಮುಚ್ಚಿಸಿಬಿಟ್ಟಿದ್ದರು. ಗವಾಕ್ಷಿಯಿಂದ ಕ್ಷೀಣವಾಗಿ ಬೆಳಕು ಬರುತ್ತಿತ್ತು. ರಣಬಿಸಿಲ ಮಧ್ಯಾಹ್ನ ಯಾರಾದರೂ ಮನೆಯ ಒಳಗೆ ಬಂದರೆ ಕಣ್ಣು ಹೊಂದಿಕೊಳ್ಳಲು ಕೆಲವು ಕ್ಷಣಗಳು ಹಿಡಿಯುತ್ತಿದ್ದವು. ಕೋತಿಗಳು ಮಾಳಿಗೆಯಲ್ಲಿ ಕುಣಿದರೂ ಸಾಕು, ಮಣ್ಣು ಉದುರುತ್ತಿತ್ತು. ಮಳೆಗಾಲದಲ್ಲಿ ಹೊರಗೂ ಮಳೆ, ಒಳಗೂ ಮಳೆ. ಬಚ್ಚಲು ಮನೆಯನ್ನು ಪರಿವರ್ತಿಸಿ ದೇವರ ಮನೆ ಮಾಡಿಕೊಂಡಿದ್ದೆವು, ಅಡಿಗೆ ಮಾಡುವ ಹತ್ತಿರವೇ ಬಚ್ಚಲಿತ್ತು. ಒಂದೇ ಒಂದು ಕೋಣೆಯೂ ಇರಲಿಲ್ಲ. ಎಲ್ಲರೂ ಪಡಸಾಲೆಯಲ್ಲಿ ಸಾಲಾಗಿ ಮಲಗಿಕೊಳ್ಳುತ್ತಿದ್ದೆವು. ಇಲಿಗಳು ರಾತ್ರಿ ಸರಿಹೊತ್ತಿನಲ್ಲಿ ಪಾತ್ರೆಗಳನ್ನು ಉರುಳಿಸಿ ನಮ್ಮನ್ನು ಎಚ್ಚರಿಸುತ್ತಿದ್ದವು. ಚೇಳುಗಳು ಹಾಸಿಗೆಯ ಪಕ್ಕದಲ್ಲಿಯೇ ಹರಿದಾಡಿ ಎಲ್ಲೋ ಸಂದಿನಲ್ಲಿ ಮರೆಯಾಗಿದ್ದು ಗಾಢನಿದ್ದೆಯಲ್ಲಿದ್ದ ನಮಗೆ ತಿಳಿಯುತ್ತಲೇ ಇರಲಿಲ್ಲ. ಸೊಳ್ಳೆ ಪರದೆಯ ಮೂಲೆಯಲ್ಲಿ ತಿಗಣೆಗಳು ಗುಂಪು ಸೇರಿರುತ್ತಿದ್ದವು.

ಅಪ್ಪಗೆ ಈ ಮನೆಯೆಂದರೆ ಜೀವಕ್ಕೆ ಸಮಾನ. ಸ್ವಂತ ಮನೆಯಿದೆಯೆಂದು ಅಭಿಮಾನ. ಆತ ಬದುಕಿರುವ ತನಕ ಈ ಮನೆಯನ್ನು ಮಾರುವ ಯೋಚನೆಯನ್ನೂ ಮಾಡಲಿಲ್ಲ. ಒಮ್ಮೆ ನಾನು ಯಾವುದೋ ಸಂದರ್ಭದಲ್ಲಿ 'ಮನೆ ಮಾರೋಣ' ಎಂದಿದ್ದೇ ಸಿಟ್ಟಿಗೆದ್ದು 'ಮನಿ ಇಲ್ಲ ಅಂದರೆ ಮರ್ಯಾದೇನೂ ಇಲ್ಲಾನೋ, ದಿವಾಳಿ ಎದ್ದೋರಷ್ಟೇ ಮನೆ ಮಾರೋದು' ಎಂದು ಕೂಗಾಡಿದ್ದ. ಬೆಂಗಳೂರಿಗೆ ಬಂದು ನನ್ನ ಜೊತೆ ನೆಲೆಸಿದರೂ, ಆ ಮನೆಯ ಬಗ್ಗೆ ಆತನಿಗೆ ವಿಶೇಷ ಕಾಳಜಿ ಇರುತ್ತಿತ್ತು. ಗೆಳೆಯರ ಮನೆಯ ಗೃಹಪ್ರವೇಶಕ್ಕೆ ಕರೆದುಕೊಂಡು ಹೋದರೆ, ಅವರ ಮುಂದೆ 'ನಮ್ಮದೂ ಸ್ವಂತ ಮನೆ ಅದೆ, ನಮ್ಮೂರಾಗೆ' ಅಂತ ತುಂಬಾ ಹೆಮ್ಮೆಯಿಂದ ಹೇಳಿಕೊಳ್ಳುತ್ತಿದ್ದ. ಈ ಬೆಂಗಳೂರಿನ ಹೊಸಮನೆಯ ನೆಲಕ್ಕೆ ಹಾಸಿದ ಹಾಲುಗಲ್ಲುಗಳ ಅರ್ಧ ಬೆಲೆಗೂ ನಮ್ಮ ಹಳ್ಳಿಯ ಮನೆ ಸರಿತೂಗುವದಿಲ್ಲವೆಂದು ಬಲ್ಲ ನಾನು ಸಣ್ಣಗೆ ಬೆವರುತ್ತಿದ್ದೆ. ಅಪ್ಪಗೆ ಮಾತ್ರ ಅಂತಹ ಯಾವುದೇ ಮುಜುಗರವಿರುತ್ತಿರಲಿಲ್ಲ.

ಅಪ್ಪ ಸತ್ತ ಎರಡೇ ವರ್ಷಕ್ಕೆ ನನಗೆ ನಮ್ಮ ಹಳ್ಳಿಯ ಮನೆ ಬೇಡದ ಲಗೇಜಾಗಿ ಬಿಟ್ಟಿತು. ಅಲ್ಲಿ ಬಾಡಿಗೆಗಿರುವ ಜನರು ಹೊತ್ತಲ್ಲದ ಹೊತ್ತಲ್ಲಿ ನನ್ನ ಮೊಬೈಲಿಗೆ ಫೋನಾಯಿಸಿ 'ಬಚ್ಚಲು ಮೋರಿ ನೀರು ಹೋಗವಲ್ಲದು', 'ಪಾಯಿಖಾನೆ ಕುಣಿ ತುಂಬ್ಯದೆ' ಅಂತ ದೂರು ಮಾಡಿದರೆ ಮೈಯೆಲ್ಲಾ ಉರಿಯುತ್ತಿತ್ತು. ಅದೇ ಹೊತ್ತಿನಲ್ಲಿ ಬೆಂಗಳೂರಿನಲ್ಲಿ ಒಂದು ಅಪಾರ್ಟ್‌ಮೆಂಟ್ ಕೊಂಡುಕೊಂಡೆ. ತಿಂಗಳು ತಿಂಗಳು ಸಾಲದ ಕಂತನ್ನು ಕಟ್ಟುವಾಗ ಊರ ಮನೆಯನ್ನು ಮಾರಬೇಕೆಂಬ ಆಲೋಚನೆ ಬರುತ್ತಿತ್ತು. ಹಳ್ಳಿ ಮನೆಯ ದೇಖರೇಖಿ ನೋಡಿಕೊಳ್ಳಲು ಆಗುವದಿಲ್ಲ ಎಂದು ಎಲ್ಲರ ಮುಂದೆ ಹುಳ್ಳಗೆ ನೆಪ ಕೊಡುತ್ತಾ ಮನೆ ಮಾರಿಬಿಟ್ಟೆ. ಪತ್ರಗಳಿಗೆ ಸಹಿ ಮಾಡಿ ಮನೆಯನ್ನು ಬಿಟ್ಟು ಬರುವಾಗ ಯಾಕೋ ದುಃಖವಾಗಿತ್ತು. ಹಾಲು ಕೊಟ್ಟು ಸಲುಹಿದ ಮುದಿ ಹಸುವನ್ನು ಕಸಾಯಿಖಾನೆಗೆ ಕಳುಹಿಸುವಂತೆ ಸಂಕಟವಾಗಿತ್ತು. ಮನೆಯನ್ನು ಕೊಂಡ ವ್ಯಕ್ತಿಯ ಕೈ ಹಿಡಿದುಕೊಂಡು 'ಮನೀನ ಛಂದಾಗಿ ನೋಡಿಕೊಳ್ರಿ' ಎಂದು ಗದ್ಗದಿತನಾಗಿದ್ದೆ. ಭಾರದ ಡಿ.ಡಿ.ಯನ್ನು ಜೇಬಿನಲ್ಲಿ ಹಾಕಿಕೊಂಡು ಮೆಜೆಸ್ಟಿಕ್ಕಿನಲ್ಲಿ ಇಳಿದಿದ್ದೇ 'ಹೌ ಸಿಲ್ಲಿ, ತುಂಬಾ ಭಾವುಕನಾಗಿ ವರ್ತಿಸಿಬಿಟ್ಟೆ' ಎಂದು ಪೇಚಾಟವಾಗಿತ್ತು.

ಅಪಾರ್ಟ್‌ಮೆಂಟ್ ಖರೀದಿಸುವುದಕ್ಕೆ ಮುಂಚೆ, ಕಟ್ಟಿದ ಮನೆಯನ್ನು ಕೊಳ್ಳಬೇಕೆಂದು ಪ್ರಯತ್ನ ಮಾಡಿದ್ದೆ. ಮನೆ ಕಟ್ಟಿಸುವ ತಲೆನೋವಿಂದ ತಪ್ಪಿಸಿಕೊಳ್ಳಬೇಕೆಂದು ನನ್ನ ಆಲೋಚನೆ. ಅಪ್ಪ ಮಾತ್ರ ಅದನ್ನು ವಿರೋಧಿಸಿದ್ದ. 'ಕಷ್ಟಪಟ್ಟು ಮನೆ ಕಟ್ಟಿಸದಿದ್ದರೆ ಅದರ ಮೇಲೆ ಪ್ರೀತಿ ಹೇಗೆ ಹುಟ್ಟುತ್ತೋ?' ಎಂಬುದು ಅವನ ವಾದ. ನಾನು ಮಾತ್ರ ಅವನ ಮಾತನ್ನು ಕಿವಿಗೆ ಹಾಕಿಕೊಳ್ಳದೆ

'ಪ್ರಾಕ್ಟಿಕಲ್' ಆಗಿ ವರ್ತಿಸಿದ್ದೆ. ಆದರೆ ಕಟ್ಟಿದ ಮನೆಗಳು ಪೂರ್ತಿಯಾಗಿ ನಮಗೆ ಒಪ್ಪಿಗೆಯಾಗುವದಾದರೂ ಹೇಗೆ? ಹತ್ತಾರು ಮನೆಗಳನ್ನು ನೋಡಿದ್ದೆ. ಕೊನೆಗೆ ಒಂದು ಮನೆ ಒಂಚೂರು ಒಪ್ಪಿಗೆಯಾಗಿತ್ತು. ಆ ಮನೆಯ ಯಜಮಾನ ಉತ್ಸಾಹದಿಂದ ಇಡೀ ಮನೆಯನ್ನು ತೋರಿಸಿದ್ದ. ಅಡಿಗೆ ಮನೆಯ ಒಳ ಹೊಕ್ಕಾಗ ಒಬ್ಬಳೇ ಕುಳಿತು ತರಕಾರಿ ಹೆಚ್ಚುತ್ತಿದ್ದ ಅವನ ಪತ್ನಿ ನನ್ನ ಕಡೆ ಆರ್ದ್ರ ದೃಷ್ಟಿಯಿಂದ ನೋಡಿದ್ದಳು. ಪಡಸಾಲೆಯಲ್ಲಿ ಕಾಫಿ ಕುಡಿಯುತ್ತಾ ಚೌಕಾಸಿ ಮಾಡಲು ಶುರುಮಾಡಿದಾಗ, ಯಜಮಾನರ ಮೊಬೈಲ್ ಸದ್ದಾಗಿ ಹೊರಗೆ ಹೋದರು.

ಆ ಅವಕಾಶಕ್ಕಾಗಿಯೇ ಕಾದವರಂತೆ ಅಡಿಗೆ ಮನೆಯಿಂದ ಅವರ ಪತ್ನಿ ಹೊರಬಂದಿದ್ದೇ ನನ್ನ ಮುಂದೆ ಕೈ ಮುಗಿದು ನಿಂತುಬಿಟ್ಟರು. ಅವರ ಕಣ್ಣಾಲಿಗಳು ತುಂಬಿದ್ದವು. "ದಯವಿಟ್ಟು ನಮ್ಮನಿ ಕೊಳ್ಳಬೇಡ್ರಿ ನಮಗೆ ಬೇಕಿದು. ಈ ಮನೆ ಕಟ್ಟಿಸಲಿಕ್ಕೆ ನನ್ನ ಬಂಗಾರ ಎಲ್ಲಾ ಮಾರಿ ಹಣ ಹೊಂದಿಸಿ ಕೊಟ್ಟೀನಿ, ನೋಡಿ ಇಲ್ಲಿ, ನನ್ನ ಮೈಮೇಲೆ ಒಂಚೂರು ಬಂಗಾರ ಇಲ್ಲ" ಎಂದು ತಮ್ಮ ಬಂಗಾರವಿಲ್ಲದ ಬೆರಳು, ಕೊರಳನ್ನು ತೋರಿಸಲಾರಂಭಿಸಿದರು. ಅಷ್ಟರಲ್ಲಿ ಫೋನ್ ಮುಗಿಸಿ ಒಳಗೆ ಬಂದ ಯಜಮಾನ ಅಲ್ಲಿಯ ದೃಶ್ಯವನ್ನು ನೋಡಿದ್ದೇ ಕೆಂಡಾಮಂಡಲವಾಗಿಬಿಟ್ಟ. "ನೀನು ಒಳಗೋಗು ಒಳಗೋಗು" ಎಂದು ಆಕೆಯನ್ನು ಅಡಿಗೆ ಮನೆಗೆ ದಬ್ಬಲಾರಂಭಿಸಿದ. ಆಕೆ "ನಾನು ಈ ಮನಿ ಮಾರೋಕೆ ಬಿಡಲ್ಲ" ಅಂತ ವಿರೋಧಿಸಲಾರಂಭಿಸಿದಳು. ಮತ್ತಿಷ್ಟು ಸಿಟ್ಟಿಗೆದ್ದ ಆತ ಆಕೆಯ ಬೆನ್ನು, ಕುತ್ತಿಗೆಯ ಮೇಲೆ ದಬದಬನೆ ಏಟುಗಳನ್ನು ಹೇರಲಾರಂಭಿಸಿದ. ನನಗೆ ಕೈಕಾಲಲ್ಲಿ ನಡುಕ ಬಂದು ಮನೆಯಿಂದ ಹೊರಗೆ ಬಂದು ಬಿಟ್ಟೆ. ಓಣಿಯ ತಿರುವಿನ ತನಕ ಬಿರುಸಿನ ಹೆಜ್ಜೆಯನ್ನು ಹಾಕುತ್ತಾ ಗುಹೆಯಿಂದ ಹೊರ ಬಂದಂತೆ ಓಡಿದ್ದೆ. ಆದರೆ ಯಜಮಾನ ಏದುಸಿರು ಬಿಡುತ್ತಾ ನನ್ನ ಬಳಿ ಓಡಿ ಬಂದು "ತಪ್ಪು ತಿಳ್ಕೋಬೇಡ್ರಿ ಸಾರ್, ಹೆಣ್ಣು ಹೆಂಗಸರಿಗೆ ವ್ಯವಹಾರ ಏನು ಗೊತ್ತಾಗುತ್ತೆ ಹೇಳಿ? ಮೈ ತುಂಬಾ ಸಾಲ ಆಗಿಬಿಟ್ಟಿದೆ ಸಾರ್. ತೀರಿಸೋಕೆ ಆಗ್ತಾ ಇಲ್ಲ. ಸಾಲದ ಹಣ ನೆನಸಿಕೊಂಡ್ರೆ ರಾತ್ರಿ ನಿದ್ದೆ ಕೂಡಾ ಬರವಲ್ಲದು" ಎಂದು ತಮ್ಮ ಅಸಹಾಯಕತೆಯನ್ನು ಹೊರ ಹಾಕಿದರು. ನಾನು ಅವರ ಬೇಡಿಕೆಗೆ ಕಿವಿಗೊಡದೆ ಮನೆಗೆ ಬಂದಿದ್ದೆ. ಕಟ್ಟಿದ ಮನೆ ಬೇಡವೆಂದು ನಿರ್ಧರಿಸಿಬಿಟ್ಟೆ.

ಇಂಗ್ಲೆಂಡಿನಲ್ಲಿ ಮಾತ್ರ ಇದಕ್ಕೆ ವ್ಯತಿರಿಕ್ತವಾದ ಸ್ವಭಾವವನ್ನು ಗಮನಿಸಿದ್ದೆ. ನನ್ನ ಸಹೋದ್ಯೋಗಿ ಬ್ಲಾಕ್‌ಮೋರ್ ತನ್ನ ಹಳೆ ಮನೆಯನ್ನು ಮಾರಿ ಹೊಸ ಮನೆಯೊಂದನ್ನು ಕೊಂಡು ಎಲ್ಲರಿಗೂ ಪಾರ್ಟಿ ಕೊಟ್ಟಳು. ಅವಳ ಹಳೆಯ ಮನೆಗೂ ನಾನೊಮ್ಮೆ ಭೇಟಿ ಕೊಟ್ಟಿದ್ದೆ. ಅದು ನನಗೆ ತುಂಬಾ ಸೊಗಸಾದ ಮನೆಯಾಗಿ ಕಂಡಿತ್ತು. ತನ್ನ ಮದುವೆಯಾದಾಗ ಕೊಂಡಿದ್ದೆಂದು ಬ್ಲಾಕ್‌ಮೋರ್

ಹೇಳಿದ್ದಳು. ಅದನ್ನು ಅವಳಿಗೆ ಜ್ಞಾಪಿಸಿ "ಅದನ್ನು ಯಾಕೆ ಮಾರಿದೆ?" ಎಂದು ಕೇಳಿದೆ. "ಓ ಡಿಯರ್, ಅದು ತುಂಬಾ ಹಳೆಯದಾಗಿತ್ತು. ಎಲ್ಲಾ ಸಾಮಾನುಗಳು ಬಣ್ಣ ಕಳೆದುಕೊಂಡಿದ್ದವು. ಬಾಗಿಲುಗಳೂ ಆಗಲೇ ಸದ್ದು ಮಾಡುವ ಸ್ಥಿತಿಗೆ ಬಂದಿದ್ದವು. ಅಂತಹ ಹಳೆಯ ಮನೆಯಲ್ಲಿ ಎಷ್ಟು ದಿನವಂತ ಇರೋದು ಹೇಳು? ಈ ಮನೆ ನೋಡು, ಸೊಗಸಾಗಿದೆಯಲ್ಲವಾ? ಗೆಳೆಯರ ಮಧ್ಯದಲ್ಲಿ ನನ್ನ ಗೌರವ ಹೆಚ್ಚುವದಿಲ್ಲವಾ, ನೀನೇ ಹೇಳು" ಎಂದು ಕೇಳಿದ್ದಳು. ಯಾಕೋ ಅಪ್ಪ ನೆನಪಾಗಿ, ಆತ ತನ್ನ ಹಳೆಯ ಮನೆ ಮಾರಲು ಒಪ್ಪದೇ ಇದ್ದ ಸಂಗತಿಯನ್ನು ಹೇಳಿದೆ. ಅದಕ್ಕವಳು ಕೊಟ್ಟ ಉತ್ತರ ಮಾತ್ರ ನನ್ನನ್ನು ಬೆಚ್ಚಿ ಬೀಳಿಸಿತ್ತು.

"ನಿಮ್ಮದು ಬಡ ದೇಶ. ದೇಶದ ಆರ್ಥಿಕ ಮಟ್ಟ ನಮ್ಮ ದೇಶದಷ್ಟು ಗಟ್ಟಿಯಾಗಿಲ್ಲ. ಆದ್ದರಿಂದಲೇ ವಸ್ತುಗಳ ಮೇಲೆ ಪ್ರೀತಿ-ಪ್ರೇಮ ಮೂಡುತ್ತೆ. ನಮ್ಮಲ್ಲಿ ಹೊಸತನ್ನು ಕೊಳ್ಳುವ ಆರ್ಥಿಕ ಶಕ್ತಿ ಇಲ್ಲದಿದ್ದಾಗ, ಹಳೆಯದನ್ನು ಮಿತಿ ಮೀರಿ ಪ್ರೀತಿಸುವ ಕೆಟ್ಟ ಚಟವನ್ನು ಬೆಳೆಸಿಕೊಳ್ಳುತ್ತೇವೆ. ಅದು ಸರಿ ಎಂದು ಸಮರ್ಥಿಸಿಕೊಳ್ಳುವ ಹಠಮಾರಿಗಳಾಗುತ್ತೇವೆ" ಎಂದಳು. ನನಗೆ ಅವಳ ಉತ್ತರ ಸಿಟ್ಟು ತರಿಸಿತ್ತು. ಅವಳು ನನ್ನ ಅಪ್ಪನನ್ನು ಕೇವಲವಾಗಿ ಮಾಡಿ ಮಾತನಾಡುತ್ತಿದ್ದಾಳೆ ಎಂದು ಒಳಗೇ ಸಂಕಟವಾಗಿತ್ತು. "ನಿಮ್ಮ ದೇಶದಲ್ಲಿ ಭಾವನೆಗಳಿಗೆ ಬೆಲೆಯಿಲ್ಲ ಎಂದ ಮಾತ್ರಕ್ಕೆ ಪ್ರಪಂಚವೆಲ್ಲವೂ ಹಾಗೇ ಎಂದು ಭಾವಿಸಬೇಡ. ಅಲ್ಲಿ ಎಷ್ಟೇ ಶ್ರೀಮಂತರಾದರೂ ತಮ್ಮ ಸ್ವಂತ ಮನೆಯನ್ನು ಪ್ರೀತಿಸುತ್ತಾರೆ" ಎಂದೆಲ್ಲಾ ಬಡಬಡಿಸಿದ್ದೆ. ಅವಳು ನನ್ನ ಮಾತಿಗೆ ನಕ್ಕಿದ್ದಳು. "ನನ್ನ ಅಪ್ಪ-ಅಮ್ಮ ಪೋಲಂಡಿನವರು. ಅವರೂ ಹೀಗೇ ಹಳೆಮನೆಯ ಬಗ್ಗೆ ಭಾವುಕರಾಗುತ್ತಾರೆ. ನೀನು ಹೇಳುವುದು ನನಗೆ ಅರ್ಥವಾಗುವದಿಲ್ಲ ಎಂದು ತಿಳಿದುಕೊಳ್ಳಬೇಡ. ಕೊನೆಗೂ ಇವೆಲ್ಲಾ ಸ್ವಭಾವಗಳು ದೇಶದ ಎಕಾನಮಿಗೆ ಸಂಬಂಧಿಸಿದ್ದು ಎಂದು ನಿನಗೆ ಮುಂದೆ ಗೊತ್ತಾಗುತ್ತದೆ" ಎಂದು ಅತ್ಯಂತ ಸಮಾಧಾನದಲ್ಲಿ ಹೇಳಿದ್ದಳು.

ಅವಳ ಮಾತು ಕಹಿಸತ್ಯವೆಂದು ಕೆಲವೇ ವರ್ಷಗಳಲ್ಲಿ ಗೊತ್ತಾಗಲಾರಂಭಿಸಿತು. ಬೆಂಗಳೂರಿನ ರಿಯಲ್ ಎಸ್ಟೇಟ್ ಬೆಲೆಗಳು ಗಗನಕ್ಕೆ ಮುಟ್ಟುತ್ತಿದ್ದ ಹೊತ್ತದು. ಎಲ್ಲಾ ಸಹೋದ್ಯೋಗಿಗಳ ಬಳಿಯೂ ಸಾಕಷ್ಟು ಹಣ. ಸಾಲದಾದರೆ ಸಾಲ ಕೊಡಲು ಒಂಟಿ ಕಾಲ ಮೇಲೆ ನಿಂತ ಬ್ಯಾಂಕುಗಳು. ವಾರಾಂತ್ಯ ಬಂದರೆ ಸಾಕು, ಹೊಸ ಮನೆ ಹುಡುಕುವುದು ಅವರ ಕಾಲಹರಣದ ಕೆಲಸವಾಯಿತು. ಆಫೀಸ್ ಬದಲಾದರೆ ಸಾಕು, ಮನೆಯೂ ಬದಲು ಮಾಡಿಬಿಟ್ಟರು. ಅಪಾರ್ಟ್‌ಮೆಂಟನ್ನು ಕೊಟ್ಟು ವಿಲ್ಲಾ ಕೊಂಡರು, ಪಕ್ಕದ ಬಿಲ್ಡಿಂಗಿನವರಿಗೆ ನಮ್ಮ ಮನೆಯ ಕೆಲವು ಭಾಗ ಕಾಣಿಸುತ್ತವೆಂದು 'ನೋ ನೈಬರ್ಸ್' ಅಂತ ಡಂಗುರ ಸಾರಿದ ಬಿಲ್ಡರಿನ ಬಳಿ ದಬಾದುಬಿ ಓಡಿ ಹೊಸ

ಮನೆ ಕೊಂಡರು. ಈಗ ಎಲ್ಲರೂ ಉದ್ಯೋಗ ಕಳೆದುಕೊಂಡು, ಸಾಲ ತೀರಿಸುವುದು ಹೇಗೆಂದು ತಿಳಿಯದೆ ರಾತ್ರಿ ನಿದ್ದೆ ಕೆಡಿಸಿಕೊಂಡು ಕೂತಿದ್ದಾರೆ.

ಅಮೇರಿಕಾ ದೇಶದ ಪ್ರಜೆ ಜೆಫರಿ ಎನ್ನುವವನೊಬ್ಬ ನಮ್ಮ ಕಂಪನಿಯಿಂದ ಒಂದು ವಿಶೇಷ ವೆಬ್‌ಸೈಟ್ ಮಾಡಿಸಿದ್ದ. ಅವನೊಬ್ಬನೇ ಆ ಪ್ರಾಜೆಕ್ಟಿಗೆ ಹಣ ಹಾಕಿದ್ದ. ನಾನೇ ಆ ಪ್ರಾಜೆಕ್ಟನ್ನು ನೋಡಿಕೊಂಡಿದ್ದೆನಲ್ಲದೆ ಅವನೊಡನೆ ದಿನನಿತ್ಯ ಟೆಲಿಕಾನ್ಫರೆನ್ಸ್ ಮಾಡುತ್ತಿದ್ದೆ. ಈ ಪ್ರಾಜೆಕ್ಟ್ ಅತ್ಯಂತ ವಿಚಿತ್ರದ್ದಾಗಿತ್ತು. ಪ್ರಪಂಚದ ಮೂಲೆಮೂಲೆಗಳಲ್ಲಿರುವ ಮಾರಾಟದ ಮನೆಗಳನ್ನು ಜೆಫರಿ ಹುಡುಕುತ್ತಿದ್ದ. ಆ ಮನೆಗಳ ಫೋಟೋ, ವೀಡಿಯೋ ಕ್ಲಿಪ್ಪಿಂಗ್‌ಗಳ ಸಮೇತ ಆ ವೆಬ್‌ಸೈಟಿನಲ್ಲಿ ವಿವರಗಳನ್ನು ಹಾಕಬೇಕಿತ್ತು. ಈ ಫೋಟೋಗಳನ್ನು, ವೀಡಿಯೋ ಕ್ಲಿಪ್ಪಿಂಗ್‌ಗಳನ್ನು ನೋಡಿ ಜನರು ಮನೆ ಕೊಳ್ಳುತ್ತಿದ್ದರು. ಆದರೆ ಕೊಂಡವರು ಯಾರೂ ಅಲ್ಲಿ ವಾಸಿಸುತ್ತಿದ್ದಿಲ್ಲ. ಅಥವಾ ಅದನ್ನು ನೋಡಲು ಆ ದೇಶಕ್ಕೆ ಹೋಗುತ್ತಲೂ ಇರಲಿಲ್ಲ. ಜಪಾನಿನಲ್ಲಿದ್ದವನು ಆಸ್ಟ್ರೇಲಿಯಾದಲ್ಲಿ ಮನೆ ಕೊಳ್ಳುತ್ತಿದ್ದ. ಅಮೇರಿಕಾದ ಪ್ರಜೆಯೊಬ್ಬ ಸೈಪ್ರಸ್ಸಿನಲ್ಲಿ ಮನೆಕೊಳ್ಳುತ್ತಿದ್ದ. ಹಣ, ರಿಜಿಸ್ಟ್ರೇಷನ್ ಎಲ್ಲವೂ ಇಂಟರ್‌ನೆಟ್ ಮೂಲಕವೇ ಆಗುತ್ತಿತ್ತು. ಆ ಮನೆಗಳ ಉಸ್ತುವಾರಿ ನೋಡಿಕೊಳ್ಳುವದೆಲ್ಲಾ ಜೆಫರಿಯ ಕಂಪನಿಗೆ ಸಂಬಂಧಿಸಿದ್ದಾಗಿತ್ತು. ತಿಂಗಳಿಗೆ ಬಾಡಿಗೆಯ ರೂಪದಲ್ಲಿ ಹಣವೂ ಮನೆಯೊಡೆಯನಿಗೆ ಸೇರುತ್ತಿತ್ತು. ಕೊನೆಗೆ ಮನೆಯೊಡೆಯ ಮನೆ ಮಾರಲು ಸಿದ್ಧವಾದರೆ ಮತ್ತೊಮ್ಮೆ ಆ ಮನೆ ವೆಬ್‌ಸೈಟೇರುತ್ತಿತ್ತು. ಕೇವಲ ಭೂಗೋಳದ ಯಾವ ಪ್ರದೇಶದಲ್ಲಿ ರಿಯಲ್ ಎಸ್ಟೇಟ್ ಬೂಮ್ ಇದೆ ಎನ್ನುವದಷ್ಟೇ ಇಲ್ಲಿ ಮಾನದಂಡವಾಗಿತ್ತು. ಮನೆಯ ಮೇಲಿನ ಪ್ರೀತಿ ಪ್ರೇಮವನ್ನೆಲ್ಲಾ ಇಲ್ಲಿ ಮಾತನಾಡುವುದೂ ತಪ್ಪಾಗುತ್ತಿತ್ತು.

ಈ ವೆಬ್‌ಸೈಟ್‌ಗೆ ಪ್ರತಿಕ್ರಿಯೆ ತುಂಬಾ ಚೆನ್ನಾಗಿಯೇ ಬಂತು. ಜೆಫರಿ ಸಾಕಷ್ಟು ಹಣ ಮಾಡಿದ. ಆದರೆ ಅವನಿಗೆ ಇನ್ನೂ ಅಸಮಾಧಾನ. ಇನ್ನಷ್ಟು ಜನರನ್ನು ತನ್ನ ವೆಬ್‌ಸೈಟಿಗೆ ಸೆಳೆಯುವ ಆಸೆ. ಅದಕ್ಕಾಗಿ ಅವನೊಂದು ವಿಚಿತ್ರ ಯೋಜನೆಯನ್ನು ನನ್ನ ಮುಂದಿಟ್ಟ. ಇಡೀ ಮನೆಯನ್ನು ಕೊಳ್ಳುವದಕ್ಕೆ ತುಂಬಾ ಹಣ ಬೇಕಾಗುತ್ತದೆ. ಸಾಕಷ್ಟು ಜನರ ಬಳಿ ಅಷ್ಟೊಂದು ಹಣವಿಲ್ಲದಿರುವದರಿಂದ ನಮ್ಮ ಗ್ರಾಹಕರಾಗಲು ಹಿಂಜರಿಯುತ್ತಾರೆ. ಆದರೆ ಅವರ ಬಳಿ ಇರುವ ಹಣಕ್ಕೆ ತಕ್ಕಂತೆ ನಾವೇನಾದರೂ ವ್ಯಾಪಾರ ಕುದುರಿಸಬೇಕಲ್ಲವೆ? ಅದಕ್ಕಾಗಿ ಮನೆಯ ತುಂಡನ್ನು ಮಾರುವಂತೆ ಆ ವೆಬ್‌ಸೈಟಿಗೆ ಬದಲಾವಣೆ ತರಲು ನನಗೆ ಆಜ್ಞಾಪಿಸಿದ. ಒಂದು ಮನೆಯನ್ನು ಹತ್ತು ತುಂಡು ಮಾಡಿದರೆ, ಆ ಮನೆಯನ್ನು ಹತ್ತು ಜನರು ಕೊಳ್ಳಬಹುದು ಎಂಬುದು ಅವನ ವಿಚಾರ.

ಮೊದಲಿಗೆ ನಾನು ಈ ವಿಚಿತ್ರ ಯೋಜನೆಗೆ ವಿರುದ್ಧವಾಗೇ ಮಾತನಾಡಿದೆ. ತುಂಡು ಮನೆಯನ್ನು ಕೊಳ್ಳುವುದು ಅದ್ಯಾಕೋ ನನ್ನ ಹೃದಯಕ್ಕೆ ವಿಚಿತ್ರ ವೇದನೆಯನ್ನು ಕೊಟ್ಟಿತ್ತು. ಆದರೆ ಜೆಫರಿ ನನ್ನ ಮಾತು ಕೇಳುತ್ತಾನೆಯೆ? ಹಣ ಕೊಟ್ಟವನು ಅವನು. ನಾನೇನಿದ್ದರೂ ಐ.ಟಿ. ಕೂಲಿ. ತೆಪ್ಪಗೆ ಅವನು ಹೇಳಿದಂತೆ ವೆಬ್‌ಸೈಟನ್ನು ಬದಲಾಯಿಸಿ ಕೊಟ್ಟೆ. ಆದರೆ ನನ್ನ ಮುಖಕ್ಕೆ ಹೊಡೆದಂತೆ ಜನರು ತುಂಡು ಮನೆಗಳನ್ನು ಕೊಳ್ಳಲು ಮುಂದೆ ಬಂದರು. ಗ್ರಾಹಕರ ಸಂಖ್ಯೆ ಹತ್ತು ಪಟ್ಟು ಹೆಚ್ಚಾಯಿತು. ಅದರ ಯಶಸ್ಸನ್ನು ಆಚರಿಸಲು ಜೆಫರಿ ಲೀಲಾ ಪ್ಯಾಲೇಸಿನಲ್ಲಿ ಒಂದು ಭರ್ಜರಿ ಔತಣವನ್ನು ಕೊಟ್ಟ. ಯಾಕೋ ನನಗೆ ಸಿಹಿ ತಿನ್ನುವಾಗಲೂ ಕಹಿಯೆನ್ನಿಸಿತ್ತು. ಇಡೀ ಮನೆಯನ್ನು ವಾಸ್ತವವಾಗಿಯಲ್ಲದಿದ್ದರೂ, ಮಿಥ್ಯಾಲೋಕದಲ್ಲಿ ಒಡೆಯುವಂತಹ ಕೆಲಸ ಮಾಡುತ್ತಿರುವೆನಲ್ಲಾ ಎಂದು ಖೇದವಾಗಿತ್ತು.

ಹರಿಶ್ಚಂದ್ರ ಮತ್ತೆ ಮತ್ತೆ ನೆನಪಾಗುತ್ತಾನೆ. ಪುಣ್ಯಾತ್ಮ, ಹೆಂಡತಿಯನ್ನು ಇಡೀಯಾಗಿ ಒಂದೇ ಸಲಕ್ಕೆ ಮಾರಿಬಿಟ್ಟ!

13ನೇ ಜೂನ್ 2009

ರಿಸೆಷನ್ ಬಂತು

ಸೋಮವಾರ ಬೆಳಿಗ್ಗೆ ಬೆಳಿಗ್ಗೆ "ರಿಸೆಷನ್ ಬಂತಲ್ಲಾ ಕಣ್ರೀ, ಏನಾದ್ರೂ ಮಾಡಬೇಕು" ಅಂತ ಸಂದೀಪ ಅಂಗೈಗಳೆರಡನ್ನೂ ತಿಕ್ಕುತ್ತಾ ಹೇಳಿದ್ದನ್ನು ಕೇಳಿ ನನ್ನ ಎಡಗಣ್ಣು ಬಡಿದುಕೊಳ್ಳಲಾರಂಭಿಸಿತು. ಹಬ್ಬ ಬಂತು, ಜಾತ್ರೆ ಬಂತು, ಎಲೆಕ್ಷನ್ ಬಂತು ಎನ್ನುವ ಸಡಗರದಲ್ಲಿಯೇ ಸಂದೀಪ್ ರಿಸೆಷನ್ ಬರವನ್ನು ಮಾತಿಗೆತ್ತಿಕೊಂಡ. ಏನೇನು ಎಡವಟ್ಟು ಯೋಚನೆಗಳನ್ನು ತಲೆಯಲ್ಲಿ ತುಂಬಿಕೊಂಡಿದ್ದಾನೋ ಎಂದು ಭಯಗೊಂಡ ನಾನು ಮಾತುಕತೆಯನ್ನು ಬೇರೆಯದೇ ದಿಕ್ಕಿನಲ್ಲಿ ತಿರುಗಿಸಲು ನೋಡಿದೆ.

"ಹೌದು ಸಾರ್. ಜಗತ್ತಿನಲ್ಲೆಲ್ಲಾ ಅದೇ ಮಾತು. ಇಂಟರ್‌ನೆಟ್ಟಿನಾಗೆ ಓದಬಾರದ್ದನ್ನೆಲ್ಲಾ ಓದಿ, ಟೀವಿನಾಗೆ ಕೇಳಬಾರದ್ದನ್ನೆಲ್ಲಾ ಕೇಳಿ ನಮ್ಮ ಹುಡುಗರೂ ಹೆದರಿಕೊಂಡು ಬಿಟ್ಟಾರೆ ಸಾರ್. ಒಂದು ಸ್ಟಾಫ್ ಮೀಟಿಂಗ್ ಮಾಡಿ ಹೆದರಿಕೊಳ್ಳುವಂತಹದ್ದು ಏನೂ ಇಲ್ಲ ಅಂತ ನೀವು ಹೇಳಿದ್ರೆ ಹುಡುಗರಿಗೆ ಧೈರ್ಯ ಬರ್ತದೆ ಸಾರ್"

"ಸ್ಟಾಫ್ ಮೀಟಿಂಗಿಗೆ ಎಲ್ಲರನ್ನೂ ಕರೀರಿ. ಎಲ್ಲರಿಗೂ ಸಂಬಳದಲ್ಲಿ ಇಪ್ಪತ್ತು ಪರ್ಸೆಂಟ್ ಕಟ್ ಅಂತ ನೀವೇ ಹೇಳಿ ಬಿಡ್ರಿ. ಆಮೇಲೆ ನಿಮಗೆ ನಾನು ಹೇಳ್ತೀನಿ"

"ಅಯ್ಯಯ್ಯಯ್ಯಾ..." ಎಂದು ಸಣ್ಣಗೆ ಕಿರುಚಿದೆ.

"ಬರೀ ಅಯ್ಯ ಒಂದೇ ಅಲ್ಲ, ಅಮ್ಮಂದಿರಿಗೂ ಸಂಬಳ ಕಟ್"

"ಅಯ್ಯಯ್ಯಮ್ಮ..."

"ದಟ್ ಈಸ್ ಕರೆಕ್ಟ್"

"ಅಲ್ಲ ಸಾರ್, ರಿಸೆಷನ್ ಬಂದಿರೋದು ನಿಜ. ಆದರೆ ನಮ್ಮ ಕಂಪನಿಗೆ ಅಂಥಾ ಎಫೆಕ್ಟ್ ಏನೂ ಆಗಿಲ್ಲ ಅಲ್ವಾ ಸಾರ್? ಸುಮ್ಮ ಸುಮ್ಮನೆ ಯಾರೋ ಬೇರೆ ಕಂಪನಿಗಳು ಸಂಬಳ ಕಟ್ ಮಾಡಿದ್ರು ಅಂತ ನಾವೂ ಮಾಡಿದ್ರೆ ಚೆನ್ನಾಗಿರಲ್ಲ ಅನ್ನಿಸುತ್ತೆ ಸಾರ್"

"ಮುಚ್ರಿ ಬಾಯಿ. ಇಷ್ಟು ವರ್ಷ 'ಬೇರೆ ಕಂಪನಿನಾಗೆ ಜಾಸ್ತಿ ಸಂಬಳ ಕೊಡ್ತಾರೆ ಸಾರ್, ನಾವು ಇಷ್ಟು ಕಮ್ಮಿ ಕೊಟ್ಟರೆ ಲಕ್ಷಣವಾಗಿರಲ್ಲ' ಅಂತ ನನ್ನ ಮೂಗು ಹಿಂಡಿ ಹಣ ಕಕ್ಕಿಸಿದ್ರಲ್ರೀ... ಈಗ ಲಾಜಿಕ್ ಬೇರೆ ಹೆಂಗೆ ಆಗ್ತದೆ ಕಣ್ರೀ?"

"ಓಕೆ ಸಾರ್..." ಅಂತ ಶಸ್ತ್ರ ಕಳೆದುಕೊಂಡ ವೀರನಂತೆ ಹೇಳಿದೆ.

"ಒಂದಿಪ್ಪತ್ತು ಪರ್ಸೆಂಟ್ ಜನರನ್ನ ಮನೆಗೆ ಕಳುಹಿಸ್ರಿ. ನೀವೇ ಪರ್ಸನಲ್ ಮೀಟಿಂಗ್ ಮಾಡಿ ಅವರಿಗೆ ನೋವಾಗದಂಗೆ ಪಿಂಕ್ ಸ್ಲಿಪ್ ಕೊಡ್ರಿ" ಅಂದ.

"ಅಯ್ಯಯ್ಯಮ್ಮಾ..." ಎಂದು ಮತ್ತೊಮ್ಮೆ ಆಘಾತದಿಂದ ಕಿರುಚಿದೆ.

"ಯೆಸ್, ಹೆಂಗಸರಿಗೂ ಸಮಾನ ಅವಕಾಶ ಕೊಡಿ. ಐ.ಟಿ.ಯಲ್ಲಿ ಯಾವುದೇ ಲಿಂಗ ತಾರತಮ್ಯ ಬೇಡ"

"ಅಲ್ಲಾ ಸಾರ್, ಇಷ್ಟು ವರ್ಷ ಅವರ ಜೊತೀಗೆ ಕೆಲಸ ಮಾಡೀನಿ, ಕಷ್ಟ ಸುಖ ಹಂಚಿಕೊಂಡೀನಿ, ದೇಶ ವಿದೇಶಕ್ಕೆ ಅಡ್ಡಾಡೀನಿ. ಅವರ ಮದುವಿ, ನಾಮಕರಣ, ಗೃಹಪ್ರವೇಶ ಎಲ್ಲಾದಕ್ಕೂ ಅಟೆಂಡೆನ್ಸ್ ಹಾಕಿ ಗಡದ್ದಾಗಿ ಊಟ ಮಾಡಿ ಬಂದೀನಿ. ಈಗ ಮನೀಗೆ ಹೋಗ್ರಿ ಅಂತ ಯಾವ ಬಾಯಿಂದ ಹೇಳಲಿ ಸಾರ್?" ಎಂದು ಕರುಣಾರಸವೇ ಹರಿಯುವಂತೆ ಬೇಡಿಕೊಂಡೆ.

ಸಂದೀಪ ಒಂದು ಕ್ಷಣ ಚಿಂತಾಕ್ರಾಂತನಾದ.

"ನೀವು ಹೇಳೋದ್ರಲ್ಲೂ ಒಂದು ಒಳ್ಳೆ ಪಾಯಿಂಟ್ ಇದೆ. ಒಂದು ಕೆಲಸ ಮಾಡ್ರಿ. ಒಳ್ಳೆ ಸಂಬಳ ಕೊಟ್ಟು ಯಾರಾದ್ರೂ ಅಗ್ರೆಸಿವ್ ಮ್ಯಾನೇಜರನ್ನ ರಿಕ್ರೂಟ್ ಮಾಡಿಕೊಳ್ರಿ. ಅವನಿಗೆ ಮೊದಲನೆ ದಿನ ಫೈವ್ ಸ್ಟಾರ್ ಹೋಟಲಿನಲ್ಲಿ ಭರ್ಜರಿ ಪಾರ್ಟಿ ಕೊಡಿಸ್ರಿ. ಎರಡನೆ ದಿನ ಎಲ್ಲರಿಗೂ ಪಿಂಕ್ ಸ್ಲಿಪ್ ಅನ್ನು ಅವನ ಅಮೃತ ಹಸ್ತದಿಂದಲೇ ಕೊಡಿಸ್ರಿ. ಹೆಂಗೂ ಅವನು ಯಾರ ಮನಿ ಊಟಾನೂ ಮಾಡಿರಂಗಿಲ್ಲ. ಸೊ ನೊ ಪ್ರಾಬ್ಲಂ"

"ಆಮೇಲೆ ಅವನನ್ನ ಏನು ಮಾಡೋದು ಸಾರ್?"

"ಮೂರನೆ ದಿನ ಅವನನ್ನು ರೂಮಿಗೆ ಕರೆದು, ಎಂಪ್ಲಾಯಿ ಫ್ರೆಂಡ್ಲಿ ಆಟಿಟ್ಯೂಡ್ ಇಲ್ಲ ಅಂತ ಉಗಿದು ಫಯರ್ ಮಾಡ್ರಿ. ಆ ಮೂರು ದಿನದಲ್ಲಿ ಅವನ ಮನಿಗೆ ಹೋಗಿ ಊಟ ಮಾಡಿ ನಂಗೆ ತಲೆನೋವು ತಂದಿಡಬೇಡ್ರಿ, ಪ್ಲೀಜ್."

"ಓ.ಕೆ. ಸಾರ್, ಬ್ರಿಲಿಯಂಟ್ ಐಡಿಯಾ ಸಾರ್" ನಿರ್ಜೀವ ಧ್ವನಿಯಲ್ಲಿ ಬಾಸನ್ನು ಹೊಗಳಿದೆ.

"ನಾಳೆಯಿಂದ ಸೆಂಟ್ರಲ್ ಎ.ಸಿ. ಬಂದ್ ಮಾಡ್ರಿ."

"ಉಸಿರಾಡೋದಕ್ಕೆ ಗಾಳಿ ಎಲ್ಲಿಂದ ಬರಬೇಕು ಸಾರ್?"

"ಎಲ್ಲಾ ಕಿಟಕಿ ತೆಗೆದು ಕ್ರಾಸ್‌ವೆಂಟಿಲೇಷನ್ ಮಾಡ್ರಿ. ಯಾರಾದ್ರೂ ಎನ್‌ವಿರಾನ್‌ಮೆಂಟಲಿಸ್ಟ್‌ನ ಕರಿಸಿ, ಎ.ಸಿ.ಗಿಂತಲೂ ನೈಸರ್ಗಿಕ ಗಾಳಿ ಎಷ್ಟೊಂದು ಆರೋಗ್ಯಕರ ಅಂತ ಭಾಷಣ ಮಾಡಿಸ್ರಿ"

"ಮೊದಲೇ ಬೇಸಿಗೆ ಕಾಲ. ಬಿಸಿಲಿನ ಝಳಕ್ಕೆ ಸೆಕೆ ಆಗ್ತದೆ ಅಂದ್ರೆ ಏನು ಮಾಡೋದು ಸಾರ್? ಟೈ ಬೇರೆ ಕಟ್ಟಿರ್ತಾರೆ ಹುಡುಗ್ರು"

"ಹಂಗೆ ತೀರಾ ಗಲಾಟೆ ಮಾಡಿದ್ರೆ ಒಂದೊಂದು ಬೀಸಣಿಗೆ ಕೊಡಿಸ್ರಿ. ವರ್ಷದಾಗೆ ಏನೇನು ಕಾಲಗಳು ಇರ್ತವೆ ಅಂತ ಹುಡುಗರಿಗೆ ಗೊತ್ತಾಗ್ಲಿ. ಯಾರಾದ್ರೂ ಟೆಕ್ನಿಕಲಿ ಬ್ರಿಲಿಯಂಟ್ ಹುಡುಗರು ಇದ್ರೆ ಯಾವುದಾದ್ರೂ ಸಾಫ್ಟ್‌ವೇರ್ ಬರೆದು, ಕಂಪ್ಯೂಟರೇ ಮುಖಕ್ಕೆ ಗಾಳಿ ಬಿಡೋ ಹಂಗೆ ಮಾಡೋಕೆ ಆಗುತ್ತಾ ಕೇಳಿ ನೋಡ್ರಿ. ಹೆಂಗೂ ಕಂಪ್ಯೂಟರಿನಾಗೆ ಒಂದು ಫ್ಯಾನು ಇರ್ತದಲ್ಲಾ? ಜಾವ, ಡಾಟ್ ನೆಟ್ ಯಾವುದರಲ್ಲಿ ಸಾಫ್ಟ್‌ವೇರ್ ಬರದ್ರೂ ಪರವಾಯಿಲ್ಲ"

"ಹಂಗೇ ಆಗಲಿ ಸಾರ್. ಆದರೆ ಸರ್ವರ್ ರೂಮಿಗೆ ಎ.ಸಿ. ಬೇಕೇ ಬೇಕಲ್ವಾ ಸಾರ್?"

"ಅದಕ್ಕೂ ಒಂದು ಐಡಿಯಾ ಮಾಡಿದೀನಿ ಕಣ್ರಿ. ಸರ್ವರ್ ರೂಮಿಗೆ ಐದು ನಿಮಿಷ ಎ.ಸಿ. ಆನ್ ಮಾಡ್ರಿ. ಮತ್ತೆ ಹತ್ತು ನಿಮಿಷ ಆಫ್ ಮಾಡ್ರಿ. ಮಷಿನ್ ಮುಂಡೇವಕ್ಕೆ ಮೋಸ ಮಾಡಿದ್ದು ಗೊತ್ತೇ ಆಗಬಾರದು"

"ಅಯ್ಯಯ್ಯಮ್ಮಾ..."

"ಸ್ಟುಪಿಡ್... ಮಷಿನ್‌ಗಳು ನ್ಯೂಟರ್ ಜಂಡರ್ ಕಣ್ರಿ. ನಪುಂಸಕ ಲಿಂಗ"

"ಸಾರಿ ಸಾರ್..."

ಒಂದು ನಿಮಿಷ ಸುಮ್ಮನಿದ್ದು ಮತೆ ಪ್ರಶ್ನೆ ಕೇಳಲಾರಂಭಿಸಿದ.

"ಮಧ್ಯಾಹ್ನ ಊಟಕ್ಕೆ ಏನೇನೆಲ್ಲಾ ಕೊಡ್ತೀವಿ ಕಣ್ರೀ?"

ಮುಂದೆ ಬರುತ್ತಿರುವ ಆಪತ್ತನ್ನು ನೆನೆದು, ಒಂದು ಸಲ ಉಗುಳು ನುಂಗಿ, ಹೋಟಲ್ ಮಾಣಿಯಂತೆ ಊಟದ ಮೆನುವನ್ನು ಹೇಳಲು ಶುರುವಿಟ್ಟೆ.

"ಟೊಮ್ಯಾಟೋ ಅಥವಾ ವೆಜಿಟೆಬಲ್ ಸೂಪ್, ರೋಟಿ, ನಾನ್ ಅಥವಾ ಕುಲ್ಚಾ, ಎರಡು ಸಬ್ಜಿ, ಬಿಸಿಬೇಳೆ ಬಾತ್, ವಾಂಗಿ ಬಾತ್ ಅಥವಾ ವೆಜಿಟೆಬಲ್ ಬಿರಿಯಾನಿ, ವೈಟ್ ರೈಸ್, ರಸಂ, ಸಾಂಬಾರ್, ಪಾಪಡ್, ಚಿಪ್ಸ್, ಕರ್ಡ್ಸ್, ಕರ್ಡ್ಸ್ ರೈಸ್, ವೆಜಿಟೆಬಲ್ ಸಲಾಡ್, ಎರಡು ವೆರೈಟಿ ಪಿಕಲ್ಸ್, ಒಂದು ಸ್ವೀಟ್, ವಾರಕ್ಕೆ ಮೂರು ಬಾರಿ ಫ್ರೂಟ್ ಸಲಾಡ್ ವಿತ್ ಐಸ್‌ಕ್ರೀಂ ಮತ್ತು ಪಾನ್ ಬೀಡಾ. ಅಷ್ಟೇ ಸಾರ್..." ಎಂದು ಮುಖ ನೋಡಿದೆ.

"ಏನ್ರೀ ಇದು? ಒಳ್ಳೆ ಮದುವೆ ಮನೆ ಮೆನು ಇದ್ದಂಗಿದೆ! ನಾಳೆಯಿಂದ ಎಲ್ಲಾ ಕ್ಯಾನ್ಸಲ್ ಮಾಡ್ರಿ. ಬರೀ ಬಿಳಿ ಅನ್ನ, ತಿಳಿ ಸಾರು, ನೀರು ಮಜ್ಜಿಗೆ ಕೊಡ್ರಿ. ಸಾರಿಗೆ ಖಾರ ಜಾಸ್ತಿ ಇರಲಿ. ಯಾರೂ ಒಂದು ಸೌಟಿಗಿಂತ ಹೆಚ್ಚು ಬೇಕು ಅನ್ನಬಾರದು, ಹಂಗೆ. ಯಾರಾದ್ರೂ ಕಿಡಿಗೇಡಿ ಹುಡುಗರು ಗಲಾಟೆ ಮಾಡಿದ್ರೆ, ಗುಡ್ ಲುಕ್ಕಿಂಗ್ ಡಯಟ್ರಿಷಿಯನ್‌ನ ಕರೆಸಿ ಕೌನ್ಸಲಿಂಗ್ ಮಾಡಿಸ್ರಿ. ಎಲ್ಲಾ ಹುಡುಗ್ರೂ ಹಂದಿ ಹಂಗೆ ಊದಿ ಬಿಟ್ಟಾರೆ. ಅವರ ಆರೋಗ್ಯದ ಬಗ್ಗೆಯೂ ನಮ್ಮ ಕಳಕಳಿಯಿದೆ ಅಂತ ಮೆಸೇಜ್ ಸರ್ಕುಲೇಟ್ ಮಾಡ್ರಿ"

"ಓ.ಕೆ. ಸಾರ್..."

"ಗುರುವಾರ ಗುರುವಾರ ಶ್ರೀ ರಾಘವೇಂದ್ರ ಸ್ವಾಮಿಗಳ ವಾರ ಅಂತ ಹೇಳಿ ಊಟ ಕೊಡೋದು ನಿಲ್ಲಿಸ್ರಿ. ಹುಡುಗರಲ್ಲಿ ಸ್ವಲ್ಪ ಆಧ್ಯಾತ್ಮ ಜ್ಞಾನ ಬೆಳದ್ರೆ, ರಿಸೆಷನ್ ಎದುರಿಸೋಕೆ ಶಕ್ತಿ ಬರ್ತದೆ"

"ನಮ್ಮ ಆಫೀಸಿನಾಗೆ ಮುಸಲ್ಮಾನರು, ಕ್ರಿಶ್ಚಿಯನ್ನರೂ ಇದ್ದಾರಲ್ಲಾ ಸಾರ್"

"ಐಟಿ ಕಂಪನಿ ಅಂದ್ರೆ ಸರ್ವ ಧರ್ಮ ಸಮನ್ವಯ ಕಣ್ರೀ... ಜಾತಿ, ಧರ್ಮ ಅಂತೆಲ್ಲಾ ಇಲ್ಲಿ ಮಾತಾಡಬೇಡ್ರಿ"

"ತಪ್ಪಾಯ್ತು ಸಾರ್. ಶುಕ್ರವಾರ ಮಹಾಲಕ್ಷ್ಮಿ ವಾರ ಸಾರ್. ಅವತ್ತೇನಾದ್ರೂ..."

"ಓವರ್ ಆಕ್ಟಿಂಗ್ ಮಾಡಬೇಡ್ರಿ. ಸುಮ್ಮನೆ ಹೇಳಿದಷ್ಟು ಕೇಳ್ರಿ"

"ಓಕೆ ಸಾರ್..."

"ಟ್ರಾನ್ಸ್‌ಪೋರ್ಟ್ ಫೆಸಿಲಿಟಿ ನಿಲ್ಲಿಸಿಬಿಡ್ರಿ. ಎಲ್ಲಾರೂ ಸಿಟಿ ಬಸ್ಸಲ್ಲಿ ಬರಬೇಕು ಅಂತ ಹೇಳ್ರಿ. ಬೆಂಗಳೂರಿನ ಟ್ರಾಫಿಕ್ ಸಮಸ್ಯೆಯನ್ನು ಕಡಿಮೆ ಮಾಡಲು ಇದು ನಮ್ಮ ಅಳಿಲು ಸೇವೆ ಅಂತ ಪೇಪರಿನಲ್ಲಿ ಜಾಹೀರಾತು ಕೊಡ್ರಿ"

"ಬೇರೇನು ಸಾರ್?"

"ಟಾಯ್ಲೆಟ್ಟಿನಲ್ಲಿ ಟಿಶ್ಯೂ ಪೇಪರ್ ಬೇಡ. ನೀರಲ್ಲೇ ತಿಕ ತೊಳ್ಕೋಬೇಕು ಅಂತ ಹೇಳ್ರಿ. ಕಾಫಿ ಇನ್ನು ಮುಂದೆ ಫ್ರೀ ಇಲ್ಲ, ಐದು ರೂಪಾಯಿಗೆ ಒಂದು ಕಪ್ಪು. ಪಾರ್ಟಿ ಅಂತ ಯಾರಾದ್ರೂ ಬಾಯಿ ಬಿಟ್ಟರೆ ಪಿಂಕ್ ಸ್ಲಿಪ್ ಕೊಟ್ಟು ಬಿಡ್ರಿ.

ಮದ್ರಾಸು, ಹೈದ್ರಾಬಾದು, ಮುಂಬಯಿ ಅಂತ ಹೋಗಬೇಕಾದರೆ ಕೆಂಪು ಬಸ್ಸಲ್ಲಿ ಕಳುಹಿಸಿರಿ. ವಿಮಾನ-ಗಿಮಾನ ಎಲ್ಲಾ ಏನೂ ಬೇಡ"

"ಓಕೆ ಸಾರ್, ಬೇರೆ?"

"ಬರೀ ನನ್ನೇ ಕೇಳ್ತೀರಲ್ರೀ. ನೀವು ಏನಾದ್ರೂ ಇನ್ನೋವೇಟಿವ್ ಆಗಿ ಯಾವುದಾದ್ರೂ ಕಾಸ್ಟ್ ಕಟ್ಟಿಂಗ್ ಮೆಜರ್ಸ್ ಇದ್ದರೆ ಹೇಳ್ರಿ"

"ಸಾರ್, ಎಲ್ಲಾ ಹುಡುಗರು ಬರೀ ಕೀ ಬೋರ್ಡು, ಮಾನಿಟರ್, ಮೌಸು ಉಪಯೋಗಿಸ್ತಾರೆ ಸಾರ್. ಸಿಪಿಯು ಡಬ್ಬ ಧೂಳು ಹಿಡಕೊಂಡು ಮೂಲೆನಾಗೆ ಕೂತಿರ್ತದೆ ಸಾರ್. ಬೇಕಂದ್ರೆ ಅವನ್ನೆಲ್ಲಾ ವಾಪಾಸು ವೆಂಡರ್‌ಗೆ ಕೊಡಬಹುದು"

"ಬ್ರಿಲಿಯಂಟ್..." ಅಂದ. ಹಣೆ ಹಣೆ ಚಚ್ಚಿಕೊಂಡೆ.

^^^

ಆ ದಿನ ಮಹತ್ವದ ದಿನವಾಗಿತ್ತು. ಇಂಗ್ಲೆಂಡಿನಿಂದ ನಮ್ಮ ಹೊಸ ಗ್ರಾಹಕರಾದ ಜೆನ್ನಿ ಮತ್ತು ಏಡ್ರಿಯನ್ ಬರುತ್ತಿದ್ದರು. ಅವರನ್ನು ಖುಷಿಯಾಗಿ ನೋಡಿಕೊಳ್ಳಲು ಸಕಲ ಸಿದ್ಧತೆಗಳನ್ನು ಮಾಡಿಕೊಳ್ಳಲಾಗಿತ್ತು. ಇಂತಹ ಹೊತ್ತಿನಲ್ಲಿ ಏನು ಎಡವಟ್ಟಾಗುತ್ತೋ ಎಂದು ಯಾವಾಗಲೂ ನನಗೆ ಆತಂಕವಿರುತ್ತಿತ್ತು. ಚಿಕ್ಕ ತಪ್ಪಾದರೂ ಸಂದೀಪ ಎಗರಾಡಿಬಿಡುತ್ತಿದ್ದ. ಆದ್ದರಿಂದ ಪ್ರತಿಯೊಂದು ವ್ಯವಸ್ಥೆಯನ್ನು ನಾನೇ ಸ್ವತಃ ನೋಡಿಕೊಳ್ಳುತ್ತಿದ್ದೆ. ಅವರನ್ನು ಕರೆ ತರಲು ವಿಮಾನ ನಿಲ್ದಾಣಕ್ಕೆ ಸಂದೀಪ ಹೋಗಿದ್ದ. ಅಲ್ಲಿಂದಲೇ ನನಗೆ ಫೋನ್ ಕಾಲ್ ಮಾಡಿದ.

"ಎರಡು ಮಜಬೂತಾದ ಕುರ್ಚಿಗಳು ಬೇಕು ಕಣ್ರಿ"

"ಅದ್ಯಾಕೆ ಸಾರ್?"

"ಇಬ್ಬರೂ ಭರ್ಜರಿ ಆಳುಗಳು ಕಣ್ರೀ. ಏನಿಲ್ಲ ಅಂದ್ರೂ ಒಬ್ಬೊಬ್ಬರು ನೂರಿಪ್ಪತ್ತು ಕೆ.ಜಿ. ಇದಾರೆ"

"ಹೌದಾ ಸಾರ್"

"ಅವರ ಸೈಜು ನೋಡಿದ್ರೆ ನಮಗೆ ಭಾರೀ ದೊಡ್ಡ ಪ್ರಾಜೆಕ್ಟೇ ಕೊಡ್ತಾರೆ ಅನ್ನಿಸ್ತಾ ಇದೆ ಕಣ್ರಿ"

"ಅಲ್ಲಾ ಸಾರ್, ಅವರ ಸೈಜಿಗೂ ಪ್ರಾಜೆಕ್ಟ್ ಸೈಜಿಗೂ ಏನು ಸಾರ್ ಸಂಬಂಧ?"

"ಅದಕ್ಕೇ ಕಣ್ರಿ ನಿಮಗೆ ವ್ಯವಹಾರ ಜ್ಞಾನ ಕಡಿಮಿ ಅನ್ನೋದು. ಆ ಸೈಜಿನವರು ಚಿಕ್ಕ ಪುಟ್ಟ ಪ್ರಾಜೆಕ್ಟ್ ಕೊಟ್ಟರೆ ಲಕ್ಷಣವಾಗಿರ್ತದೇನ್ರಿ?"

"ನೀವು ಹೇಳೋದು ಸರಿ ಸಾರ್, ಒಂಚೂರೂ ಲಕ್ಷಣವಾಗಿರಲ್ಲ"

"ಮಾತು ಸಾಕಿನ್ನ. ಕೆಲಸ ನೋಡಿಕೊಳ್ರಿ. ಪ್ರೆಜೆಂಟೇಷನ್, ಸಾಫ್ಟ್‌ವೇರ್ ಇನ್ನೊಮ್ಮೆ ಟೆಸ್ಟ್ ಮಾಡಿ ಕೆಲಸ ಮಾಡುತ್ತೆ ಅಂತ ಖಾತರಿ ಮಾಡಿಕೊಳ್ಳಿ"

"ಓಕೆ ಸಾರ್"

ಹೆಚ್ಚಾಗಿ ನಾನೇ ಗ್ರಾಹಕರಿಗೆ ನಮ್ಮ ಕಂಪನಿಯ ಬಗ್ಗೆ, ನಮ್ಮ ಸಾಫ್ಟ್‌ವೇರ್ ಬಗ್ಗೆ ಹೇಳುತ್ತೇನಾದರೂ, ಈ ಬಾರಿ ಸಂದೀಪ್ ಆ ಜವಾಬ್ದಾರಿಯನ್ನು ಹೆಗಲಿಗೇರಿಸಿ ಕೊಂಡಿದ್ದ. "ನೀವು ಇಂಗ್ಲೀಷ್ ಮಾತಾಡಿದ್ರೆ ಕನ್ನಡ ಮಾತಾಡಿದಂಗೆ ಇರ್ತದೆ ಕಣ್ರಿ. ಅದು ಸಾಲದು ಅಂತ ಸುಡುಗಾಡು ಒಳ್ಳೆ ಸ್ವಭಾವ ನಿಮ್ಮದು. ಒಂಚೂರೂ ಸುಳ್ಳು ಹೇಳಲಿಕ್ಕೆ ಬರಲ್ಲ. ಸೇಲ್ಸ್ ಪ್ರೆಜೆಂಟೇಶನ್‌ಗೆ ನೀವು ಸರಿ ಹೊಂದಲ್ಲ" ಅಂತ ಕಾರಣವನ್ನೂ ತಿಳಿಸಿದ್ದ.

ಜೆನ್ನಿ ಮತ್ತು ಏಡ್ರಿಯನ್ ನಾನು ಊಹಿಸಿಕೊಂಡಿದ್ದಕ್ಕಿಂತಲೂ ದಪ್ಪಗಿದ್ದರು. ಆ ಮಜಬೂತಾದ ಕುರ್ಚಿಗಳೂ ಅವರ ಭಾರವನ್ನು ತಾಳಲಾರದೆ ಕಿರುಗುಟ್ಟಿದವು. ನಮ್ಮ ಭಾರತೀಯರ ಲೆಕ್ಕದ ಪ್ರಕಾರ ಸ್ಥೂಲಕಾಯ ಎನ್ನಬಹುದಾದ ಸಂದೀಪ ಕೂಡಾ ಅವರಿಬ್ಬರ ಮಧ್ಯದಲ್ಲಿ ಅದೀಗ ತಾನೆ ಹುಟ್ಟಿದ ಪುಟ್ಟ ಆನೆ ಮರಿಯಂತೆ ಮುದ್ದಾಗಿ ಕಾಣುತ್ತಿದ್ದ. ತೆಳ್ಳಗೆ ಕೋಲಿನಂತಿರುವ ನಾನು ಮಾತ್ರ, ಪ್ರಮಾದವಶಾತ್ ಆನೆ ಹಿಂಡಿನಲ್ಲಿ ಸೇರಿಕೊಂಡ ಶುನಕದಂತಿದ್ದೆ.

ದೊಡ್ಡದಾದ ವೃತ್ತಾಕಾರದ ಮೇಜನ್ನು ಹೊಂದಿದ ನಮ್ಮ ಮೀಟಿಂಗ್ ರೂಮಿನಲ್ಲಿ ನಾವು ನಾಲ್ವರು ಸೇರಿಕೊಂಡೆವು. ಅವರ ಗಾತ್ರವನ್ನು ನೋಡಿ ಅಂಜಿಯೋ ಏನೋ "ನಮ್ಮವರು ಇನ್ನೂ ಇಬ್ಬರನ್ನು ಸೇರಿಸಿಕೊಂಡಿದ್ರೆ ಸ್ವಲ್ಪ ಬ್ಯಾಲನ್ಸ್ ಆಗುತ್ತಿತ್ತು ಕಣ್ರೀ" ಎಂದು ಸಂದೀಪ ಪಿಸುಗುಟ್ಟಿದ. ಬಿಸ್ಕಿಟ್ಟು, ಕಾಫಿ, ಮಿನರಲ್ ವಾಟರುಗಳನ್ನು ಸ್ವೀಕರಿಸಿದ ನಂತರ ಸಂದೀಪ ಪ್ರೆಜೆಂಟೇಶನ್ ಮಾಡಲು ಶುರುವಿಟ್ಟ. ಮೊದಲಿಗೆ ನಾವು ಈಗಾಗಲೇ ಮಾಡಿದ ಸಾಫ್ಟ್‌ವೇರ್ ಒಂದನ್ನು ಅವರಿಗೆ ಪ್ರದರ್ಶಿಸಬೇಕಿತ್ತು. ಸಂದೀಪ ಮುಖದ ತುಂಬಾ ನಗುವನ್ನು ತುಳುಕಿಸುತ್ತಾ ಆ ಸಾಫ್ಟ್‌ವೇರಿನ ಗುಣಗಾನ ಮಾಡಲು ಶುರು ಮಾಡಿದ. ಅದೆಷ್ಟು ಕಷ್ಟಪಟ್ಟು ನಮ್ಮ ಕಂಪನಿ ಆ ಸಾಫ್ಟ್‌ವೇರನ್ನು ಮಾಡಿದೆ, ಎಂತಹ ಅದ್ಭುತ ಕ್ವಾಲಿಟಿಯನ್ನು ನಾವು ಅದರಲ್ಲಿ ಅಳವಡಿಸಿದ್ದೇವೆ, ನೋಡಲು ಅದೆಷ್ಟು ಚಂದ-ಮುಂತಾಗಿ ಬಹುಪರಾಕುಗಳನ್ನು ಹೇಳಿ, ನಾನು ಈ ಮೊದಲೇ ತೆರೆದಿಟ್ಟಿದ್ದ ಲಾಗಿನ್ ಸ್ಕ್ರೀನಿನಲ್ಲಿ ತನ್ನ ಐಡಿ ಮತ್ತು ಪಾಸ್‌ವರ್ಡ್ ಎಂಟರ್ ಮಾಡಿ, ಸಬ್‌ಮಿಟ್ ಮಾಡಿದ. ಅಷ್ಟೇ! ಅಪ್ಲಿಕೇಷನ್ ಹ್ಯಾಂಗ್ ಆಗಿ ಹೋಯ್ತು. ನನಗೆ ಎದೆಯಲ್ಲಿ ನಡುಕ ಶುರುವಾಯ್ತು. ಸಂದೀಪ ಅದನ್ನು ನಂಬದವನಂತೆ ಮೌಸಿನ ಬಟನ್ನನ್ನು ಜೋರಾಗಿ ಒತ್ತಲಾರಂಭಿಸಿದ. ತೆರೆಯ ಮೇಲಿನ ಕಿಟಕಿ ಕಮಕ್ ಕಿಮಕ್ ಅನ್ನಲಿಲ್ಲ. ನನಗೂ ಅದು ಅಚ್ಚರಿಯೇ ಸರಿ. ಹಿಂದಿನ ದಿನ ತಾನೇ ಅದನ್ನು ಒಮ್ಮೆ

ಪರೀಕ್ಷಿಸಿ, ಚೆನ್ನಾಗಿ ಕೆಲಸ ಮಾಡುತ್ತದೆಂದು ಖಾತರಿಪಡಿಸಿಕೊಂಡಿದ್ದೆ. ಹಲವಾರು ಪ್ರಾತ್ಯಕ್ಷಿಕೆಗಳಲ್ಲಿ ಈ ಸಾಫ್ಟ್‌ವೇರನ್ನು ಪ್ರದರ್ಶಿಸಿದ್ದೆವಾದರೂ ಎಲ್ಲೂ ಹೀಗೆ ಅದು ಕೈ ಕೊಟ್ಟಿರಲಿಲ್ಲ. ಸಂದೀಪ್ "ಏನ್ರಿ ಇದು?" ಎಂದು ಕನ್ನಡದಲ್ಲಿಯೇ ಬೈಯ್ದು ನನ್ನನ್ನು ಗುರಾಯಿಸಿ ನೋಡಲಾರಂಭಿಸಿದ. ಜೆನ್ನಿ ಮತ್ತು ಏಡ್ರಿಯನ್ ಒಬ್ಬರ ಮುಖವನ್ನು ಒಬ್ಬರು ನೋಡಲಾರಂಭಿಸಿದರು. ಕಂಡೂ ಕಾಣದಂತೆ ತೆಳ್ಳನೆಯ ನಗೆಯೊಂದು ಅವರ ಮುಖದಲ್ಲಿ ಉದಯಿಸಿತು.

ಬೇರೆ ದಾರಿ ಕಾಣದೆ ನಾನು ಟೇಬಲಿನ ಕೆಳಗೆ ಕುಳಿತು ಏನು ತೊಂದರೆಯಾಗಿರಬಹುದೆಂದು ಗಮನಿಸಿದೆ. ನನ್ನ ತಲೆ ತಿರುಗಿತು. ನೆಟ್‌ವರ್ಕ್ ಕೇಬಲ್ ತುಂಡು ತುಂಡಾಗಿತ್ತು. ಅದು ಹೇಗೆ ಆ ತರಹ ತುಂಡಾಗಲು ಸಾಧ್ಯ ಎಂದು ಅಚ್ಚರಿಗೊಳ್ಳುತ್ತಾ, ಉಳಿದ ಕೇಬಲುಗಳನ್ನು ಹಿಡಿದು ಜೋರಾಗಿ ಒಮ್ಮೆ ಅಲ್ಲಾಡಿಸಿದೆ. ಅಷ್ಟೇ! ಜೆನ್ನಿ ದಿಢೀರನೆ ಕುರ್ಚಿಯಿಂದ ಎದ್ದು "ಓ ಮೈ ಗಾಡ್, ಓ ಮೈ ಗಾಡ್..." ಎಂದು ಎಗರಿ ಎಗರಿ ಕುಣಿಯಲಾರಂಭಿಸಿದಳು. "ಏನಾಯ್ತು ಜೆನ್ನಿ, ಏನಾಯ್ತು..." ಎಂದು ಕೇಳಿದ ಏಡ್ರಿಯನ್, ಮರುಕ್ಷಣವೇ ತಾನೂ ಕುರ್ಚಿಯಿಂದ ಎದ್ದು "ಜೀಸಸ್... ಜೀಸಸ್..." ಎಂದು ಕುಣಿಯಲಾರಂಭಿಸಿದ. ಎರಡು ದಪ್ಪನೆಯ ಇಲಿಗಳು ಮೇಜಿನ ಕೆಳಗಿಂದ ಹೊರಬಂದು ಇಡೀ ಮೀಟಿಂಗ್ ರೂಮಿನ ತುಂಬಾ ಓಡಾಡಲಾರಂಭಿಸಿದವು. ಜೆನ್ನಿ ಮತ್ತು ಏಡ್ರಿಯನ್ ನಮ್ಮನ್ನು ತಳ್ಳುತ್ತಾ ತಾವೂ ರೂಮಿನ ತುಂಬಾ ಕಿರುಚುತ್ತಾ ಓಡಾಡಲಾರಂಭಿಸಿದರು. "ಕೂಲ್ ಡೌನ್, ಕೂಲ್ ಡೌನ್..." ಎಂದು ಸಂದೀಪ ಬಾಯಿ ಬಾಯಿ ಬಡಿದುಕೊಂಡರೂ ಅವರು ಕೇಳುವ ಸ್ಥಿತಿಯಲ್ಲಿರಲಿಲ್ಲ. ಜೆನ್ನಿ ರೂಮಿನ ಸುತ್ತಲೂ ಓಡುವಾಗ ಒಮ್ಮೆ ನನ್ನ ಕಾಲನ್ನು ತುಳಿದುಬಿಟ್ಟು ನಾನು "ಲಬೋ ಲಬೋ" ಎಂದು ಬಡಿದುಕೊಂಡೆ. ಅವರಿಬ್ಬರೂ ಆ ಇಲಿಗಳಿಗೆ ಅದೆಷ್ಟು ಹೆದರಿಕೊಂಡರೆಂದರೆ ನೆಲವನ್ನು ಬಿಟ್ಟು ಆ ದುಂಡು ಮೇಜನ್ನು ಹತ್ತಿ ಕಿರುಚಿಕೊಳ್ಳಲಾರಂಭಿಸಿದರು. ಆ ದೈತ್ಯ ದೇಹಗಳು ದುಂಡು ಮೇಜನ್ನು ಹತ್ತಿದ ದೃಶ್ಯ ಮಾತ್ರ ಬೆರಗಾಗಿ ನೋಡುವಂತಿತ್ತು. ನೂರಿಪ್ಪತ್ತು ಕೆ.ಜಿ. ತೂಕದ ಅವರಿಬ್ಬರೂ ಕಟ್ಟಿಗೆಯ ಆ ಮೇಜಿನ ಮೇಲೆ ಹತ್ತಿದ್ದಲ್ಲದೆ ಕಿರುಚುತ್ತಾ ಎಗರಾಡುವದನ್ನು ನೋಡಿದ್ದೇ ಸಂದೀಪನ ಪಿತ್ತ ನೆತ್ತಿಗೇರಿತು. ಎಲ್ಲಿ ಆ ಮೇಜು ಮುರಿದು, ಅವರು ಬಿದ್ದು ಮೂಳೆ ಮುರಿದುಕೊಂಡು ನಾವು ಏನೆಲ್ಲಾ ನಷ್ಟ ಅನುಭವಿಸಬೇಕಾಗುತ್ತದೋ ಎಂಬ ಅತಿ ಕೆಟ್ಟ ಭವಿಷ್ಯವನ್ನು ನೆನೆದು ಸಂದೀಪ "ಟೇಬಲ್ಲು, ಟೇಬಲ್ಲು..." ಎಂದು ಅವರನ್ನು ಕೈ ಹಿಡಿದು ಕೆಳಗೆ ಎಳೆಯಲು ಪ್ರಯತ್ನಿಸಿದ. ಕೆಳಗೆ ಬರಲು ಖಂಡಿತಾ ಧೈರ್ಯವಿಲ್ಲದ ಅವರು ಸಂದೀಪನ ಸಹಾಯಹಸ್ತವನ್ನು ನಿರಾಕರಿಸಿ "ರ‍್ಯಾಟ್... ರ‍್ಯಾಟ್..." ಎನ್ನುತ್ತಾ ಟೇಬಲಿನ ಇನ್ನೊಂದು ದಿಕ್ಕಿಗೆ ಓಡುತ್ತಿದ್ದರು. ಈ ಎಲ್ಲಾ ಗಲಾಟೆಯನ್ನು ಕಂಡು

ಭಯಗೊಂಡ ಇಲಿಗಳು ಎಲ್ಲಿ ಹೋಗಬೇಕೋ ಗೊತ್ತಾಗದಂತೆ ಆ ಮೂಲೆಗೊಂದು, ಈ ಮೂಲೆಗೊಂದು ನಡುಗುತ್ತಾ ಕುಳಿತುಬಿಟ್ಟವು.

ನಾನು ಮಾತ್ರ ನಡೆಯುತ್ತಿರುವ ದೃಶ್ಯ ಕನಸೋ ನನಸೋ ಒಂದೂ ತಿಳಿಯದಂತೆ ವಿಭ್ರಾಂತನಾಗಿ ನಿಂತುಬಿಟ್ಟಿದ್ದೆ. ನನ್ನ ಪಾದವಂತೂ ನೋವಿಗೆ ಕಪ್ಪಾಗಿತ್ತು. ನಮ್ಮ ಗಲಾಟೆಯನ್ನು ನೋಡಿದ ಆಫೀಸಿನ ಉಳಿದ ಸಿಬ್ಬಂದಿ ಬಾಗಿಲು ತೆಗೆದುಕೊಂಡು ಒಳಗೆ ಓಡಿ ಬಂದರು. ತೆಗೆದ ಬಾಗಿಲನ್ನು ಕಂಡಿದ್ದೇ ಇಲಿಗಳು ಅದರ ಮೂಲಕ ಓಡಿ ಹೋದವು. ಇಲಿಗಳು ಪರಾರಿಯಾಗಿದ್ದನ್ನು ನೋಡಿದ ಜೆನ್ನಿ ಮತ್ತು ಏಡ್ರಿಯನ್ ಹುಲಿಯ ಆಕ್ರಮಣದಿಂದ ಪಾರಾದವರಂತೆ ಆ ಟೇಬಲಿನ ಮೇಲೆ ಸುಸ್ತಾಗಿ ಕುಳಿತು "ನಂಗೆ ತುಂಬಾ ಭಯವಾಗ್ತಿದೆ..." ಎಂದು ಒಬ್ಬರಿಗೊಬ್ಬರು ಹೇಳಿಕೊಳ್ಳುತ್ತಾ ಬಿಕ್ಕಿ ಬಿಕ್ಕಿ ಅಳಲಾರಂಭಿಸಿದರು. ಅವರ ನೂರಿಪ್ಪತ್ತು ಕೆಜಿ ಮೈಯೆಲ್ಲಾ ನಡುಗುತ್ತಿತ್ತು. ಅವರ ಅಂಗೈ ಗಾತ್ರಕ್ಕೂ ಸಮವಲ್ಲದ ಎರಡು ಇಲಿಗಳು ಹೇಗೆ ಅವರಿಬ್ಬರನ್ನೂ ನಡುಗಿಸಿಬಿಟ್ಟವಲ್ಲಾ ಎಂದು ನಾನು ಅಚ್ಚರಿಪಡುತ್ತಿದ್ದೆ. ಅವರ ಆಕ್ರಂದನದಿಂದ ರೋಸಿ ಹೋದ ಸಂದೀಪ "ಇಂಥಾ ಡರ್‌ಪೂಕ್ ನನ್ನ ಮಕ್ಕಳು ಅದು ಹೆಂಗೆ ನಮ್ಮನ್ನು ನೂರಾರು ವರ್ಷ ಆಳಿದ್ರು ಕಣ್ರೀ..." ಎಂದು ಕನ್ನಡದಲ್ಲಿ ಇತಿಹಾಸವನ್ನು ಕೆದಕಿದ. ಕೊನೆಗೆ ಅವರಿಬ್ಬರನ್ನೂ ಸಮಾಧಾನ ಮಾಡಿ, ನೀರು ಕುಡಿಸಿ, ಪರಿಸ್ಥಿತಿಯನ್ನು ತಹಬಂದಿಗೆ ತರಲು ನಮಗೆ ಒಂದು ತಾಸು ಬೇಕಾಯ್ತು. ಮತ್ತೊಮ್ಮೆ ಸಾಫ್ಟ್‌ವೇರನ್ನು ಪ್ರದರ್ಶನ ಮಾಡುತ್ತೇವೆಂದು ಅವರಿಗೆ ಹೇಳಲು ನಮಗೆ ಖಂಡಿತಾ ಧೈರ್ಯವಿರಲಿಲ್ಲ. ಬೇರೇನೂ ತೋಚದೆ ಅವರಿಬ್ಬರನ್ನೂ ತನ್ನ ಕಾರಿನಲ್ಲಿ ಹೋಟಲಿಗೆ ಬಿಟ್ಟು ಬರಲು ಸಂದೀಪ ಸಿದ್ಧನಾದ. ಕಾರ್ ಪಾರ್ಕಿಂಗಿನ ತನಕ ಅವರು ಅಳುತ್ತಳುತ್ತಲೇ ಹೋದ ದೃಶ್ಯ ಹೃದಯವಿದ್ರಾವಕವಾಗಿತ್ತು. ಆದರೆ ಕಾರಿನಲ್ಲಿ ತಕ್ಷಣ ಕುಳಿತುಕೊಳ್ಳಲು ಅವರಿಬ್ಬರೂ ಸಿದ್ಧವಿರಲಿಲ್ಲ. ಅದರಲ್ಲಿ ಇಲಿಗಳಿದ್ದರೆ? ನಾನು ಮತ್ತು ಸಂದೀಪ ಕಾರಿನ ಬಾಗಿಲುಗಳನ್ನು, ಡಿಕ್ಕಿ, ಬಾನೆಟ್‌ಗಳನ್ನು ತೆರೆದು 'ಹುಶ್.. ಹುಶ್..' ಎಂದು ಕೂಗಿ, ಕುಟ್ಟಿ, ಇಲಿಗಳು ಇಲ್ಲ ಎಂದು ಖಾತರಿಪಡಿಸಿದ ಮೇಲೆ ಅವರು ಕಾರಿನಲ್ಲಿ ಕುಳಿತುಕೊಂಡರು.

ಅವರು ಅತ್ತ ಹೋಗುತ್ತಲೇ ನನ್ನ ತಲೆ ಬಿಸಿಯಾಗತೊಡಗಿತು. ವಾಪಾಸು ಬರುತ್ತಲೇ ಸಂದೀಪ ಕೇಳುವ ನೂರೆಂಟು ಪ್ರಶ್ನೆಗಳಿಗೆ ಏನು ಉತ್ತರ ಕೊಡಬೇಕೆಂದು ತಿಳಿಯದೆ ಕಂಗಾಲಾದೆ. ಅಷ್ಟಕ್ಕೂ ಐಟಿ ಕಂಪನಿಯೊಳಗೆ ಈ ಇಲಿಗಳು ಹೇಗೆ ಬಂದವೆಂಬ ಚಿದಂಬರ ರಹಸ್ಯವನ್ನು ಭೇದಿಸಲು ಸನ್ನದ್ಧನಾದೆ.

^^^

ಸಂದೀಪ ವಾಪಸು ಬರುವಷ್ಟರಲ್ಲಿ ಆಗಲೇ ಸಂಜೆಯಾಗಿತ್ತು. ಅವನು ನನಗೆ ಕರೆಯುವದಕ್ಕೂ ಮುಂಚೆ ನಾನೇ ಅವನ ರೂಮಿಗೆ ಹೋಗಿ ತಲೆಬಗ್ಗಿಸಿಕೊಂಡು ನಿಂತೆ. ಎರಡು ನಿಮಿಷ ಅವನು ಏನೂ ಮಾತಾಡದ್ದು ನೋಡಿ ನನಗೆ ಕಸಿವಿಸಿಯಾಯ್ತು. ಅವನ ಮುಖ ನೋಡಿದರೆ ನಮಗೆ ಪ್ರಾಜೆಕ್ಟ್ ಸಿಕ್ಕಿಲ್ಲ ಎಂಬುದು ನನಗೆ ಗೊತ್ತಾಗುತ್ತಿತ್ತು. ನಾನೇ ಮೌನವನ್ನು ಮುರಿದೆ.

"ಹೋಗಲಿ ಬಿಡ್ರಿ ಸಾರ್, ಆದದ್ದು ಆಗಿ ಹೋಯ್ತು. ಸಮಾಧಾನ ಮಾಡಿಕೊಳ್ರಿ" ಎಂದು ಸಣ್ಣ ಧ್ವನಿಯಲ್ಲಿ ಹೇಳಿದೆ.

"ಅಲ್ಲಾ ಕಣ್ರೀ, ಈಗ ಹತ್ತು ವರ್ಷದ ಕೆಳಗೆ ಇದ್ದಕ್ಕಿದ್ದಂತೆ ಆಫೀಸಿನ ಎಲ್ಲಾ ಕಂಪ್ಯೂಟರು ಕೆಟ್ಟು ಕೂತವು. ಏನಪ್ಪಾ ಅಂತ ಕೇಳಿದ್ರೆ 'ವೈರಸ್ಸು' ಅಂದ್ರಿ. ಸಾಲದ್ದಕ್ಕೆ ಆಂಟಿವೈರಸ್ ಸಾಫ್ಟ್‌ವೇರ್ ಬೇಕೇಬೇಕಂತ ಹಠ ಹಿಡಿದು ಲಕ್ಷಾಂತರ ರೂಪಾಯಿ ನನ್ನಿಂದ ಖರ್ಚು ಮಾಡಿಸಿದ್ರಿ. ಆಗಲೂ ಸುಮ್ಮನಿದ್ದೆ. ಆಮೇಲಕ್ಕೆ ಯಾವಾಗಲೋ ಅಪರೂಪಕ್ಕೆ ಮೌಸ್ ಹಿಡಿದು ಕ್ಲಿಕ್ ಮಾಡಿದ್ರೆ ಸಾಕು, ಇಡೀ ಸಿಸ್ಟಂ ಸತ್ತು ಹೋಗ್ತಿತ್ತು. ಏನಪ್ಪಾ ಅಂತ ಕೇಳಿದ್ರೆ 'ಬಗ್'ಊ ಸಾರ್ ಅಂದ್ರಿ. ಯಾಕ್ರಿ ಬಂತು ಅಂದರೆ, 'ಬಗ್' ಇಲ್ಲದೆ ಬದುಕು ಇಲ್ಲ ಅಂದ್ರಿ. ಸುಮ್ಮನಿದ್ದೆ. ಈಗ ಸಾಕ್ಷಾತ್ ಇಲಿಗಳನ್ನು ಹಿಡಕೊಂಡು ಬಂದು ಕಂಪ್ಯೂಟರ್ ಕೆಡಿಸಿಟ್ಟು ಬಿಟ್ಟು, ಸಮಾಧಾನ ಮಾಡಿಕೊಳ್ರಿ ಅಂತೀರಲ್ರೀ..." ಎಂದು ಮಾತನ್ನು ಮುಗಿಸುವಲ್ಲಿ ಅವನ ಧ್ವನಿ ಅಳುಬುರುಕವಾಗಿತ್ತು.

"ಏನ್ಮಾಡಲಿಕ್ಕೆ ಆಗ್ತದೆ ಸಾರ್. ರಿಸೆಷನ್ ದೆಸೆಯಿಂದ ಎಲ್ಲಾ ಅನುಭವಿಸಬೇಕು" ಎಂದೆ. ನನ್ನ ಈ ವಿವರಣೆ ಕೇಳಿದ್ದೇ ಸಂದೀಪನಿಗೆ ರೇಗಿ ಹೋಯ್ತು.

"ಅದ್ಯಾಕ್ರೀ ರಿಸೆಷನ್‌ನ ಬಯ್ತೀರಿ. ಅದಕ್ಕೂ ಈ ಇಲಿಗಳಿಗೂ ಏನ್ರೀ ಸಂಬಂಧ?"

"ಸಂಬಂಧ ಇದೆ ಸಾರ್. ನೀವು ಸೆಂಟ್ರಲ್ ಎ.ಸಿ. ಆಫ್ ಮಾಡಿಸಿ ಕ್ರಾಸ್ ವೆಂಟಿಲೇಷನ್ ಮಾಡಿಸಿದ್ರಲ್ಲ ಸಾರ್, ಆ ಕ್ರಾಸ್ ವೆಂಟಿಲೇಷನ್ ಮೂಲಕ ಗಾಳಿ ಜೊತೆಗೆ ಈ ಇಲಿಗಳೂ ಬಂದು ಸೇರಿಕೊಂಡು ಬಿಟ್ಟಿವೆ ಸಾರ್"

"ಅಯ್ಯಯ್ಯಮ್ಮಾ..."

"ಹೌದು ಸಾರ್. ಗಂಡು ಇಲಿಗಳೂ, ಹೆಣ್ಣು ಇಲಿಗಳೂ ಬಂದು ಸೇರಿಕೊಂಡಿವೆ ಸಾರ್"

"ಮುಚ್ರೀ ಬಾಯಿ. ಆ ಇಲಿಗಳನ್ನು ಅಂಗೈಯಾಗೆ ಹಿಡಕೊಂಡು ಅವುಗಳ ಬುಡ ಚೆಕ್ ಮಾಡಿದಂಗೆ ಹೇಳ್ತೀರಲ್ರೀ.."

"ಅದು ಹಾಗಲ್ಲ ಸಾರ್. ಮೊದಲಿಗೆ ಬರೀ ದೊಡ್ಡ ದೊಡ್ಡ ಇಲಿಗಳು ಬಂದು ಸೇರಿಕೊಂಡವಂತೆ ಸಾರ್. ಒಂದು ವಾರಕ್ಕೆ ಸಣ್ಣ ಸಣ್ಣ ಇಲಿಗಳು ಅಡ್ಡಾಡೋದು ಕಾಣಿಸಿತಂತೆ. ಅಂದ್ರೆ ಗಂಡು ಹೆಣ್ಣು ಎರಡೂ ಇರಬೇಕಲ್ವಾ ಸಾರ್?"

"ಥಳಥಳ ಹೊಳೆಯೋ ಈ ಆಫೀಸಿನೊಳಗೆ ಅದೇನು ತಿನ್ನಲಿಕ್ಕೆ ಸಿಗುತ್ತೆ ಅಂತ ಈ ಇಲಿಗಳು ಬಂದ್ವು ಕಣ್ರೀ?"

"ಸಾರ್, ಅದಕ್ಕೂ ರಿಸೆಷನ್ನೇ ಕಾರಣ ಸಾರ್. ಕ್ಯಾಂಟೀನಿನಲ್ಲಿ ನಾವು ಕೊಡೋ ಊಟ ಸಾಕಾಗಲ್ಲ ಅಂತ ಎಲ್ಲಾ ಹುಡುಗರು ಮನೆಯಿಂದ ತಿಂಡಿ ತರಲಿಕ್ಕೆ ಶುರು ಮಾಡಿದಾರೆ. ತಮ್ಮ ಟೇಬಲ್ ಡ್ರಾಯರಿನಲ್ಲಿಯೇ ಇಟ್ಟುಗೊಂಡು ಕೆಲಸ ಮಾಡ್ತಾ ತಿನ್ನಲಿಕ್ಕೆ ಶುರು ಮಾಡಿದಾರೆ. ಅವರು ಚೆಲ್ಲಿದ್ದನ್ನ ತಿನ್ನಲಿಕ್ಕಂತ ಈ ಇಲಿಗಳು ಬಂದಾವೆ ಸಾರ್"

"ಅಲ್ಲಾ ಕಣ್ರೀ, ಸಾವಿರಾರು ರೂಪಾಯಿ ಖರ್ಚು ಮಾಡಿ ಸೆಕ್ಯೂರಿಟಿ ಗಾರ್ಡ್ಸ್‌ನ ಇಟ್ಟೇವಿ. ಅವರು ಕಾರಿನ ಕೆಳಗೆ ಕನ್ನಡಿ ತೂರಿಸೋದು, ತೊಡೆ-ಎದೆಯನ್ನೆಲ್ಲಾ ಮುಜುಗರ ಆಗೋ ಹಂಗೆ ಮುಟ್ಟೋದು, ಬ್ಯಾಗಿನ ಬುಡದ ತನಕ ಕೈಹಾಕಿ ನೋಡೋದು ಮಾಡ್ಕೊಂಡು ಕೂತಿದಾರಲ್ರಿ. ಯಾವನಾದ್ರೂ ಟೆರರಿಸ್ಟು ಒಂದು ಇಲಿ ಬೆನ್ನಿಗೆ ಬಾಂಬ್ ಕಟ್ಟಿ ಆಫೀಸಿನೊಳಗೆ ಬಿಟ್ಟರೆ ಗತಿ ಏನು ಕಣ್ರೀ?"

"ಅದ್ಭುತ ಇಮ್ಯಾಜಿನೇಷನ್ ಸಾರ್. ಕನ್ನಡ ಸಿನಿಮಾದಾಗೆ ಕ್ಲೈಮ್ಯಾಕ್ಸ್ ಆಗಿ ಬಳಸಬಹುದು"

"ನಾನಿಲ್ಲಿ ಐಟಿ ಕ್ಲೈಮ್ಯಾಕ್ಸ್ ಬಗ್ಗೆ ಮಾತಾಡಿದ್ರೆ ನೀವು ಕನ್ನಡ ಸಿನಿಮಾ ಅಂತೀರಲ್ರೀ?"

"ಸಾರಿ ಸಾರ್"

"ಹೊರಗಿನಿಂದ ನೋಡಿದ್ರೆ ನಮ್ಮ ಐ.ಟಿ. ಪಾರ್ಕು ಸಿಂಗಾಪೂರ್ ತರಹ ಕಾಣಿಸ್ತದಲ್ರೀ. ಆದರೆ ಇಲಿಗಳು ಸುತ್ತಾಮುತ್ತಾ ಅಡ್ಡಾಡ್ತವಂದ್ರೆ ಕೇಳಿದವರು ನಗಲ್ವೇನ್ರಿ?"

"ಸರಕಾರ ನಮಗೆಲ್ಲಾ ಇಲ್ಲಿ ಭೂಮಿ ಕೊಡೋದಕ್ಕೆ ಮುಂಚೆ ಇಲ್ಲಿ ಬರೀ ಹಾವು, ಚೇಳು, ಇಲಿ, ಮೊಲ, ನರಿ, ನವಿಲು, ಹಂದಿಗಳು ಇದ್ದವು ಸಾರ್. ನಾವೆಲ್ಲಾ ಥಳ ಥಳ ಹೊಳೆಯೋ ಕಟ್ಟಡ ಕಟ್ಟಲಿಕ್ಕೆ ಶುರು ಮಾಡಿದ ತಕ್ಷಣ ಈ ಪ್ರಾಣಿಗಳು ಎಲ್ಲಿ ಕಂಡರೂ ಅಲ್ಲಿ ಕೊಂದು ಹಾಕಿಬಿಟ್ಟೆವಲ್ಲಾ ಸಾರ್. ಈ ಇಲಿಗಳು ಮಾತ್ರ ಇನ್ನೂ ಉಳಕೊಂಡವೆ. ಅಲ್ಲಿ ಇಲ್ಲಿ ಅಡ್ಡಾಡಿಕೊಂಡಿರ್ತವೆ. ಐ.ಟಿ. ಇಂಪಾರ್ಟೆನ್ಸು ಅವಕ್ಕೆ ಇನ್ನೂ ಗೊತ್ತಾಗಿಲ್ಲ ಸಾರ್"

"ನಿಮ್ಮ ಕತೆ ಕೇಳ್ತಾ ಕೂಡೋಕೆ ನಂಗೆ ಈಗ ಟೈಂ ಇಲ್ಲ ಕಣ್ರೀ. ಬೇಗನೆ ಹೌಸ್ ಕೀಪಿಂಗ್‌ನವರನ್ನು ಕರೀರಿ. ಎರಡು ದಿನದಾಗೆ ಎಲ್ಲಾ ಇಲಿಗಳು ನಿರ್ನಾಮವಾಗಬೇಕು"

"ಸಾರಿ ಸಾರ್, ಹೌಸ್ ಕೀಪಿಂಗಿನವರೆಲ್ಲಾ ಅಗಲೇ ಮನೆಗೆ ಹೋಗಿ ಆಯ್ತು"

"ಆರು ಗಂಟೆಗೇ ಮನೆಗೆ ಯಾಕ್ರೀ ಹೋದ್ರು? ಮುಂಚೆಯೆಲ್ಲಾ ಎಂಟು ಗಂಟೆ ತನಕ ಇರ್ತಿದ್ದರಲ್ಲಾ..."

"ಈ ರಿಮೋಟ್ ಏರಿಯಾದಿಂದ ಸಿಟಿ ಬಸ್ಸು ಆರು ಗಂಟೆಗೇ ಲಾಸ್ಟು ಸಾರ್. ಆಮೇಲಕ್ಕೆ ಸಿಗಲ್ಲ. ಮುಂಚೆ ಆದ್ರೆ ಆಫೀಸ್ ಬಸ್ ಇರ್ತಿತ್ತಲ್ಲಾ ಸಾರ್..."

"ಅವರು ಹಾಳಾಗ್ಲಿ. ಈ ಸೆಕೆಂಡ್ ಶಿಫ್ಟಿನ ಸಾಫ್ಟ್‌ವೇರ್ ಹುಡುಗರು ಎಲ್ಲಿದ್ದಾರೆ ಕಣ್ರೀ, ಒಬ್ಬರನ್ನಾ ಕೆಲಸ ಮಾಡೋದು ಕಾಣಿಸ್ತಿಲ್ಲವಲ್ಲ"

ನನಗೂ ಆಗಲೇ ಅದು ಅನುಭವಕ್ಕೆ ಬಂದಿದ್ದು. ಎಲ್ಲಿ ಹೋದರು ಎಲ್ಲಾ ಎಂದು ನನಗೂ ಅನುಮಾನವಾಗಲಾರಂಭಿಸಿತು. ಅಷ್ಟರಲ್ಲಿ "ವಾರ ಬಂತಮ್ಮ, ಗುರುವಾರ ಬಂತಮ್ಮ" ಎಂದು ಗಟ್ಟಿಯಾಗಿ ಹತ್ತಾರು ಜನರು ಹಾಡುವುದು ಕೇಳಿಸಿತು. ಆ ಸದ್ದಿಗೆ ನಾನು, ಸಂದೀಪ ಬೆಚ್ಚಿ ಬಿದ್ದೆವು. ಅದೆಲ್ಲಿಂದ ಬರುತ್ತಿದೆಯೆಂದು ಹುಡುಕಿಕೊಂಡು ಹೋದೆವು. ಎಲ್ಲರೂ ಆಂಪಿ ಥಿಯೇಟರಿನಲ್ಲಿ ಸೇರಿದ್ದರು. ಸ್ಟೇಜಿನ ಮೇಲೆ ರಾಘವೇಂದ್ರ ಸ್ವಾಮಿಗಳ ಭರ್ಜರಿ ಫೋಟೋ ಇಟ್ಟು, ಪೂಜೆ ಪುನಸ್ಕಾರ ಮಾಡಿದ್ದರು. ವೇದಿಕೆಯ ಹಿಂದೆ "ಐ.ಟಿ. ಭಜನಾ ಮಂಡಳಿ" ಎಂಬ ಬ್ಯಾನರನ್ನು ಕಟ್ಟಿದ್ದರು. ಎಲ್ಲಾ ಹುಡುಗರು ಕೈಯಲ್ಲಿ ತಾಳ, ತಮ್ಮಟೆ, ಜಾಗಟೆಗಳನ್ನು ಹಿಡಿದು ಭಜನೆಗೆ ಕುಳಿತ ದೃಶ್ಯ ನಯನಮನೋಹರವಾಗಿತ್ತು. ಜಾವಾ ಟೀಮಿನ ಲಕ್ಷ್ಮಿ ರಾಘವೇಂದ್ರ ಸ್ವಾಮಿಗಳಿಗೆ ಮಂಗಳಾರತಿ ಮಾಡಿ ನಮ್ಮ ಮುಂದೆ ತಟ್ಟೆ ಹಿಡಿದಳು.

"ಇದೇನ್ರಿ ಇದು ಹೊಸ ಅವತಾರ?" ಅಂತ ಸಂದೀಪ ಅವಳನ್ನು ಕೇಳಿದ.

"ಈವತ್ತು ಗುರುವಾರ ಅಲ್ವಾ ಸಾರ್. ಹೇಗೂ ಉಪವಾಸ ಮಾಡಿದೀವಿ, ಜೊತೆಗೆ ಒಂದು ಗಂಟೆ ಭಜನೆ ಮಾಡಿದ್ರೆ ಆಧ್ಯಾತ್ಮ ಜ್ಞಾನ ಬೆಳೆಯುತ್ತೆ. ರಿಸೆಷನ್ ಅನ್ನು ಚೆನ್ನಾಗಿ ಎದುರಿಸುವ ಶಕ್ತಿ ಬರ್ತದೆ ಅಂತ ಇದನ್ನು ಪ್ರತಿವಾರ ಹಮ್ಮಿಕೊಂಡಿದೀವಿ ಸಾರ್" ಎಂದು ವಯ್ಯಾರದಿಂದ ಉಲಿದಳು. ಆದರೆ ಸಿಸ್ಟಂ ಇಂಜಿನಿಯರ್ ಮಹಮ್ಮದ್ ಇಸ್ಮಾಯಿಲ್ ಪಂಚಾಮೃತದ ಬಟ್ಟಲನ್ನು ಹಿಡಿದುಕೊಂಡು ಬಂದು ನಮ್ಮಿಬ್ಬರಿಗೂ ಒಂದೊಂದು ಸೌಟು ಹಾಕಿ "ಟಿಶ್ಯೂ ಪೇಪರ್ ಇಲ್ಲ ಸಾರ್. ದಯವಿಟ್ಟು ರೆಸ್ಟ್‌ರೂಮಿಗೆ ಹೋಗಿ ನೀರಿನಲ್ಲಿಯೇ ಕೈ ತೊಳೆದುಕೊಳ್ಳಬೇಕು" ಎಂದಾಗ ಸಂದೀಪನಿಗೆ ನಿಜಕ್ಕೂ ತಲೆ ಕೆಟ್ಟಿತು. "ನಿನಗೂ, ಈ ರಾಘವೇಂದ್ರ ಸ್ವಾಮಿಗಳಿಗೂ ಏನಯ್ಯಾ ಸಂಬಂಧ?" ಅಂತ ರೇಗಿದ. "ಐಟಿ ಅಂದ್ರೆ ಸರ್ವ ಧರ್ಮ ಸಮನ್ವಯ ಅಲ್ವಾ ಸಾರ್? ಒಂದು ತಾಸು ಆಫೀಸಿನ ಕೆಲಸವನ್ನೆಲ್ಲಾ ಮರೆತು ನೆಮ್ಮದಿಯಿಂದ ದೇವರ ಭಜನೆ ಮಾಡಿದ್ರೆ ತಪ್ಪೇನಿದೆ ಸಾರ್?" ಎಂದು ಭಕ್ತಿ ತುಂಬಿದ ಧ್ವನಿಯಲ್ಲಿ ಹೇಳಿ ಭಜನಾ ಮಂಡಳಿಯ ಮಧ್ಯ ಹೋಗಿ ಕುಳಿತ. ಹುಡುಗರು ಈಗ "ವಾರ ಬಂತಮ್ಮಾ..." ಮುಗಿಸಿ "ದಾರಿ ಕಾಣದಾಗಿದೆ ರಾಘವೇಂದ್ರನೆ" ಎತ್ತಿಕೊಂಡರು.

ಅಲ್ಲಿ ಹೆಚ್ಚು ಹೊತ್ತು ನಿಲ್ಲುವ ಧೈರ್ಯವಿಲ್ಲದೆ ನಾನೂ, ಸಂದೀಪ ರೆಸ್ಟ್‌ರೂಮಿಗೆ ಹೋದೆವು. ಕೈ ತೊಳೆದುಕೊಂಡಿದ್ದೇ ಸಂದೀಪ "ಯಾಕೋ ರಿಸೆಷನ್‌ಗೆ ನಾವು ಸ್ವಲ್ಪ ಓವರ್ ರಿಯಾಕ್ಟ್ ಮಾಡಿದ್ವಿ ಅನ್ನಿಸುತ್ತೆ ಕಣ್ರೇ. ನಾಳೆಯಿಂದ ಕಾಸ್ಟ್ ಕಟ್ಟಿಂಗನ್ನ ಸ್ವಲ್ಪ ರಿಲ್ಯಾಕ್ಸ್ ಮಾಡೋಣ" ಅಂದ.

"ಅಯ್ಯಯ್ಯಮ್ಮಾ..." ಎಂದೆ.

"ಓಕೆ, ಓಕೆ. ಇಬ್ಬರಿಗೂ..." ಎಂದು ನಕ್ಕ. ಸಮಾಧಾನದ ನಿಟ್ಟುಸಿರು ಬಿಟ್ಟೆ.

10ನೇ ಏಪ್ರಿಲ್ 2009

ವರಾಹಪ್ರಿಯ

"ನಿಂದಕರಿರಬೇಕಯ್ಯಾ ಜಗದೊಳಗೆ ನಿಂದಕರಿರಬೇಕು
ಹಂದಿಯಿದ್ದರೆ ಕೇರಿ ಹ್ಯಾಂಗೆ ಶುದ್ಧವೋ ಹಾಂಗೆ
ಅಂದದ್ದೆಂಬ ಮಲ ತಿಂದು ಹೋಗುವರಯ್ಯ"

ಪುರಂದರದಾಸರು ಇಲ್ಲಿ ನಿಂದಕರ ಬಗ್ಗೆ ಮಾತನಾಡುತ್ತಿದ್ದರೂ, ನನಗೆ ಹಂದಿಗಳ ಬಗ್ಗೆ ಅವರು ಹೇಳಿದ ಮಾತು ವಿಶೇಷ. ಹಂದಿ ಸ್ವಲ್ಪ ಮಟ್ಟಿಗೆ ಕೇರಿ ಶುದ್ಧ ಮಾಡುತ್ತದೆಂಬುದು ಒಪ್ಪುವ ಮಾತಾದರೂ, ಶುದ್ಧವಾದ ಕೇರಿಗೆ ಹಂದಿ ಹಾಯುವದಿಲ್ಲ ಎನ್ನುವುದು ಹೆಚ್ಚು ಒಪ್ಪುವಂತಹ ಮಾತು. ಹೇಗೂ ನಮ್ಮ ಬಳ್ಳಾರಿ ಜಿಲ್ಲೆಯ ಊರುಗಳಲ್ಲಿ ಒಳಚರಂಡಿಗಳಿಲ್ಲವಾದ್ದರಿಂದ, ಪ್ರತಿಯೊಂದು ಓಣಿಯೂ ಹಂದಿಗೆ ಸ್ವರ್ಗವೇ. ನೀರು ಹರಿಯಲು ದಾರಿಯೇ ಇಲ್ಲದ ಬಚ್ಚಲ ನೀರಿನ ಕಾಲುವೆಗಳು, ಅದರ ಬದಿಯಲ್ಲೇ ಸಾಲಾಗಿ ಕುಳಿತು ಮಕ್ಕಳು ಕೊಡುವ ಪ್ರಸಾದ, ಉಂಡು ಒಗೆದ ಎಲೆ, ತಿಂದು ಬಿಸುಟ ಸಿಪ್ಪೆ, ಎಂದೆಂದೂ ಶುದ್ಧಗೊಳ್ಳದ ಜಾಲಿ ಮರದಿಂದಾವೃತವಾದ 100 ಬಾಯ್ 100 ಕಸದ ತಿಪ್ಪೆಗಳು - ಎಲ್ಲವೂ ಹಂದಿಗಳ ಆಸ್ತಿ. ಉತ್ತರ ಕರ್ನಾಟಕದ ಯಾವುದೇ ಊರನ್ನಾಗಲಿ, ಯಾವುದೇ

ಓಣಿಯನ್ನಾಗಲಿ – ಹಂದಿಗಳಿಲ್ಲದೆ ಊಹಿಸುವುದು ಕಷ್ಟ. 'ಮುತ್ತು ರತ್ನಗಳನ್ನು ರಸ್ತೆಯಲ್ಲಿ ಮಾರಿದ' ಕಾಲದಲ್ಲಿಯೂ ಹಂದಿಗಳಿದ್ದವೆಂಬುದನ್ನು ಪುರಂದರದಾಸರು ಹೇಳುವುದು ನೋಡಿದರೆ, ಹಂದಿಗಳಿಗೆ ಘನವಾದ ಇತಿಹಾಸ ಪರಂಪರೆ ಇದೆಯೆನ್ನಿಸುತ್ತದೆ.

ಹಾಗೆ ನೋಡಿದರೆ ಹಂದಿಗಳು ನಿರುಪದ್ರವಿ ಪ್ರಾಣಿಗಳು. ನಾಯಿಗಳಂತೆ ಬೊಗಳುವುದೂ ಇಲ್ಲ, ಕಚ್ಚುವದೂ ಇಲ್ಲ. ಕೋತಿಗಳಂತೆ ಕೈಯಲ್ಲಿದ್ದದ್ದನ್ನು ಕಸಿದುಕೊಂಡು ಹೋಗುವದಿಲ್ಲ. ಬೆಕ್ಕಿನಂತೆ ಕಳ್ಳತನದಲ್ಲಿ ನುಗ್ಗಿ ಹಾಲು–ಮೊಸರಿಗೆ ಬಾಯಿ ಹಾಕುವದಿಲ್ಲ. ಸೊಳ್ಳೆ–ತಿಗಣಿಗಳಂತೆ ಕಚ್ಚುವದಿಲ್ಲ. ತನ್ನ ಪಾಡಿಗೆ ತಾನು ಸಮಾಜವು ವಿಸರ್ಜಿಸಿದ ವಸ್ತುಗಳನ್ನು ತಿಂದು ಜೀವಿಸುವ ಪ್ರಾಣಿ. ಆದರೂ ಸಮಾಜಕ್ಕೆ ಇದರ ಬಗ್ಗೆ ಅಂತಹ ಗೌರವವಿಲ್ಲ. ನಾಯಿ–ಬೆಕ್ಕುಗಳಂತೆ ಇದನ್ನು ಮುದ್ದಿಸುವದಿಲ್ಲ. ಕೋತಿಗಳ ತುಂಟಾಟಕ್ಕೆ ಉಂಟಾಗುವ ಬೆರಗೂ ಇಲ್ಲಿಲ್ಲ. ಸೊಳ್ಳೆ–ತಿಗಣಿಗಳಿಗೆ ಇರುವಂತೆ ಮನೆಗೆ ಪ್ರವೇಶವಿಲ್ಲ. ಹಂದಿಗಳು ಕಣ್ಣಿಗೆ ಕಂಡರೆ ಸಾಕು "ಹಚ... ಹಚ..." ಎಂದು ಓಡಿಸಿಬಿಡುತ್ತಾರೆ.

ಮಹಾ ಹೊಲಸು ಪ್ರಾಣಿಯಾದ ಈ ಹಂದಿಯ ಬಗ್ಗೆ ಕಾಶವ್ವ ಒಂದು ವಿಶೇಷ ಕತೆಯನ್ನು ಹೇಳುತ್ತಿದ್ದಳು. ಹೀಗೊಬ್ಬ ಮಹಾ ಸಾಧು ನಮ್ಮೂರಿನಲ್ಲಿ ಇದ್ದನಂತೆ. ಅವನಿಗೆ ದೊಡ್ಡ ಶಿಷ್ಯವೃಂದವಿತ್ತು. ತ್ರಿಕಾಲ ಜ್ಞಾನಿಯಾದ ಆ ಸಾಧುವಿಗೆ ತಾನು ಮುಂದಿನ ಜನ್ಮದಲ್ಲಿ ಹಂದಿಯಾಗಿ ನಮ್ಮೂರಿನಲ್ಲಿಯೇ ಹುಟ್ಟುತ್ತೇನೆಂದು ಅರಿವಿತ್ತು. ಅಂತಹ ಹೊಲಸು ಪ್ರಾಣಿಯಾಗಿ ಜನ್ಮ ತಾಳಬೇಕಲ್ಲ ಎಂದು ಅವರಿಗೆ ಅಪಾರ ಬೇಸರವಿತ್ತು. ಅದಕ್ಕಾಗಿ ಅವರ ಶಿಷ್ಯ ವೃಂದವನ್ನು ಕರೆದು ತನ್ನ ಮುಂದಿನ ಜನ್ಮದ ವಿವರವನ್ನು ತಿಳಿಸಿದರು. ತಾವು ಹಂದಿಯಾಗಿ ಹುಟ್ಟಿದರೂ ಹಣೆಯ ಮೇಲೆ ಒಂದು ಬಿಳಿಯ ನಾಮವಿರುವದಾಗಿಯೂ, ಅದರಿಂದ ತಮ್ಮನ್ನು ಗುರುತಿಸಬಹುದೆಂದೂ ತಿಳಿಸಿದರು. ಹಂದಿಯ ಕೆಟ್ಟ ಜನ್ಮವನ್ನು ಬಾಳುವುದು ತಮಗೆ ಇಷ್ಟವಿಲ್ಲವೆಂದೂ, ಆದ್ದರಿಂದ ಶಿಷ್ಯರೆಲ್ಲರೂ ಸೇರಿ ಆ ಹಂದಿಯನ್ನು ಕೊಂದು ಹಾಕುವಂತೆಯೂ ಕೇಳಿಕೊಂಡರು. ಅದೇ ತಮಗೆ ಸಲ್ಲುವ ಗುರುದಕ್ಷಿಣೆಯೆಂದೂ ಆಜ್ಞಾಪಿಸಿದರು. ಕಾಲಕ್ರಮದಲ್ಲಿ ಈ ಸಾಧು ತೀರಿಕೊಂಡರು. ಶಿಷ್ಯಂದಿರು ತಮ್ಮ ಗುರುಗಳಿಗಾಗಿ ಚರಂಡಿ, ತಿಪ್ಪೆ, ಗಟಾರಗಳಲ್ಲಿ ಹುಡುಕಲಾರಂಭಿಸಿದರು. ಒಂದೆರಡು ವರ್ಷಗಳಲ್ಲಿ ಒಂದು ಹಂದಿ ಬಿಳಿಯ ನಾಮದೊಂದಿಗೆ ಕಾಣಿಸಿಕೊಂಡಿತು. ಶಿಷ್ಯಂದಿರಿಗೆ ಅದು ತಮ್ಮ ಗುರುಗಳೆಂದು ತಿಳಿಯಲು ಹೆಚ್ಚು ಹೊತ್ತು ಹಿಡಿಯಲಿಲ್ಲ. ಪಾಪ–ಪುಣ್ಯಗಳನ್ನೆಲ್ಲಾ ಗಾಳಿಗೆ ತೂರಿ, ಗುರುದಕ್ಷಿಣೆಯನ್ನು ತೀರಿಸುವ ಏಕೈಕ ಉದ್ದೇಶದಿಂದ ಶಿಷ್ಯಂದಿರೆಲ್ಲಾ ಕೈಯಲ್ಲಿ ಕತ್ತಿಗಳನ್ನು ಹಿಡಿದು ವರಾಹ ಸಂಹಾರಕ್ಕೆ ಹೊರಟರು. ಆಗ ಮಧ್ಯಾಹ್ನದ

ರಣ ಬಿಸಿಲು. ಹೊಲಸು ನಾರುವ ಒಂದು ಚರಂಡಿಯಲ್ಲಿ ಅವರ ಗುರುಗಳು ಹಾಯಾಗಿ ಮಲಗಿದ್ದರು. ಶಿಷ್ಯಂದಿರೆಲ್ಲಾ ಮನಸ್ಸಿನಲ್ಲಿಯೇ ಗುರುವಂದನೆ ಮಾಡಿ ಕತ್ತಿ ಎತ್ತಿದರು. ತಕ್ಷಣ ಆ ಹಂದಿ "ನಿಲ್ಲಿಸ್ರೋ..." ಎಂದು ಕೂಗಿತು. ಅಪ್ಪಟ ಗುರುಗಳ ಧ್ವನಿಯದು! ಹಂದಿ ಮಾತು ಮುಂದುವರೆಸಿತು. "ದಯವಿಟ್ಟು ನನ್ನ ಕೊಲ್ಲಬೇಡಿ. ಹಂದಿಯ ಜೀವನದ ಸುಖ ನನಗೆ ಅರಿವಿರಲಿಲ್ಲ. ಇಷ್ಟೊಂದು ಸೊಗಸಾದ ಬದುಕು ಮನುಷ್ಯ ಜನ್ಮಕ್ಕಿಲ್ಲ. ನೀವೂ ಮುಂದಿನ ಜನ್ಮದಲ್ಲಿ ಹಂದಿಯಾಗಿ ಹುಟ್ಟಬೇಕೆಂದು ತಪಸ್ಸು ಮಾಡಿ" ಎಂದಿತು. ಶಿಷ್ಯಂದಿರು ಕೈ ಕೈ ಹಿಸುಕಿಕೊಂಡು ಮನೆಗೆ ಹೋದರು. ಈ ಕತೆಯನ್ನು ಹೇಳಿದ ಕಾಶವ್ವ ತಪ್ಪದೆ ಅದರ ತಿರುಳನ್ನೂ ಹೇಳುತ್ತಿದ್ದಳು. "ಪ್ರತ್ಯಕ್ಷ ಕಂಡರೂ, ಪ್ರವೇಶ ಮಾಡಿದ ಮೇಲೇ ಸುಖ-ದುಃಖ ಗೊತ್ತಾಗೋದು" ಅಂತ.

ಹಂದಿಯನ್ನು ಎಷ್ಟೇ ಜರಿದರೂ, ಅದನ್ನು ಲಕ್ಷ್ಮಿಯೆಂದು ಭಾವಿಸುವ ವಿಚಿತ್ರ ನಂಬಿಕೆ ಬಳ್ಳಾರಿ ಜನರಿಗಿದೆ. ಬಹುಶಃ ಇದಕ್ಕೆ ವಿಜಯನಗರದ ಅರಸರು ಕಾರಣವೆಂದು ನನ್ನ ಊಹೆ. ಹಂದಿಯನ್ನು ತಮ್ಮ ರಾಜ ಲಾಂಛನವಾಗಿ ಮಾಡಿಕೊಂಡದ್ದಲ್ಲದೆ, ತಮ್ಮ ಬಂಗಾರದ ನಾಣ್ಯಗಳ ಮೇಲೂ ಹಂದಿಯನ್ನು ಮುದ್ರಿಸಿದರು. ಆದ್ದರಿಂದಲೇ ಆ ನಾಣ್ಯಗಳಿಗೆ 'ವರಹ' ಎಂಬ ಹೆಸರೂ ಬಂದಿದೆ. ಕನಸಿನಲ್ಲಿ ಹಂದಿ ಕಾಣಿಸಿದರೆ ಲಕ್ಷ್ಮಿ ಒಲಿಯುತ್ತಾಳೆಂಬ ಸ್ವಪ್ನಶಾಸ್ತ್ರವೂ ಇದೆ. ಆದರೆ ಅದಕ್ಕೂ ವಿಚಿತ್ರವಾದ ಇನ್ನೊಂದು ನಂಬಿಕೆಯೆಂದರೆ - ಹಂದಿ ಅಪರೂಪಕ್ಕೆ ಮನೆಗೆ ಪ್ರವೇಶ ಮಾಡಿದರೆ, ಅದನ್ನು ಕೊಂದು ಪಡಸಾಲೆಯಲ್ಲಿ ಹೂಳಿದರೆ ಅದು ಬಂಗಾರವಾಗುತ್ತದೆಂಬುದು. ಇದೇ ನಂಬಿಕೆಯನ್ನು ಆಧರಿಸಿ ಕುಂವೀಯವರು ಬರೆದ ಒಂದು ಮನೋಜ್ಞ ಕನ್ನಡ ಕತೆ ಓದುಗರಿಗೆ ನೆನಪಾಗಬಹುದು.

ನನ್ನ ಅಮ್ಮನೂ ಈ ವಿಚಿತ್ರ ನಂಬಿಕೆಯನ್ನು ಬಲವಾಗಿ ಒಪ್ಪುತ್ತಿದ್ದಳು. ಊರಲ್ಲಿದ್ದ ಶ್ರೀಮಂತ ಮನೆತನದವರೊಬ್ಬರ ವೈಭವಯುತ ಜೀವನಕ್ಕೆ ಹೂಳಿಟ್ಟ ಹಂದಿಯೇ ಕಾರಣವೆಂದು ಅವಳು ಖಡಾಖಂಡಿತವಾಗಿ ಹೇಳುತ್ತಿದ್ದಳು. ಯಾವಾಗಲೋ ಅವರ ಮನೆಗೆ ನುಗ್ಗಿದ ಭರ್ಜರಿ ಹಂದಿಯನ್ನು ಹೂಳಿಟ್ಟಿದ್ದು ಈಗ ಅಪ್ಪಟ ಬಂಗಾರವಾಗಿದೆಯೆಂದೂ, ಅವರಿಗೆ ಹಣ ಬೇಕಾದಾಗೆಲ್ಲಾ ನೆಲ ತೋಡಿ ಹಂದಿಯ ಬೆರಳು, ಬಾಲ, ಕಿವಿ, ಹಲ್ಲು ಮುರಿದು ಮಾರಿಕೊಳ್ಳುತ್ತಾರೆಂದೂ ಹೇಳುತ್ತಿದ್ದಳು. ಆ ಮನೆಯ ಹೆಂಗಸರು ಹಾಕುವ ಒಡವೆ ವಸ್ತ್ರಗಳೆಲ್ಲಾ ಆ ಹಂದಿಯ ನಾಲಿಗೆ, ಕರುಳು, ಹೊಟ್ಟೆಗಳಿಂದ ಮಾಡಿರುವದಾಗಿಯೂ ಗುಟ್ಟಾಗಿ ಹೇಳುತ್ತಿದ್ದಳು. ಹೇಗಾದರೂ ಮಾಡಿ ನಾವೂ ಮನೆಗೆ ನುಗ್ಗಿದ ಒಂದು ಹಂದಿಯನ್ನು ಹೂಳಿಟ್ಟು ಬಡತನದಿಂದ ಪಾರಾಗಬೇಕೆಂದು ಅವಳ ಮಹದಾಸೆ.

ಒಮ್ಮೆ ದೊಡ್ಡ ಹಂದಿಯೊಂದು ನಮ್ಮ ಮನೆಯನ್ನು ನುಗ್ಗಿಯೇಬಿಟ್ಟಿತು.

ಆವತ್ತು ನಮ್ಮ ತಾತನ ತಿಥಿ. ಅಮ್ಮ ಬೆಳಿಗ್ಗೆಯೇ ಎದ್ದು ವಡೆ, ಉಂಡೆ, ಅನ್ನ, ಸಾರುಗಳನ್ನು ಮಾಡಿದ್ದಳು. ಅಪ್ಪ ಬಾವಿಯ ಮೇಲೆ ಸ್ನಾನ ಮಾಡಿ, ಕೈಗೆ ಪವಿತ್ರ ಧರಿಸಿ, ಜನಿವಾರ ಎಡಕ್ಕೆ ಹಾಕಿ, ಆಚಾರ್ಯರ ಪಾದ ತೊಳೆದರು. ಅಮ್ಮ ಆಚಾರ್ಯರೊಬ್ಬರಿಗೇ ಬಾಳೆ ಎಲೆ ಹಾಕಿ ಬಿಸಿ ಬಿಸಿ ಅಡಿಗೆ ಬಡಿಸಿದಳು. ಆಚಾರ್ಯರ ಊಟವಾಗುವ ತನಕ ಉಳಿದವರ ಊಟವಿಲ್ಲ. ನಾನು, ಅಕ್ಕ ಬಾಯಲ್ಲಿ ಜೊಲ್ಲು ಸುರಿಸುತ್ತಾ ಆಚಾರ್ಯರ ಎಲೆಯನ್ನೇ ನೋಡುತ್ತಾ ಕುಳಿತಿದ್ದೆವು. ಅಪ್ಪ ಭಕ್ತಿಯಿಂದ ಕೈ ಜೋಡಿಸಿ, "ಗೋವಿಂದ..." ಹೇಳಿ, ಅನ್ನದ ಮೇಲೆ ತೀರ್ಥ ಹಾಕಿದ್ದರು. ಆಗ ಅದು ಎಲ್ಲಿ ಕಾದು ಕುಳಿತಿತ್ತೋ ಗೊತ್ತಿಲ್ಲ. ದೊಡ್ಡ ಹಂದಿಯೊಂದು ಗುರು ಗುರು ಮಾಡುತ್ತಾ ಹಿತ್ತಲಿನಿಂದ ನುಗ್ಗಿಬಿಟ್ಟಿತು. ಸೀದಾ ಬಂದಿದ್ದೇ ಅಚಾರ್ಯರ ಎಲೆಗೆ ಬಾಯಿ ಹಾಕಿಬಿಟ್ಟಿತು. "ಹೋ.. ಹೋ..." ಎಂದು ನಾವೆಲ್ಲಾ ಕೂಗಾಡಿದರೂ ಉಪಯೋಗವಿಲ್ಲ. ಎಲೆಯ ಸಮೇತ ಬಡಿಸಿದ್ದನ್ನೆಲ್ಲಾ ತಿಂದುಬಿಟ್ಟಿತು. ಅಮ್ಮನ ಅಡಿಗೆಯ ರುಚಿಯೇ ಹಾಗೆ. ಮನುಷ್ಯರಿರಲಿ, ಪಶುಗಳಿಗೂ ಇಷ್ಟವಾಗುವಂತಹದ್ದು. ಅಮ್ಮ ಆ ಹೊತ್ತಿನಲ್ಲೂ ಹಂದಿ ಬಂಗಾರವಾಗುವ ಭರ್ಜರಿ ನಿರೀಕ್ಷೆಯಲ್ಲಿ "ಹಿಡೀರಿ ಅದನ್ನ... ಲಕ್ಷ್ಮಿ ಬಂದಾಳೆ... ಬಿಡ ಬ್ಯಾಡ್ರಿ..." ಅಂತ ಅಪ್ಪಗೆ ಕೂಗಿ ಕೂಗಿ ಹೇಳಿದಳು. ಅಪ್ಪಗೆ ಹಂದಿ ಹಿಡಿಯುವ ಧೈರ್ಯವೆಲ್ಲಿಂದ ಬರಬೇಕು? ಅಂತೂ ಯಾರಿಗೂ ಕೇರ್ ಮಾಡದೆ ಹಂದಿ ಪುಷ್ಕಳ ಭೋಜನ ಮಾಡಿ ತಲಬಾಗಿಲಿನಿಂದ ಹೊರಟು ಹೋಯಿತು.

ಅಮ್ಮ ಕೈಕೈ ಹಿಂಡಿಕೊಂಡಳು. "ಧೈರ್ಯ ಮಾಡಿ ಹಿಡಿದಿದ್ರೆ ಆಗ್ತಿತ್ತಲ್ರೀ... ನೀವೊಂದು..." ಎಂದು ಅಪ್ಪನ ಮೇಲೆ ರೇಗಿದಳು. "ಮಡಿ ಬಟ್ಟೇಲಿ ಇದ್ದೆ ನಾನು... ಅದು ಹೆಂಗೆ ಹಿಡೀಲಿಕ್ಕಾಗ್ತದೆ?" ಎಂದು ಅಪ್ಪ ಸಮಜಾಯಿಷಿ ಕೊಟ್ಟ. "ಬಾವಿ ಮೇಲೆ ನಾಲ್ಕು ಕೊಡ ನೀರು ಸುರುವಿಕೊಂಡಿದ್ರೆ ಆಗ್ತಿತ್ತು" ಎಂದು ಬೇಸರದಲ್ಲಿ ಹೇಳಿದಳು. ಇವರಿಬ್ಬರ ಜಗಳದ ಮಧ್ಯೆ ತನ್ನ ಊಟವನ್ನು ಕಳೆದುಕೊಂಡ ಆಚಾರ್ಯರು ಬೆಬ್ಬೆಬ್ಬೆ ಎನ್ನುತ್ತಾ ಮೂಲೆಯಲ್ಲಿ ನಿಂತುಬಿಟ್ಟಿದ್ದರು. ನಮಗೋ ಸಿನಿಮಾ ದೃಶ್ಯವೊಂದನ್ನು ಮನೆಯಲ್ಲಿಯೇ ನೋಡಿದ ಬೆರಗು.

ಸಂಜೆಯ ಹೊತ್ತು ನಾವೆಲ್ಲಾ ಅಂಗಳದಲ್ಲಿ ಮಾತಾಡುತ್ತಾ ಕುಳಿತಾಗ ಅಮ್ಮಗೆ ಏನೋ ವಿಶೇಷವಾದ ಜ್ಞಾನೋದಯವಾದಂತೆ "ಅಲ್ಲರೀ... ಮಾವನವರೇನಾದ್ರೂ ಹಂದಿ ರೂಪದಾಗೆ ಬಂದಿದ್ರಾ? ಸಾಕ್ಷಾತ್ ಅವರೇ ಯಾಕೆ ಊಟ ಮಾಡಿ ಹೋಗಿರಬಾರದು?" ಎಂದು ಅನುಮಾನ ಹೊರ ಹಾಕಿದಳು. ಅಪ್ಪನಿಗೆ ಈ ಮಾತುಗಳು ಒಳಗೇ ಚುಚ್ಚಿದವು. "ನಮ್ಮಪ್ಪ ನರಸಿಂಹ ಸಾಲಿಗ್ರಾಮ ಪೂಜೆ ಮಾಡಿದಾತ. ಸಿಂಹ ಆಗಿ ಬಂದು ಪಿಂಡ ತಿಂದಾನೆ ಹೊರತು ಹಂದಿಯಾಗಿ

ಅಲ್ಲ" ಎಂದು ವಂಶಗೌರವದ ಭಯಂಕರ ಅಭಿಮಾನದಲ್ಲಿ ಹೇಳಿದ. ಅಮ್ಮ ಅದಕ್ಕೆ ಸೊಪ್ಪು ಹಾಕದೆ "ಅಯ್ಯೋ ಸುಮ್ಮನಿರ್ರಿ... ಹಂದಿಯಾಗಿ ಬಂದಿದ್ದಕ್ಕೆ ಎಲಿಯಾಗೆ ಬಡಿಸಿದ್ದನ್ನ ತಿಂದು ಹೋದರು. ಸಿಂಹ ಆಗಿ ಬಂದಿದ್ರೆ ಆಚಾರ್ಯರನ್ನೇ ಗುಳುಂ ಮಾಡ್ತಿದ್ರು. ಅಷ್ಟಕ್ಕೂ ಹಂದಿ ಸಿಂಹಕ್ಕಿಂತ ಯಾವುದರಾಗೆ ಕಡಿಮಿ – ಅದೂ ಆ ಭಗವಂತನ ಅವತಾರ" ಎಂದು ತಾತ್ಸಾರದಲ್ಲಿ ಹೇಳಿಬಿಟ್ಟಳು.

ಈ ಘಟನೆಯನ್ನು ಅಮ್ಮ ಮಾತ್ರ ಮರೆಯಲೇ ಇಲ್ಲ. ಸಂಸಾರದಲ್ಲಿ ಯಾವಾಗಲಾದರೂ ಹಣದ ಅಡಚಣೆ ಬಂದೇ ಬರುತ್ತಿತ್ತು – ನನ್ನ ಕಾಲೇಜಿನ ಫೀಜನ್ನು ತುಂಬುವದೋ, ಅಕ್ಕನ ಮದುವೆಯ ಖರ್ಚೋ, ಮನೆ ರಿಪೇರಿಯೋ – ಯಾವುದೋ ಒಂದು. ಕೈಯಲ್ಲಿ ಕಾಸಿಲ್ಲದೆ ಅಪ್ಪ ಆಕಾಶವೇ ತಲೆಯ ಮೇಲೆ ಕಳಚಿ ಬಿದ್ದಂತೆ ಕುಳಿತಿದ್ದರೆ ಅಮ್ಮ "ಆವತ್ತು ಹಂದಿ ಹಿಡಿದಿದ್ರೆ ಇಂಥಾ ಕಷ್ಟಾನೇ ಇರ್ತಿರಲಿಲ್ಲ ನೋಡ್ರಿ..." ಎಂದು ಹನಿಗಣ್ಣಾಗಿ ಹೇಳುತ್ತಿದ್ದಳು.

ನನ್ನ ಇಂಜಿನಿಯರಿಂಗ್ ಮುಗಿದು ಸಾಫ್ಟವೇರ್ ವೃತ್ತಿ ಸಿಕ್ಕಿದ್ದೇ ನಮ್ಮ ಬಡತನದ ಸಮಸ್ಯೆಗಳು ಮುಗಿದವು. ಮುಂದೇನಿದ್ದರೂ ಸಿರಿತನದ ಸಮಸ್ಯೆಗಳು. ಐದು ವರ್ಷದಲ್ಲಿ ಬೆಂಗಳೂರಿನ ದೊಡ್ಡ ಅಪಾರ್ಟ್‌ಮೆಂಟಿನಲ್ಲಿ ಒಂದು ಮನೆ ಕೊಂಡೆ. ನೆಲಕ್ಕೆ ಒಳ್ಳೆಯ ಮಾರ್ಬಲ್ ಹಾಕಿಸಿ, ಅಡಿಗೆಯ ಮನೆಗೆ ಇಟಾಲಿಯನ್ ಕಿಚನ್ ಮಾಡಿಸಿ, ಅಟ್ಯಾಚ್ಡ್ ಬಾತ್ ರೂಮಿಗೆ ಕ್ವೀನ್ಸ್ ಸೆಟ್ಟನ್ನು ಹಾಕಿಸಿ – ಎರಡನೆಯ ಅಂತಸ್ತಿನ ಮನೆಯನ್ನು ಝಗಝಗಿಸಿ ಬಿಟ್ಟೆ. ಅಮ್ಮ–ಅಪ್ಪ ಆ ಮಾಯಾಬಜಾರ್ ಮನೆಯನ್ನು ಬೆರಗುಗಣ್ಣಿಂದ ನೋಡಿದರು. ಅಮ್ಮ ಮಾರ್ಬಲ್ ನೆಲದ ಮೇಲೆ ಕುಳಿತು "ಈ ಊರಾಗೆ ಹಂದಿ ಇಲ್ಲ. ಅಪರೂಪಕ್ಕೆ ಹಂದಿ ನಿನ್ನ ಮನೆಯಾಗೆ ಬಂದರೂ ಹೂಳಲಿಕ್ಕೆ ನೆಲ ಇಲ್ಲ. ಆದರೂ ಲಕ್ಷ್ಮಿ ನಿನ್ನ ಮನೆಯಾಗೆ ಕಾಲು ಮುರಿದುಕೊಂಡು ಬಿದ್ದಾಳೆ ನೋಡೋ..." ಎಂದು ವಿಚಿತ್ರ ಸಂಕಟದಲ್ಲಿ ಹೇಳಿದಳು.

ನಮ್ಮೂರಲ್ಲಿ ಯುಗಾದಿ ಹಬ್ಬ ಭರ್ಜರಿಯಾಗಿ ಜರುಗುತ್ತದೆ. ಬಸವಣ್ಣನ ತೇರನ್ನು ಹಳೆಯ ಪೋಲೀಸ್ ಸ್ಟೇಷನ್‌ನಿಂದ ವಿರಕ್ತ ಮಠದವರೆಗೆ ಎಳೆಯುತ್ತಾರೆ. ಊರಿನ ಜನರೆಲ್ಲಾ ಯಥೇಚ್ಛವಾಗಿ ಬಾಳೆಹಣ್ಣನ್ನು ಒಗೆಯುತ್ತಾರೆ. ಇಡೀ ರಸ್ತೆಯ ತುಂಬೆಲ್ಲಾ ಬಾಳೆಹಣ್ಣುಗಳು ಚೆಲ್ಲಾಡಿಬಿಡುತ್ತವೆ. ಆ ದಿನ ಹಂದಿಗಳಿಗೆ ಹಬ್ಬ. ವರ್ಷವೆಲ್ಲಾ ಸಿಪ್ಪೆಗಳನ್ನೇ ತಿಂದಿದ್ದ ಹಂದಿಗಳಿಗಿಂದು ಇಡಿಯಾದ ಹಣ್ಣು. ರಥ ಹರಿದ ಉದ್ದ ರಸ್ತೆಯನ್ನು ಕ್ರಮಿಸಿ, ಮೃಷ್ಟಾನ್ನ ಭೋಜನ ಮಾಡುತ್ತವೆ.

ಮರುದಿನ ಹಬ್ಬದ ಕರಿ. ಹಂದಿ ಹಿಡಿಯುವ ಕೆಲ ಯುವಕರು ಉತ್ಸಾಹದಿಂದ ನಮ್ಮ ಓಣಿಗೆ ಬರುತ್ತಿದ್ದರು. ಪ್ರತಿಯೊಂದು ಹಂದಿ ಹುಟ್ಟಿದಾಗಲೂ ಅದರ ಕಿವಿಯನ್ನು ಕೊಯ್ದೋ, ಬಾಲವನ್ನು ಕತ್ತರಿಸಿಯೋ ಶಾಶ್ವತ ಗುರುತನ್ನು ಮಾಡಿ

ಯಾವ ಕುಟುಂಬಕ್ಕೆ ಸೇರಿದ ಹಂದಿಯದೆಂದು ನಿರ್ಧರಿಸಿಬಿಟ್ಟಿರುತ್ತಾರೆ. ನಾವು ಹುಡುಗರು "ಯುಗಾದಿ ಹಬ್ಬಕ್ಕೆ ನಮ್ಮನಿಯಾಗೆ ಹೋಳಿಗಿ ಮಾಡ್ತಾರೆ..." ಎಂದು ಸಂಭ್ರಮದಿಂದ ಗೆಳೆಯರ ಬಳಿ ಹೇಳಿಕೊಂಡರೆ, ನಮ್ಮ ಸಹಪಾಠಿಗಳಾದ ಕೆಲವು ಹುಡುಗರು ತಮ್ಮ ಮನೆಯ ಹಂದಿಯನ್ನು ತೋರಿಸಿ "ನಾಳೆ ನಮ್ಮನಿಯಾಗಿ ಅದರ ಮಸಾಲೆ ಮಾಡ್ತಾರೆ..." ಎಂದು ಹೇಳುತ್ತಿದ್ದರು.

ಮೂರು ನಾಲ್ಕು ಜನ ಗಟ್ಟಿ ದೇಹದ ಯುವಕರು ಸುಲಭವಾಗಿ ಹಂದಿ ಹಿಡಿಯುತ್ತಿದ್ದರು. ಇಬ್ಬರು ದೊಡ್ಡ ಬಲೆಯೊಂದನ್ನು ಹಿಡಿದು ತಿಪ್ಪೆಯ ಒಂದು ತುದಿಗೆ ನಿಂತರೆ, ಮತ್ತಿಬ್ಬರು ತಿಪ್ಪೆಯ ಇನ್ನೊಂದು ತುದಿಯಿಂದ ತಮ್ಮ ಕುಟುಂಬಕ್ಕೆ ಸೇರಿದ ಹಂದಿಯನ್ನು ಓಡಿಸಿಕೊಂಡು ಬರುತ್ತಾರೆ. ಆ ಹಂದಿಗೆ ಹೇಗೋ ತನ್ನನ್ನು ಹಿಡಿಯಲು ಬಂದಿದ್ದಾರೆನ್ನುವುದು ಗೊತ್ತಾಗಿಬಿಡುತ್ತದೆ. ಅತ್ಯಂತ ದಯನೀಯವಾಗಿ ಅದು ಕೂಗುತ್ತಾ ದಿಕ್ಕು ದೆಸೆಯಿಲ್ಲದೆ ಓಡಲಾರಂಭಿಸುತ್ತದೆ. ಬೇರೆ ದಿಕ್ಕಿಗೆ ಅದು ಓಡದಂತೆ ಅಡ್ಡಗಟ್ಟಿ ಬಲೆ ಹಿಡಿದು ನಿಂತ ಬದಿಗೆ ಅದನ್ನು ಓಡಿಸುತ್ತಾರೆ. ಅದು ತಮ್ಮಡೆಗೆ ಓಡಿ ಬರುತ್ತಲೆ, ಉಳಿದಿಬ್ಬರು ಬಲೆ ಬೀಸುತ್ತಾರೆ. ಬಲೆ ಬೀಸುವುದಕ್ಕೆ ತುಂಬಾ ಚಾಣಾಕ್ಷತೆ ಬೇಕು. ಬೀಸುವದು ಒಂದೆರಡು ಕ್ಷಣ ಹೆಚ್ಚೂ ಕಡಿಮೆಯಾದರೂ ಹಂದಿ ತಪ್ಪಿಸಿಕೊಳ್ಳುತ್ತದೆ. ಬಲಿಷ್ಟವಾದ ಹಂದಿ ಮನುಷ್ಯರ ಮೇಲೆ ಆಕ್ರಮಣ ಮಾಡಲೂ ಅಂಜುವದಿಲ್ಲ.

ಹಂದಿ ಬಲೆಯಲ್ಲಿ ಒದ್ದಾಡುತ್ತದೆ, ಕಿರುಚುತ್ತದೆ. ನಿಧಾನಕ್ಕೆ ಅದರ ಎರಡೆರಡು ಕಾಲುಗಳನ್ನು ಕಟ್ಟಿ, ಹೆಚ್ಚು ಸದ್ದು ಮಾಡದಂತೆ ಅದರ ಮೂತಿಯನ್ನೂ ಬಿಗಿದು, ದೊಡ್ಡ ಗಳಕ್ಕೆ ಅದನ್ನು ತಲೆ ಕೆಳಗಾಗಿ ಕಟ್ಟಿಕೊಂಡು, ವಿಜಯದ ಹುಮ್ಮಸ್ಸಿನಲ್ಲಿ ಹೆಗಲ ಮೇಲೆ ಹೊತ್ತುಕೊಂಡು ಹೋಗುತ್ತಿದ್ದರು. ಬೀದಿಯಲ್ಲೆಲ್ಲಾ ಜನರು ಆ ಬೇಟೆಯನ್ನು ಕುತೂಹಲದಿಂದ ನೋಡುತ್ತಿದ್ದರು. ನನಗೆ ಜೀವಕ್ಕಾಗಿ ಆರ್ತನಾದ ಮಾಡುವ ಹಂದಿಯ ಬಗ್ಗೆ ಕನಿಕರ, ಅಂತಹ ದೊಡ್ಡ ಪ್ರಾಣಿಯನ್ನು ಜೀವದ ಲೆಕ್ಕವಿಲ್ಲದಂತೆ ಹಿಡಿದ ಆ ಯುವಕರ ಸಾಹಸದ ಬಗ್ಗೆ ಮೆಚ್ಚುಗೆ. ಅಪ್ಪನ ಬಳಿ ಮೆತ್ತನೆಯ ಸ್ವರದಲ್ಲಿ "ಅದನ್ನ ಸಾಯಿಸ್ತಾರೇನಾಪ್ಪಾ?" ಎಂದು ಕೇಳಿದೆ. "ಹಂದಿ ಜೀವ ಭಾಳ ಗಟ್ಟಿ. ಎಷ್ಟೇ ಹೊಡೆದೂ ಬಡಿದೂ ಸಾಯಿಸಿದರೂ ಸಾಯಲ್ಲ. ಮೆತ್ತಗೆ ಮಾಡಿ ಬೆಂಕಿ ಮೇಲೆ ಒಗೀತಾರೆ" ಎಂದಿದ್ದರು. ನನಗೆ ವಿಚಿತ್ರ ಸಂಕಟವಾಗಿ "ಹಂದಿ ತಿನ್ನೋದು ತಪ್ಪೇನಪ್ಪ?" ಎಂದೆ. "ಅದು ಅವರ ಧರ್ಮ. ತಪ್ಪಾಗಲ್ಲ" ಎಂದು ಖಚಿತವಾಗಿ ಹೇಳಿದ್ದರು.

ಹಂದಿಗಳಿಗೂ, ನಮ್ಮ ಮನೆಯ ದೇವರಿಗೂ ಒಂದು ವಿಶೇಷ ಸಂಬಂಧವಿತ್ತು. ಯಾವತ್ತೋ ಒಂದು ದಿನ ಅಂಬಣ್ಣ ಬೆಳಿಗ್ಗೆ ಬೆಳಿಗ್ಗೆ ಮನೆಗೆ ಬರುತ್ತಿದ್ದ. ಅವನ

ಕೈಯಲ್ಲಿ ಮುತ್ತುಗದ ಎಲೆಯಲ್ಲಿ ಸುತ್ತಿದ ಒಂದು ಚಿಕ್ಕ ಕಟ್ಟು ಇರುತ್ತಿತ್ತು. "ಅದೀಯೇನಪ್ಪಾ..." ಎಂದಾಗ ಅಪ್ಪ ಹೊರ ಬರುತ್ತಿದ್ದರು. ಅಂಬಣ್ಣ ಮುತ್ತುಗದ ಎಲೆಯ ಕಟ್ಟನ್ನು ಬಿಚ್ಚುತ್ತಿದ್ದ. ಒಳಗೆ ಹಂದಿಯ ಕಪ್ಪು ಕೂದಲುಗಳಿರುತ್ತಿದ್ದವು. "ಕಾಡು ಹಂದೀದೆ ಇರಬೇಕು ನೋಡು, ಊರಿನ ಹಂದೀದು ಆಗಲ್ಲ" ಎಂದರೆ, "ಕಾಡು ಹಂದೀದೆ... ನಿನ್ನೆ ಬೇಟಿ ಮಾಡಿದ್ವಿ..." ಎನ್ನುತ್ತಿದ್ದ. "ಹಂದಿ ಸಾಯೋಕಿನ್ನ ಮುಂಚೆ ಕೂದಲು ತೆಗಿದೀ ಅಲ್ಲೇನು?" ಎಂದರೆ, "ಹೂನಪ್ಪ. ಕೂದಲು ತೆಗೆದೇ ಅದನ್ನು ಕೊಂದಿದ್ದು" ಎಂದು ಪ್ರಮಾಣ ಮಾಡುತ್ತಿದ್ದ. ಅಪ್ಪ ಆ ಕೂದಲಿಗೆ ಮಡಿ ನೀರನ್ನು ಸುರುವಿ ಪವಿತ್ರಗೊಳಿಸುತ್ತಿದ್ದ. ಅಂಬಣ್ಣಗೆ ಆ ಕೂದಲಿಗಾಗಿ ಎರಡು ರೂಪಾಯಿ ಸಂದಾಯವಾಗುತ್ತಿತ್ತು. ಆ ಹಂದಿಯ ಕೂದಲುಗಳನ್ನು ಸೇರಿಸಿ, ತಂತಿಯಿಂದ ಕಟ್ಟಿ ಬ್ರಷ್ ಒಂದನ್ನು ತಯಾರಿಸುತ್ತಿದ್ದ. ಇದಕ್ಕೆ ವರಾಹಕೇಸರ ಎಂದು ಹೆಸರು. ಈ ವರಾಹಕೇಸರದಿಂದಲೇ ಮನೆಯ ಎಲ್ಲಾ ದೊಡ್ಡ ದೇವರುಗಳನ್ನು ಭಕ್ತಿಯಿಂದ ಸ್ವಚ್ಛ ಮಾಡುತ್ತಿದ್ದ. ನನಗೆ ಒಳಗೊಳಗೇ ಅನುಮಾನ. ಮರುದಿನ ಶಾಲೆಯಲ್ಲಿ ಅಂಬಣ್ಣನ ಮಗ ಹನುಮಂತನನ್ನು "ನಿನ್ನೆ ಕಾಡು ಹಂದಿ ಬೇಟಿ ಮಾಡಿದ್ರಾ?" ಎಂದು ಕೇಳುತ್ತಿದ್ದೆ. ಅವನು ಹೇಳಿದ ಉತ್ತರವನ್ನು ಎಂದೂ ಅಪ್ಪನಿಗೆ ತಿಳಿಸುತ್ತಿರಲಿಲ್ಲ.

13ನೇ ಏಪ್ರಿಲ್ 2007

ಛಂದಮಾರುತ

ಲೇಖಕನಾಗಬೇಕೆಂಬ ಆಸೆಯಿತ್ತೇ ಹೊರತು, ಪ್ರಕಾಶಕನಾಗಬೇಕೆಂಬ ಕನಸನ್ನು ಎಂದೂ ಕಂಡಿರಲಿಲ್ಲ. ಆದರೆ ಪರಿಸ್ಥಿತಿ ನನ್ನನ್ನು ಒಬ್ಬ ಪುಟ್ಟ ಪ್ರಕಾಶಕನನ್ನಾಗಿ ಮಾಡಿತು. ಹಾಗಂತ ಬೇಸರವೇನೂ ಇಲ್ಲ. ಅನಿರೀಕ್ಷಿತವಾಗಿ ಪುಸ್ತಕ ಪ್ರಕಾಶನ ಕ್ಷೇತ್ರಕ್ಕೆ ಕಾಲಿಟ್ಟಿದ್ದು ನನ್ನ ಅದೃಷ್ಟವೆಂದೇ ನಾನು ಭಾವಿಸಿದ್ದೇನೆ. ಅದರಿಂದ ಸಾಕಷ್ಟು ಉತ್ತಮ ಅನುಭವಗಳನ್ನು ಕಲಿತಿದ್ದೇನೆ, ಅನುಕೂಲಗಳನ್ನು ಪಡೆದಿದ್ದೇನೆ.

ಸುಮಾರು ನಾಲ್ಕು ವರ್ಷಗಳ ಕಾಲ ನಾನು ಇಂಗ್ಲೆಂಡಿನಲ್ಲಿದ್ದೆ. ಅಲ್ಲಿ ಭಾರತದಂತೆ ಕಛೇರಿಯ ಕೆಲಸ ಮಿತಿಮೀರಿ ಇರುವದಿಲ್ಲವಾದ್ದರಿಂದ ತುಂಬಾ ಸಮಯ ಬರೆಯಲು ದಕ್ಕುತ್ತಿತ್ತು. ಆ ಅವಧಿಯಲ್ಲಿ ಸಾಕಷ್ಟು ಕತೆ, ಪ್ರಬಂಧ, ಅನುವಾದಗಳನ್ನು ರಚಿಸಿದ್ದೆ. ಎಲ್ಲವೂ ಪತ್ರಿಕೆಗಳಲ್ಲಿ ಪ್ರಕಟವಾಗಿದ್ದವು. ಭಾರತಕ್ಕೆ ಬಂದ ಮೇಲೆ ಅವನ್ನು ಪುಸ್ತಕ ರೂಪದಲ್ಲಿ ಪ್ರಕಟ ಮಾಡಬೇಕೆಂದು ಪ್ರಯತ್ನಿಸಿದೆ. ಸುಮಾರು ಐವತ್ತು ಜನ ಪ್ರಕಾಶಕರಿಗೆ ನನ್ನ ಆಸೆಯನ್ನು ಕೋರಿ ಪತ್ರವನ್ನು ಬರೆದೆ. ಇಬ್ಬರು ಮಾತ್ರ ಹಸ್ತಪ್ರತಿಯನ್ನು ತರಿಸಿಕೊಂಡು ಓದಿ, ತಮ್ಮ ಪ್ರಕಾಶನದಲ್ಲಿ ಪ್ರಕಟಿಸಲು ಯೋಗ್ಯವಾದ ಕೃತಿಯಲ್ಲವೆಂದು ವಿಷಾದಪತ್ರವನ್ನು ಬರೆದರು. ಉಳಿದವರು ಯಾವ ಪ್ರತಿಕ್ರಿಯೆಯನ್ನೂ ತೋರಿಸದೆ ಮೌನ ವಹಿಸಿದರು.

ಹೊಸದಾಗಿ ಬರೆಯಲು ಪ್ರಾರಂಭಿಸಿದ ಯಾವುದೇ ಲೇಖಕನಿಗೆ ಪುಸ್ತಕ ರೂಪದಲ್ಲಿ ತನ್ನ ಬರವಣಿಗೆಯನ್ನು ಕಾಣುವ ಅದಮ್ಯ ಆಸೆಯಿರುತ್ತದೆ. ನಾನೂ ಅದಕ್ಕೆ ಹೊರತಾಗಿರಲಿಲ್ಲ. ಅವರಿವರನ್ನು ವಿಚಾರಿಸತೊಡಗಿದೆ. ಆಗ ಗೆಳೆಯ ಅಪಾರ (ಈಗ ಕನ್ನಡದ ಖ್ಯಾತ ಮುಖಪುಟ ಕಲಾವಿದ) ನಾನೇ ಪುಸ್ತಕಗಳನ್ನು ಪ್ರಕಟಿಸುವ ಸಲಹೆಯನ್ನು ಮುಂದಿಟ್ಟ. ನನಗೆ ಹೆದರಿಕೆಯೇ ಆಯಿತು. ಪುಸ್ತಕ ಪ್ರಕಾಶನ ಮತ್ತು ಮಾರಾಟದ ಓಂಕಾರ ಗೊತ್ತಿಲ್ಲದ ನಾನು ಸುಕಾಸುಮ್ಮನೆ ಪುಸ್ತಕ ಪ್ರಕಟಿಸಿಕೊಂಡರೆ ಗತಿಯೇನು? ನಮ್ಮ ಪುಸ್ತಕಗಳನ್ನು ನಾವೇ ಪ್ರಕಟಿಸಿಕೊಳ್ಳುವುದು ಅವಮಾನದ ಸಂಗತಿಯಲ್ಲವೆ? ಎಂದೆಲ್ಲಾ ಯೋಚಿಸಿ ತಲೆಬಿಸಿ ಮಾಡಿಕೊಂಡು, ಅವನ ಸಲಹೆಯನ್ನು ಬಹುಕಾಲ ಮುಂದೂಡುತ್ತಲೇ ಹೋದೆ. ಆದರೆ ದಿನಪತ್ರಿಕೆಯಲ್ಲಿ ಕೆಲಸ ಮಾಡುತ್ತಿದ್ದ ಅವನಿಗೆ ಮುದ್ರಣ, ಪುಟವಿನ್ಯಾಸ, ಮುಖಪುಟ ರಚನೆಗಳಲ್ಲಿ ಸಾಕಷ್ಟು ಅನುಭವವಿತ್ತು. ಪುಸ್ತಕವನ್ನು ಸುಲಭವಾಗಿ ಮಾಡಬಹುದೆನ್ನುವ ಧೈರ್ಯವಿತ್ತು. ಮತ್ತೆಮತ್ತೆ ನನಗೆ ಆ ಸಲಹೆ ನೀಡಿ, ಕಡೆಗೆ ರೋಸಿ "ಪುಸ್ತಕ ಮಾಡ್ತೀರೋ ಇಲ್ಲವೋ?" ಎಂದು ಒಮ್ಮೆ ದಬಾಯಿಸಿದ. ನಾನು "ಆಯ್ತು, ಮಾಡೋಣ" ಎಂದು ಒಪ್ಪಿಕೊಂಡುಬಿಟ್ಟೆ. "ಛಂದ ಪುಸ್ತಕ" ಜನ್ಮ ತಾಳಿತು.

ಪುಸ್ತಕಗಳೇನೋ ಬಹು ಸುಲಭವಾಗಿ ಸಿದ್ಧವಾಗಿಬಿಟ್ಟವು. ಅದರ ಎಲ್ಲಾ ಒಪ್ಪ ಓರಣವನ್ನು ಅಪಾರ ಅತ್ಯಂತ ಮುತುವರ್ಜಿಯಿಂದ ನೋಡಿಕೊಂಡಿದ್ದ. ಅದಕ್ಕೆ ತಗಲುವ ಹಣ ನನಗೆ ದೊಡ್ಡ ಮೊತ್ತವೂ ಆಗಿರಲಿಲ್ಲ. ಖ್ಯಾತ ಮುದ್ರಣಾಲಯದಲ್ಲಿ ನನ್ನ ಮೂರೂ ಪುಸ್ತಕಗಳನ್ನು ಮುದ್ರಿಸಲು ಕೊಟ್ಟರೆ, ಅವರು ಎರಡು ದಿನಕ್ಕೆ ಅವೆಲ್ಲವನ್ನೂ ಮುದ್ರಿಸಿ ನನ್ನ ಮನೆಗೆ ಕಳುಹಿಸಿದರು. ಅಷ್ಟೊಂದು ಪುಸ್ತಕಗಳು ನನ್ನ ಮನೆಯ ಕೋಣೆಯನ್ನೆಲ್ಲಾ ಆಕ್ರಮಿಸಿಕೊಂಡಿದ್ದು ನೋಡಿ ನನಗೆ "ತಪ್ಪು ಮಾಡಿಬಿಟ್ಟೆ" ಎಂದು ಪಶ್ಚಾತ್ತಾಪವಾಗಲಾರಂಭಿಸಿತು. ಅವನ್ನು ಕೊಳ್ಳುವವರ್ಯಾರು? ಓದುವವರ್ಯಾರು? ಎಂದು ರಾತ್ರಿಯೆಲ್ಲಾ ಯೋಚನೆಯಾಗಿ ನಿದ್ದೆ ಬರಲಿಲ್ಲ.

ಮರುದಿನ ನನ್ನ ಭಾವನವರನ್ನು ಕರೆದುಕೊಂಡು, ನನಗೆ ಗೊತ್ತಿದ್ದ ಕನ್ನಡದ ಪುಸ್ತಕದ ಅಂಗಡಿಗಳಿಗೆ ಹೋದೆ. ಮೊದಲ ಪುಸ್ತಕದ ಅಂಗಡಿಯವರಂತೂ ಎರಡು ತಾಸು ಕಾಯಿಸಿ, ಅನಂತರ ನನ್ನ ಪುಸ್ತಕಗಳನ್ನು ಕೈಯಲ್ಲಿ ಹಿಡಿದು ತರಕಾರಿಯನ್ನು ಪರೀಕ್ಷಿಸುವಂತೆ ಪರೀಕ್ಷಿಸಿ "ಇಂಥಾ ಪುಸ್ತಕ ಯಾರೂ ಕೊಳ್ಳಲ್ಲ ರ್ರೀ. ನಮಗೆ ಲುಕ್ಸಾನ ಆಗ್ತದೆ" ಎಂದು ಮುಖಕ್ಕೆ ಹೊಡೆದಂತೆ ಹೇಳಿ, ಅವನ್ನು ವಾಪಾಸು ಕೊಟ್ಟುಬಿಟ್ಟರು. ನನಗೋ ಅಳು ಬರುವದೊಂದು ಬಾಕಿ. "ಸಾರ್, ಒಂದೊಂದನ್ನಾ ತೊಗಳ್ರಿ ಸಾರ್. ಒಂದು ವಾರ ಬಿಟ್ಟು ವ್ಯಾಪಾರ ಆಗಲಿಲ್ಲ ಅಂದ್ರೆ ವಾಪಾಸು ತೊಗೊಳ್ತೀನಿ. ಹಣ ಕೊಡೋದೇನೂ ಬೇಡ" ಎಂದು

ದಯನೀಯವಾಗಿ ಬೇಡಿಕೊಂಡೆ. (ಅವರು ಅಂಗಡಿಯಲ್ಲಿ ಒಂದು ಪ್ರತಿ ಇಟ್ಟರೆ, ನಾನೇ ಆಮೇಲಕ್ಕೆ ಹೋಗಿ ಖರೀದಿಸಿಬಿಡಬೇಕೆಂಬ ಭರ್ಜರಿ ಆಲೋಚನೆಯನ್ನು ಮನಸ್ಸಾಗಲೇ ಹೆಣೆದಿತ್ತು.) ನನ್ನ ಅಳುಬುರುಕ ಧ್ವನಿ ನೋಡಿದ ಅಂಗಡಿಯವರಿಗೆ ಮನಸ್ಸು ಕರಗಿ ಎಲ್ಲ ಪುಸ್ತಕಗಳ ಎರಡೆರಡು ಪ್ರತಿ ತೆಗೆದುಕೊಂಡರು. ನನಗೆ ಅಷ್ಟಕ್ಕೇ ಖುಷಿಯಾಗಿತ್ತು.

ಎರಡನೆಯ ಅಂಗಡಿಯ ಯಜಮಾನರು "ಸುಮ್ಮನೆ ಗೆಳೆಯರಿಗೆ, ಬಂಧು ವರ್ಗಕ್ಕೆ ಉಡುಗೊರೆ ತರಹ ಕೊಟ್ಟು ಸುಮ್ಮನಾಗಿಬಿಡ್ರಿ. ವ್ಯಾಪಾರದ ಕನಸು ಕಾಣಬೇಡರಿ. ಅದೆಲ್ಲಾ ನಿಮ್ಮ ಕೈಲಾಗಲ್ಲ" ಎಂದು ಹಿತೋಪದೇಶ ಮಾಡಿದರು. ಒಂದಿಬ್ಬರು ವ್ಯಾಪಾರಿಗಳು ಮಾತ್ರ ಪುಸ್ತಕದ ಅಂದ–ಚೆಂದ, ಮುದ್ರಣದ ಗುಣಮಟ್ಟ, ಕಡಿಮೆ ಬೆಲೆ ನೋಡಿ "ಚೆನ್ನಾಗಿ ಮಾಡಿದೀರ. ಓದುಗರು ಹೇಗೆ ಪ್ರತಿಕ್ರಿಯಿಸುತ್ತಾರೋ ನೋಡ್ತೋಣ" ಎಂದು ಹುರಿದುಂಬಿಸಿದರು. ಆದರೆ ಎಲ್ಲಾ ಅಂಗಡಿಗಳನ್ನು ಸುತ್ತಿ, ವ್ಯಾಪಾರಿಗಳನ್ನು ದೀನಸ್ವರದಲ್ಲಿ ಬೇಡಿಕೊಂಡು ಮನೆಗೆ ವಾಪಾಸಾಗುವಾಗ ಮಾತ್ರ ನನ್ನ ಭಾವ "ನಿಂಗೆ ತಲೆ ಕೆಟ್ಟದೇನೋ? ಲಕ್ಷಣವಾಗಿ ಫಾರಿನ್‌ನಾಗೆ ಇಷ್ಟು ದಿನ ಇದ್ದು ಬಂದೀಯ. 'ಜಂ' ಅಂತ ಇರೋದು ಬಿಟ್ಟು, ಇದೇನಿದು ಭಿಕ್ಷದವರ ತರಹ ಅಂಗಡಿ ಅಂಗಡಿ ತಿರುಗಿ ಗೋಗರಿತಾ ಇದೀಯ" ಎಂದು ಬೈಯ್ದರು!

ನನ್ನ ಅದೃಷ್ಟ ಚೆನ್ನಾಗಿತ್ತು. ನನ್ನ ಪುಸ್ತಕಗಳು ಸಾಕಷ್ಟು ಸಂಖ್ಯೆಯಲ್ಲಿ ಖರ್ಚಾದವು. ಎರಡು ದಿನಕ್ಕೊಮ್ಮೆ ಪುಸ್ತಕದಂಗಡಿಗಳಿಗೆ ಓಡಿ ಹೋಗಿ ನನ್ನ ಪುಸ್ತಕಗಳು ಎಷ್ಟು ಖರ್ಚಾಗಿವೆಯೋ ಎಂದು ನೋಡಿ ಬರುತ್ತಿದ್ದೆ. ದೂರದಲ್ಲಿ ನಿಂತು ನನ್ನ ಪುಸ್ತಕವನ್ನು ಯಾರಾದರೂ ಕೊಳ್ಳುತ್ತಾರೆಯೋ ಎಂದು ಬಹಳ ಹೊತ್ತು ಆಸೆಯಿಂದ ಕಾಯುತ್ತಿದ್ದೆ. ಪುಸ್ತಕಗಳಿಗೆ ಧೂಳು ಮೆತ್ತಿದ್ದರೆ, ನಾನೇ ನನ್ನ ಕರವಸ್ತ್ರದಿಂದ ಅದನ್ನು ಒರೆಸುತ್ತಿದ್ದೆ. ನನ್ನ ಪುಸ್ತಕ ಮೂಲೆಗೆಲ್ಲೋ ಸೇರಿಬಿಟ್ಟಿದ್ದರೆ, ಅದನ್ನು ಯಾರಿಗೂ ಗೊತ್ತಾಗದಂತೆ ಮುಂದಕ್ಕೆ ತಂದಿಡುತ್ತಿದ್ದೆ. ನನ್ನ ಮೆಚ್ಚಿನ ಕತೆಗಾರರಾದ ಮಾಸ್ತಿ, ತೇಜಸ್ವಿ, ಅನಂತಮೂರ್ತಿಯವರ ಪುಸ್ತಕಗಳ ಪಕ್ಕ ನನ್ನದನ್ನು ಇಟ್ಟು ಸಂಭ್ರಮಿಸುತ್ತಿದ್ದೆ. ಪುಸ್ತಕ ಮುಗಿದಿವೆ ಎಂದು ಗೊತ್ತಾದ ತಕ್ಷಣ ನಾನೇ ಅಂಗಡಿಯವರ ಗಮನಕ್ಕೆ ಅದನ್ನು ತಂದು, ಮನೆಗೆ ಓಡಿ ಹೋಗಿ ಹೊಸ ಪುಸ್ತಕಗಳನ್ನು ತಂದು ಒಪ್ಪಿಸುತ್ತಿದ್ದೆ!

ನನ್ನ ಮೊದಲ ಮೂರೂ ಪುಸ್ತಕಗಳ ಯಶಸ್ಸು ನನಗೆ ಸಾಕಷ್ಟು ಧೈರ್ಯ ಕೊಟ್ಟಿತ್ತು. ಆ ಹೊತ್ತಿನಲ್ಲಿಯೇ ನನಗೆ ಮತ್ತೊಬ್ಬರ ಪುಸ್ತಕಗಳನ್ನು ಮಾಡುವ ಆಲೋಚನೆ ಬಂದಿತು. ನನ್ನಂತೆಯೇ ಹೊಸದಾಗಿ ಕನ್ನಡದಲ್ಲಿ ಬರೆಯುವ ಲೇಖಕರಿಗೆ ಪುಸ್ತಕ ಪ್ರಕಟಣೆ ಅತ್ಯಂತ ಕಷ್ಟವಾಗಿರಬೇಕಲ್ಲವೆ? ಅವರೂ ಸಾಕಷ್ಟು ಪ್ರಕಾಶಕರ ಮುಂದೆ

ಅಂಗಲಾಚುತ್ತಿರಬೇಕಲ್ಲವೆ? ಎಂಬ ವಿಚಾರ ನನ್ನನ್ನು ಬಹುವಾಗಿ ಕಾಡಿತು. ಆದ್ದರಿಂದ 'ಛಂದ ಪುಸ್ತಕ'ವು ಕನ್ನಡದ ಹೊಚ್ಚ ಹೊಸ ಲೇಖಕರ ಪುಸ್ತಕಗಳನ್ನು ಮಾತ್ರ ಪ್ರಕಟಿಸುತ್ತದೆ ಎಂದು ನಿರ್ಧರಿಸಿಬಿಟ್ಟೆ. ಆ ದಿಕ್ಕಿನಲ್ಲಿಯೇ 'ಛಂದ ಪುಸ್ತಕ ಬಹುಮಾನ'ವನ್ನು ಸ್ಥಾಪಿಸಿದ್ದಾಯ್ತು. ಅದಕ್ಕೆ ಉತ್ತಮ ಪ್ರತಿಕ್ರಿಯೆಯೂ ಸಿಕ್ಕಿತು. ಸುನಂದಾ ಪ್ರಕಾಶ ಕಡಮೆ, ಸುಮಂಗಲಾ, ಗುರುಪ್ರಸಾದ್ ಕಾಗಿನೆಲೆ, ವಸ್ತಾರೆ, ದತ್ತಾತ್ರಿ, ಅಲಕ ತೀರ್ಥಹಳ್ಳಿ – ಎಲ್ಲರೂ ಉತ್ಸಾಹದಿಂದ 'ಛಂದ'ದ ಮೂಲಕ ಪುಸ್ತಕ ಪ್ರಕಟಿಸಲು ಮುಂದೆ ಬಂದರು.

ಹೀಗೆ ಪ್ರಾರಂಭವಾದ 'ಛಂದ ಪುಸ್ತಕ' ಈಗ ಸುಮಾರು 32 ಪುಸ್ತಕಗಳನ್ನು ಪ್ರಕಟಿಸಿದೆ ಎಂದು ತಿಳಿಸಲು ನನಗೆ ಹೆಮ್ಮೆಯಾಗುತ್ತದೆ. ಕನ್ನಡದ ಬಹುತೇಕ ಹೊಸ ಲೇಖಕರ ಪುಸ್ತಕಗಳನ್ನು ಪ್ರಕಟಿಸುವ ಸೌಭಾಗ್ಯ ಛಂದಕ್ಕೆ ದಕ್ಕಿದೆ. ಪ್ರತಿಯೊಬ್ಬ ಲೇಖಕರಿಗೂ ತಕ್ಕಷ್ಟು ಗೌರವಧನ ಮತ್ತು ಗೌರವ ಪ್ರತಿಗಳನ್ನು ಕೊಟ್ಟು, ಪುಸ್ತಕ ಬಿಡುಗಡೆ ಸಮಾರಂಭವನ್ನು ಸಂಭ್ರಮದಿಂದ ಮಾಡಿದ ಸಂತಸ ಛಂದದ್ದು. ಈ ಪುಸ್ತಕಗಳಿಗೆ ಓದುಗರು ಅತ್ಯಂತ ಉತ್ತಮ ಪ್ರತಿಕ್ರಿಯೆ ನೀಡಿದ್ದಾರೆ. ಹೆಚ್ಚು ಕಡಿಮೆ ಎಲ್ಲ ಪುಸ್ತಕಗಳೂ ಹಲವು ಮರುಮುದ್ರಣ ಕಂಡಿವೆ. ನಾಡಿನ ಸಂಘ–ಸಂಸ್ಥೆಗಳು ಮೂವತ್ತಕ್ಕೂ ಹೆಚ್ಚು ಪ್ರಶಸ್ತಿಗಳನ್ನು ಕೊಟ್ಟು ನಮ್ಮನ್ನು ಪ್ರೋತ್ಸಾಹಿಸಿವೆ.

ಈ ಅನುಭವದ ಹಿನ್ನೆಲೆಯಲ್ಲಿ ಪ್ರಸ್ತುತ ಕನ್ನಡ ಪುಸ್ತಕ ಪ್ರಕಾಶನದ ಬಗ್ಗೆ ಒಮ್ಮೆ ಅವಲೋಕಿಸಿದಾಗ ನನಗೆ ಕೆಲವು ಸತ್ಯಗಳು ಗೋಚರಿಸುತ್ತವೆ. ಕನ್ನಡದಲ್ಲಿ ನೂರಾರು ಪ್ರಕಾಶಕರು ಇರುವುದು ಸತ್ಯವಾದರೂ, ಸಾಹಿತ್ಯದ ಕಳಕಳಿಯಿಂದ ಪುಸ್ತಕಗಳನ್ನು ಗುಣಮಟ್ಟದಲ್ಲಿ ಮಾಡುವವರು ಕೇವಲ ಬೆರಳೆಣಿಕೆಯಷ್ಟು ಜನ ಮಾತ್ರ. ಉಳಿದ ಎಲ್ಲರೂ ಕೇವಲ ಗ್ರಂಥಾಲಯಕ್ಕೆ ಪುಸ್ತಕ ಮಾರಿ ಒಂದಿಷ್ಟು ಹಣ ಮಾಡುವ ದಂಧೆಯಾಗಿ ಪುಸ್ತಕೋದ್ಯಮವನ್ನು ದುಡಿಸಿಕೊಳ್ಳುತ್ತಿದ್ದಾರೆ. ಸರಕಾರದ ಸಗಟು ಖರೀದಿಯ ಕ್ರಮ ಸದುದ್ದೇಶದಿಂದ ಕೂಡಿದ್ದರೂ, ಅದರ ದುರ್ಬಳಕೆಯೇ ಹೆಚ್ಚಾಗಿ ಆಗುತ್ತಿದೆ ಎಂದು ನನ್ನ ಅಂದಾಜು.

ಸರಕಾರ ಪುಸ್ತಕ ಕೊಳ್ಳುವದನ್ನು, ತಾನಾಗಿಯೇ ಕಡಿಮೆ ಬೆಲೆಯಲ್ಲಿ ಪುಸ್ತಕಗಳನ್ನು ಪ್ರಕಟಿಸುವದನ್ನು ಒಂದು ಐದು ವರ್ಷ ನಿಲ್ಲಿಸಿ, ಅದಕ್ಕೆ ಬದಲು ಪುಸ್ತಕ ಮಾರಾಟದ ಸುಸಜ್ಜಿತ ಕೇಂದ್ರಗಳನ್ನು ನಾಡಿನ ಎಲ್ಲಾ ತಾಲೂಕಾ ಕೇಂದ್ರಗಳಲ್ಲಿ ಮಾಡಿಕೊಟ್ಟು, ನಾಡಿನ ಜನರಲ್ಲಿ ಪುಸ್ತಕ ಓದುವ ಹವ್ಯಾಸವನ್ನು ಬೆಳೆಸುವ ಒಳ್ಳೆಯ ಕಾರ್ಯಕ್ರಮಗಳನ್ನು ಹಮ್ಮಿಕೊಂಡರೆ ಕನ್ನಡ ಪುಸ್ತಕೋದ್ಯಮ ಸಾಕಷ್ಟು ಅಭಿವೃದ್ಧಿ ಕಾಣಬಹುದೆಂದು ನನಗೆ ಅನಿಸುತ್ತದೆ. ಜನರಾಗಲೇ ಟಿ.ವಿ.ಯ ಹಳಸಲು ಕಾರ್ಯಕ್ರಮಗಳಿಂದ ಬೇಸತ್ತು ಪುಸ್ತಕಗಳ ಕಡೆಗೆ ವಾಲುತ್ತಿದ್ದಾರೆ.

ವರ್ಷದಿಂದ ವರ್ಷಕ್ಕೆ ಪುಸ್ತಕಗಳ ಮಾರಾಟವೂ ಜಾಸ್ತಿಯಾಗುತ್ತಿರುವುದು ಅಂಕಿ-ಅಂಶಗಳಿಂದ ಗೊತ್ತಾಗುತ್ತಿದೆ. ಪುಸ್ತಕಗಳನ್ನು ಜನಪ್ರಿಯಗೊಳಿಸಲು ಇದು ಪರಿಪಕ್ವ ಕಾಲ.

ಕನ್ನಡದಲ್ಲಿ ಗುಣಮಟ್ಟದ ಪುಸ್ತಕಗಳನ್ನು ತರುವ ಬೆರಳೆಣಿಕೆಯ ವೃತ್ತಿಪರ ಪ್ರಕಾಶನ ಸಂಸ್ಥೆಗಳು ಇವೆಯೆಂದು ಹೇಳಿದೆನಲ್ಲವೆ? ಇಲ್ಲಿಯೂ ಹಲವು ಸಮಸ್ಯೆಗಳಿವೆ. ಇವರು ಒಳ್ಳೆಯ ಪುಸ್ತಕಗಳನ್ನು ಹೊರತಂದರೂ, ಕೇವಲ ವ್ಯಾಪಾರದ ದೃಷ್ಟಿಯಿಂದ ಮಾರಾಟವಾಗುವ ಪುಸ್ತಕಗಳನ್ನು ಮಾತ್ರ ಪರಿಗಣಿಸುತ್ತಾರೆ. ಕಳೆದ ಒಂದು ವರ್ಷದಲ್ಲಿ ಇವರು ಪ್ರಕಟಿಸಿದ ಪುಸ್ತಕಗಳನ್ನು ನೋಡಿದರೆ ಈ ಅಂಶ ಸ್ಪಷ್ಟವಾಗಿ ಗೋಚರಿಸುತ್ತದೆ. ಈಗಾಗಲೇ ಖ್ಯಾತಿ ಪಡೆದಿರುವ ಲೇಖಕರದೇ ಹತ್ತಾರು ಪುಸ್ತಕಗಳನ್ನು ಪ್ರಕಟಿಸುತ್ತಾರಾದರೂ, ಹೊಸದಾಗಿ ಬರೆಯುವ ಯಾವುದೇ ಯುವಲೇಖಕರ ಪುಸ್ತಕವನ್ನು ಪ್ರಕಟಿಸುವ ಉತ್ಸಾಹ ತೋರಿಸುವದಿಲ್ಲ. ಈ ಹಿಂದೆ ಬಹು ಜನಪ್ರಿಯತೆ ಪಡೆದಿರುವ ಮತ್ತು ಈಗ ಲಭ್ಯವಿಲ್ಲದ ಪುಸ್ತಕಗಳ ಮರುಮುದ್ರಣವನ್ನೋ, ಬೇರೆ ಭಾಷೆಯಲ್ಲಿ ಸಾಕಷ್ಟು ಜನಪ್ರಿಯವಾಗಿರುವ ಪುಸ್ತಕಗಳ ಅನುವಾದವನ್ನೋ, 'ದುಡ್ಡು ಮಾಡುವುದು ಹೇಗೆ?', 'ಆರೋಗ್ಯವಂತರಾಗುವುದು ಹೇಗೆ?', 'ನಗೆಬಾಂಬುಗಳು' ಮುಂತಾದ 'ದಿಢೀರ್ ಅಡಿಗೆ'ಯ ಪುಸ್ತಕಗಳ ಕಡೆಗೇ ಅವರ ಗಮನವಿರುತ್ತದೆ. ಪ್ರಕಟಣೆ ಕೋರಿ ಬಂದ ಹಸ್ತಪ್ರತಿಗಳನ್ನೆಲ್ಲಾ ತೆರೆದ ಮನಸ್ಸಿನಿಂದ ಓದುವ ವ್ಯವಧಾನವಾಗಲಿ, ಇತ್ತೀಚಿನ ಒಳ್ಳೆಯ ಬರಹಗಾರರನ್ನು ಗುರುತಿಸುವ ಜಾಣ್ಮೆಯಾಗಲಿ ಅವರಿಗೆ ಇರುತ್ತದೆಂದು ನಿರೀಕ್ಷಿಸುವುದು ಕಷ್ಟ. ಪುಸ್ತಕ ವ್ಯಾಪಾರವನ್ನೇ ಬದುಕಿನ ಆಧಾರವನ್ನಾಗಿ ಮಾಡಿಕೊಂಡ ಅವರ ಈ ಮನೋಭಾವದಲ್ಲಿ ದೋಷ ಎಣಿಸುವುದೂ ತಪ್ಪಾಗುತ್ತದೆ.

ಆದ್ದರಿಂದ ಕನ್ನಡದಲ್ಲಿ ಹೊಸ ಸಾಹಿತ್ಯ ಬೆಳಕು ಕಾಣಲು ವೃತ್ತಿನಿರತರಿಗಿಂತಲೂ ಹವ್ಯಾಸಿ ಪ್ರಕಾಶಕರು ಒಳ್ಳೆಯ ಕೆಲಸ ಮಾಡಬಲ್ಲರು ಎನ್ನುವುದು ನನ್ನ ಅನಿಸಿಕೆ. ಅಂದರೆ ಸಾಹಿತ್ಯದ ಬಗ್ಗೆ ಕಳಕಳಿಯಿರುವ ಅಭಿಮಾನಿಗಳು ಹೊಸ ಬರವಣಿಗೆಯನ್ನು ಗಮನಿಸಿ ಪುಸ್ತಕ ಪ್ರಕಟಿಸುವ ಕೆಲಸಕ್ಕೆ ಕೈ ಹಾಕಬೇಕಿದೆ. ಜಾಗತೀಕರಣದಿಂದಾಗಿ ಇಂದು ಪುಸ್ತಕವನ್ನು ಅತ್ಯಂತ ಸೊಗಸಾಗಿ, ತುಂಬಾ ಕಡಿಮೆ ಖರ್ಚಿನಲ್ಲಿ, ರಾಜ್ಯದ ಯಾವುದೇ ಮೂಲೆಯಲ್ಲಿ ನೆಲೆಸಿದ್ದರೂ ಮುದ್ರಿಸಬಹುದಾದ ಅನುಕೂಲಗಳು ನಮಗೆ ದಕ್ಕಿವೆ. ಸಾಹಿತ್ಯದ ಬಗ್ಗೆ ಕಳಕಳಿ, ಹೊಸತರ ಬಗ್ಗೆ ತುಡಿತ, ಒಂದಿಷ್ಟು ಕಲಾಪ್ರಜ್ಞೆ, ಓದುಗರ ಬಗ್ಗೆ ಕಾಳಜಿ, ಜೊತೆಗೆ ವ್ಯವಹಾರ ಜ್ಞಾನವಿದ್ದರೆ ಸಾಕು- ಅವರು ಬಹು ಒಳ್ಳೆಯ ಪ್ರಕಾಶಕರಾಗಬಹುದು. ಇಂಥ ಕೆಲ ಹವ್ಯಾಸಿ ಪ್ರಕಾಶನ ಸಂಸ್ಥೆಗಳು ಈಗ ಒಳ್ಳೆಯ ಕೆಲಸ ಮಾಡುತ್ತಿವೆ. ಇನ್ನೂ ಹತ್ತಾರು ಅಂತಹ ಪ್ರಕಾಶನಗಳು ಬೆಳಕು

ಕಾಣುವ ಅವಶ್ಯಕತೆಯಿದೆ. ಅಂತಹವರನ್ನು ಗುರುತಿಸಿ, ಪ್ರೋತ್ಸಾಹಿಸುವ ಕೆಲಸವನ್ನು ಸರಕಾರ ಮತ್ತು ಓದುಗರು ಮಾಡುವುದು ಅವಶ್ಯಕವಾಗಿದೆ.

ಆದರೆ ಇಲ್ಲಿ ಒಂದು ಅಂಶವನ್ನು ಗಮನದಲ್ಲಿಟ್ಟುಕೊಳ್ಳಬೇಕು. ಪುಸ್ತಕ ಪ್ರಕಟಿಸುವುದು ಅತ್ಯಂತ ಸುಲಭವಾದರೂ ಮಾರಾಟಕ್ಕೆ ಸಾಕಷ್ಟು ಶ್ರಮ ಹಾಕಬೇಕಾಗುತ್ತದೆ. ಜೊತೆಗೆ ವ್ಯವಹಾರಜ್ಞಾನವೂ ಬೇಕಾಗುತ್ತದೆ. ಕೇವಲ ಕೆಲವರು ಹೊಗಳಿ ಅಟ್ಟಕ್ಕೇರಿಸಿದ ಸಾಹಿತಿಗಳ ಪುಸ್ತಕಗಳನ್ನು ಜನರು ತಿರಸ್ಕರಿಸಲೂಬಹುದೆಂಬ ಸಾಮಾನ್ಯಜ್ಞಾನ ಇರಬೇಕಾಗುತ್ತದೆ. ಆರಂಭದಲ್ಲಿ ಉತ್ಸಾಹದಿಂದ ಪುಸ್ತಕ ಪ್ರಕಟಿಸಿ ಬಿಟ್ಟು, ಅನಂತರ ಅದರ ಮಾರಾಟದ ಬಗ್ಗೆ ಒಂದಿಷ್ಟೂ ತಲೆ ಕೆಡಿಸಿಕೊಳ್ಳದೆ ಆ ಯುವಲೇಖಕರ ಮೊದಲ ಪುಸ್ತಕವನ್ನು 'ಅಟ್ಟದ ಸಾಹಿತ್ಯ' ಮಾಡಿ, 'ಕನ್ನಡದಲ್ಲಿ ಯಾರೂ ಪುಸ್ತಕ ಕೊಳ್ಳಲ್ಲ ಕಣ್ರೀ' ಎಂದು ಅಗ್ಗದ ನಿರ್ಣಯ ಹೇಳಿ ತಿರುಗುವವರ ಉದಾಹರಣೆಗಳೂ ನಮ್ಮ ಕಣ್ಣ ಮುಂದಿವೆ. ಅಂತಹ ಪ್ರಮಾದವನ್ನೆಸಗದೆ ಅತ್ಯಂತ ಜವಾಬ್ದಾರಿಯಿಂದ ಪುಸ್ತಕ ಪ್ರಕಾಶನವನ್ನು ಸಾಹಿತ್ಯಾಭಿಮಾನಿಗಳು ಕೈಗೆತ್ತಿಕೊಳ್ಳಬೇಕೆಂಬುದು ನನ್ನ ಕಳಕಳಿಯ ಪ್ರಾರ್ಥನೆ. ಅಂತಹ ಉತ್ಸಾಹ ಉಳ್ಳವರಿಗೆ ಪುಸ್ತಕ ಪ್ರಕಾಶನದ ಬಗ್ಗೆ ನನಗೆ ತಿಳಿದ ಎಲ್ಲಾ ಮಾಹಿತಿಯನ್ನೂ ಪ್ರೀತಿಯಿಂದ ಹಂಚಿಕೊಳ್ಳಲು ಸಿದ್ಧನಾಗಿದ್ದೇನೆ.

ಇಷ್ಟೆಲ್ಲಾ ಹೇಳಿಯೂ ಕಡೆಗೆ ನನ್ನನ್ನು ಬಹುವಾಗಿ ಕಾಡುವ ಒಂದು ಪಾಪಪ್ರಜ್ಞೆಯನ್ನು ನಿಮ್ಮೊಡನೆ ನಿವೇದಿಸಿಕೊಳ್ಳುತ್ತೇನೆ. ನನಗೆ ಚಾರಣಕ್ಕೆ ಹೋಗುವ ಅಭ್ಯಾಸವಿದೆ. ವರ್ಷಕ್ಕೆ ಒಂದು ನಾಲ್ಕಾರು ಬಾರಿ ಯಾವುದಾದರೂ ಕಾಡನ್ನು ಹೊಕ್ಕು ಎರಡು ದಿನ ನೆಮ್ಮದಿಯಿಂದ ಕಳೆದು ಬರಲು ನನಗೆ ತುಂಬಾ ಖುಷಿ. ಆದರೆ ಕಾಡಿನಲ್ಲಿ ಅಡ್ಡಾಡುವಾಗ ನನ್ನ ಉಗ್ರಾಣದಲ್ಲಿ ಸಾವಿರಗಟ್ಟಲೆ ಪೇರಿಸಿಟ್ಟಿರುವ ನನ್ನ ಪ್ರಕಟಣೆಯ ಪುಸ್ತಕಗಳು ಕಣ್ಣ ಮುಂದೆ ಬರುತ್ತವೆ. ಆ ಕಾಡಿನ ಅದೆಷ್ಟು ಮರಗಳು ನನ್ನ ಈ ಪ್ರಕಟಣೆಯ ಹುಚ್ಚಿಗಾಗಿ ನಾಶವಾದವೋ ಎಂಬ ಅಳುಕು ನನ್ನನ್ನು ನಖಶಿಖಾಂತ ಬಾಧಿಸುತ್ತದೆ. ತಕ್ಷಣ "ಅಮ್ಮಾ ತಾಯಿ ವನದೇವತೆ, ನನ್ನ ತಪ್ಪನ್ನ ಹೊಟ್ಟೆಯಾಗೆ ಹಾಕಿಕೋ" ಎಂದು ಮನಸ್ಸಿನಲ್ಲಿಯೇ ಪ್ರಾರ್ಥಿಸುತ್ತೇನೆ.

25ನೇ ಫೆಬ್ರವರಿ 2010

ವಿದೇಶ ಸಮಾಚಾರ

ಸಾಫ್ಟ್‌ವೇರ್ ಪ್ರಪಂಚದಲ್ಲಿ ವಿದೇಶ ಪ್ರಯಾಣ ಉದ್ಯೋಗದ ಅವಿಭಾಜ್ಯ ಅಂಗವಾಗಿರುತ್ತದೆ. ಪ್ರಾಜೆಕ್ಟ್‌ನ ವಿವರಗಳನ್ನು ತಿಳಿದುಕೊಳ್ಳಲೋ, ಮಾಡಿ ಮುಗಿಸಿದ ಪ್ರಾಜೆಕ್ಟನ್ನು ಪ್ರತಿಷ್ಠಾಪಿಸಲೋ, ಅಥವಾ ಇಲ್ಲಿಯವರ ಮತ್ತು ಅಲ್ಲಿಯವರ ಮಧ್ಯದಲ್ಲಿ ಸಂಪರ್ಕದ ಕೊಂಡಿಯಾಗಿರಲೋ ಹೋಗುತ್ತಿರಬೇಕಾಗುತ್ತದೆ. ಹೆಚ್ಚು ಕಡಿಮೆ ಎಲ್ಲರೂ ಒಮ್ಮೆಯಾದರೂ ವಿದೇಶ ಪ್ರಯಾಣ ಮಾಡಿರುತ್ತಾರಾದ್ದರಿಂದ, ಅದೊಂದು ಪ್ರತಿಷ್ಠೆಯ ಸಂಗತಿ ಯಾರಿಗೂ ಅಲ್ಲ. ನಮ್ಮ ಹಿಂದಿನ ತಲೆಮಾರಿನವರು ಯಾವಾಗಲೋ ಹದಿನೈದು ದಿನ ವಿದೇಶಕ್ಕೆ ಹೋಗಿ ಬಂದದ್ದನ್ನು ಜೀವನದುದ್ದಕ್ಕೂ

ಮೆಲುಕು ಹಾಕುತ್ತಿರುವಂತಹ ಪರಿಸ್ಥಿತಿ ಇಂದಿಲ್ಲ. ಆದರೂ ವಿದೇಶಕ್ಕೆ ಹೋಗಲು ಸಾಕಷ್ಟು ಜನ ಹಾತೊರೆಯುತ್ತಾರೆ. ಅದಕ್ಕೆ ಮುಖ್ಯ ಕಾರಣ ಸ್ವಲ್ಪ ಹಣ ಮಾಡಿಕೊಳ್ಳಬೇಕೆನ್ನುವುದೇ ಆಗಿರುತ್ತದೆ. ಆದರೆ ಮದುವೆಯಾಗಿ ಮಕ್ಕಳಾದ ಮೇಲೆ ಹಣಕ್ಕಿಂತಲೂ ಬದುಕಿನ ನೆಮ್ಮದಿ ಮುಖ್ಯವಾಗುತ್ತದಾದ್ದರಿಂದ ಯಾರೂ ವಿದೇಶಕ್ಕೆ ಹೋಗಲು ಒಪ್ಪುವದಿಲ್ಲ. ಆದ್ದರಿಂದ ವಿದೇಶಕ್ಕೆ ಯಾರನ್ನಾದರೂ ಕಳುಹಿಸಬೇಕಾದ ಸಂದರ್ಭ ಬಂದಾಗ ಒಪ್ಪುವವರೂ, ಒಪ್ಪದವರೂ ಸಾಕಷ್ಟು ತಲೆನೋವನ್ನು ನನಗೆ ತರುತ್ತಾರೆ. ಅಂತಹ ಕೆಲವು ವಿಶೇಷ ಸಂಗತಿಗಳನ್ನು ಈ ಪ್ರಬಂಧದಲ್ಲಿ ನಿಮ್ಮೊಡನೆ ಹಂಚಿಕೊಳ್ಳುತ್ತೇನೆ.

ಒಂದು ಬಹು ಮುಖ್ಯ ಪ್ರಾಜೆಕ್ಟ್‌ನ ಕಡೆಯ ಹಂತಕ್ಕಾಗಿ ಇಸ್ಮಾಯಿಲ್ ಇಂಗ್ಲೆಂಡಿನ ಒಂದು ಪುಟ್ಟ ಹಳ್ಳಿಗೆ ಹೋಗಬೇಕಾಗಿತ್ತು. ಇಸ್ಮಾಯಿಲ್ ಮೊದಲಿನಿಂದಲೂ ಈ ಪ್ರಾಜೆಕ್ಟ್‌ನಲ್ಲಿ ಅತ್ಯಂತ ಶ್ರದ್ಧೆಯಿಂದ ಕೆಲಸ ಮಾಡಿದ್ದನಾದ್ದರಿಂದ ಅವನನ್ನು ನಾನು ಆಯ್ಕೆ ಮಾಡಿದ್ದು ಅತ್ಯಂತ ಸಹಜವಾಗಿತ್ತು. ಅವನಿಗಿನ್ನೂ ಮದುವೆಯಾಗಿರ ಲಿಲ್ಲವಾದ್ದರಿಂದ ವಿದೇಶಕ್ಕೆ ಖುಷಿಯಿಂದ ಹೋಗುತ್ತಾನೆಂದುಕೊಂಡು ನಾನು ಅವನ ವೀಸಾ, ಟಿಕೇಟುಗಳನ್ನೆಲ್ಲಾ ಮಾಡಿಸಿಬಿಟ್ಟಿದ್ದೆ. ಆದರೆ ನಾಳೆ ಹೋಗಬೇಕು ಎನ್ನುವ ಹೊತ್ತಿನಲ್ಲಿ 'ವೈಯಕ್ತಿಕ ಕಾರಣಗಳಿಂದಾಗಿ ನನಗೆ ಹೋಗಲಾಗುವದಿಲ್ಲ. ದಯವಿಟ್ಟು ಬೇರೆಯವರನ್ನು ಕಳುಹಿಸು" ಎಂದು ತೆಪ್ಪಗೊಂದು ಇ-ಮೇಲ್ ಕಳುಹಿಸಿದ. ನನಗೆ ಪೀಕಲಾಟಕ್ಕಿಟ್ಟುಕೊಂಡಿತು.

ನನ್ನ ಬಾಸ್ ಸಂದೀಪನಿಗೆ ವಿಷಯ ತಿಳಿಸಿದೆ. "ಇಪ್ಪತ್ತು ಪರ್ಸೆಂಟ್ ಹೆಚ್ಚು ಅಲೊಯನ್ಸ್ ಕೊಡ್ತೀವಿ ಅಂತ ಹೇಳ್ರಿ, ಎಲ್ಲಾ ಒಪ್ಪಿಗೊಂತಾನೆ" ಎಂದು ಖಡಕ್ಕಾಗಿ ಹೇಳಿದ. ನಾನು ಇಸ್ಮಾಯಿಲ್‌ನನ್ನು ರೂಮಿಗೆ ಕರೆದು, ಪ್ರೀತಿಯಿಂದ ಮಾತನಾಡಿಸಿ, ಅವನು ಹೋಗಬೇಕಾದ ಅವಶ್ಯಕತೆಯನ್ನು ಒತ್ತಿ ಹೇಳಿ, ಹೆಚ್ಚು ಹಣದ ಆಮಿಷ ತೋರಿಸಿ, ದಯವಿಟ್ಟು ಒಪ್ಪಿಕೋ ಎಂದು ಕಳಕಳಿಯಿಂದ ಕೇಳಿಕೊಂಡೆ. ಆದರೂ ಒಪ್ಪಲಿಲ್ಲ. ಕಾರಣವನ್ನಾದರೂ ಹೇಳು ಎಂದು ಬೇಡಿಕೊಂಡ ಮೇಲೆ ಬಾಯಿಬಿಟ್ಟ. ಆ ಊರಿನಲ್ಲಿ ಮಸೀದಿ ಇಲ್ಲವಂತೆ. ಶುಕ್ರವಾರ ಮಸೀದಿಯಲ್ಲಿ ನಮಾಜು ಮಾಡದೆ ಅವನು ಬಾಯಲ್ಲಿ ನೀರನ್ನೂ ಹಾಕುವದಿಲ್ಲವೆಂದು ಹೇಳಿದ. "ಇಷ್ಟು ದಿನ ಸುಮ್ಮನಿದ್ದಿಯಲ್ಲ" ಎಂದು ನಾನು ವಟಗುಟ್ಟಿದ್ದಕ್ಕೆ, "ಊರು ಅಂದ ಮೇಲೆ ಮಸೀದಿ ಇದ್ದೇ ಇರುತ್ತೆ ಅಂದುಕೊಂಡಿದ್ದೆ ಸಾರ್. ಈವತ್ತು ಯಾಕೋ ಅನುಮಾನ ಬಂದು ಇಂಟರ್‌ನೆಟ್ಟಲ್ಲಿ ಹುಡುಕಿದೆ, ಮಸೀದಿ ಇಲ್ಲ ಅಂತ ಗೊತ್ತಾಯ್ತು. ತಿಳಿದೂ ತಿಳಿದೂ ಹೆಂಗೆ ಹೋಗಲಿಕ್ಕಾಗುತ್ತೆ ಸಾರ್?" ಎಂದು ಪ್ರಾಮಾಣಿಕವಾಗಿ ಹೇಳಿದ. ಈ ದರಿದ್ರ ಇಂಟರ್‌ನೆಟ್ಟಲ್ಲಿ ಏನೇನೆಲ್ಲಾ ಮಾಹಿತಿಯಿದೆಯೋ ಆ ಭಗವಂತನೇ ಬಲ್ಲ!

ಸಂದೀಪನಿಗೆ ವಿವರಿಸಿದೆ. "ಇದೇನ್ರಿ ಕರ್ಮ" ಎಂದು ಹಣೆಚಚ್ಚಿಕೊಂಡ. "ಕರ್ಮ ಅಲ್ಲ ಸಾರ್, ಧರ್ಮ" ಎಂದು ತಿದ್ದಿದೆ. "ಈಗೇನ್ರಿ ಮಾಡೋದು?" ಎಂದು ಕೇಳಿದ. "ಹೇಗೂ ಈ ಪ್ರಾಜೆಕ್ಟ್‌ನಲ್ಲಿ ಪ್ರಾಫಿಟ್ ಜಾಸ್ತಿ ಬಂದಿದೆಯಲ್ವಾ ಸಾರ್..." ಎಂದೆ. ಏನೋ ಪರಿಹಾರ ಹೇಳಿಬಿಡುತ್ತೀನೆಂದು ಆಸೆಯಿಂದ ಸಂದೀಪ್ ನನ್ನೆಡೆಗೆ ನೋಡಿದ. "ಒಂದು ಮಸೀದಿ ಕಟ್ಟಿಸಿ ಬಿಡಾಣ..." ಎಂದು ಸೀರಿಯಸ್ಸಾಗಿ ಹೇಳಿದೆ. ಅವನಿಗೆ ಸಿಟ್ಟು ಬಂತು. "ಬಿ ಸೀರಿಯಸ್... ಇದು ರಿಲಿಜಿಯಸ್ ಮ್ಯಾಟರ್" ಎಂದು ಬೈದ.

ಬೇರೇನೂ ದಾರಿ ಕಾಣದೆ ಇಂಗ್ಲೆಂಡಿನ ನಮ್ಮ ಗ್ರಾಹಕರಿಗೆ ಫೋನ್ ಮಾಡಿ ಸಮಸ್ಯೆಯನ್ನು ವಿವರಿಸಿದೆವು. ಅವರು ಅತ್ಯಂತ ಸುಲಭವಾಗಿ ಪರಿಹಾರ ಹೇಳಿದರು. ಅವನು ಶುಕ್ರವಾರ ರಜೆ ತೆಗೆದುಕೊಳ್ಳಬಹುದೆಂದೂ, ಅದಕ್ಕೆ ಬದಲಾಗಿ ಶನಿವಾರ ಕೆಲಸ ಮಾಡಬಹುದೆಂದೂ ತಿಳಿಸಿದರು. ಅರ್ಧಗಂಟೆ ರೈಲು ಪ್ರಯಾಣದ ದೂರದಲ್ಲಿ ಲಂಡನ್ ನಗರವಿರುವ ಕಾರಣ, ಅವನು ಪ್ರತಿ ಶುಕ್ರವಾರ ಅಲ್ಲಿಗೆ ಹೋಗಿ ನಮಾಜು ಮಾಡಲಡ್ಡಿಯಿಲ್ಲವೆಂದರು. ಇಸ್ಮಾಯಿಲ್‌ನ ಮೊಬೈಲಿಗೆ ಕರೆ ಮಾಡಿ ಈ ಉಪಾಯವನ್ನು ವಿವರಿಸಿದೆ. ಒಪ್ಪಿಕೊಂಡ. ನಾನು ಮತ್ತು ಸಂದೀಪ್ ಸಮಾಧಾನದ ನಿಟ್ಟುಸಿರು ಬಿಟ್ಟಾಗ ರಾತ್ರಿ ಹನ್ನೊಂದಾಗಿತ್ತು. ಮನೆಗೆ ಹೋಗುವ ಅವಸರದಲ್ಲಿದ್ದೆ.

"ನಿಮ್ಮ ಜಾತಿ ಯಾವುದು ರ್ರೀ?" ಎಂದು ಸಂದೀಪ್ ಕೇಳಿದ. ಕೆಲಸಕ್ಕೆ ಸೇರಿದ ಹತ್ತು ವರ್ಷದಲ್ಲಿ ಮೊದಲ ಬಾರಿ ಜಾತಿಯ ಪ್ರಶ್ನೆ ಬಂದಿತ್ತು. "ಬ್ರಾಹ್ಮಣ..." ಅಂದೆ. "ಸಂಧ್ಯಾವಂದನೆ ಮಾಡೋದು ಯಾವಾಗಿನಿಂದ ನಿಲ್ಲಿಸಿದಿರಿ?" ಎಂದ. "ಹಾಸ್ಟೆಲ್ ಸೇರಿದ ಮರುದಿನ" ಅಂತ ಒಪ್ಪಿಕೊಂಡೆ. "ನೋಡಿ ಕಲೀರಿ..." ಎಂದು ಬೈಯ್ದ. ಗೊಣಗಾಡುತ್ತಾ ಹೊರಬಂದೆ.

^^^

ಬಿಜು ನಾಯರ್ ಕತೆ ಬೇರೆಯೇ ಬೇರೆ. ತನ್ನ ಕ್ಯಾಬಿನಲ್ಲಿ ಬರುವ ನಯನ ದೇಶಪಾಂಡೆಯನ್ನು ಪ್ರೀತಿಸಿ ಮದುವೆಯಾದ. ಅವರಪ್ಪ-ಅಮ್ಮ ಇನ್ನಿಲ್ಲದಂತೆ ವಿರೋಧಿಸಿದ್ದರಿಂದ ಗೆಳೆಯರ ಸಹಾಯದಿಂದ ರಿಜಿಸ್ಟರ್ ಮದುವೆಯಾದ. ಒಂದು ವಾರ ಹನಿಮೂನನ್ನು ಜಾಮೂನಿನಂತೆ ಸವಿದು ಮತ್ತೆ ಆಫೀಸಿಗೆ ಬಂದಾಗ ತುಂಬಾ ಕಂಗಾಲಾಗಿದ್ದ. ನನ್ನ ಕ್ಯಾಬಿನ್ನಿಗೆ ಬಂದು "ಸಾರ್, ನೀವೇ ನನ್ನ ಕಾಪಾಡಬೇಕು" ಎಂದು ಯಾವುದೇ ಬ್ಯಾಕ್‌ಗ್ರೌಂಡ್ ಕೊಡದೆ ಬೇಡಿಕೊಂಡ.

ಅವನಿಗೆ ಕಾಫಿ ಕುಡಿಸಿ, ಸಮಾಧಾನ ಮಾಡಿದ ಮೇಲೆ ವಿಷಯ ಹೇಳಿದ. ಅವನಪ್ಪ ತುಂಬಾ ಕ್ರೂರಿಯಂತೆ. ಮಗ ಎನ್ನುವ ಪ್ರೀತಿಗಿಂತಲೂ ತಾನು ಬೇರೆ

ಜಾತಿಯ ಹುಡುಗಿಯನ್ನು ಮದುವೆಯಾದೆನೆಂಬ ಸಿಟ್ಟು ಹೆಚ್ಚಾಗಿದೆಯಂತೆ. ಈಗ ಇಬ್ಬರ ಮೇಲೂ ಮಲೆಯಾಳಿ ಮಂತ್ರವಾದಿಯೊಬ್ಬನಿಂದ ಮಾಟ ಮಾಡಿಸಿದ್ದಾನಂತೆ. "ಮೈಯೊಳಗೆಲ್ಲಾ ಮುಳ್ಳು ಚುಚ್ಚಿದಂತೆ ಆಗ್ತಾ ಇದೆ ಸಾರ್. ನೋಡಿ, ನನ್ನ ಕೈ ಹೇಗೆ ನೋವಿಗೆ ನಡುಗುತ್ತಾ ಇದೆ. ಕೂದಲು ಕೂಡಾ ಎದ್ದು ನಿಂತಿವೆ. ನನ್ನ ಹೆಂಡತಿ ಮೈಮೇಲೆ ಗುಳ್ಳೆಗಳು ಏಳ್ತಾ ಇವೆ ಸಾರ್" ಎಂದು ವಿವರಿಸಿದ. "ಅದೆಲ್ಲಾ ಸರಿ ಬಿಜು. ಈಗ ನನ್ನೇನು ಮಾಡು ಅಂತೀಯ? ನಂಗೆ ಮಾಟ-ಗೀಟ ಮಾಡೋಕೆ ಬರಲ್ಲ" ಎಂದೆ. "ಹಂಗಲ್ಲಾ ಸಾರ್... ಈ ಮಾಟದ ಎಫೆಕ್ಟ್ ಎಲ್ಲಾ ಬರೀ ನಮ್ಮ ಇಂಡಿಯಾದಾಗೆ ಮಾತ್ರ ಇರ್ತದೆ. ಅಬ್ರಾಡಿಗೆ ಹೋದ್ರೆ ಅವು ತಟ್ಟಂಗಿಲ್ಲ. ಅದಕ್ಕೆ ದಯವಿಟ್ಟು ಯಾವುದಾದರೂ ಪ್ರಾಜೆಕ್ಟ್ ಮೇಲೆ ಫಾರಿನ್‌ಗೆ ಕಳುಹಿಸಿಕೊಟ್ಟು, ನಮ್ಮ ಗಂಡ-ಹೆಂಡತಿಯರನ್ನ ಬದುಕಿಸಿದ ಪುಣ್ಯ ಕಟ್ಟಿಕೊಳ್ಳಿ ಸಾರ್..." ಎಂದು ಬೇಡಿಕೊಂಡ.

ನನಗೆ ಈ ವಿಚಿತ್ರ ಬೇಡಿಕೆಗೆ ಹೇಗೆ ಪ್ರತಿಕ್ರಿಯಿಸುವುದೋ ಗೊತ್ತಾಗದ ಕಾರಣ ಸಂದೀಪನ ಕೋಣೆಗೆ ಹೋದೆ. "ಅದು ಯಾಕ್ರಿ ಫಾರಿನ್‌ನಾಗೆ ಮಾಟ ಮಾಡಿಸಿದ ಎಫೆಕ್ಟ್ ತಟ್ಟಂಗಿಲ್ಲ?" ಎಂದು ಪ್ರಶ್ನಿಸಿದ. "ಫಾರಿನ್ ದೂರ ಇರ್ತದಲ್ಲ ಸಾರ್... ಅದಕ್ಕೇ ಇರಬೇಕು" ಎಂದು ನಾನೂ ಪೆಕರನಂತೆ ಉತ್ತರ ಕೊಟ್ಟೆ. "ಆ ಮಂತ್ರವಾದಿ ಇ-ಮೇಲ್‌ನಾಗೆ ಮಾಟ ಕಳುಹಿಸಿದರೆ ಏನು ಮಾಡ್ತಾನಂತ್ರೀ?" ಎಂದು ವಿಚಿತ್ರ ಪ್ರಶ್ನೆ ಕೇಳಿದ. "ಅದು ಹೆಂಗೆ ಇ-ಮೇಲ್‌ನಾಗೆ ಮಾಟ ಕಳಿಸ್ಲಿಕ್ಕೆ ಆಗುತ್ತೆ ಸಾರ್?" ಎಂದೆ. "ಸುಟ್ಟು ಸುಡುಗಾಡೆಲ್ಲಾ ಕಳುಹಿಸಿ ನನ್ನ ಕಂಪ್ಯೂಟರ್ ಕ್ರಾಷ್ ಮಾಡಿದ್ರು ಕಣ್ರೀ. ಮಾಟ ಕಳುಹಿಸೋದಕ್ಕೂ ಏನಾದ್ರೂ ಕಂಡು ಹಿಡಿದುಬಿಡ್ತಾರೆ. ಮೊಬೈಲ್ ಫೋನ್ ಮಾಡಿದ್ರೆ ಕೆಲವು ಫೋನು ಬ್ಲಾಸ್ಟ್ ಆಗುತ್ತಂತಲ್ಲ, ಹಾಗೆ" ಎಂದ. "ಅಂತಹ ಇ-ಮೇಲ್ ಏನಾದ್ರೂ ಬಂದ್ರೆ ಡಿಲೀಟ್ ಮಾಡ್ತಾನೆ ಬಿಡ್ರಿ ಸಾರ್" ಎಂದು ಸಮಜಾಯಿಷಿ ಕೊಟ್ಟೆ. "ಫಾರಿನ್‌ಗೆ ಹೋಗಲೇಬೇಕಲ್ವೇನ್ರಿ? ಈ ಡಾಕುಮೆಂಟ್ಸ್ ತೊಗೊಳ್ರಿ. ಅಫಘಾನಿಸ್ತಾನ್‌ನಲ್ಲಿ ಒಂದು ಪ್ರಾಜೆಕ್ಟ್ ಸ್ಟಡಿ ಮಾಡೋದಕ್ಕೆ ರಿಕ್ವೆಸ್ಟ್ ಬಂದಿದೆ. ಗಂಡ-ಹಂಡತಿ ಇಬ್ಬರನ್ನೂ ಕೊಟ್ಟುಕಳುಹಿಸಿ ಪುಣ್ಯ ಕಟ್ಟಿಕೊಳ್ಳಿ" ಎಂದು ಸಮಸ್ಯೆಗೆ ಮಂಗಳ ಹಾಡಿದ. ಆ ಪರಿಹಾರವನ್ನು ಬಿಜು ನಾಯರ್‌ಗೆ ಹೇಳಿದ್ದಕ್ಕೆ ಹೌಹಾರಿಬಿಟ್ಟ. "ಅದೆಲ್ಲಾ ಏನು ಬೇಡ ಸಾರ್. ಇಲ್ಲೇ ಇನ್ನೊಬ್ಬ ಮಲೆಯಾಳಿ ಮಂತ್ರವಾದಿ ಜೊತೆ ತಿರುಮಾಟ ಮಾಡಿಸಿಕೊಳ್ತೀನಿ" ಎಂದು ಹೇಳಿದ.

^^^

ಕೃತ್ತಿಕಾಳಿಗೆ ವಿದೇಶಕ್ಕೆ ಹೋಗುವದಕ್ಕೆ ತುಂಬಾ ಆಸಕ್ತಿಯಿತ್ತು. ಸುಮಾರು ಎರಡು ವರ್ಷದಿಂದ ಒಂದೇ ಪ್ರಾಜೆಕ್ಟಿನಲ್ಲಿ ಕೆಲಸ ಮಾಡುತ್ತಿದ್ದ ಕೃತ್ತಿಕಾ ಹಲವು ಬಾರಿ ನನ್ನೊಡನೆ ಮಾತನಾಡಿ ತನ್ನ ವಿದೇಶ ಪ್ರಯಾಣದ ಬಯಕೆಯನ್ನು ವ್ಯಕ್ತ ಪಡಿಸಿದ್ದಳು. ಮೊದಲ ಬಾರಿ ಅವಕಾಶ ಬಂದಾಗ ಅವಳ ಮದುವೆಯ ಸಿದ್ಧತೆ ನಡೆದಿತ್ತು. ಎರಡನೆಯ ಬಾರಿ ಅವಕಾಶ ಬಂದಾಗ ಅವಳು ಆರು ತಿಂಗಳ ಗರ್ಭಿಣಿ. ಪೂರ್ತಿ ಒಂಬತ್ತು ತಿಂಗಳು ತುಂಬುವ ತನಕ ಪ್ರಾಜೆಕ್ಟ್‌ಗಾಗಿ ದುಡಿದು, ಹೆರಿಗೆಗೆ ಹೋಗುವ ದಿನ ನನ್ನೊಡನೆ ಮತ್ತೊಮ್ಮೆ ತನ್ನ ವಿದೇಶ ಪ್ರಯಾಣದ ಇಚ್ಛೆಯನ್ನು ವ್ಯಕ್ತಪಡಿಸಿ ಹೋಗಿದ್ದಳು. ಅವಳು ಮುದ್ದಾದ ಗಂಡು ಮಗುವನ್ನು ಪಡೆದ ಒಂದು ತಿಂಗಳಿಗೆ ಮತ್ತೊಮ್ಮೆ ವಿದೇಶ ಪ್ರಯಾಣದ ಅವಕಾಶ ಕೂಡಿ ಬಂತು. ಮತ್ತೊಮ್ಮೆ ಅವಳಿಗೆ ಹೋಗಲಾಗುವದಿಲ್ಲವಲ್ಲ ಎಂದು ಪೇಚಾಡಿಕೊಂಡು ಟೀಮಿನಲ್ಲಿ ಬೇರೆಯವರನ್ನು ಆಯ್ಕೆ ಮಾಡಿದೆ. ಆದರೆ ಆ ಸಂಜೆ ಅವಳಿಂದ ಫೋನ್ ಬಂತು. ಮಗುವನ್ನು ನೋಡಲು ಮನೆಗೆ ಬಾ ಎಂದು ಆಹ್ವಾನಿಸಿದಳು.

ಮಗುವಿಗೆ ಏನಾದರೂ ಉಡುಗೊರೆ ಒಯ್ಯಬೇಕೆಂದು ಯಾವುದೋ ಗಿಫ್ಟ್ ಸೆಂಟರ್‌ಗೆ ನುಗ್ಗಿದೆ. ಅಂಗಡಿಯವ ಏನು ಬೇಕು ಎಂದು ಕೇಳುವದಕ್ಕೆ ಸರಿಯಾಗಿ ನನಗೆ ಕಸ್ಟಮರಿಂದ ಯಾವುದೋ ಬಹು ಮುಖ್ಯ ಫೋನ್ ಕಾಲ್ ಬಂತು. "ಯಾವುದಾದರೂ ಸಾಫ್ಟ್ ಟಾಯ್ಸ್ ಪ್ಯಾಕ್ ಮಾಡಿ. ಇನ್ನೂರು ರೂಪಾಯಿ ಒಳಗೆ" ಎಂದು ಹೇಳಿ, ದಟ್ಟ ಸಿಗ್ನಲ್‌ಗಾಗಿ ಅಂಗಡಿಯ ಹೊರಬಂದು ನಿಂತು ಅರ್ಧ ಗಂಟೆ ಮಾತನಾಡಿದೆ. ಒಳಗೆ ಹೋದಾಗ ಒಳ್ಳೆಯ ಬಣ್ಣದ ಕಾಗದದಿಂದ ಉಡುಗೊರೆ ಸಿದ್ಧವಾಗಿತ್ತು. ಹಣ ಕೊಟ್ಟು ಕೃತ್ತಿಕಾಳ ಮನೆಗೆ ಓಡಿದೆ.

ಒಂದು ತಿಂಗಳ ಪುಟಾಣಿ ಮಗುವಿನ ಕೈಗೆ ಆ ಉಡುಗೊರೆ ಕೊಟ್ಟೆ. ಕೃತ್ತಿಕಾ ಖುಷಿಯಾದಳು. "ಏನು ತಂದಿದೀಯ ಹೇಳು?" ಎಂದು ಅದನ್ನು ತೆಗೆಯುವದಕ್ಕೆ ಮುಂಚೆ ಕೇಳಿದಳು. ನನಗೆ ಅದರಲ್ಲಿ ಏನಿದೆಯೋ ಗೊತ್ತಿರಲಿಲ್ಲ. ಪೀಕಲಾಟಕ್ಕಿಟ್ಟುಕೊಂಡಿತು. "ನೀನೇ ಗೆಸ್ ಮಾಡು" ಎಂದು ಜಾರಿಕೊಂಡೆ. ನನ್ನ ಕರ್ಮಕ್ಕೆ ಅವಳು ಅದೇನೆಂದು ಗೆಸ್ ಮಾಡಲು ಶುರುವಿಟ್ಟಳು.

"ಟೆಡ್ಡಿ ಬೇರ್..." ಎಂದು ಕಣ್ಣಲ್ಲಿ ಹೊಳಪು ಸೂಚಿಸುತ್ತಾ ಹೇಳಿದಳು.

"ಅಲ್ಲ..." ಎಂದೆ.

"ಗೊಂಬೆ..." ಎಂದು ಎರಡನೇ ಊಹೆ ಮಾಡಿ ಪೀಡಿಸತೊಡಗಿದಳು.

"ಯು ಆರ್ ರಾಂಗ್...." ಎಂದು ರಾಗವಾಗಿ ಹೇಳಿದೆ.

"ಹೊಸ ಅಂಗಿ..." ಎಂದಳು. ನನಗೆ ಸಹನೆ ಮೀರತೊಡಗಿತ್ತು.

"ಕೃತ್ತಿಕಾ, ತೆರೆದು ನೋಡಲ್ಲಾ, ನಿನಗೇ ತಿಳಿಯುತ್ತೆ" ಎಂದು ಸ್ವಲ್ಪ

ಅಸಹನೆಯಿಂದಲೇ ಹೇಳಿದೆ. ಅವಳು ಉಡುಗೊರೆಯನ್ನು ತೆರೆಯಲಾರಂಭಿಸಿದಳು. ಅವಳ ಎರಡರಷ್ಟು ಕುತೂಹಲ ನನಗೆ. ದೇವರೇ, ಏನಾದರೂ ಒಳ್ಳೆಯದಿರಲಿ ಎಂದು ಬೇಡಿಕೊಂಡೆ.

ಉಡುಗೊರೆಯ ಪ್ಯಾಕಿನಲ್ಲಿ ಹಾವು, ಚೇಳು, ಹಲ್ಲಿ, ಮೊಸಳೆ, ಏಡಿ ಮುಂತಾದ ಅಂಜಿಕೆ ಬರಿಸುವಂತಹ ಆಟಿಕೆಗಳಿದ್ದವು. ಎಲ್ಲವೂ ಮೆತ್ತನೆಯ ರಬ್ಬರಿನಂತಹವಾದ್ದರಿಂದ ಅಂಗಡಿಯವನ 'ಸಾಫ್ಟ್ ಟಾಯ್ಸ್' ಅವಾಗಿದ್ದವು. ಕೃತ್ತಿಕಾಳ ಮುಖದ ನಗುವೆಲ್ಲಾ ಮಾಸಿ ಹೋಯ್ತು. "ಇಂಥಾವಾ ತರೋದು..." ಎಂದು ಬೇಸರ ವ್ಯಕ್ತಪಡಿಸಿದಳು. "ಸಾರಿ... ಮಗುವಿಗೆ ಈಗಿನಿಂದಲೇ ಪರಿಸರ ಪ್ರೇಮ ಬೆಳೆಯಲಿ ಅಂತ ಇವನ್ನು ಆಯ್ಕೆ ಮಾಡಿದೆ" ಎಂದು ಒಂದು ಬಿಟ್ಟೆ. ಅಂಗಡಿಯವನ ಆಯ್ಕೆ ಎಂದು ಹೇಳಿದರೆ ಮತ್ತೊಂದಿಷ್ಟು ಬೇಸರ ಪಡುತ್ತಾಳೆಂದು ಮರೆಮಾಚಿದೆ. ಒಟ್ಟಾರೆ ಭೇಟಿ ಅದ್ವಾನವಾಗಿ ಶುರುವಾಯ್ತು. ವಿಷಯವನ್ನು ಬದಲು ಮಾಡಲೆಂದು ಮತ್ತೊಮ್ಮೆ ವಿದೇಶ ಪ್ರವಾಸದ ಅವಶ್ಯಕತೆ ಬಂದಿದೆಯೆಂದೂ, ಬೇರೆಯವರನ್ನು ಆಯ್ಕೆ ಮಾಡಿರುವದಾಗಿಯೂ ತಿಳಿಸಿದೆ. ಮೊದಲೇ ರಾಂಗ್ ಆಗಿದ್ದ ಕೃತ್ತಿಕಾ ಈ ವಿಷಯದಿಂದ ಇನ್ನಷ್ಟು ಸಿಟ್ಟಿಗೆದ್ದಳು.

"ಅದು ಹೇಗೆ ನೀನು ಬೇರೆಯವರನ್ನು ಆಯ್ಕೆ ಮಾಡಿದ್ದೀಯ? ಇಷ್ಟು ದಿನ ಹಗಲು ರಾತ್ರಿಯೆನ್ನದೆ ಈ ಪ್ರಾಜೆಕ್ಟ್‌ಗಾಗಿ ದುಡಿದವಳು ನಾನು. ಹೆರಿಗೆಗೆ ಹೋಗುವಾಗಲೂ ನಿನಗೆ ಹೇಳಿದ್ದೇನೆ" ಎಂದು ಒಂದೇ ಸವನೆ ದಬಾಯಿಸಿದಳು. ನನಗೋ ಕಕ್ಕಾವಿಕ್ಕಿ.

"ಒಂದು ತಿಂಗಳ ಮಗು ಕಟ್ಟಿಕೊಂಡು ಹೇಗೆ ವಿದೇಶಕ್ಕೆ ಹೋಗ್ತೀಯ?"

"ಮಗುವನ್ನು ಯಾಕೆ ಕಟ್ಟಿಕೊಂಡು ಹೋಗಲಿ? ಇಲ್ಲಿ ನಮ್ಮಮ್ಮನ ಬಳಿ ಬಿಟ್ಟು ಹೋಗುತ್ತೇನೆ"

"ವ್ಹಾಟ್..."

"ಪ್ಲೀಜ್... ಅನುಕಂಪದ ನಟನೆ ಮಾಡಬೇಡ. ನನ್ನ ಮಗುವಿನ ಬಗ್ಗೆ ನನಗಿಂತಲೂ ನಿನಗೆ ಹೆಚ್ಚು ಪ್ರೀತಿ ಇರಲಿಕ್ಕೆ ಸಾಧ್ಯ ಇಲ್ಲ. ಒಂದು ಆರು ತಿಂಗಳು ಇಲ್ಲಿರಲಿ. ಸ್ವಲ್ಪ ಹಣ ಗಳಿಸಿದ ತಕ್ಷಣ ನಮ್ಮಮ್ಮನ ಜೊತೆ ಅವನನ್ನು ಕರೆಸಿಕೊಳ್ಳುತ್ತೇನೆ"

ನನಗೆ ಒಪ್ಪದೆ ಬೇರೆ ವಿಧಿಯಿರಲಿಲ್ಲ. ವೀಸಾ, ಟಿಕೇಟುಗಳನ್ನು ಪಡೆದುಕೊಳ್ಳಲು ಬಂದಾಗ "ನಿಜವಾಗಲೂ ಮಗುವನ್ನು ಬಿಟ್ಟು ಹೋಗ್ತೀಯ?" ಎಂದು ಎರಡೆರಡು ಬಾರಿ ಕೇಳಿ ಅವಳಿಂದ ಬೈಯಿಸಿಕೊಂಡೆ. ಅವಳ ಮಗುವಿನ ರಕ್ಷಣೆಗಿಂತಲೂ ಹೆಚ್ಚಾಗಿ, ಅಲ್ಲಿಗೆ ಹೋಗಿ ಹದಿನೈದು ದಿನಕ್ಕೆ "ನನ್ನ ಮಗುವನ್ನು ಬಿಟ್ಟು ಇರೋಕೆ ನನ್ನ ಕೈಲಾಗ್ತಾ ಇಲ್ಲ" ಅಂತ ಇವಳು ಅತ್ತು ಕರೆದು ರಂಪ ಮಾಡಿದರೆ ಪ್ರಾಜೆಕ್ಟ್ ಗತಿಯೇನು ಎಂಬ ಭಯ ನನಗಿತ್ತು.

"ಮದುವೆಯ ನೆಪ ಹಾಕಿ ಅಪ್ಪ ನನ್ನ ಕನಸಿಗೆ ಅಡ್ಡಿ ಬಂದರು. ಬಸಿರು ಮಾಡಿ ಗಂಡ ಅಡ್ಡ ಬಂದ. ಹೆತ್ತ ನೆಪವೊಡ್ಡಿ ಈ ಮಗುವೂ ನನ್ನ ವಿದೇಶಿ ಪ್ರಯಾಣಕ್ಕೆ ಅಡ್ಡಿ ಆಗೋದನ್ನು ನಂಗೆ ಸಹಿಸೋದಕ್ಕೆ ಆಗಲ್ಲ"

"ಮಗುವಿನ ಆರೋಗ್ಯದ ಬಗ್ಗೆ ಯೋಚನೆ ಮಾಡಿದ್ದೀಯ?"

"ಅದರ ಬಗ್ಗೆ ಯಾಕೆ ಅನುಮಾನ? ಮಹಾಭಾರತದಲ್ಲಿ ಆ ಗಂಗೆ ಹಡೆದ ತಕ್ಷಣ ಮಗುವನ್ನ ಗಂಡನ ಕೈಗೆ ಹಾಕಿ ಹೋದಳು. ಭೀಷ್ಮ ನೂರಾ ಇಪ್ಪತ್ತು ವರ್ಷ ಬದುಕಿದ್ದನಂತೆ ಗೊತ್ತಾ?"

ನಾನು ಹೆಚ್ಚಿಗೆ ಮಾತನಾಡಲಿಲ್ಲ. "ದೇವರೆ, ಆ ಮಗುವನ್ನು ಕಾಪಾಡು" ಎಂದು ಪ್ರಾರ್ಥಿಸಿದೆ. ಆದರೆ ನಾನು ಊಹಿಸಿದಂತೆ ಏನೂ ಆಗಲಿಲ್ಲ. ಕೃತ್ತಿಕಾ ವಾಪಸ್ಸು ಬರುತ್ತೀನೆಂದು ಹಠ ಮಾಡಲಿಲ್ಲ. ಮಗುವೂ ಯಾವುದೇ ಸಮಸ್ಯೆಯಿಲ್ಲದಂತೆ ಬಾಟಲಿ ಹಾಲು ಕುಡಿದು ಗುಂಡುಗುಂಡಾಗಿ ಬೆಳೆಯಿತು. ಸರಿಯಾಗಿ ಆರು ತಿಂಗಳಿಗೆ ಅವಳಮ್ಮ ಮತ್ತು ಮಗುವನ್ನು ವಿದೇಶಕ್ಕೆ ಕರೆಸಿಕೊಂಡಳು. ಆ ಮಗು ಅವಳ ಲ್ಯಾಪ್‌ಟಾಪ್ ಜೊತೆ ಆಟ ಆಡುವ ವೀಡಿಯೋ ಕ್ಲಿಪ್ಪಿಂಗ್ ಅನ್ನು ನನಗೆ ಇ-ಮೇಲ್ ಮಾಡಿದಳು.

^^^

ಚಂದ್ರಶೇಖರ ನಾಯ್ಡುವನ್ನು ಅತ್ಯಂತ ಅವಸರದಲ್ಲಿ ವಿದೇಶಕ್ಕೆ ಕಳುಹಿಸಬೇಕಾಯ್ತು. ಹೈದರಾಬಾದಿನಲ್ಲಿ ಯಾವುದೋ ಪುಟ್ಟ ಕಂಪನಿಯಲ್ಲಿ ಕೆಲಸ ಮಾಡಿಕೊಂಡಿದ್ದ. ಬರೀ ದೂರವಾಣಿಯ ಮುಖಾಂತರ ಅವನ ಸಂದರ್ಶನ ಮಾಡಿದ್ದೆ. "ಒಂದು ಸಲ ಬೆಂಗಳೂರಿಗೆ ಕರೆಸಿ ಬಿಡೋಣ ಸಾರ್. ಫೋನಿನಲ್ಲಿ ಪರ್ಸನಾಲಿಟಿ ಗೊತ್ತಾಗಲ್ಲ" ಎಂದು ನಾನು ಹೇಳಿದ್ದಕ್ಕೆ ಸಂದೀಪ್ ಕೇರ್ ಮಾಡಲಿಲ್ಲ. "ಕಾಸ್ಟ್ ಕಟ್ಟಿಂಗ್ ಕಣ್ರಿ. ಸುಖಾಸುಮ್ಮನೆ ಸಾವಿರಾರು ರೂಪಾಯಿಯನ್ನ ಅವನ ಫ್ಲೈಟ್ ಟಿಕೇಟ್, ಹೋಟೇಲಿಗೆ ಅಂತ ಖರ್ಚು ಮಾಡಬೇಡಿ. ನಿಮಗೆ ಅವನ ಪರ್ಸನಾಲಿಟಿ ತಾನೆ ನೋಡಬೇಕಿರೋದು, ಅವನದೊಂದು ಫೋಟೋ ತರಿಸಿಕೊಳ್ರಿ. ಎಲ್ಲಾ ಗೊತ್ತಾಗುತ್ತೆ. ನಾವು ಗ್ಲೋಬಲ್ ವಿಲೇಜಿನಲ್ಲಿ ಕೆಲಸ ಮಾಡ್ತಿದೀವಿ ಅಂತ ನಿಮಗೆ ಯಾವಾಗ ಅರ್ಥ ಆಗೋದು" ಎಂದು ಅಪ್ಪಣೆ ಕೊಟ್ಟ. ಭಾವಚಿತ್ರ ಬೇರೆ, ಪರ್ಸನಾಲಿಟಿ ಬೇರೆ ಎಂದು ಅವನಿಗೆ ಅರ್ಥ ಮಾಡಿಸುವಷ್ಟು ಸಹನೆ ನನಗೂ ಇರಲಿಲ್ಲ. ಆದ್ದರಿಂದ ಹೈದರಾಬಾದಿನಿಂದಲೇ ನಾಯ್ಡು ಲಂಡನ್‌ಗೆ ಹಾರಿದ.

ಎರಡೇ ದಿನಕ್ಕೆ ನಾಯ್ಡುವಿನ ಪರ್ಸನಾಲಿಟಿ ಗೊತ್ತಾಯಿತು. ಅವನು ಹೋದ ಮರುದಿನವೇ ಒಂದು ಮುಖ್ಯ ಮೀಟಿಂಗ್ ಇತ್ತು. ಕಂಪನಿಯ ವರಿಷ್ಠರೆಲ್ಲರೂ ಸೇರಿದ ಸಭೆಯದು. ನಮ್ಮ ಕಂಪನಿಯ ಪರವಾಗಿ ಭಾಗವಹಿಸಿದ್ದ ನಾಯ್ಡು, ಮೀಟಿಂಗ್ ಪೂರ್ತಿ ಮೂಗಿನಲ್ಲಿ ಕೈ ಹಾಕಿ ಕುಳಿತಿದ್ದ. ಸಾಲದೆಂಬಂತೆ ಮೂರು ಬಾರಿ ಮೂಗಿನಿಂದ ನಳನಳಿಸುವ ಕಿಟ್ಟವನ್ನು ತೆಗೆದು ಎಲ್ಲರ ಎದುರಿಗೆ ಟೇಬಲ್ಲಿಗೆ ಒರೆಸಿದ್ದ. ಇಳಿದುಕೊಳ್ಳಲು ಕೊಟ್ಟಿದ್ದ ಹೋಟೇಲಿನಲ್ಲಿ ಮತ್ತೊಂದು ಅನಾಹುತವಾಗಿತ್ತು. ಬಾತ್ ಟಬ್ಬಿನ ತುಂಬ ನೀರನ್ನು ತುಂಬಿಸಿಕೊಂಡು, ಅದರ ಹೊರಗಡೆ ನಿಂತು ಟಬ್ಬನ್ನು ನೀರಿನ ಹಂಡೆಯೆಂಬಂತೆ ಮಗ್ಗಿನಿಂದ ನೀರು ತುಂಬಿ ತುಂಬಿ ಸ್ನಾನ ಮಾಡಿದ್ದ. ಕೆಳಗಿನ ಮಹಡಿಯ ರೂಮಿನಲ್ಲಿ ಮುಂಗಾರು ಮಳೆ! ಇದಲ್ಲದೆ ಟಾಯ್ಲೆಟ್ಟಿನಲ್ಲಿ ಟಿಶ್ಯೂ ಪೇಪರ್ ಉಪಯೋಗಿಸುವುದು ತಿಳಿಯದೆ ನೀರನ್ನು ಚೆಲ್ಲಾಡಿ ಗಲೀಜು ಮಾಡಿದ್ದ. ಮೊದಲೇ ಇಂಗ್ಲೀಷ್ ಮಂದಿ. ಕೇಳಬೇಕೆ? ತಕ್ಷಣ ಅವನನ್ನು ಹಿಂದಕ್ಕೆ ಕರೆಸಿಕೊಂಡು ಬೇರೆಯವರನ್ನು ಕಳುಹಿಸಿ ಕೊಡಿ ಎಂದು ಇ–ಮೇಲ್ ಕಳುಹಿಸಿದರು.

ವಿಷಯ ತಿಳಿದಿದ್ದೇ ಸಂದೀಪ್ ನನ್ನನ್ನು ರೂಮಿಗೆ ಕರೆಸಿ ಉಗಿದ. "ಎಂಥಾ ಕ್ಯಾಂಡಿಡೇಟ್‌ಗಳನ್ನ ಆಯ್ಕೆ ಮಾಡ್ತೀರ್ರೀ.." ಎಂದ. ತಪ್ಪು ಯಾರದೇ ಆಗಿದ್ದರೂ ಬೈಸಿಕೊಳ್ಳುವುದು ನಾನೇ ಆದ್ದರಿಂದ ಎದುರಾಡದೆ ತೆಪ್ಪಗಿದ್ದೆ. "ಇನ್ನು ಮುಂದೆ ಇಂತಹ ಸೂಕ್ಷ್ಮ ಸಂಗತಿಗಳನ್ನೆಲ್ಲಾ ಟ್ರೇನಿಂಗ್ ಕೊಟ್ಟು ಅನಂತರ ವಿದೇಶಕ್ಕೆ ಕಳುಹಿಸಿ ಕೊಡಿ" ಎಂದು ಅಪ್ಪಣೆ ಕೊಟ್ಟ. "ಆಗಲಿ ಸಾರ್. ಎಲ್ಲರ ಎದುರಿನಲ್ಲಿ ಮೂಗಿನಲ್ಲಿ ಕೈ ಹಾಕಬಾರದು, ಟಬ್ಬಿನಲ್ಲಿ ಮಲಗಿ ಹೇಗೆ ಸ್ನಾನ ಮಾಡಬೇಕು ಎಂದು ಬೇಕಾದರೆ ಟ್ರೇನಿಂಗ್ ಕೊಡುತ್ತೇನೆ. ಆದರೆ ಟಿಶ್ಯೂ ಪೇಪರಿನಲ್ಲಿ ತಿಕ ಒರೆಸಿಕೊಳ್ಳುವುದು ಹೇಗೆಂದು ಕಲಿಸಿ ಕೊಡುವುದು ಮಾತ್ರ ನನಗೆ ಸಾಧ್ಯವಿಲ್ಲ" ಎಂದು ಖಡಾಖಂಡಿತವಾಗಿ ಹೇಳಿಬಿಟ್ಟೆ.

^^^

ವಿಜಯ ಕುಮಾರ ಮಾತ್ರ ವಿದೇಶ ಪ್ರಯಾಣ ಬೇಡವೇ ಬೇಡವೆಂದು ಹಠ ಹಿಡಿದುಬಿಟ್ಟ. ಅವನ ನಿರಾಕರಣಕ್ಕೆ ಮುಖ್ಯ ಕಾರಣ ಅವನು ತುಂಬಾ ಹೆದರಿಕೊಂಡಿದ್ದ. ಕಾಣದ ದೇಶದಲ್ಲಿ ಓಡಾಡುವುದು ಹೇಗೆ, ಉಣ್ಣುವುದು ಹೇಗೆ, ಏನಾದರೂ ರೋಗ ಬಂದರೆ ನೋಡಿಕೊಳ್ಳುವವರ್‍ಯಾರು, ಹೊಸ ಆಫೀಸಿನಲ್ಲಿ ಕೆಲಸ ಕಷ್ಟವಾದದ್ದೇ, ವಿಮಾನ ಪ್ರಯಾಣ ಸುರಕ್ಷಿತವೇ – ಹೀಗೆ ವಿನಾ ಕಾರಣ ಹೆದರಿಕೊಂಡಿದ್ದ. ಒಬ್ಬನೇ

ಮಗನಾದ್ದರಿಂದ ಅಪ್ಪ–ಅಮ್ಮ ಅವನನ್ನು ಅತ್ಯಂತ ಪ್ರೀತಿಯಿಂದ ಬೆಳೆಸಿದ್ದರು. ಅವನಿಗೆ ಧೈರ್ಯ ತುಂಬಿ, ಅದೂ ನಮ್ಮ ಭಾರತದಂತೆಯೇ ಒಂದು ದೇಶ, ಏನೂ ಆಗಲ್ಲ ಎಂದು ಹೇಳಿ ಒಪ್ಪಿಸುವದರಲ್ಲಿ ನನಗೆ ಸುಸ್ತು ಹೊಡೆದಿತ್ತು. ಕೊನೆಗೆ ಒಂದು ಉಪಾಯ ಮಾಡಿದೆ. ಅದೇ ಪ್ರಾಜೆಕ್ಟಿನಲ್ಲಿ ಕೆಲಸ ಮಾಡುವ ಶಂಕರ ಆಗಲೇ ಒಂದು ವರ್ಷದಿಂದ ಲಂಡನ್ನಿನಲ್ಲಿ ವಾಸ್ತವ್ಯ ಹೂಡಿದ್ದ. ಅವನೊಡನೆ ಮಾತನಾಡಿ "ನಿನ್ನ ಮನೆಯಲ್ಲಿಯೇ ವಿಜಯ ಕುಮಾರನನ್ನು ಪೇಯಿಂಗ್ ಗೆಸ್ಟ್ ಆಗಿ ಉಳಿಸಿಕೊಳ್ಳಲು ಸಾಧ್ಯವೆ? ನಿನಗೂ ಒಂದಿಷ್ಟು ಪೌಂಡ್ ಉಳಿತಾಯವಾಗುತ್ತೆ, ಜೊತೆಗೆ ಅವನಿಗೂ ಧೈರ್ಯ ಸಿಗುತ್ತೆ" ಎಂದು ಕೇಳಿಕೊಂಡೆ. ಶಂಕರ ಸ್ವಲ್ಪ ಆಸೆಬುರುಕ. ಒಂದಿಷ್ಟು ಪೌಂಡ್ ಉಳಿತಾಯವಾಗುತ್ತದೆಂಬ ಯೋಚನೆಗೆ ಖುಷಿಯಾದ. "ಹಾಗೇ ಆಗಲಿ ಬಾಸ್. ಹೇಗೂ ಮೂರು ಬೆಡ್ ರೂಮಿನ ಮನೆ ನನ್ನದು. ಆದರೆ ಒಂದು ಕಂಡೀಶನ್ನು. ಹೆಂಡತಿ ಜೊತೆಯಲ್ಲಿ ಇದ್ದಾಳೆ. ಈ ಊರಿನಲ್ಲಿ ಮೈ ಕೊರೆಯೋ ಚಳಿ ಬೇರೆ. ರಾತ್ರಿ ಮಂಚದ ಸದ್ದು ಜಾಸ್ತಿ ಅಂತ ಅವನು ಕಂಪ್ಲೇಂಟ್ ಮಾಡೋ ಹಂಗಿಲ್ಲ" ಎಂದು ಹೇಳಿ ಜೋರಾಗಿ ನಕ್ಕ. ನಾನೂ ನಕ್ಕೆ. ಅಂತೂ ವಿಜಯ ಕುಮಾರ ವಿದೇಶಕ್ಕೆ ಪ್ರಯಾಣ ಮಾಡಿದ.

ಬರೀ ಆರು ತಿಂಗಳಿನಲ್ಲಿ ನನ್ನ ತಪ್ಪಿನ ಅರಿವಾಯ್ತು. ಅದು ಹೇಗೋ ಗೊತ್ತಿಲ್ಲ, ವಿಜಯ ಕುಮಾರ ಮತ್ತು ಶಂಕರನ ಹೆಂಡತಿಯ ಮಧ್ಯೆ ಪ್ರೀತಿ ಬೆಳೆಯಿತು. ದೇಹ ಸಂಬಂಧವೂ ನಡೆಯಿತು. ಶಂಕರ ಅದೆಷ್ಟೇ ಜಗಳವಾಡಿದರೂ ವಿಜಯ ಕುಮಾರ ಮನೆ ಬಿಟ್ಟು ಕದಲಲಿಲ್ಲ. ಅವನು ಹೆಂಡತಿಯನ್ನು ಬೈಯ್ದು, ಹೊಡೆದು ಬುದ್ಧಿ ಹೇಳಿದರೂ ಅವಳು ವಿಜಯ ಕುಮಾರನನ್ನು ಬಿಡಲು ಒಪ್ಪಲಿಲ್ಲ. ಬರೀ ಮನೆಯಲ್ಲಷ್ಟೇ ಇದ್ದ ಈ ಗುಟ್ಟು ಕಡೆಗೆ ಆಫೀಸಿನ ಉಳಿದವರಿಗೂ ತಿಳಿಯಿತು. ಶಂಕರ ನನಗೆ ಫೋನು ಮಾಡಿ, ಅತ್ಯಂತ ಸಂಕೋಚದಲ್ಲಿ ವಿಷಯ ತಿಳಿಸಿ "ಹೇಗಾದರೂ ಆ ಮನೆಮುರುಕನನ್ನು ನನ್ನ ಮನೆ ಬಿಟ್ಟು ಹೊರ ಹೋಗಲು ಹೇಳು" ಎಂದು ಬೇಡಿಕೊಂಡ. ನಾನು ಶಂಕರನಿಗೆ ಅಭಯ ಕೊಟ್ಟು ವಿಜಯ ಕುಮಾರನಿಗೆ ಫೋನ್ ಮಾಡಿದೆ. "ನನ್ನ ವೈಯಕ್ತಿಕ ವಿಷಯದಲ್ಲಿ ದಯವಿಟ್ಟು ತಲೆ ಹಾಕಬೇಡ" ಎಂದು ನೇರವಾಗಿ ಹೇಳಿದ. ನನಗೆ ಹೆಚ್ಚಿಗೆ ಮಾತನಾಡುವ ಅವಕಾಶವನ್ನೂ ಕೊಡಲಿಲ್ಲ. ಅವನನ್ನು ಭಾರತಕ್ಕೆ ವಾಪಾಸು ಕರೆಸಿಬಿಡಲೂ ನನ್ನಿಂದ ಸಾಧ್ಯವಿರಲಿಲ್ಲ. ಯಾಕೆಂದರೆ ಈಗಾಗಲೇ ಅವನು ಅತ್ಯಂತ ಒಳ್ಳೆಯ ಕೆಲಸಗಾರ ಎಂದು ಹೆಸರು ಸಂಪಾದಿಸಿದ್ದ. ಸಂದೀಪ್ ಈ ತರಹದ ಕ್ಷುಲ್ಲಕ ವೈಯಕ್ತಿಕ ಕಾರಣಕ್ಕೆ ಬಿಜಿನೆಸ್ ಹಾಳು ಮಾಡಿಕೊಳ್ಳುವದಕ್ಕೆ ಒಪ್ಪಲಿಲ್ಲ. ನಾನು ಬರೀ ಅಸಹಾಯಕತೆಯಿಂದ ಕೈ ಹಿಸುಕಿಕೊಳ್ಳುವದಷ್ಟೇ ಸಾಧ್ಯವಾಯ್ತು.

ಮುಂದಿನ ಆರು ತಿಂಗಳಿನಲ್ಲಿ ಶಂಕರನ ಹೆಂಡತಿ 'ಡೊಮೆಸ್ಟಿಕ್ ವಯಲೆನ್ಸ್' ಕಾರಣ ನೀಡಿ ಅವನಿಂದ ವಿಚ್ಛೇದನ ಪಡೆದಳು. ಅವಳ ಕಾರಣವನ್ನು ಸಮರ್ಥಿಸಲು ವಿಜಯ ಕುಮಾರ ತೆಗೆದ ಹಲವು ವೀಡಿಯೋ ಕ್ಲಿಪ್ಪಿಂಗ್‌ಗಳು ಸಹಾಯಕ್ಕೆ ಬಂದವಂತೆ. ಶಂಕರ ಅವಮಾನ ಸಹಿಸಿಕೊಳ್ಳಲಾರದೆ ಮನೆ ಬಿಟ್ಟು ಓಡಿ ಹೋದ. ವಿಜಯ ಕುಮಾರ, ಮತ್ತವಳು ಭಾರತಕ್ಕೆ ಬಂದು ಭರ್ಜರಿಯಾಗಿ ಮದುವೆಯಾಗಿ, ಮತ್ತೆ ಲಂಡನ್ನಿಗೆ ವಾಪಾಸು ಹೋದರು. ನನಗೂ ಮದುವೆಗೆ ಆಮಂತ್ರಣವಿತ್ತಾದರೂ ಹೋಗುವ ಮನಸ್ಸಾಗಲಿಲ್ಲ. ಮದುವೆಯಾದ ಎರಡು ವಾರದ ನಂತರ ಶಂಕರನ ತಂದೆ–ತಾಯಿ ನನ್ನ ಆಫೀಸಿಗೆ ಬಂದು, "ಮಗ ಎಲ್ಲಿದ್ದಾನೋ ಗೊತ್ತಿಲ್ಲ. ಒಂದು ವೇಳೆ ನಿಮಗೆ ಭೇಟಿಯಾದರೆ ದಯವಿಟ್ಟು ಈ ನಂಬರಿಗೆ ಫೋನ್ ಮಾಡಿ" ಎಂದು ತಿಳಿಸಿ ಕಣ್ಣೀರು ಹಾಕಿ ಹೋದರು.

^^^

ಮೊಹಮದ್ ಪಾಷಾನ ಸಂದರ್ಶನದಲ್ಲಿ ನಾನು ಪ್ರಶ್ನೆ ಕೇಳಿದ್ದಕ್ಕಿಂತಲೂ ಅವನೇ ನನಗೆ ಹೆಚ್ಚು ಪ್ರಶ್ನೆ ಹಾಕಿದ್ದ. ಎಷ್ಟು ಹಣ ಕೊಡುತ್ತೀರಿ? ಎಷ್ಟು ದಿನದೊಳಗೆ ವಿದೇಶಕ್ಕೆ ಕಳುಹಿಸುತ್ತೀರಿ? ಅಲ್ಲಿ ಸಂಬಳ ಕೊಡುವಾಗ ಇಲ್ಲಿಯೂ ಕೊಡುತ್ತೀರಾ? ಮುಂತಾದ ನೂರಾರು ಸಂಶಯಗಳನ್ನು ನಿವಾರಿಸಿಕೊಂಡ. ಆದರೆ ಒಂದು ಪ್ರಶ್ನೆಯನ್ನು ಮಾತ್ರ ಎರಡು ಮೂರು ಬಾರಿ ಕೇಳಿದ. "ಹೆಂಡತಿ ಮಕ್ಕಳನ್ನು ನನ್ನ ಜೊತೆ ಕರೆದುಕೊಂಡು ಹೋಗಬಹುದಾ?" ಅಂತ. ಮೂರು ತಿಂಗಳಿಗಿಂತಲೂ ಹೆಚ್ಚು ದಿನ ವಿದೇಶ ಪ್ರಯಾಣ ಮಾಡುವವರು ತಮ್ಮ ಹೆಂಡತಿ (ಅಥವಾ ಗಂಡ) ಮತ್ತು ಮಕ್ಕಳನ್ನು ತಮ್ಮೊಡನೆ ಕರೆದುಕೊಂಡು ಹೋಗಬಹುದೆಂದು ಅವನಿಗೆ ಹೇಳಿ, ನಮ್ಮ ಕಂಪನಿ ನಿಯಮಗಳ ಪುಸ್ತಕದಲ್ಲಿ ಅದನ್ನು ತೋರಿಸಿದೆ. ಖುಷಿಯಾದ. ಸ್ವಲ್ಪ ಕಡಿಮೆ ಸಂಬಳಕ್ಕೇ ಕಂಪನಿ ಸೇರಿದ. ಎಷ್ಟು ಸುಲಭವಾಗಿ ಒಬ್ಬ ಒಳ್ಳೆಯ ಉದ್ಯೋಗಿಯೊಬ್ಬನನ್ನು ಕಂಪನಿಗೆ ಹುಡುಕಿಕೊಟ್ಟೆ ನೋಡು ಎಂದು ಸಂದೀಪನ ಮುಂದೆ ಡೌಲು ಮಾಡಿದೆ.

ಆದರೆ ಎರಡು ವಾರಕ್ಕೆ ನನಗೊಂದು ಗ್ರಹಚಾರ ಕಾದಿತ್ತು. ಅವನು ಆರು ತಿಂಗಳು ಇಂಗ್ಲೆಂಡಿಗೆ ಹೋಗಬೇಕಾಗಿತ್ತು. ಮಡದಿ, ಮಕ್ಕಳನ್ನು ಕರೆದುಕೊಂಡು ಹೋಗುವದಕ್ಕೆ ಅನುಮತಿಯ ಇ–ಮೇಲ್ ಕಳುಹಿಸಿದೆ. ಏರ್ ಟಿಕೇಟ್ ಬುಕ್ ಮಾಡುವ ಮೀನಾ ಹೆದರಿಕೆಯಿಂದ ಫೋನ್ ಮಾಡಿದಳು. "ಸಾರ್, ಮೊಹಮದ್ ಪಾಷಾಗೆ ಎಂಟು ಮಕ್ಕಳಂತೆ. ಅಷ್ಟೂ ಜನನ್ನ ಕರೆದುಕೊಂಡು ಹೋಗ್ತೀನಿ ಅಂತ

ಕೂತಾನೆ" ಎಂದಳು. "ಅಯ್ಯಯ್ಯೋ... ಅದ್ಯಾಕ್ರಿ ಅವನಿಗೆ ಅಷ್ಟೊಂದು ಮಕ್ಕಳು" ಎಂದೆ. "ಅವನ ಹೆಂಡತಿಯನ್ನ ಕೇಳಿದ್ರೆ ಗೊತ್ತಾಗಬಹುದು ಸಾರ್..." ಎಂದು ಪೋಲಿ ಮಾತನ್ನಾಡಿದಳು. "ಏನ್ರಿ ಮಾಡೋದು..." ಎಂದು ಅಸಹಾಯಕನಾಗಿ ಕೇಳಿದೆ. ಆದರೆ ಗಾಯದ ಮೇಲೆ ಬರೆ ಎಳೆಯುವಂತೆ "ಅವನ ಹೆಂಡತಿ ಈಗ ಬಸುರಿ ಅಂತೆ. ವಾಪಾಸು ಬರುವಾಗ ಒಂಬತ್ತು ಮಕ್ಕಳಿಗೆ ಟಿಕೇಟ್ ಮಾಡಿಸಬೇಕು ಅಂತ ಹೇಳ್ತಿದಾನೆ" ಎಂದಳು. ನನಗೆ ಆಕಾಶ ತಲೆಯ ಮೇಲೆ ಕಳಚಿ ಬಿದ್ದಂತಾಯ್ತು. ನಮ್ಮ ಕಂಪನಿ ಪಾಲಿಸಿಯಲ್ಲಿ ಹೆಂಡತಿ ಮತ್ತು ಮಕ್ಕಳು ಎಂದು ಹೇಳಿದ್ದೆವೇ ಹೊರತು, ಎಷ್ಟು ಮಕ್ಕಳು ಎಂದು ಹೇಳಿರಲಿಲ್ಲ. ವಿಮಾನದಲ್ಲಿ ಆರು ತಿಂಗಳ ಮಗುವಿಗೂ ಪೂರ್ತಿ ಟಿಕೇಟು ತೆಗೆಯಬೇಕು ಬೇರೆ. ಒಂದು ಟಿಕೇಟಿಗೆ ನಲವತ್ತು ಸಾವಿರ! "ಬರೀ ಎರಡು ಮಕ್ಕಳನ್ನು ಕರೆದುಕೊಂಡು ಹೋಗು" ಎಂದು ಪಾಷಾನನ್ನು ಬೇಡಿಕೊಂಡೆ. "ಉಳಿದ ಆರನ್ನು ನೀನು ನೋಡಿಕೊಳ್ತೀಯ?" ಎಂದು ಕೇಳಿದ. ತೆಪ್ಪಗಾದೆ. "ಇಂಗ್ಲೆಂಡಲ್ಲಿ ಕೋಳಿ ಗೂಡಿನಂತಹ ಮನೆ ನನಗೆ ಕೊಟ್ಟರೆ ಸಾಕಾಗಲ್ಲ. ಎಲ್ಲಾ ಎಂಟು ಮಕ್ಕಳು ಸುಖವಾಗಿ ಇರಬಹುದಾದಂತಹ ಐದು ಬೆಡ್ ರೂಂ ಮನೆ ಬಾಡಿಗೆಗೆ ಹಿಡೀರಿ" ಎಂದು ವಾರ್ನಿಂಗ್ ಕೊಟ್ಟ.

ಸಂದೀಪ ಯರ್‍ರಾಬಿರ್‍ರಿ ನನಗೆ ಬೈಯ್ದ. "ಯಾವೋನ್ರೀ ಇವನು ಧೃತರಾಷ್ಟ್ರ? ಪಾಪ ಅವನಿಗಾದ್ರೆ ಕಣ್ಣು ಕಾಣಿಸ್ತಿರಲಿಲ್ಲ, ಏನು ಮಾಡ್ತಿದೀನಿ ಅಂತ ಗೊತ್ತಾಗ್ತಿರಲಿಲ್ಲ. ಇವನಿಗೇನಾಗಿತ್ರಿ? ಅಂತಹವನನ್ನು ನೀವು ಅದು ಹೇಗೆ ಆಯ್ಕೆ ಮಾಡಿದಿರಿ?" ಎಂದು ರೇಗಿದ. "ನಂಗೇನು ಗೊತ್ತು ಸಾರ್ ಅವನು ಹಿಂಗೆ ಮನೆಯಲ್ಲಿ ಮಕ್ಕಳ ಸೈನ್ಯ ಇಟ್ಟುಕೊಂಡಿದಾನೆ ಅಂತ" ಎಂದು ಕೊಸರಾಡಿದೆ. "ಮೊದಲು ಪಾಲಿಸಿ ಬದಲಾಯಿಸಿ. ಮಕ್ಕಳು ಅಂದರೆ ಬರೀ ಎರಡೇ ಅಂತ ಬರೀರಿ" ಎಂದು ಬೈಯ್ದ. ಸರಿಯೆಂದು ಗೋಣಲ್ಲಾಡಿಸಿದೆ. "ಹಂಗೇ ಹೆಂಡತಿ ಅಂದ್ರೆ ಒಬ್ಬಾಕಿನೇ ಇರಬೇಕು ಅಂತಲೂ ಸೇರಿಸಿ. ನಾಳೆ ಬೆಳಿಗ್ಗೆ ಯಾರಾದ್ರೂ ಕೃಷ್ಣ ಪರಮಾತ್ಮ ಬಂದು ಸೇರಿಕೊಂಡರೆ ಕಷ್ಟ" ಎಂದು ಮುಂದಾಲೋಚನೆಯ ಮಾತನ್ನೂ ಹೇಳಿದ. "ಗಂಡ ಅಂದ್ರೂ ಒಬ್ಬನೇ ಅಂತ ಬರೆದು ಬಿಡಲಾ ಸಾರ್?" ಎಂದು ನನ್ನ ಕೊಸರನ್ನೂ ಸೇರಿಸಿದೆ. "ಅದೂ ಸೇರಿಸಿ ಬಿಡ್ರಿ. ಈ ಸಾಫ್ಟ್‌ವೇರ್ ಹುಡುಗಿಯರನ್ನ ನಂಬೋದಕ್ಕೆ ಆಗಲ್ಲ. ದ್ರೌಪದಿ ಆಗೋದಕ್ಕೆ ಹಿಂಜರಿಯಂಗಿಲ್ಲ" ಎಂದು ಒಪ್ಪಿಗೆ ಕೊಟ್ಟ.

12ನೇ ಜುಲೈ 2007

ಇರುವದೆಲ್ಲವ ಬಿಡದೆ

"ಬಿಸಿಲಿದು ಬರಿ ಬಿಸಿಲಲ್ಲವೊ, ದೇವನ ಕೃಪೆ ಕಾಣೋ..." ಎಂದು ರಾಷ್ಟ್ರಕವಿ ಕುವೆಂಪು ಅದು ಯಾವ ಅರ್ಥದಲ್ಲಿ ಹೇಳಿದ್ದಾರೋ ಗೊತ್ತಿಲ್ಲ. ಅದೇನೇ ಅರ್ಥಗಳಿದ್ದರೂ ಬಳ್ಳಾರಿಯವರು ಹೀಗೆಲ್ಲಾ ಹೇಳುವುದು ಕಷ್ಟ. ಏಪ್ರಿಲ್ ತಿಂಗಳ ಮಧ್ಯಾಹ್ನ ಹನ್ನೆರಡಕ್ಕೆ ಇಂತಹ ಮಾತುಗಳನ್ನು ಕೇಳಿದರೆ ಮರಣ ಮೃದಂಗದ ಧ್ವನಿ ಕೇಳಿದಂತೆ ಭಾಸವಾಗುತ್ತದೆ. ಹೊರಗೆ ಹೆಜ್ಜೆಯಿಟ್ಟರೆ ಸಾಕು, ಕಣ್ಣ ಮುಂದೆ ಬಿಸಿಲಿನ ಝಳದ ಮಿಂಚು ಸುಳಿಯುತ್ತಿರುತ್ತದೆ. ಇಡೀ ದೇಹವೇ ಒಣಗಿ ಕಾಷ್ಠವಾಗಿ ಚೂರು ಬೆಂಕಿ ತಾಕಿದರೂ ನಾವೂ ಸುಟ್ಟು ಭಸ್ಮವಾಗುತ್ತೇವೇನೋ ಎಂಬ ಅನುಮಾನವಾಗುತ್ತಿರುತ್ತದೆ.

ಹಾಗಂತ ಅಲ್ಲಿನ ಜನ ಬಿಸಿಲಿಗೆ ಹೆದರಿಕೊಳ್ಳುತ್ತಾರೆಂಬ ನಿಮ್ಮ ಊಹೆ ತಪ್ಪು. ಮಕ್ಕಳು ಬರಿಗಾಲಲ್ಲಿ ಅದೇ ಬಿಸಿಲಿನಲ್ಲಿ ಆಟವಾಡುತ್ತಿರುತ್ತವೆ. ಕಲ್ಯಾಣ ಮಂಟಪಗಳಲ್ಲಿ ಭರ್ಜರಿ ವಾದ್ಯಮೇಳದ ಜೊತೆ ಮದುವೆಗಳಾಗುತ್ತಿರುತ್ತವೆ. ಕಿಕ್ಕಿರಿದ ಜನರ ನಡುವೆ ಕಬಡ್ಡಿ ಟೂರ್ನಮೆಂಟ್ ನಡೆಯುತ್ತವೆ. ಜನ ಯಥಾ ಪ್ರಕಾರ ಭರ್ಜರಿ ಖಾರದ ಮಂಡರಗಳು ಒಗ್ಗರಣಿ, ಹಿಟ್ಟಚ್ಚಿದ ಮೆಣಸಿನ ಕಾಯಿ ತಿನ್ನುತ್ತಿರುತ್ತಾರೆ.

ಅಮ್ಮ ಬೆಂಗಳೂರನ್ನು ನಗಣ್ಯವಾಗಿ ಕಾಣುವದಕ್ಕೆ ಈ ಬಿಸಿಲೂ ಒಂದು ಕಾರಣವಾಗಿತ್ತು. ಮೊದಲ ಸಲ ಬಂದಾಗ ಇನ್ನಿಲ್ಲದ ಹುರುಪಿನಿಂದ ಭತ್ತದ ಅರಳು ಶೋಧಿಸಿ, ಬೂದುಗುಂಬಳಕಾಯಿಯನ್ನು ಸಣ್ಣಗೆ ಕೊಚ್ಚಿ, ಮೆಣಸಿನಕಾಯಿ ರುಬ್ಬಿ, ಅರಳು ಸಂಡಿಗೆಯನ್ನಿಟ್ಟಳು. ಸರಿಯಾದ ಬಿಸಿಲಿಲ್ಲವಾದ್ದರಿಂದ ಅವು ಕಲ್ಲಾದವು. ಕರಿದರೆ ಒಂದಿಷ್ಟೂ ಅರಳದೆ ಕಪ್ಪಾದವು. ಸಂಡಿಗೆ ಇಡುವದರಲ್ಲಿ ಎಂದೆಂದೂ ಸೋಲು ಕಾಣದ ಅಮ್ಮನಿಗೆ ನಿಜಕ್ಕೂ ಆಘಾತವಾಗಿತ್ತು. ವಾಪಾಸು ಊರಿಗೆ ಹೋದ ಮೇಲೆ ಗೆಳತಿ ಪದ್ದಕ್ಕ "ಹೆಂಗಿತ್ತೇ ಬೆಂಗಳೂರು?" ಎಂದು ಕೇಳಿದ್ದಕ್ಕೆ, "ಸುಡುಗಾಡು ಊರಮ್ಮ. ಸಂಡಿಗಿ ಮಾಡಾಣ ಅಂದ್ರೆ ಛಲೋ ಬಿಸಿಲೂ ಇಲ್ಲ. ನೀ ಏನೇ ಹೇಳು, ನಮ್ಮ ಬಳ್ಳಾರಿ ಸಮ ಜಗತ್ತಿನಾಗೆ ಇನ್ನೊಂದು ಊರಿಲ್ಲ. ಪುಗಸಟ್ಟೆ ಬ್ರಹ್ಮಾಂಡ ಬಿಸಿಲು ಸುರೀತದೆ. ಪುಣ್ಯ ಮಾಡಿ ಹುಟ್ಟೇವಿ" ಎಂದು ಮಾತೃಭೂಮಿಯನ್ನು ಕೊಂಡಾಡಿದ್ದಳು. ಮನಸ್ಸು ತಡೆಯದೆ ಊರಿನಲ್ಲಿ ಮತ್ತೊಮ್ಮೆ ಅರಳು ಸಂಡಿಗೆ ಮಾಡಿದಳು. ಯಥಾಪ್ರಕಾರ ಸಂಡಿಗೆಯನ್ನು ಕುದಿಯುವ ಎಣ್ಣೆಯಲ್ಲಿ ಬಿಟ್ಟರೆ ಸಾಕು, ಅಂಗೈಯಗಲ ಚಂಡುಹೂವಿನಂತೆ ಅರಳಿದವು. ಬಳ್ಳಾರಿಯ 'ತ್ರಿವಿಕ್ರಮ' ಸಂಡಿಗೆಯನ್ನೂ, ಬೆಂಗಳೂರಿನ 'ವಾಮನ' ಸಂಡಿಗೆಯನ್ನೂ ಒಂದೇ ತಟ್ಟೆಯಲ್ಲಿಟ್ಟು ನನಗೆ ತೋರಿಸಿ "ನೋಡಿದೇನೋ ನಮ್ಮೂರಿನ ಮಹಾತ್ಮೆ" ಎಂದಳು. ಮಾತಿಗೊಮ್ಮೆ 'ಬೆಂಗಳೂರು' ಎನ್ನುವ ಗುಣ ಬೆಳೆಸಿಕೊಂಡಿದ್ದ ನನ್ನನ್ನು ಅಮ್ಮ ತನ್ನ ಪ್ರತಿಸ್ಪರ್ಧಿಯೆಂದೇ ಭಾವಿಸಿದ್ದಳು.

^^^

ಎಂತಹ ಬಿಸಿಲನ್ನಾದರೂ ತಡೆದುಕೊಳ್ಳುವ ಶಕ್ತಿ ನನಗಿದೆಯಾದರೂ, ಮಳೆಯೆಂದರೆ ಒಳಗೊಳಗೇ ಭಯವಾಗುತ್ತದೆ. ಮಳೆಯನ್ನು ಪ್ರೀತಿಸುತ್ತಾ, ಹೊಗಳುತ್ತಾ ಸಾಕಷ್ಟು ಕತೆ–ಕವನಗಳು ಕನ್ನಡದಲ್ಲಿವೆ. ಅವನ್ನು ಓದಿದಾಗ ಎಂತಹದೋ ಅಪರಿಚಿತ ಭಾವನೆ ನನಗಾಗುತ್ತದೆ. ವರ್ಷಕ್ಕೊಂದೆರಡು ಬಾರಿ ನೆಲ ತೋಯಿಸುವ ಮಳೆಯನ್ನಷ್ಟೇ ನಾನು ನಮ್ಮೂರಲ್ಲಿ ನೋಡಿದ್ದು. ಅದೂ ಒಂದರ್ಧ ಗಂಟೆ ಮಳೆ ಬಂದರೆ ಹೆಚ್ಚು. ಮಳೆಯ ನಿಜವಾದ ರುದ್ರ ನರ್ತನವನ್ನು ನಾನು ಮೊದಲಬಾರಿ ನೋಡಿದ್ದು ಕಲ್ಕತ್ತಾದಲ್ಲಿ.

ನನ್ನ ನಾಲ್ಕೈದು ಗೆಳೆಯರ ಜೊತೆ ನನಗೆ ಕಲ್ಕತ್ತಾಗೆ ವರ್ಗಾವಣೆಯಾಗಿತ್ತು. ಎಲ್ಲರೂ ಒಂದೇ ಮನೆಯಲ್ಲಿ ಬಾಡಿಗೆಯಿದ್ದೆವು. ಮನೆಯ ಯಜಮಾನ ಮಹಡಿಯ ಮೇಲೆ ವಾಸಿಸುತ್ತಿದ್ದ. ಈ ಮನೆಯ ಹಿತ್ತಲಿನಲ್ಲೇ ಒಂದು ಕೆರೆಯಿತ್ತು. ಯಜಮಾನ

ಅಲ್ಲಿಯೇ ದಿನಾ ಸ್ನಾನ ಮಾಡುತ್ತಿದ್ದ. ಒಂದು ದಿನ ರಾತ್ರಿಯೆಲ್ಲಾ ಏಕಪ್ರಕಾರವಾಗಿ ಮಳೆ ಸುರಿಯಿತು. ಹೂಗ್ಲಿ ನದಿಯೇ ಮಳೆಯಾಗಿ ಊರಿನ ಮೇಲೆ ಸುರಿದಂತೆ ಧಾರಾಕಾರ ಮಳೆಯದು. ಸಿಡಿಲು, ಗುಡುಗಿಗೆ ನಾನು ಬೆಚ್ಚಿ ಬೀಳುತ್ತಿದ್ದೆ. ಮಳೆಯ ಕಾರಣ ಪವರ್ ಕೂಡಾ ಇರಲಿಲ್ಲ. ಕತ್ತಲೋ ಕತ್ತಲು. ರಾತ್ರಿಯೆಲ್ಲಾ ನಿದ್ದೆಯಿಲ್ಲದೆ ಹೊರಳಾಡಿದ್ದೆ. ಮಿಂಚು ಮಿಂಚಿದಾಗ ಏನೇನೋ ವಿಚಿತ್ರಗಳು ಕಣ್ಣಿಗೆ ಕಂಡಂತಾಗಿ ಮರೆಯಾಗುತ್ತಿತ್ತು. ಅಂತೂ ಬೆಳಗಾಯಿತು. ಮಳೆಯೂ ನಿಂತಿತ್ತು. ಕಣ್ಣುಜ್ಜುತ್ತಾ ಹೊರಬಂದು ತಲಬಾಗಿಲನ್ನು ತೆರೆದಿದ್ದೇ "ಅಯ್ಯೋ... ಅಯ್ಯೋ..." ಎಂದು ಕೂಗಾಡಿಬಿಟ್ಟೆ. ಉಳಿದ ಗೆಳೆಯರೂ ಎದ್ದು ಹೊರಬಂದರು. ಇಡೀ ಮನೆ ನೀರಿನಲ್ಲಿ ತೇಲಾಡುತ್ತಿತ್ತು! ಇಡೀ ಅಂಗಳ, ರಸ್ತೆ, ಹಿತ್ತಲಿನ ಕೆರೆ ಎಲ್ಲವೂ ಒಂದಾಗಿದ್ದವು. ಬಾಗಿಲು ತೆಗೆದಿದ್ದೇ ಒಂದಿಷ್ಟು ನೀರು ಮನೆಯೊಳಗೂ ನುಗ್ಗಿಬಿಟ್ಟಿತು. ನನಗೆ ಕೈಕಾಲಲ್ಲಿ ನಡುಕ ಬಂದುಬಿಟ್ಟಿತು. 'ಭೂತಯ್ಯನ ಮಗ ಅಯ್ಯು' ಸಿನಿಮಾ ನೆನಪಾಯ್ತು. ರಕ್ಷಿಸಲು ಇಲ್ಲಿ ವಿಷ್ಣುವರ್ಧನನೂ ಇಲ್ಲ. ಬರೀ ಬಂಗಾಳಿ, ಹಿಂದಿ ಸಿನಿಮಾ.

ಮಾಳಿಗೆಗೆ ಓಡಿ, ಯಜಮಾನರ ಮನೆಯ ಬಾಗಿಲನ್ನು ಬಡಿದು "ದಯವಿಟ್ಟು ಹೊರಬನ್ನಿ, ಅನಾಹುತವಾಗಿಬಿಟ್ಟಿದೆ. ಮನೆಯೊಳಗೂ ನೀರು ನುಗ್ಗುತ್ತಿದೆ" ಎಂದು ಅರಚಿದೆ. "ಐದು ನಿಮಿಷದಲ್ಲಿ ಬರ್ತೀವಿ" ಎಂದು ಗಂಡ–ಹೆಂಡತಿಯಿಬ್ಬರೂ ಆಶ್ವಾಸನೆ ಕೊಟ್ಟರು. ನಮಗೆಲ್ಲರಿಗೂ ಆತಂಕ ಶುರುವಾಗಿತ್ತು. ಆ ದಿನ ಆಫೀಸಿನಲ್ಲಿ ಬಹು ಮುಖ್ಯವಾದ ಸಾಫ್ಟ್‌ವೇರೊಂದರ ಡೆಲಿವರಿ ಇತ್ತು. ಅದರ ಗತಿಯೇನು ಎಂದು ಒಬ್ಬರಿಗೊಬ್ಬರು ಪೇಚಾಡಿಕೊಳ್ಳಲಾರಂಭಿಸಿದೆವು.

ಹೇಳಿದ ಮಾತಿಗೆ ಸರಿಯಾಗಿ ಗಂಡ–ಹೆಂಡತಿಯಿಬ್ಬರೂ ಕೆಳಗಿಳಿದು ಬಂದರು. ಹೆಂಡತಿ ಕೈಯಲ್ಲಿ ಆರತಿ ತಟ್ಟೆ ಹಿಡಿದುಕೊಂಡಿದ್ದರು. ಅದರಲ್ಲಿ ಅರಿಷಿಣ ಕುಂಕುಮ, ಹೂವು, ನೀಲಾಂಜನಗಳಿದ್ದವು. ನಮ್ಮ ತಲಬಾಗಿಲಲ್ಲಿ ನಿಂತು, ನೀರಿಗೆ ಪೂಜೆ ಮಾಡಿದಳು. ಸೊಗಸಾಗಿ ಬಂಗಾಳಿ ಹಾಡನ್ನು ಹೇಳಿ ಅರಿಷಿಣ, ಕುಂಕುಮ, ಹೂವನ್ನು ಹಾಕಿ, ಆರತಿ ಬೆಳಗಿದಳು. ಗಂಗಮ್ಮ ತಾಯಿ ಮನೆ ಬಾಗಿಲಿಗೆ ಬಂದಿದ್ದಾಳೆ ಎಂದು ಖುಷಿ ಖುಷಿಯಿಂದ ಹೇಳಿ ನಮಗೆ ಪ್ರಸಾದವನ್ನು ಹಂಚಿದಳು. ಅನಂತರ ಮನೆಯ ಯಜಮಾನ ನಮ್ಮೆಲ್ಲರಿಗೂ ಒಂದೊಂದು ನೈಲಾನ್ ದಾರ ಕೊಟ್ಟ. ಅದರಿಂದ ಏನು ಮಾಡಬೇಕು ಎಂದು ನಾವು ತಬ್ಬಿಬ್ಬಾಗುವಾಗ "ನೀರಿನಲ್ಲಿ ಒಳ್ಳೆ ಮೀನುಗಳು ಬಂದಿರ್ತವೆ. ಹಿಡೀರಿ" ಎಂದು ಹೇಳಿದ. ನೀರಿಗೆ ತನ್ನ ನೈಲಾನ್ ದಾರವನ್ನು ಹಾಕಿ, ಎರಡು ನಿಮಿಷಕ್ಕೆ ಒಂದು ಮೀನನ್ನು ಹಿಡಿದು ನಮಗೆ ತೋರಿಸಿದ. "ಇವತ್ತೆಲ್ಲಾ ಮೀನು ಹಿಡೀತಾ ಇರಿ. ರಾತ್ರಿಗೆ ಈ ಮೀನಿಂದ ಒಳ್ಳೆ ಸಾರು ಮಾಡಲು ನನ್ನ

ಹೆಂಡತಿಗೆ ಹೇಳುತ್ತೇನೆ" ಎಂದು ಸಂಭ್ರಮದಿಂದ ಹೇಳಿದ. ಕೈಯಲ್ಲಿ ದಾರವನ್ನು ಹಿಡಿದುಕೊಂಡ ನಾನು ಪೆದ್ದನಂತೆ "ನಾವು ಆಫೀಸಿಗೆ ಹೋಗಬೇಕು. ಈವತ್ತು ಸಾಫ್ಟ್‌ವೇರ್ ಡೆಲಿವರಿ ಮಾಡಬೇಕು" ಎಂದು ಬಡಬಡಿಸಿದೆ. ಅದಕ್ಕೆ ಆ ತಾಯಿ "ಇಷ್ಟೊಂದು ಒಳ್ಳೆಯ ಮಳೆಯಾದ ದಿನ ಆಫೀಸಿನ ಕೆಲಸದ ಕೆಟ್ಟ ಮಾತನ್ನು ಯಾಕೆ ಆಡ್ತೀಯ ಬೇಟಾ. ಮಳೆಯ ಜೊತೆ ಖುಷಿಯಿಂದ ಕಾಲ ಕಳೆ. ಹೇಗೂ ಟೆಲಿಫೋನ್ ಲೈನ್‌ಗಳೂ ಕೆಟ್ಟು ಕೂತಿವೆ. ನಿಮ್ಮ ಸಂತೋಷದ ಗಳಿಗೆಗೆ ಯಾರೂ ಅಡ್ಡಿ ಬರುವದಿಲ್ಲ" ಎಂದು ಬುದ್ಧಿ ಮಾತು ಹೇಳಿದಳು. ನನ್ನ ಗೆಳೆಯರಾಗಲೇ ದಾರವನ್ನು ನೀರಿಗೆಸೆದು ಮೀನು ಹಿಡಿಯಲು ಶುರು ಮಾಡಿಬಿಟ್ಟರು. ಗಮನಿಸಿ ನೋಡಿದರೆ ಓಣಿಯ ಜನರೆಲ್ಲಾ ನೀರಲ್ಲಿ ಓಡಾಡುತ್ತಾ ಮೀನು ಹಿಡಿದು ಸಡಗರ ಪಡುತ್ತಿದ್ದರು.

^^^

ಬಿಸಿಲು, ಮಳೆ, ಗಾಳಿಗಳನ್ನು ಸ್ವಲ್ಪವಾದರೂ ಕಂಡಿದ್ದೆನಾದರೂ ಹಿಮ ಗೊತ್ತೇ ಇರಲಿಲ್ಲ. ಆಗೊಮ್ಮೆ ಈಗೊಮ್ಮೆ ಇಂಗ್ಲೀಷ್ ಸಿನಿಮಾಗಳಲ್ಲಿ ಹಿಮ ಬೀಳುವದನ್ನು ನೋಡಿದ್ದೆನಾದರೂ, ಅದು ಯಾವುದೋ ಕನಸಿನ ಲೋಕದ ದಂತಕತೆಯೆಂಬಂತೆ ಕಂಡಿತ್ತು. ಇಂಗ್ಲೆಂಡಿಗೆ ಹೋದಾಗ ಮೊದಲ ಬಾರಿ ಹಿಮ ಸುರಿಯುವದನ್ನು ಕಂಡಿದ್ದೆ. ರಾತ್ರಿಯೆಲ್ಲಾ ಹಿಮ ಸುರಿದಿದ್ದರೂ ನನಗೆ ಗೊತ್ತಾಗಿರಲಿಲ್ಲ. ಮಳೆಯಂತೆ ಹಿಮಕ್ಕೆ ಸದ್ದುಗದ್ದಲವಿರುವದಿಲ್ಲ. ಅದು ಮೌನದೇವತೆ. ಒಮ್ಮೊಮ್ಮೆ ಮೌನ ರಾಕ್ಷಸಿ.

ಬೆಳಿಗ್ಗೆ ಎದ್ದು ಹಿತ್ತಲ ಬಾಗಿಲನ್ನು ತೆಗೆದಾಗ ಒಂದು ಕ್ಷಣ ದಿಗ್ಭ್ರಾಂತನಾಗಿ ಹೋಗಿದ್ದೆ. ಎಲ್ಲೆಲ್ಲೂ ಹತ್ತಿ ಹರಡಿದಂತೆ ನಿಷ್ಕಲ್ಮಷ ಬಿಳುಪು. ನೆಲದ ಮೇಲೆ, ಕಾರಿನ ಮೇಲೆ, ಗಿಡದ ಮೇಲೆ, ಗಿಡದ ಮೇಲೆ ಕುಳಿತ ಹಕ್ಕಿಯ ಮೇಲೆ, ಹಕ್ಕಿಯ ಮೇಲಿರುವ ಆಕಾಶದ ಮೇಲೆ.... ಎಲ್ಲೆಲ್ಲೂ ಬಿಳಿ ಬಿಳಿ ಬಿಳಿ. ಬೇರೆ ಬಣ್ಣವೇ ಇಲ್ಲ. ಹೆದರಿಕೆ ಹೆದರಿಕೆಯಿಂದ ಹೆಜ್ಜೆಯಿಡುತ್ತಾ ಹೋಗಿ ಒಂದಿಷ್ಟು ಹಿಮವನ್ನು ಕೈಗೆತ್ತಿಕೊಂಡು, ವಿಚಿತ್ರ ಕಂಪನಕ್ಕೆ ಒಳಗಾಗಿದ್ದೆ. ಭಾನುವಾರವಾದ್ದರಿಂದ ಮನೆ ಬಿಟ್ಟು ಕದಲಲೂ ಧೈರ್ಯವಿಲ್ಲದೆ ಸುಮ್ಮನೆ ಪಡಸಾಲೆಯಲ್ಲಿ ಕುಳಿತು ಹಿತ್ತಲಿನ ಹಿಮಧಾರೆಯನ್ನೇ ನೋಡುತ್ತಾ ದಿನವೆಲ್ಲಾ ಕಳೆದೆ.

ಮರುದಿನ ಸೋಮವಾರ ಬಿಸಿಲು ಬಿತ್ತು. ಹಿಮ ಕರಗಿ ನೀರಾಗುವಂತಹ ಬಿಸಿಲಲ್ಲ. ಆದರೆ ಹಿಮವನ್ನು ಮಂಜುಗಡ್ಡೆಯಾಗಿಸುವಂತಹ ತಂಪು ಬಿಸಿಲು. ರಸ್ತೆಯ ಮೇಲೆ ಹರಡಿಕೊಳ್ಳುವ ಈ ಮಂಜುಗಡ್ಡೆ ತುಂಬಾ ಅಪಾಯದ್ದು.

ಅಜಾಗರೂಕತೆಯಿಂದ ಕಾಲಿಟ್ಟರೆ ಸಾಕು, ಜಾರಿ ಬೀಳುತ್ತೇವೆ. ಆಫೀಸು ಹತ್ತಿರದಲ್ಲೇ ಇದ್ದಿದ್ದರಿಂದ ನಡೆದೇ ಹೋಗುತ್ತಿದ್ದೆ. ಮೈಯನ್ನು ಬೆಚ್ಚಗಿಡಲು ಥರ್ಮಲ್ಸ್, ಅದರ ಮೇಲೆ ಎರಡು ಅಂಗಿ, ಮೇಲೆ ದಪ್ಪನೆಯ ಸ್ವೆಟರು, ತಲೆಗೆ ಟೋಪಿ, ಕುತ್ತಿಗೆಯ ಸುತ್ತ ಮಫ್ಲರು... ಎಷ್ಟು ಸಾಧ್ಯವೋ ಅಷ್ಟು ಪ್ಯಾಕ್ ಮಾಡಿಕೊಂಡು, ನಮ್ಮಮ್ಮ ನೋಡಿದರೂ ನನ್ನನ್ನು ಗುರುತು ಹಿಡಿಯಲಾರದಂತಹ ಅವತಾರದಲ್ಲಿ ಆಫೀಸಿಗೆ ಹೊರಟೆ. ದಿನಾ ಹೀಗೆ ವಸ್ತ್ರಾಪಹರಣಕ್ಕೆ ಒಳಗಾಗುವ ದ್ರೌಪದಿಯ ಪಾತ್ರದಂತೆ ಬಟ್ಟೆ ಸುತ್ತಿಕೊಳ್ಳಬೇಕಾ ಎಂದು ಕಿರಿಕಿರಿಯಾಗುತ್ತಿತ್ತು.

ಆಫೀಸಿನ ದಾರಿಯಲ್ಲಿ ಒಂದು ಸೇತುವೆಯಿದೆ. ಕೆಳಗಿನ ರಾಕ್ಷಸ ಹೆದ್ದಾರಿಯನ್ನು ದಾಟಲು ಈ ಸೇತುವೆ. ಆ ಸೇತುವೆಯ ಮೇಲೆ ಅಜ್ಜಿಯೊಬ್ಬರು ಜಾರಿ ಬಿದ್ದಿದ್ದರು. ಅವರಿಗೆ ಮೇಲೇಳಲೂ ಸಾಧ್ಯವಾಗದೆ ಹಾಗೇ ಚಳಿಯಲ್ಲಿ ನಡುಗುತ್ತಾ ಯಾರಾದರೂ ಆ ರಸ್ತೆಯಲ್ಲಿ ಬರುವದಕ್ಕಾಗಿ ಕಾಯುತ್ತಿದ್ದರು. ನಾನು ಹೋಗಿ ಅವರನ್ನು ಎತ್ತಿ ನಿಲ್ಲಿಸಿದೆ. "ದಯವಿಟ್ಟು ಮಗಳ ಮನೆಯ ತನಕ ಬಿಟ್ಟು ಬರುತ್ತೀಯಾ?" ಎಂದು ಕೇಳಿಕೊಂಡರು. ಒಪ್ಪಿಕೊಂಡೆ. ಮಗಳ ಮನೆಗೆ ಫೋನ್ ಮಾಡಲೆ ಎಂದು ಜೇಬಿನಿಂದ ಮೊಬೈಲ್ ತೆಗೆದೆ. "ಬೇಡ... ಬೇಡ... ಮಂಜು ಬಿದ್ದಾಗ ಮನೆಯಿಂದ ಹೊರಗೆ ಬರಲೇಬೇಡ ಅಂತ ತಾಕೀತು ಮಾಡ್ತಾಳೆ" ಎಂದು ಬೇಡಿಕೊಂಡರು. ಅವರ ಮಗಳ ಮನೆಯ ತನಕ ಕೈಹಿಡಿದು ಕರೆದುಕೊಂಡು ಹೋದೆ. ಬೀಳ್ಕೊಡುವಾಗ ನನ್ನ ಹಣೆಗೆ ಒಂದು ಹೂಮುತ್ತನ್ನಿತ್ತು "ದೇವರು ನಿನ್ನನ್ನು ಚೆನ್ನಾಗಿ ಕಾಪಾಡಲಿ" ಎಂದು ಹರಸಿದರು. ನಾನು "ಈ ಹಿಮಧಾರೆಯಿಂದ ನಿಮಗೆ ತುಂಬಾ ತೊಂದರೆಯಾಗುತ್ತೆ ಅಲ್ಲವೆ?" ಎಂದು ಕೇಳಿದೆ. ಅದಕ್ಕವರು "ಇಲ್ಲಪ್ಪಾ ಇಲ್ಲ. ಅದು ನನಗೇನು ತೊಂದರೆ ಮಾಡಿದೆ? ವರ್ಷಪೂರ್ತಿ ನಾನು ಈ ಹಿಮಧಾರೆಗಾಗಿ ಕಾಯುತ್ತಿರುತ್ತೇನೆ ಗೊತ್ತಾ? ನನ್ನ ಗಂಡನಿಗೂ ಈ ಹಿಮಧಾರೆಯೆಂದರೆ ತುಂಬಾ ಇಷ್ಟವಾಗುತ್ತಿತ್ತು. ಹಿತ್ತಲಿನಲ್ಲಿ ಬಿದ್ದ ಹಿಮದ ಮೇಲೇ ನನ್ನನ್ನು ಪ್ರೀತಿ ಮಾಡುತ್ತಿದ್ದ. ಇಂತಹ ಚಳಿಯಲ್ಲೂ ಹಿಮದ ಮೇಲೆ ಬೆತ್ತಲೆ ಹೊರಳಾಡುತ್ತಿದ್ದುದನ್ನು ನೆನಸಿಕೊಂಡರೆ ಈಗಲೂ ನನಗೆ ಮೈ ಬಿಸಿಯಾಗುತ್ತದೆ" ಎಂದು ಹಳೆಯದನ್ನು ನೆನಪಿಸಿಕೊಂಡು ಕೆಂಪಾದರು. ನಾನು ಖುಷಿಯಿಂದ ನಕ್ಕೆ. "ನೋಡಲ್ಲಿ" ಎಂದು ತೋರಿಸಿದರು. ಅವರು ತೋರಿದ ದಿಕ್ಕಿನಲ್ಲಿ ನೋಡಿದೆ.

ಅದೊಂದು ದೊಡ್ಡ ಕೊಳ. ನೀರೆಲ್ಲಾ ಮಂಜುಗಡ್ಡೆಯಾಗಿತ್ತು. ಅದರ ಮೇಲೆ ನಾಲ್ಕಾರು ಮಕ್ಕಳು ಕಾಲಿಗೆ ಚಕ್ರ ಕಟ್ಟಿಕೊಂಡು, ಒಂದು ತೆಳ್ಳನೆಯ ಅಂಗಿ–ಚಡ್ಡಿ ಹಾಕಿಕೊಂಡು, ಖುಷಿಯಿಂದ ಕೇಕೆ ಹಾಕುತ್ತಾ ಸ್ಕೇಟಿಂಗ್ ಮಾಡುತ್ತಿದ್ದರು. ಸ್ಕೇಟಿಂಗ್ ಮಾಡುತ್ತಲೇ ಹಿಮದ ಉಂಡೆಗಳನ್ನು ಮಾಡಿ ಒಬ್ಬರಿಗೊಬ್ಬರು

ಎಸೆದು ಕೊಳ್ಳುತ್ತಿದ್ದರು. ಅವರ ಆ ಖುಷಿಯನ್ನು ನೋಡುತ್ತಿದ್ದಂತೆಯೇ ನನಗೆ ಬಳ್ಳಾರಿಯ ರಣರಣ ಬಿಸಿಲಿನಲ್ಲಿ ಚಪ್ಪಲಿಯಿಲ್ಲದೆ ಲಗೋರಿ ಆಟವಾಡಿದ ನನ್ನ ಬಾಲ್ಯ ಕಣ್ಣ ಮುಂದೆ ಬಂತು. ನನ್ನ ಕಣ್ಣಿಗೆ ಕಾಣಿಸದಿದ್ದುದೆಂದರೆ, ಕೊಳದ ದಪ್ಪ ಮಂಜುಗಡ್ಡೆಯ ಮೇಲ್ಪದರದ ಕೆಳಗೆ ಕೊರೆಯುವ ನೀರಿನಲ್ಲಿ ಮೀನು ಮರಿಗಳು ಮುಟ್ಟಾಟ ಆಡಿಕೊಂಡಿದ್ದ ಸಂಗತಿಯೊಂದೇ!

^^^

ಇರುವದನ್ನೇ ಉಂಡುಡುವ ಶಕ್ತಿ ಕೊಟ್ಟ ಭಗವಂತನಿಗೆ ನಮಸ್ಕಾರಗಳು.

26ನೇ ಮಾರ್ಚ್ 2007

ಆಟ ನೋಡಿರೋ...

ಹೊಸ ಅಪಾರ್ಟ್‌ಮೆಂಟಿಗೆ ಬರುವ ತನಕ ನನಗೆ ಅಷ್ಟಾಗಿ ಸ್ಕ್ವಾಷ್ ಆಟದ ಬಗ್ಗೆ ತಿಳಿದಿರಲಿಲ್ಲ. ಇಂಗ್ಲೆಂಡಿನಲ್ಲಿದ್ದಾಗ ಕುತೂಹಲದಲ್ಲಿ ಆ ಆಟ ಆಡುವವರನ್ನು ಜಿಮ್‌ನಲ್ಲಿ ನೋಡಿದ್ದನೇ ಹೊರತು, ಹೇಗೆ ಆಡುವದೆಂದು ತಿಳಿದಿರಲಿಲ್ಲ. ಗೋಡೆಗೆ ಪುಟ್ಟ ಬಾಲನ್ನು ಯಾವ ದಿಕ್ಕಿಗೆ ಬೇಕಾದರೂ ಹೊಡೆಯುತ್ತಾ, ಒಬ್ಬರೇ ಆಡಬಹುದಾದ ಆಟವದೆಂದು ತಪ್ಪಾಗಿ ಬೇರೆ ಅರ್ಥ ಮಾಡಿಕೊಂಡಿದ್ದೆ.

ಸುಲಭವಾಗಿ ಹೇಳಬೇಕೆಂದರೆ 'ಸ್ಕ್ವಾಷ್' ಟೆನ್ನಿಸ್ ತರಹದ್ದೇ ಆಟ. ಆದರೆ ಟೆನ್ನಿಸಿನ ಎರಡೂ ಬದಿಯ ಕೋರ್ಟುಗಳನ್ನು ಇಲ್ಲಿ ಒಂದೇ ಬದಿಗೆ ಮಡಚಿ ತಂದಿರುತ್ತಾರೆ. ಅದರ ನೆಟ್‌ನ ಪಾತ್ರವನ್ನು ಇಲ್ಲಿ ಎದುರಿನ ಗೋಡೆ ವಹಿಸುತ್ತದೆ. ಹೊರಾಂಗಣದ ಟೆನ್ನಿಸಿನ ಬಿಳಿಯ ಬೌಂಡರಿಗಳನ್ನು ಇಲ್ಲಿ ಒಳಾಂಗಣದ ಗೋಡೆಗಳಿಗೆ ಕೆಂಪು ಪಟ್ಟಿಯಿಂದ ಏರಿಸಿರುತ್ತಾರೆ. ಟೆನ್ನಿಸಿನ ಹಳದಿ ಬಾಲು, ಇಲ್ಲಿ ಪುಟ್ಟ ಮೆತ್ತನೆಯ ಕಪ್ಪು ರಬ್ಬರಿನ ರೂಪ ತಳೆದಿರುತ್ತದೆ. ಉಪಯೋಗಿಸುವ ರಾಕೆಟ್‌ನಲ್ಲಿ ಅಂತಹ ವ್ಯತ್ಯಾಸವಿರುವದಿಲ್ಲ. ಆದರೆ ಪಾಯಿಂಟುಗಳ ಎಣಿಕೆ ಮಾತ್ರ ನಮ್ಮ ವಾಲಿಬಾಲ್ ಆಟದಂತಿರುತ್ತದೆ. ಕ್ರೀಡಾಪಟು ಗೆಲ್ಲಲು ಒಂಬತ್ತು ಪಾಯಿಂಟುಗಳನ್ನು ಗಳಿಸಬೇಕು.

ಬೆಂಗಳೂರಿನ ಬಹಳಷ್ಟು ಅಪಾರ್ಟ್‌ಮೆಂಟ್ ಸಂಕೀರ್ಣಗಳಲ್ಲಿ ಸ್ಕ್ವಾಷ್ ಆಟದ ಒಳಾಂಗಣವಿದೆ. ನನಗೆ ಈ ಸಂಗತಿ ಮೊದಲಿಗೆ ಕುತೂಹಲ ಮೂಡಿಸಿತ್ತು. ಜನರಲ್ಲಿ ಅಷ್ಟಾಗಿ ಪರಿಚಯವಿಲ್ಲದ ಈ ಆಟದ ಅಂಗಳವನ್ನೇಕೆ ಎಲ್ಲಾ ಅಪಾರ್ಟ್‌ಮೆಂಟುಗಳಲ್ಲಿ ಮಾಡಿದ್ದಾರೆ? ಅದರ ಬದಲು ಜನಪ್ರಿಯವಾದ ಟೆನ್ನಿಸ್ ಅಂಗಳವನ್ನೇ ಕೊಡಬಹುದಲ್ಲಾ ಅಂತ. ಅದಕ್ಕೆ ಉತ್ತರ ಅಷ್ಟೇನೂ ಕಷ್ಟದ್ದಲ್ಲ. ಈ ಮನೆ ಕಟ್ಟುವವರಿಗೆ ಏನಾದರೂ ಒಂದು ಕ್ರೀಡಾಂಗಣವನ್ನು ಕೊಟ್ಟು ಗ್ರಾಹಕರನ್ನು ಆಕರ್ಷಿಸುವ ಅಗತ್ಯವಿರುತ್ತದೆ. ಆದರೆ ಟೆನ್ನಿಸಿಗೆ ಜಾಸ್ತಿ ಜಾಗಬೇಕು. ಸ್ಕ್ವಾಷ್‌ಗೆ ಒಂದು ಪುಟ್ಟ ಕೋಣೆಯಾದರೆ ಸಾಕು. ಗೇಣಿಗೆ ಗೋಣು ಮುರಿಯುವಂತಹ ಬೆಲೆಯಿರುವ ಈ ನಗರದಲ್ಲಿ, ಸ್ಕ್ವಾಷ್ ಕ್ರೀಡಾಂಗಣವನ್ನೇ ಕೊಡಲು ಇದಕ್ಕಿಂತಲೂ ಬೇರೆ ಕಾರಣ ಬೇಕೆ?

ನಾನು ಚಿಕ್ಕಂದಿನಿಂದಲೂ ಅಷ್ಟಾಗಿ ಆಟ ಆಡಿದವನಲ್ಲ. ಒಬ್ಬನೇ ಮಗನೆಂದು ಮನೆಯಿಂದ ಹೊರಗೆ ಕಳುಹಿಸಿದ್ದೇ ಕಡಿಮೆ. ಆದರೆ ಈಗ ಸಾಫ್ಟ್‌ವೇರ್ ಪ್ರಪಂಚ ಸೇರಿ, ಕೆಟ್ಟ ಜೀವನಕ್ರಮವನ್ನು ರೂಢಿಸಿಕೊಂಡು, ನಮ್ಮವರ ಆರೋಗ್ಯದ ಬಗ್ಗೆ ಕೇಳಬಾರದ್ದನ್ನೆಲ್ಲಾ ಕೇಳುವ ಹೊತ್ತಿನಲ್ಲಿ ಆಟದ ಕಡೆ ಗಮನ ಹೋಗದಿರುತ್ತದೆಯೆ? ಆದರೂ ಆಟದ ಅಂಗಳ ಅದನ್ನು ತಿಳಿದಿಲ್ಲದವರಿಗೆ ಭಯ ಹುಟ್ಟಿಸುತ್ತದೆ. ನಾನೂ ಮೊದಮೊದಲು ಈ ಸ್ಕ್ವಾಷ್ ಕೋಣೆಯಿಂದ ಆದಷ್ಟು ದೂರವಿರುತ್ತಿದ್ದೆ. ನಂತರ ನನ್ನ ಕಣ್ಣೆದುರಿಗೇ ತಿಳಿದವರು ಆಟವಾಡಲು ಶುರುವಿಟ್ಟಾಗ, ಅದರ ಹತ್ತಿರ ಆಸೆಯಿಂದ ಹಣಿಕಿ ಹಾಕಲಾರಂಭಿಸಿದೆ. ಯಾರೋ ಒಂದಿಬ್ಬರು 'ನೀವೂ ಬನ್ನಿ ಸಾರ್' ಎಂದಿದ್ದೇ ಸಾಕಾಯಿತು. ಮರುದಿನವೇ ರಾಕೆಟ್ಟನ್ನು ಕೊಂಡು ತಂದು ಆಟಕ್ಕೆ ನಿಂತೆ. ಈಗ 'ಪರವಾಗಿಲ್ಲ' ಎನ್ನುವಂತಹ ಆಟಗಾರ.

ಭಾರತದಲ್ಲಿ 'ಆಟ ಅನ್ನೋದು ಬರೀ ಮಕ್ಕಳಿಗೆ ಮಾತ್ರ' ಎನ್ನುವ ಮನೋಭಾವ ಸಾಕಷ್ಟು ಜನರಲ್ಲಿದೆ. ದೊಡ್ಡವರು ಅಪರೂಪಕ್ಕೆ ಆಟಕ್ಕೆ ನಿಂತರೂ 'ಏನದು ಅಸಹ್ಯ, ಒಳ್ಳೆ ಸಣ್ಣ ಮಕ್ಕಳ ತರಹ' ಅನ್ನೋ ಆರೋಪವೂ ಕೇಳಿ ಬರುತ್ತದೆ. ಹಾಗಂತ ಮಕ್ಕಳೂ ಆಟದಲ್ಲಿ ಪೂರ್ತಿಯಾಗಿ ಮೈಮರೆಯುವಂತಹ ವಾತಾವರಣವೂ ನಮ್ಮಲ್ಲಿಲ್ಲ. ನಗರ ಪ್ರದೇಶಗಳಲ್ಲಿ ಆಟದ ಅಂಗಳಗಳೇ ಮರೆಯಾಗುತ್ತಿವೆ. ಹಳ್ಳಿಯಲ್ಲಿ ಯಥೇಚ್ಚ ಜಾಗವಿದ್ದರೂ ಬಳಕೆ ಕಡಿಮೆ. ಮಕ್ಕಳು ಬರೀ ಒಂಬತ್ತನೆಯ ತರಗತಿಯವರೆಗೆ ಮಾತ್ರ ಆಟ ಆಡುತ್ತವೆ. ಹತ್ತು, ಪಿಯೂಸಿ ಬಂದರಂತೂ ಓದಿನ ಸಾಡೇಸಾತ್ ಶುರುವಾಗಿ ಬಿಡುತ್ತದೆ. ಓದು ಮುಗಿಸಿ ಒಂದಿಷ್ಟು ಹೊತ್ತು ಮಿಕ್ಕಿದರೆ, ಟಿವಿ ಮುಂದೆ ಪ್ರತಿಷ್ಠಾಪನೆ.

ಪಿಯೂಸಿಯ ನಂತರ ದೊಡ್ಡ ಕಾಲೇಜನ್ನು ಸೇರಿದ ಮೇಲೆ ಆಟದ ಮೇಲೆ ಮಕ್ಕಳಿಗೂ ಉತ್ಸಾಹ ಹೋಗಿ ಬಿಟ್ಟಿರುತ್ತದೆ. ಅದು ಬಣ್ಣದ ಲೋಕ,

ರಂಗಿನ ವಯಸ್ಸು. ಕಾಲೇಜುಗಳಲ್ಲಿ ಬೆರಳೆಣಿಕೆಯ ಹುಡುಗರು ಮಾತ್ರ ಆಟ ಆಡುತ್ತಿರುತ್ತಾರೆ. ಹೀಗೆ ಶಾಲೆ ಕಾಲೇಜಿನಲ್ಲಿ ಆಟ ಆಡುವ ಹುಡುಗರು ಹೆಚ್ಚಾಗಿ ಓದಿನಲ್ಲಿ ದಡ್ಡರಿರುತ್ತಾರೆ ಎಂಬ ಅತಾರ್ಕಿಕ ಭಾವನೆಯೂ ಎಷ್ಟೋ ಜನರಲ್ಲಿದೆ! ಬದುಕಿರುವವರೆಗೂ ಒಂದಲ್ಲಾ ಒಂದು ಆಟವನ್ನು ದಿನನಿತ್ಯ ಆಡಿಕೊಂಡಿದ್ದರೆ ದೇಹಾರೋಗ್ಯ ಎಷ್ಟೊಂದು ಸೊಗಸಾಗಿರುತ್ತದೆಂಬ ಸರಳ ಸುಂದರ ಸತ್ಯವನ್ನು ತಂದೆ-ತಾಯಿಗಳೂ ಹೇಳುವದಿಲ್ಲ, ಕಾಲೇಜಿನ ಉಪನ್ಯಾಸಕರೂ ಹೇಳುವದಿಲ್ಲ. ಪಿ.ಟಿ. ಮಾಸ್ತರರು ಕೇವಲ ಹೈಸ್ಕೂಲಿಗೆ ಮಾತ್ರ ಮೀಸಲಾಗಿಬಿಡುತ್ತಾರೆ!

ಪಾಶ್ಚಿಮಾತ್ಯ ದೇಶಗಳಲ್ಲಿ ಮಾತ್ರ ಎಲ್ಲಾ ವಯೋಮಾನದವರೂ ಆಟ ಆಡುವದನ್ನು ದಿನನಿತ್ಯದ ಕರ್ತವ್ಯವನ್ನಾಗಿ ಮಾಡಿಕೊಂಡಿರುತ್ತಾರೆ. (ಒಬೆಸಿಟಿ ಸಮಸ್ಯೆ ಅಲ್ಲಿ ಬೇಕಾದಷ್ಟು ಜನರಿಗಿದೆ, ಅದು ಬೇರೆ ವಿಷಯ) ನನ್ನ ಬಾಸ್ 55 ವರ್ಷವಾಗಿದ್ದರೂ ನನ್ನ ಜೊತೆ ಲೀಲಾಜಾಲವಾಗಿ ಬ್ಯಾಡ್‌ಮಿಂಟನ್ ಆಡುತ್ತಿದ್ದ. ಸುಲಭವಾಗಿ ನನ್ನನ್ನು ಸೋಲಿಸುತ್ತಿದ್ದ. ಒಳ್ಳೆ ಹೊಸ ಕಾರ್ಚಿಕಡ್ಡಿಯಂತೆ ತೆಳ್ಳಗೆ ಫಳ ಫಳ ಹೊಳೆಯುತ್ತಿದ್ದ. ಸಾಕಷ್ಟು ಯೋಚಿಸಿದ ನಂತರ ನನಗೆ ನಾನೇ ಅಲ್ಲಿಯ ಜನರ ಈ ಮನೋಭಾವಕ್ಕೆ ಒಂದಿಷ್ಟು ಕಾರಣಗಳನ್ನು ಕಂಡುಕೊಂಡಿದ್ದೇನೆ. ಅಲ್ಲಿ ಗಂಡು-ಹೆಣ್ಣುಗಳು ಪರಸ್ಪರ ಆಕರ್ಷಣೆ ಉಳಿಸಿಕೊಳ್ಳುವುದು ಬಹು ಮುಖ್ಯವಾದ ಸಂಗತಿಯಾಗಿದೆ. ಯೌವನದಲ್ಲಿ ನಿಮ್ಮ ಜೊತೆಗಾರನನ್ನು ನೀವೇ ಆಯ್ಕೆ ಮಾಡಿಕೊಂಡು ಗೆಲ್ಲಬೇಕು. ಅದಕ್ಕೆ ಬಹು ಮುಖ್ಯವಾಗಿ ನಿಮ್ಮ ಅಂಗಸೌಷ್ಟವವನ್ನು ಆಕರ್ಷಕವಾಗಿ ಇಟ್ಟುಕೊಳ್ಳಬೇಕಾಗುತ್ತದೆ. ಹುಡುಗಿ ಅಥವಾ ಹುಡುಗ ಸಿಗಲಿಲ್ಲವೆಂದರೆ ನೀವೇ ಗೋಳಾಡಬೇಕೇ ಹೊರತು ಯಾವ ಅಪ್ಪ ಅಮ್ಮನೂ ನಿಮಗೆ ಸಹಾಯ ಮಾಡಲು ಬರುವದಿಲ್ಲ. ಹಾಗಂತ ಒಮ್ಮೆ ಯಾರನ್ನೋ ಆಕರ್ಷಿಸಿ, ಮದುವೆ ಮಾಡಿಕೊಂಡಾಕ್ಷಣ ಎಲ್ಲವೂ ಮುಗಿದು ಹೋಗುವದಿಲ್ಲ. ಯಾವದೇ ಕ್ಷಣದಲ್ಲಿಯೂ ನಿಮ್ಮ ಜೊತೆಗಾರ್ತಿ ನಿಮ್ಮ ದೈಹಿಕ ದುರ್ಬಲತೆಯನ್ನೇ ನೆಪ ಮಾಡಿ ದೂರವಾಗುವ ಸಾಧ್ಯತೆಗಳಿರುತ್ತವೆ. ಆದ್ದರಿಂದ ಆಟ ಎಲ್ಲರಿಗೂ ಬಹು ಅಗತ್ಯದ ಸಂಗತಿಯಾಗಿರುತ್ತದೆ. ಆದರೆ ಒಂದು ಮಾತು ಮಾತ್ರ ಸತ್ಯ. ಏನೇ ಕಾರಣಗಳಿಂದ ನೀವು ಕೆಲವು ವರ್ಷಗಳ ಕಾಲ ನಿರಂತರವಾಗಿ ಆಟವಾಡಿದರೂ ಸಾಕು, ಆ ಹಕ್ಕಿಯಂತೆ ಹಾರುವ ಭಾವವನ್ನು ಮೂಡಿಸುವ ದೇಹದ ಹಗುರತನ ಬೇರೆಲ್ಲಾ ಕಾರಣಗಳಿಗಿಂತಲೂ ಮಿಗಿಲಾಗಿ ನಿಮ್ಮನ್ನು ಆಕರ್ಷಿಸುತ್ತಾ ಹೋಗುತ್ತದೆ.

ಈ ಮಧ್ಯವಯಸ್ಸಿನಲ್ಲಿ ಆಟ ಆಡುವದನ್ನು ಶುರು ಮಾಡಲು ನಾಚಿಕೆ ಇದ್ದರೂ, ತಮ್ಮಂತಹವರನ್ನೇ ಒಂದಿಬ್ಬರನ್ನು ಗುರುತಿಸಿ, ಅವರನ್ನೂ ಹುರಿದುಂಬಿಸಿ ಹಲವರು ಆಡಲು ಪ್ರಾರಂಭಿಸುತ್ತಾರೆ. ತಮ್ಮ ಆಟದ ವೈಖರಿಯನ್ನೇ ಒಬ್ಬರಿಗೊಬ್ಬರು ಗೇಲಿ

ಮಾಡುತ್ತಾ, ನಗುತ್ತಾ ಆಡುವದನ್ನು ಮುಂದುವರೆಸುತ್ತಾರೆ. ಇತರ ಎಕ್ಸ್‌ಪರ್ಟ್ ಆಟಗಾರರು ಆಡದ ಹೊತ್ತನ್ನು ಆಯ್ಕೆ ಮಾಡಿಕೊಂಡು ಇವರು ಆಡುತ್ತಾರೆ. ಈ ಅಭ್ಯಾಸ ಹಲವು ದಿನಗಳ ಕಾಲ ಅವ್ಯಾಹತವಾಗಿ ನಡೆಯುತ್ತದೆ. ಆದರೆ ಒಂದೇ ಸ್ಥಿತಿಯಿಂದ ಎಲ್ಲರೂ ಆಡಲು ಶುರು ಮಾಡಿದರೂ, ಅವರುಗಳಲ್ಲೇ ಕೆಲವರು ಸ್ವಲ್ಪ ಚೆನ್ನಾಗಿ ಆಡುವ ಸ್ಥಿತಿ ತಲುಪುತ್ತಾರೆ. ಉಳಿದವರು ಏನೇ ಮಾಡಿದರೂ ಒಂದು ಹಂತದಿಂದ ಮೇಲಕ್ಕೇರಲಾಗುವದಿಲ್ಲ. ಈ ತಾರತಮ್ಯ ಪ್ರಗತಿಗೆ ಅವರದೇ ಗತ ಜೀವನಕ್ರಮಗಳು ಕಾರಣವಾಗಿರುತ್ತವೆ. ಗೇಲಿ ಮಾಡುತ್ತಾ ಆಡುತ್ತಿದ್ದ ಆಟ ಈಗ ತುಸು ಗಂಭೀರತೆಯನ್ನು ಪಡೆಯುತ್ತದೆ. ಒಂದಿಬ್ಬರು ಗೆಲ್ಲುತ್ತಲೇ ಹೋಗುತ್ತಾರೆ, ಉಳಿದವರು ಸೋಲುತ್ತಲೇ ಹೋಗುತ್ತಾರೆ. ಈ ಸೋಲು ಗೆಲುವಿನಿಂದ ಸಾಧಿಸುವದೇನೂ ಇಲ್ಲವೆಂದು ಅವರೆಲ್ಲರಿಗೂ ಗೊತ್ತು. ಆದರೆ ದಿನನಿತ್ಯದ ಸೋಲು, ಅದು ಯಾವುದರಲ್ಲೇ ಆಗಲಿ, ಸಹಿಸುವುದು ಕಷ್ಟ. ಮನಸ್ಸಿನ ಮೂಲೆಯಲ್ಲಿ ಅದು ಕೀಳರಿಮೆಯನ್ನು ಕೆರಳಿಸುತ್ತಲೇ ಹೋಗುತ್ತದೆ. ಕೊನೆಗೆ ಅದನ್ನು ಸಹಿಸದೆ ಸೋತವರು ಆಟಕ್ಕೆ ಬರುವ ನಿರಂತರತೆಯ ಹದ ತಪ್ಪುತ್ತದೆ. ಮಗಳು ಎಲ್ಲಿಗೋ ಕರೆದುಕೊಂಡು ಹೋಗೆಂದು ಕೇಳಿದಳು, ಈ ದಿನ ನಿದ್ದೆ ಮಾಡಿಬಿಟ್ಟೆ, ನಿನ್ನೆ ರಾತ್ರಿ ಸಿಕ್ಕಾಪಟ್ಟೆ ಎಣ್ಣೆ ಹಾಕಿದೆ – ಹೀಗೆ ಹಲವು ಕಾರಣಗಳನ್ನು ಕೊಡುತ್ತಾ, ತಮಗೆ ತಾವೇ ಅಪ್ರಾಮಾಣಿಕರಾಗುತ್ತಾ, ಕೊನೆಗೊಮ್ಮೆ ಆಟದ ಕೋಣೆಯ ಕಡೆಗೆ ಸುಳಿಯುವದನ್ನೂ ನಿಲ್ಲಿಸಿಬಿಡುತ್ತಾರೆ.

ಎಂದೂ ಆಟದ ಕೋಣೆಯ ಕಡೆ ಸುಳಿಯದ ಅಪರೂಪದವರು ಕೆಲವೊಮ್ಮೆ ಇದ್ದಕ್ಕಿದ್ದಂತೆ ಆಟದ ದಿರಿಸನ್ನು ಹಾಕಿ, ಕೈಯಲ್ಲಿ ಅತ್ಯಂತ ದುಬಾರಿ ರಾಕೆಟ್ಟನ್ನು ಹಿಡಿದುಕೊಂಡು ಪ್ರತ್ಯಕ್ಷರಾಗಿಬಿಡುತ್ತಾರೆ. ಅತ್ಯಂತ ಗಂಭೀರ ವದನರಾಗಿ, ಎಲ್ಲರಲ್ಲೂ ಆಟದ ವಿವರಗಳನ್ನು ಕೇಳುತ್ತಾ, ಹೆಚ್ಚು ಹೆಚ್ಚು ಹೊತ್ತು ಅಲ್ಲಿಯೇ ಕಳೆಯುತ್ತಾರೆ. ಮುಂದೆ ಹಲವು ದಿನ ಆಟ ಶುರು ಮಾಡುವದಕ್ಕೂ ಮುಂಚಿತವಾಗಿಯೇ ಬಂದು ಕಾಯುತ್ತಾ ಕುಳಿತುಬಿಟ್ಟಿರುತ್ತಾರೆ. ತಾವು ಪ್ರತಿ ಆಟದಲ್ಲಿ ಹೀನಾಯವಾಗಿ ಸೋತರೂ ಇವರು ತಲೆ ಕೆಡಿಸಿಕೊಳ್ಳುವದಿಲ್ಲ. ಒಂದು ಆಟ ಮುಗಿಸುವದರಲ್ಲಿಯೇ ಮೇಲಿನ ಉಸಿರು ಮೇಲೆ, ಕೆಳಗಿನದು ಕೆಳಗೆ ಆದರೂ ಸ್ವಲ್ಪ ವಿಶ್ರಾಂತಿ ತೆಗೆದುಕೊಂಡು ಮುಂದಿನ ಆಟಕ್ಕೆ ಸಿದ್ಧವಾಗುತ್ತಾರೆ. ದೊಡ್ಡ ದೇಹದ ಅವರ ಬಾಲಿಶ ಆಟ ಉಳಿದವರಿಗೆ ತಮಾಷೆಯಾಗಿ ಕಂಡರೂ ಅವರು ಬೇಸರಗೊಳ್ಳುವದಿಲ್ಲ. ಈ ಮಾದರಿಯ ಜನ ಹಳೆಯ ಆಟಗಾರರಿಗೆ ಹೊಸತೇನೂ ಅಲ್ಲ. ಆರಂಭಶೂರತ್ವದ ಆ ವ್ಯಕ್ತಿಯ ಹಪಾಹಪಿಗೆ ಕಾರಣ ಕೆಲವು ದಿನಗಳ ಹಿಂದೆ ಅವನು ಮಾಡಿಸಿಕೊಂಡ ಮೆಡಿಕಲ್ ಚೆಕಪ್ ಎಂಬುದು ನಮಗೆಲ್ಲಾ ತಿಳಿದಿರುತ್ತದೆ. ಡಾಕ್ಟರರು ಡಯಾಬಿಟೀಸ್

ಎಂದೋ, ಬಿಪಿ ಎಂದೋ ಕಹಿಸತ್ಯವನ್ನು ಅವನಿಗೆ ತಿಳಿಸಿ, ದಿನನಿತ್ಯ ವ್ಯಾಯಾಮ ಮಾಡಲು ತಿಳಿಸಿರುತ್ತಾರೆ. ತನ್ನ ದೇಹದ ಕಾಯಿಲೆಯ ಕಹಿಸತ್ಯವನ್ನು ಒಪ್ಪಲು ಸಿದ್ಧನಿಲ್ಲದ ಈ ಹುಲುಮಾನವ, ಒಂದೆರಡು ತಿಂಗಳಿನಲ್ಲಿ ದೇಹವನ್ನು ಚೆನ್ನಾಗಿ ದಂಡಿಸಿ ಮೊದಲಿನ ಯೌವನವನ್ನು ಗಳಿಸಿಬಿಡುವ ಹುಮ್ಮಸ್ಸಿನಲ್ಲಿ, ಡಾಕ್ಟರರನ್ನೇ ಸುಳ್ಳು ಮಾಡುವ ಹಠದಲ್ಲಿ ಆಡಲು ಬಂದಿರುತ್ತಾನೆ. ಸ್ವಲ್ಪ ಪ್ರೀತಿಯಿಂದ ಮಾತನಾಡಿಸಿದರೂ ಸಾಕು, ಸತ್ಯವನ್ನು ಅರುಹಿ ಬಿಕ್ಕುತ್ತಾನೆ. ಆಗ ಅವನ ವಜನು ದೇಹದ ಹತಾಶೆ ತಮಾಷೆಯ ಬದಲು ವಿಷಾದವನ್ನು ಮೂಡಿಸುತ್ತದೆ.

ಶುರುವಿನಲ್ಲಿ ಕಂಗೆಡಿಸಿದಂತೆ, ರೋಗದ ಭಯ-ಆತಂಕಗಳು ಹೆಚ್ಚು ದಿನ ಯಾರನ್ನೂ ಕಾಡುವದಿಲ್ಲ. ಎಲ್ಲದಕ್ಕೂ ಹೊಂದಿಕೊಂಡುಬಿಡುತ್ತೇವೆ. ತಿಂಗಳೆನ್ನುವದರಲ್ಲಿ ಅವನು ತನ್ನ ಡಯಾಬಿಟೀಸ್‌ಗೆ ಒಗ್ಗಿಬಿಡುತ್ತಾನೆ. ಆಟಕ್ಕೆ ಬರುವದು ಆಗೊಮ್ಮೆ ಈಗೊಮ್ಮೆಯಾಗುತ್ತದೆ. ದಿನ ನಿತ್ಯ ಬೆಳಿಗ್ಗೆ ಎದ್ದು ಒಂದಿಷ್ಟು ಗಂಟೆ ದೇಹ ದಂಡಿಸುವುದು ಅಂತಹ ಸುಲಭದ ಸಾಧನೆ ಅಲ್ಲವೇ ಅಲ್ಲ. ಯಾವುದೋ ಎಲೆಯನ್ನು ರಾತ್ರಿಯೆಲ್ಲಾ ನೀರಿನಲ್ಲಿ ನೆನೆಯಿಟ್ಟು ದಿನವೂ ತಿಂದರೆ ಡಯಾಬಿಟೀಸ್ ಹೋಗುತ್ತದಂತೆ, ಸೈಡ್ ಎಫೆಕ್ಟ್ಸ್ ಒಂದೂ ಇಲ್ಲದ ಟಿಬೆಟ್ ಮೆಡಿಸಿನ್ನಿಂದ ಒಂದೇ ತಿಂಗಳಲ್ಲಿ ರೋಗ ಮಾಯವಾಗುತ್ತದಂತೆ - ಇತ್ಯಾದಿ ಸುದ್ದಿಗಳು ಅವನಿಗೆ ಬೆಳಿಗ್ಗೆ ಆಡುವ ಆಟಕ್ಕಿಂತಲೂ ರುಚಿಯಾಗಿ ಕಾಣಿಸುತ್ತವೆ.

ಇದೇ ತರಹದ ಆರಂಭಶೂರತ್ವ ಇನ್ನೂ ಕೆಲವು ಯುವಕರಲ್ಲಿ ಕಾಣಿಸಿ ಕೊಳ್ಳುತ್ತದೆ. ಮೈಯಲ್ಲಿ ಬೆವರು ಇಳಿದಷ್ಟೂ ಅವರಿಗೆ ಹಿಗ್ಗು. ಮನೆಗೆ ಹೋದ ತಕ್ಷಣ ಬಚ್ಚಲಿನಲ್ಲಿ ಬೆತ್ತಲೆಯಾಗಿ ದೇಹದ ತೂಕವನ್ನು ನೋಡಿಕೊಳ್ಳುತ್ತಾರೆ. (ಹಿಡಿ ಬಟ್ಟೆಯ ತೂಕ ನಮ್ಮದಕ್ಕೆ ಸೇರಿದರೆ ಮನಸ್ಸಿಗೆ ಒಗ್ಗುವದಿಲ್ಲ) ಈ ಯುವ ಪಡೆಗೆ ಇನ್ನೇನು ಎರಡು ಮೂರು ತಿಂಗಳಿನಲ್ಲಿ ಮದುವೆಯ ಮುಹೂರ್ತವಿರುತ್ತದೆ. ಆಟದ ಕೋಣೆಗೆ ಮೊಬೈಲ್ ಹಿಡಿದುಕೊಂಡೇ ಬಂದಿರುತ್ತಾರೆ. ಯಾವ ಹೊತ್ತಿನಲ್ಲೂ ಆ ಪುಟಾಣಿ ಫೋನು ವಿಶೇಷ ರಿಂಗ್ ಟೋನಿನಲ್ಲಿ ಉಲಿಯಬಹುದು. ಈ ಮದುಮಗನಿಗೆ ಅವನ ಹುಡುಗಿ 'ಒಂಚೂರು ತೆಳ್ಳಗಾದ್ರೆ ಚೆನ್ನಾಗಿ ಕಾಣ್ತೀಯ' ಎಂದು ವೈಯಾರದ ಧ್ವನಿಯಲ್ಲಿ ಅರುಹಿಬಿಟ್ಟಿರುತ್ತಾಳೆ. ಅಥವಾ ಅವನ ಖಾಸಾ ದೋಸ್ತರು 'ಹೊಸ ರಾತ್ರಿಗೆ ದೇಹವನ್ನು ಒಂದಿಷ್ಟು ಗಟ್ಟಿಮುಟ್ಟು ಮಾಡಿಕೋ' ಎಂದು ಇರುವೆ ಬಿಟ್ಟಿರುತ್ತಾರೆ. ಹುಡುಗನ ಹುಚ್ಚನ್ನು ಕೇಳಬೇಕೆ? ಮದುವೆಯ ಹಿಂದಿನ ದಿನದ ತನಕವೂ ದೇಹ ದಂಡಿಸುತ್ತಾನೆ. ಒಂದಿಷ್ಟು ತೂಕವಿಳಿಸಿ ಸೊಗಸಾಗಿಯೂ ಕಾಣಲಾರಂಭಿಸುತ್ತಾನೆ. ಆದರೆ ಮದುವೆಯಾಗಿದ್ದೇ ನಾಪತ್ತೆ! ಅವನು ಹೊಸತಾಗಿ ಕೊಂಡ ರಾಕೆಟ್, ಬಾಲುಗಳು ಮನೆಯ ಕೋಣೆಯಲ್ಲಿ ಕಂಗಾಲಾಗಿ ಕುಳಿತಿರುತ್ತವೆ. ಬೇರೆಯದೇ

ಬದುಕಿನ ಆಟದಲ್ಲಿ ಮುಳುಗಿಹೋಗುತ್ತಾನೆ. ಹೋಗಲಿ ಬಿಡಿ. ನಮ್ಮದೂ ಅತಿ ಆಯ್ತು. ಮದುವೆಯಾದ ಹುಡುಗ ಬೆಳ್ಳಂಬೆಳಿಗ್ಗೆ ಎದ್ದು ಆಟ ಆಡಲು ಬರಬೇಕೆಂಬ ಕ್ರೂರ ಆಲೋಚನೆಯನ್ನು ನಾವಾದರೂ ಯಾಕೆ ಮಾಡಬೇಕು, ಅಲ್ಲವೆ?

ಕೆಲವು ವ್ಯಕ್ತಿಗಳು ಮಾತ್ರ ಅತ್ಯಂತ ವಿಶೇಷವೆನ್ನಿಸುತ್ತಾರೆ. ಅವರು ಹಿಂದೆಂದೂ ಈ ಆಟವನ್ನು ಆಡಿರುವದಿಲ್ಲ. ಆದರೆ ಬರಲಾರಂಭಿಸಿದ ಎರಡೇ ದಿನಗಳಲ್ಲಿ ಒಳ್ಳೆ ಪಳಗಿದ ಆಟಗಾರರಂತೆ ಆಡಲು ಶುರು ಮಾಡಿಬಿಡುತ್ತಾರೆ. ಈಗಾಗಲೇ ನಿತ್ಯ ಅಭ್ಯಾಸ ಮಾಡುತ್ತಿರುವ ಹಳಬರನ್ನೂ ಸುಲಭವಾಗಿ ಸೋಲಿಸಿ ಬಿಡುತ್ತಾರೆ. ಈ ಪವಾಡಕ್ಕೆ ಅಷ್ಟೊಂದು ಆಶ್ಚರ್ಯ ಪಡುವುದು ಬೇಕಿಲ್ಲ. ಅವರನ್ನು ಸ್ವಲ್ಪ ಮಾತನಾಡಿಸಿದರೆ ಸತ್ಯ ಗೊತ್ತಾಗುತ್ತದೆ. ಅವರು ಬೇರೆ ಯಾವುದೋ ಆಟದಲ್ಲಿ ಪ್ರತಿಭಾನ್ವಿತರಾಗಿರುತ್ತಾರೆ. ಟೆನ್ನಿಸ್, ಕ್ರಿಕೆಟ್, ಬ್ಯಾಡ್ಮಿಟನ್, ಈಜು – ಯಾವುದೋ ಆಗಿರಬಹುದು. ಒಂದು ಕ್ರೀಡೆಯಲ್ಲಿ ಪಳಗಿದವರು ಮತ್ತೊಂದಕ್ಕೆ ಹೊರಳಿಕೊಳ್ಳುವುದು ಅಂತಹ ಕಷ್ಟದ ಸಂಗತಿಯೇ ಅಲ್ಲ. ನಿಯಮಗಳು ಬೇರೆ, ಸಲಕರಣೆಗಳು ಬೇರೆ, ಆದರೆ ಎಲ್ಲಾ ಆಟಗಳೂ ಒಂದೇ! ಒಂದು ಸಾಹಿತ್ಯ ಪ್ರಕಾರದಲ್ಲಿ ಪಳಗಿದವರು ಮತ್ತೊಂದಕ್ಕೆ ಸುಲಭವಾಗಿ ಹೊರಳಿಕೊಳ್ಳುತ್ತಾರಲ್ಲಾ, ಹಾಗೆ.

ಒಂದು ದಿನ ಬೆಳಿಗ್ಗೆ ಹೃದಯಸ್ಪರ್ಶಿ ಘಟನೆಯೊಂದು ನಡೆಯಿತು. ನಮ್ಮ ಅಪಾರ್ಟ್‌ಮೆಂಟಿನ ಮಹಿಳೆಯೊಬ್ಬರು ತಮ್ಮ ಹದಿನಾರು ವರ್ಷದ ಮಗನೊಂದಿಗೆ ಬಂದರು. ಆ ಹುಡುಗ ಸ್ವಲ್ಪ ಬುದ್ಧಿಮಾಂದ್ಯನೆಂದು ನಮಗೆಲ್ಲಾ ಗೊತ್ತು. ಆ ಮಹಿಳೆ ಆ ಹುಡುಗನಿಗೂ ಆಡಲು ಅವಕಾಶವನ್ನು ಕೊಡಲು ಕೇಳಿಕೊಂಡರು. ಅವನ ವಯಸ್ಸಿನ ಹುಡುಗರು ಅವನನ್ನು ಗುಂಪಿನಲ್ಲಿ ಸೇರಿಸಿಕೊಳ್ಳುವದಿಲ್ಲವೆಂದು ಅಳಲು ತೋಡಿಕೊಂಡರು. ಅವರ ಬಿನ್ನಹಕ್ಕೆ ನಮ್ಮೆಲ್ಲರ ಮನಸ್ಸು ಕರಗಿತು. ನಮ್ಮ ಗುಂಪಿನ ಹಿರಿಯರೊಬ್ಬರು ಅತ್ಯಂತ ಪ್ರೀತಿಯಿಂದ ಅವನ ಜೊತೆ ಆಡಲು ಒಪ್ಪಿದರು. ಹುಡುಗನಿಗೆ ಆಟದ ವಿವರವನ್ನೆಲ್ಲಾ ತಿಳಿಸಿ, ಅವನೊಂದಿಗೆ ಒಂದು ಆಟವನ್ನು ಆಡಿದರು. ಬೇಕೆಂದೇ ಆ ಹುಡುಗನಿಗೆ ಎಲ್ಲವೂ ಸುಲಭವಾಗುವಂತೆ ಪಟ್ಟುಗಳನ್ನು ಹಾಕಿ, ಅವನು ಗೆಲ್ಲುವಂತೆ ಮಾಡಿಬಿಟ್ಟರು. ಅವನ ಹುಸಿ ವಿಜಯಕ್ಕೆ ನಾವೆಲ್ಲರೂ ಚಪ್ಪಾಳೆ ತಟ್ಟಿದೆವು. ಮಗನ ಆಟವನ್ನು ಕಂಡ ಆ ತಾಯಿಯ ಕಣ್ಣಲ್ಲಿ ನಿಲ್ಲದ ಕಣ್ಣೀರು! ನಮ್ಮ ಕಣ್ಣುಗಳೂ ತೇವವಾಗಿದ್ದವು. ಎಲ್ಲರಿಗೂ ವಂದನೆಗಳನ್ನು ತಿಳಿಸಿ ಆ ತಾಯಿ ಮಗನ ಜೊತೆಗೆ ಹೊರಟು ಹೋದರು.

ಮರುದಿನದಿಂದ ಒಂದು ವಿಶಿಷ್ಟ ಸಮಸ್ಯೆ ಶುರುವಾಯ್ತು. ಆ ಹುಡುಗ ಆಟದ ಕೋಣೆಗೆ ಸರ್ವಾಲಂಕೃತನಾಗಿ ಬಂದು ಕುಳಿತುಕೊಂಡುಬಿಡುತ್ತಿದ್ದ. ತನ್ನ ಪಾಳಿಗಾಗಿ ಕಾಯುತ್ತಿದ್ದ. ಯಾರಾದರೂ ಅವನೊಂದಿಗೆ ಆಡಲೇಬೇಕಿತ್ತು. ಅವನೊಂದಿಗೆ

ಮಕ್ಕಳಾಟದಂತೆ ಆಡುವುದು ಯಾರಿಗೂ ಬೇಕಿಲ್ಲ. ಹಾಗಂತ ನೇರವಾಗಿ ಅವನಿಗೆ ಹೇಳಿ ಕಳುಹಿಸುವದಕ್ಕೆ ಯಾರಿಗೂ ಧೈರ್ಯವಿಲ್ಲ. ಆಟದ ಕೋಣೆಯ ಮೇಲೆ ಅಪಾರ್ಟ್‌ಮೆಂಟಿನ ಸಮಸ್ತರಿಗೂ ಸಮಾನ ಅಧಿಕಾರವಲ್ಲವೆ? 'ನೀನು ಅವನೊಡನೆ ಆಡು, ನನಗೆ ಸುಸ್ತಾಗಿದೆ' ಎಂದು ಒಬ್ಬರು ಇನ್ನೊಬ್ಬರನ್ನು ಪುಸಲಾಯಿಸುವದಕ್ಕೆ ಶುರುವಿಟ್ಟರು. ಅವನ ಇರುವನ್ನೇ ಮರೆತಂತೆ ಮಾಡಿ ಅವನ ಸರದಿಯನ್ನು ತಪ್ಪಿಸಲು ನೋಡಿದರು. ಆದರೆ ತನ್ನ ಸರದಿಗೆ ಚುರುಕುಗಣ್ಣುಗಳಿಂದ ಕಾದು ಕುಳಿತ ಹುಡುಗ ಸುಮ್ಮನಿರುತ್ತಿರಲಿಲ್ಲ. ಕೊನೆಗೆ ಯಾವ ಮಟ್ಟ ಮುಟ್ಟಿತೆಂದರೆ, ಅವನೊಂದಿಗೆ ಅತ್ಯಂತ ಬಿರುಸಾಗಿ ಆಡಿ, ಹಸಿ ತರಕಾರಿಯನ್ನು ಮುಲಾಜಿಲ್ಲದೆ ಕಚಕಚನೆ ಕತ್ತರಿಸುವಂತೆ ಎರಡು ನಿಮಿಷದಲ್ಲಿ ಅವನನ್ನು ಸೋಲಿಸಿ ಆ ಪಾಪದ ಹುಡುಗನನ್ನು ಮೂಲೆಗೆ ಕೂಡಿಸಿಬಿಡುತ್ತಿದ್ದರು. ಪ್ರೀತಿಯಿಲ್ಲದ ಅನುಕಂಪ ಅದೆಷ್ಟು ದಿನ ಬಾಳಿಕೆ ಬಂದೀತು? ಆ ದೃಶ್ಯ ನೋಡಿದಾಗಲೆಲ್ಲಾ ನನಗೆ ದುಃಖವಾಗುತ್ತಿತ್ತು.

ಒಂದು ದಿನ ಆ ಹುಡುಗ ಬೇಗನೆ ಬಂದು ಕುಳಿತರೂ ಯಾರೂ ಅವನನ್ನು ಆಟಕ್ಕೆ ಸೇರಿಸಿಕೊಳ್ಳಲಿಲ್ಲ. ತಾನು ಆಡಬೇಕೆಂದು ಅವನು ಉತ್ಸಾಹ ತೋರಿಸಿದರೂ ಅವನಿಗೆ ತಮ್ಮ ವಯಸ್ಸಿನ ಅಧಿಕಾರದಿಂದ ಸುಮ್ಮನೆ ಕೂಡಲು ಹೇಳಿಬಿಟ್ಟರು. ಸುಮಾರು ಎರಡು ತಾಸು ಕಾದರೂ ಅವನಿಗೆ ಅವಕಾಶ ಸಿಗಲಿಲ್ಲ. ಕೊನೆಗೆ ಆ ಹುಡುಗ ಬೇಸರದಿಂದ ಎದ್ದು ಹೋದ. ಮತ್ತೆ ಮೂರು ತಿಂಗಳುಗಳ ಕಾಲ ಅವನು ಬರಲೇ ಇಲ್ಲ. ಆಟದ ಕೋಣೆಯವರೆಲ್ಲಾ ಸಮಾಧಾನದ ನಿಟ್ಟುಸಿರು ಬಿಟ್ಟರು. ಆದರೆ ಒಂದು ಶುಭದಿನ ಆ ಹುಡುಗ ಪ್ರತ್ಯಕ್ಷನಾಗಿಬಿಟ್ಟ ಗವಾಕ್ಷಿಯಿಂದ ಪಿಶಾಚಿ ಬಂದಂತೆ! ಮೂರು ತಿಂಗಳು ಕಾಲ ಅವನು ಬಂದಿಲ್ಲವೆಂಬ ಅನುಕಂಪದಿಂದಲೋ ಏನೋ ಈ ಬಾರಿ ಅವನಿಗೆ ಆಡುವ ಅವಕಾಶ ಕೊಟ್ಟರು. ಪವಾಡವೊಂದು ನಡೆದು ಹೋಯಿತು! ಆ ಹುಡುಗ ತನ್ನ ಎದುರಾಳಿಯನ್ನು ಸುಲಭವಾಗಿ ಸೋಲಿಸಿಬಿಟ್ಟ. ಯಾಕೋ ಯಾರಿಗೂ ಅದನ್ನು ನಂಬಲು ಮನಸ್ಸಾಗಲಿಲ್ಲ. ಇನ್ನೊಬ್ಬರು ಅವನೊಡನೆ ಆಡಿದರು. ಅವರನ್ನೂ ಸೋಲಿಸಿದ. ಹೆಚ್ಚು ಕಡಿಮೆ 'ಪರವಾಗಿಲ್ಲ' ಎನ್ನುವ ಆಟಗಾರರನ್ನೆಲ್ಲಾ ಅವನು ಸೋಲಿಸಿಬಿಟ್ಟ. ಆಟದ ಕೋಣೆ ಕಂಗಾಲಾಗಿ ಹೋಯ್ತು! ಇದು ಹೇಗಾಯ್ತು ಎಂಬ ಪ್ರಶ್ನೆ ಎಲ್ಲರ ಮುಖದಲ್ಲೂ ಇತ್ತು.

ಅವನ ಅಪ್ಪ-ಅಮ್ಮನ ಬಳಿ ವಿಚಾರಿಸಿದಾಗ ಗೊತ್ತಾಯಿತು. ಆ ಹುಡುಗನ ವಿಶೇಷ ಶಾಲೆಯಲ್ಲಿ ಅವನು ರಾಜ್ಯ ಮಟ್ಟದ 'ವಿಶೇಷ ಮಕ್ಕಳ' ಆಟಕ್ಕೆ ಆಯ್ಕೆಗೊಂಡಿದ್ದ. ಆದ್ದರಿಂದ ಮೂರು ತಿಂಗಳುಗಳ ಕಾಲ ಅವನಿಗೆ ಯಾರೋ ನಿಯಮಿತವಾಗಿ ಆಟದ ತರಬೇತಿಯನ್ನು ಕೊಟ್ಟಿದ್ದರು. ಪ್ರೀತಿಯಿಂದ ಹೇಳಿಕೊಟ್ಟರೆ ಯಾವ ವಿದ್ಯೆಯನ್ನಾದರೂ ಕಲಿಯಬಹುದಲ್ಲವೆ? ಹುಡುಗ ಚೆನ್ನಾಗಿಯೇ

ಕಲಿತುಕೊಂಡುಬಿಟ್ಟಿದ್ದ. ಆಟದ ಕೋಣೆಯವರ್‍ಯಾರೂ ಯಾವುದೇ ಪರಿಣತ ತರಬೇತಿಯನ್ನು ಪಡೆದವರಾಗಿರಲಿಲ್ಲ. ಕೇವಲ ಆಟ ಆಡುವ ಹುಕಿಯಲ್ಲಿ ತಮಗೆ ತೋಚಿದಂತೆ ಆಟವನ್ನು ಕಲಿತುಕೊಂಡವರಾಗಿದ್ದರು. ಪರಿಣತ ತರಬೇತಿ ಕೆಲವೇ ದಿನಗಳಲ್ಲಿ ಸಾಮಾನ್ಯ ಆಟಗಾರನನ್ನು ಬದಲು ಮಾಡಬಲ್ಲದು ಎಂಬುದು ಸತ್ಯ.

ಆಟದ ಕೋಣೆಯಲ್ಲಿ ಎಲ್ಲರ ಮೂಲ ಸ್ವಭಾವಗಳು ಪ್ರಖರವಾಗಿ ಕಾಣುತ್ತವೆ. ತಮ್ಮದೇ ಸರಿಯೆಂದು ಸಾಧಿಸುವ ಹಠಮಾರಿಗಳು, ಈಗಾಗಲೇ ಕಲಿತಿರುವ ಆಟವನ್ನು ಒಂದಿಷ್ಟೂ ಬದಲಾಯಿಸಿಕೊಳ್ಳಲು ಒಪ್ಪದ ಸ್ಥಾವರ ಪುರುಷರು, ತಮ್ಮ ಗೆಳೆಯ ಆಗೊಮ್ಮೆ ಈಗೊಮ್ಮೆ ಗೆಲ್ಲಲಿ ಎಂದು ಸುಮ್ಮಸುಮ್ಮನೆ ಸೋಲುವ ಪ್ರೀತಿವಂತರು, ಬಾಲು ಕೆಂಪು ಗೆರೆಯ ಅಂಚನ್ನು ದಾಟಿದ್ದು ಕಂಡರೂ ಏನೂ ಆಗಿಲ್ಲವೆಂಬಂತೆ ಆಟ ಮುಂದುವರೆಸುವ ಅಪ್ರಾಮಾಣಿಕರು, ಅತಾರ್ಕಿಕ ನಂಬಿಕೆಗಳನ್ನು ಆಟ ಗೆಲ್ಲಲು ಬಳಸಿಕೊಳ್ಳುವ ಮೌಢ್ಯರು, ಸೋತರೂ ನಗುವ ಸಾತ್ವಿಕರು, ಗೆದ್ದರೂ ಬುಸುಗುಟ್ಟುವ ಮಹತ್ವಾಕಾಂಕ್ಷಿಗಳು ಎಲ್ಲಾ ಸ್ವಭಾವಗಳು ಝಗಝಗಿಸುತ್ತವೆ. ಆಟದ ಕೋಣೆಯಲ್ಲಿ ಆಡುವ ಹುರುಪಿನಲ್ಲಿರುವಾಗ ಎಲ್ಲರ ಮುಖವಾಡಗಳೂ ಕಳಚಿ ಬಿದ್ದಿರುತ್ತವೆ.

16ನೇ ಜೂಲೈ 2009

ಬಾಲಮುರಳಿ ಮತ್ತು ರಾಶಿಚಕ್ರ

ಜಗತ್ತಿನಲ್ಲಿ ಒಂದೇ ತರಹ ಕಾಣುವ ಏಳು ಜನರನ್ನು ಆ ಬ್ರಹ್ಮ ಸೃಷ್ಟಿಸುತ್ತಾನಂತೆ. ಇದು ನಮ್ಮಮ್ಮ ಬಲವಾಗಿ ನಂಬಿದ್ದ ಸತ್ಯ. ಏಳು ಜನರೇ ಏಕೆ, ಎಂಟು ಅಥವಾ ಆರು ಏಕಲ್ಲ ಎಂದು ನೀವೂ ಕೇಳಬಾರದು, ನಾನೂ ಹೇಳಬಾರದು. ಅದು ಅಲೌಕಿಕ ಸಂಗತಿ. ಸಂಖ್ಯೆಯ ನಿಖರತೆಯೊಂದನ್ನು ಹೊರತು ಪಡಿಸಿದರೆ ನನಗೂ ಆಗೊಮ್ಮೆ ಈಗೊಮ್ಮೆ ಮೋಸ ಹೋಗುವ ಮಟ್ಟಿಗೆ ಹೋಲಿಕೆಯಿರುವ ಜನರನ್ನು ನೋಡಿದ ಅನುಭವವಿದೆ. ಕೆಲವೊಮ್ಮೆ ಸ್ನೇಹಿತರು 'ನಿನ್ನ ಹಾಗೇ ಇರೋ ಒಬ್ಬರನ್ನ ಈವತ್ತು ನೋಡಿದ್ವಿ... ಸೇಮ್ ಟು ಸೇಮ್... ಡಿಟ್ಟೋ...' ಎಂದು ಉದ್ಗರಿಸಿದ್ದಾರೆ. ಅಂದ ಮೇಲೆ ಅಮ್ಮನ ನಂಬಿಕೆ ಸ್ವಲ್ಪ ಮಟ್ಟಿಗೆ ಸತ್ಯವೂ ಆಗಿರಬೇಕು. ಆದರೆ ನನ್ನ ನಂಬಿಕೆಯೇನು ಗೊತ್ತೆ? ಜಗತ್ತಿನಲ್ಲಿ ರೂಪದಲ್ಲಿ ಒಂದೇ ತರಹದ ಏಳು ಜನ ಇರಬಹುದೇನೋ, ಆದರೆ ಒಂದೇ ಸ್ವಭಾವದ ಇಬ್ಬರು ವ್ಯಕ್ತಿಗಳು ಇರಲು ಸಾಧ್ಯವೇ ಇಲ್ಲ ಅಂತ. ಬರೀ ಅಷ್ಟೇ ಅಲ್ಲ, ಈವತ್ತಿನ ನಮ್ಮ ಸ್ವಭಾವ ನಾಳೆ ಪುನರಾವರ್ತನೆಗೊಳ್ಳುವದಿಲ್ಲ ಅಂತ. ದಿನದಿನಕ್ಕೂ ನಾವು ಹೊಸ ವ್ಯಕ್ತಿಯೇ ಸರಿ. ಮೇಲ್ನೋಟಕ್ಕೆ ಹಲವರ ಸ್ವಭಾವಗಳು ಒಂದೇ ಎಂಬಂತೆ ಕಾಣುತ್ತವಾದರೂ, ಜಗತ್ತಿನಲ್ಲಿ ಪ್ರತಿಯೊಬ್ಬನ ರಾಶಿಚಕ್ರವೂ ಅನನ್ಯ. ಅವನ ಅಂತರಂಗದಲ್ಲಿ ಅವನಿಗೆ

ಮಾತ್ರ ತಿಳಿದ ಹಲವು ವಿಶೇಷ ಸ್ವಭಾವಗಳಿರುತ್ತವೆ. ಅಂತಹ ನನ್ನ ಒಂದು ಖಾಸಗಿ ಸ್ವಭಾವವನ್ನು ನಿಮ್ಮೊಂದಿಗೆ ಹಂಚಿಕೊಳ್ಳುತ್ತಿದ್ದೇನೆ. ನಿಮ್ಮಲ್ಲಿ ಯಾರಿಗಾದರೂ ಅಂತಹದೇ ಸ್ವಭಾವವಿದ್ದರೆ ದಯವಿಟ್ಟು ತಿಳಿಸಿ. ನನ್ನ ನಂಬಿಕೆ ಸುಳ್ಳೆಂದು ತಿದ್ದಿಕೊಳ್ಳುತ್ತೇನೆ.

ಧಾರವಾಡ ಜಿಲ್ಲೆಗೆ ಅಂಟಿಕೊಂಡಿದ್ದರೂ ಬಳ್ಳಾರಿಯವರಿಗೆ ಕರ್ನಾಟಕ ಸಂಗೀತದ ಮೇಲೆ ಅತ್ಯಂತ ಪ್ರೀತಿ. ನಮ್ಮಮ್ಮ ಮದುವೆಗೆ ಮುಂಚೆ ಒಂದೆರಡು ವರ್ಷ ಈ ಸಂಗೀತವನ್ನು ಕಲಿತಿದ್ದಳಂತೆ. ಅಂದ ಮೇಲೆ ಕೇಳಬೇಕೆ? ಜಗತ್ತಿನಲ್ಲಿ ಕರ್ನಾಟಕ ಶಾಸ್ತ್ರೀಯ ಸಂಗೀತಕ್ಕಿಂತಲೂ ಮಿಗಿಲಾದದ್ದು ಯಾವುದೂ ಇಲ್ಲವೆಂದು ಖಡಾಖಂಡಿತವಾಗಿ ನಮ್ಮ ಮುಂದೆ ಹೇಳುತ್ತಿದ್ದಳು. ನಾವೂ ಯಾವುದೇ ಅನುಮಾನವಿಲ್ಲದಂತೆ ಆಕೆಯ ಮಾತನ್ನು ನಂಬುತ್ತಿದ್ದೆವು. ಆಕೆಗೆ ಬಾಲಮುರಳಿ ಕೃಷ್ಣ ಅಂದರೆ ಮಹಾಪ್ರೀತಿ. "ಸಾಕ್ಷಾತ್ ನಾರದ ಮಹಾಮುನಿಯ ಅವತಾರ" ಅಂತ ಹೇಳುತ್ತಿದ್ದಳು. ಅದಕ್ಕೆ ತಕ್ಕ ಹಾಗೆ ಆ ಕಾಲದ ಕಪ್ಪು ಬಿಳುಪು ತೆಲುಗು / ಕನ್ನಡ ಚಿತ್ರಗಳಲ್ಲಿ ಆಕಾಶದಿಂದ ನಾರದ ಮುನಿ ಭುವಿಗೆ ಇಳಿಯತೊಡಗಿದರೆ ಸಾಕು, ಬಾಲಮುರಳಿ ಹಿನ್ನಲೆಯಲ್ಲಿ ಹಾಡುತ್ತಿದ್ದರು.

ಅಂತಹ ಬಾಲಮುರಳಿ ನಮ್ಮೂರಿಗೊಮ್ಮೆ ಬಂದೇಬಿಟ್ಟರು. ಊರಿನ ರಾಜಕೀಯ ಧುರೀಣರೊಬ್ಬರು ತಮ್ಮ ಮಗನ ಮದುವೆಗೆ ಅವರ ಕಛೇರಿಯನ್ನು ಇಡಿಸಿಬಿಟ್ಟರು. ನಮ್ಮ ಶಾಲೆಯ ಆವರಣದಲ್ಲಿಯೇ ಅದ್ಭುತ ಚಪ್ಪರ ಎದ್ದು ಬಿಟ್ಟಿತು. ಅಮ್ಮನ ಸಡಗರ ಕೇಳಬೇಕೆ? ತಾನೂ ಸಿಂಗಾರಗೊಂಡು, ನಮ್ಮನ್ನೂ ಸಿಂಗಾರಗೊಳಿಸಿ ಕಛೇರಿಗೆ ಕರೆದುಕೊಂಡು ಹೋದಳು. ಬಾಲಮುರಳಿ ಹಾಡಲು ಪ್ರಾರಂಭಿಸಿದರು. ಅಮ್ಮನಂತೂ ಮೈಯೆಲ್ಲಾ ಕಿವಿಯಾಗಿಸಿ ಕೇಳುತ್ತಾ ಕುಳಿತುಬಿಟ್ಟಳು. ಆದರೆ ನಾನಿನ್ನೂ ಚಿಕ್ಕವನು. ಬಾಲಮುರಳಿಯ ಅರ್ಧ ಗಂಟೆಯ ಆಲಾಪನೆಯನ್ನು ಜೀರ್ಣಿಸಿಕೊಳ್ಳುವ ಶಕ್ತಿಯಾದರೂ ಎಲ್ಲಿತ್ತು? 'ಬರೀ ಆ... ಆ... ಅಂತಾನಲ್ಲಮ್ಮ. ಹಾಡು ಹೇಳು ಅನ್ನಮ್ಮ' ಅಂತ ನಾನು ಅಮ್ಮನ ಪಕ್ಕ ಕುಳಿತು ಮತ್ತೊಂದು ಆಲಾಪನೆಯನ್ನು ಶುರುವಿಟ್ಟೆ. ಅಮ್ಮ ಸಾಧ್ಯವಾದಷ್ಟು ನನ್ನನ್ನು ಸಮಾಧಾನಗೊಳಿಸಿದಳು. ಆದರೂ ನನ್ನ ವರಾತ ನಿಲ್ಲಲಿಲ್ಲ. ಕೊನೆಗೆ ಮನೆಗೆ ಹೋಗೋಣ ಅಂತ ಹಠ ಹಿಡಿದು ಅವಳ ಸೆರಗನ್ನು ಜಗ್ಗಲಾರಂಭಿಸಿದೆ. ಅಮ್ಮನಿಗೆ ನನ್ನ ಕಿರುಕುಳದಿಂದ ಬಹಳ ಸಿಟ್ಟು ಬಂತು. ನನ್ನ ತೊಡೆಯನ್ನು ಗಟ್ಟಿಯಾಗಿ ಚಿವುಟಿ, ಎಳೆಯ ಚರ್ಮ ಕೆಂಪಾಗುವಂತೆ ತಿರುಚಿ, ಕಣ್ಣುಗಳನ್ನು ಕೆಂಪಾಗಿಸಿಕೊಂಡು ದುರ್ಗಿಯಂತೆ ನನ್ನನ್ನು ನೋಡಿ 'ಅನಿಷ್ಟ ಮುಂಡೆಗಂಡ, ಬಾಯಿಂದ ಒಂದೇ ಸೊಲ್ಲು ಹೊರಬಂದರೂ ಸಿಗಿದು ಹೂಳಿ ಬಿಡ್ತೀನಿ. ಅಲ್ಲಿ ಆ ಮಹಾನುಭಾವ ಹಾಡ್ತಾ ಇದ್ದರೆ ಮನೆಗೆ ಹೋಗೋಣ

ಅಂತೀಯಲ್ಲೋ ತಿಳಿಗೇಡಿ. ಬಾಲಮುರುಳಿ ಅಂದರೆ ಏನಂದುಕೊಂಡೀಯೋ ರಂಡೆಗಂಡ? ಸಭೆಯೊಳಗೆ ಯಾರಾದ್ರೂ ಒಬ್ಬರು ಎದ್ದು ಹೋದರೂ ಸಾಕು, ಹಾಡೋದು ನಿಲ್ಲಿಸಿಬಿಡ್ತಾನೆ' ಎಂದು ಹೆದರಿಸಿಬಿಟ್ಟಳು. ನಾನು ಕುಳಿತಲ್ಲಿಯೇ ನಡುಗಿಹೋದೆ. ಅಂದಿನಿಂದ ನನಗೆ ಬಾಲಮುರಳಿಯ ಮೇಲೆ ಭಯ-ಭಕ್ತಿಗಳು ಶುರುವಾದವು.

ಜಗತ್ತಿನ ಹಲವು ಬಗೆಯ ಸಂಗೀತಗಳನ್ನು ಈಗ ಕೇಳಿದ್ದೇನಾದರೂ ಕರ್ನಾಟಕ ಶಾಸ್ತ್ರೀಯ ಸಂಗೀತದ ಮೇಲೆ ನನಗೂ ಒಂಚೂರು ಪ್ರೀತಿ ಜಾಸ್ತಿ. ಅದರಲ್ಲೂ ಬಾಲಮುರಳಿ ನನ್ನ ಇಷ್ಟದೈವ. ಅಮ್ಮನನ್ನೂ ತನ್ನ ಕಂಠಸಿರಿಯಿಂದ ರಂಜಿಸಿ, ಈಗ ನನ್ನನ್ನೂ ಗಾನಲೋಕದಲ್ಲಿ ತೇಲಿಸುವ ಅವರು ಸಾಕ್ಷಾತ್ ನಾರದ ಮುನಿಯೇ ಇರಬೇಕು, ಅದರಲ್ಲಿ ಅನುಮಾನವಿಲ್ಲ. ನನ್ನ ಕಣ್ಣಿಗೆ ಬಿದ್ದ ಅವರ ಧ್ವನಿಚಕ್ರಗಳನ್ನೆಲ್ಲಾ ಸಂಗ್ರಹಿಸಿಟ್ಟುಕೊಂಡಿದ್ದೇನೆ. ಮನೆಯಲ್ಲಿ ವರ್ಲ್ಡ್‌ಸ್ಪೇಸ್ ರೇಡಿಯೊ ಹಾಕಿಸಿಕೊಂಡು 'ಶೃತಿ' ಸ್ಟೇಷನ್ನಿನಲ್ಲಿ ಅವರ ಹಾಡುಗಳನ್ನು ಕೇಳುತ್ತಿರುತ್ತೇನೆ. ಆದರೆ ಅವರು ಸಭೆಯಲ್ಲಿ ಹಾಡುವದನ್ನು ನಿಲ್ಲಿಸಿ ಎದ್ದು ಹೋಗುವ ಭಯ ಮಾತ್ರ ಇನ್ನೂ ಉಳಿದುಬಿಟ್ಟಿದೆ.

ರೇಡಿಯೋದಲ್ಲಿ ಬಾಲಮುರಳಿ ಹಾಡಲು ಶುರುವಿಟ್ಟರೆಂದರೆ ನನಗೆ ಖಂಡಿತವಾಗಿಯೂ ಅರ್ಧಕ್ಕೆ ಅದನ್ನು ನಿಲ್ಲಿಸುವುದು ಸಾಧ್ಯವಿಲ್ಲ. ಬೆಳಗ್ಗಿನ ಹೊತ್ತು ಡ್ರೆಸ್ ಮಾಡಿಕೊಂಡು, ಷೂ ಹಾಕಿಕೊಂಡು ಇನ್ನೇನು ರೇಡಿಯೋ ಆಫ್ ಮಾಡಬೇಕು ಎಂದು ಸ್ವಿಚ್ಚಿಗೆ ಕೈ ಹಾಕುವಷ್ಟರಲ್ಲಿ ಒಮ್ಮೊಮ್ಮೆ ಬಾಲಮುರಳಿ ಹಾಡಲಾರಂಭಿಸುತ್ತಾರೆ. ಬೇರೆ ದಾರಿಯೇ ಇಲ್ಲ, ಅವರು ಮುಗಿಸುವ ತನಕ ಕಾಯುತ್ತಾ ಕುಳಿತುಕೊಳ್ಳುತ್ತೇನೆ. ಅರ್ಧಕ್ಕೇ ಬಂದ್ ಮಾಡಿ ಅವರು ಸಿಟ್ಟು ಮಾಡಿಕೊಂಡರೆ ಗತಿಯೇನು? ಟ್ರಾಫಿಕ್ ಹೆಚ್ಚಾಗುತ್ತಿದೆಯೆಂಬ ಆತಂಕ ಒಳಗೇ ಕಾಡುತ್ತಿರುತ್ತದೆ. ಮೀಟಿಂಗಿಗೆ ತಡವಾಗಿ ಬಾಸಿನ ಮಂತ್ರಪುಷ್ಪ ಕಾದಿರುತ್ತದೆಂದು ಮನವರಿಕೆ ಆಗುತ್ತಿರುತ್ತದೆ. ಆದರೂ ಏನೂ ಮಾಡುವಂತಿಲ್ಲ. ಸುಮ್ಮನೆ ಅವರ ಹಾಡನ್ನು ಕೇಳುತ್ತಾ ಕೂಡುತ್ತೇನೆ. ಬಾಲಮುರಳಿ ಉತ್ಸಾಹದಲ್ಲಿ ಆಲಾಪನೆಯನ್ನು ಮಾಡುತ್ತಲೇ ಹೋಗುತ್ತಾರೆ. ಒಮ್ಮೊಮ್ಮೆ ನನ್ನ ಕೈ ಮೀರಿ ಅನಾಹುತವಾಗುತ್ತದೆ. ಬಾಲಮುರಳಿ ಅತೀಂದ್ರಿಯ ಶಕ್ತಿಯಲ್ಲಿ ಅದ್ಭುತವಾಗಿ 'ನಾದಲೋಲುಡೈ...' ಹಾಡುತ್ತಿರುವಾಗ ವಿದ್ಯುತ್ ಕಟ್ ಆಗುತ್ತದೆ. ನನಗೆ ಭಯ, ದುಃಖ ಎರಡೂ ಆಗಿ 'ತಪ್ಪಾಯ್ತು ಬಾಲಮುರಳಿ, ತಪ್ಪಾಯ್ತು' ಎಂದು ಹತ್ತಾರು ಬಾರಿ ಹೇಳಿಕೊಳ್ಳುತ್ತೇನೆ. ಹಲವು ಸಲ ಇಂತಹ ಪ್ರಮಾದ ನಡೆದ ಮೇಲೆ ಈಗ ಮನೆಗೆ ಯುಪಿಎಸ್ ಹಾಕಿಸಿಕೊಂಡಿದ್ದೇನೆ. ಬಾಲಮುರಳಿಯವರಿಗೆ ಸಂತೋಷವಾಗಿದೆ.

ಕಾರಿನಲ್ಲಿಯೂ ಬಾಲಮುರಳಿ ನನಗಾಗಿ ಹಾಡುತ್ತಾರೆ. ಸಮಸ್ಯೆಯೇನೆಂದರೆ ನಾನು ಹೋಗುವ ಸ್ಥಳ ಬಂದರೂ ಕೆಲವೊಮ್ಮೆ ಅವರ ಹಾಡು ಮುಗಿದಿರುವದಿಲ್ಲ.

ನಾನು ಸುಮ್ಮನೆ ಪಾರ್ಕಿಂಗಿನಲ್ಲಿ ಕಾರು ನಿಲ್ಲಿಸಿ, ಅವರು ಹಾಡು ಮುಗಿಸುವವರೆಗೆ ಕಾಯುತ್ತಿರುತ್ತೇನೆ. ಇಲ್ಲದಿದ್ದರೆ ಸುಮ್ಮನೆ ಹತ್ತಿರದ ಸರ್ಕಲ್ಲನ್ನು ಇನ್ನೊಮ್ಮೆ ಸುತ್ತಿ ಬರುತ್ತೇನೆ. ಆಗಲೇ ಸಿನಿಮಾ ಶುರುವಾಗಿದೆಯೆಂದು ಗೆಳೆಯರು ಮೊಬೈಲಿಗೆ ಮೇಲಿಂದ ಮೇಲೆ ಕಾಲ್, ಎಸ್ಸೆಮ್ಮೆಸ್ ಮಾಡುತ್ತಿದ್ದಾರೆಂದು ತಿಳಿದಿದ್ದರೂ ಏನೂ ಮಾಡುವಂತಿಲ್ಲ. ಬಾಲಮುರಳಿಯೆಂದರೆ ತಮಾಷೆಯಲ್ಲ. ನಾರದಮುನಿಯ ಅವತಾರ.

ಇತ್ತೀಚೆಗೆ ಇಬ್ಬರು ಹುಡುಗಿಯರು ನನ್ನ ಮನೆಗೆ ಬಂದಿದ್ದರು. ಇಬ್ಬರೂ ನನ್ನ ಬರವಣಿಗೆಯ ಅಪ್ಪಟ ಅಭಿಮಾನಿಗಳು. ಅದೂ ಇದೂ ಮಾತನಾಡುತ್ತಾ ಅವರು ಒಂದು ತಪ್ಪು ಮಾಡಿದರು. 'ಸಾರ್, ಬರವಣಿಗೆ ಬಿಟ್ಟು ನಿಮಗೆ ಬೇರೆ ಏನು ಇಷ್ಟ ಸಾರ್?' ಅಂತ ವಯ್ಯಾರ ಮಾಡುತ್ತಾ ಕೇಳಿದರು. 'ಬಾಲಮುರಳಿ...' ಅಂತ ಥಟ್ಟನೆ ಹೇಳಿದೆ. 'ಅಯ್ಯೋ, ಹೌದಾ ಸಾರ್? ನಮಗೂ ಅವರೆಂದರೆ ತುಂಬಾ ಇಷ್ಟ ಸಾರ್... ಮುತ್ತಿನಹಾರದಲ್ಲಿ ಎಷ್ಟು ಚೆನ್ನಾಗಿ ಹಾಡಿದಾರೆ ಸಾರ್' ಅಂತ ರಾಗವಾಗಿ ಹೇಳಿ ಇಷ್ಟಗಲ ಕಣ್ಣರಳಿಸಿದರು. ನಾನು ಹುರುಪಿನಿಂದ ನನ್ನ ಬಾಲಮುರಳಿ ಸಂಗ್ರಹವನ್ನು ತೋರಿಸಿದೆ. 'ಅಬ್ಬಬ್ಬಾ...' ಎಂದು ಆಶ್ಚರ್ಯ ತೋರಿಸುತ್ತಾ ನೋಡಿದರು. 'ಸಾರ್, ಯಾವುದಾದರೂ ಒಂದು ಒಳ್ಳೆ ಹಾಡು ಹಾಕಿ ಸಾರ್. ಕೇಳಬೇಕು ಅಂತ ಆಸೆ ಆಗ್ತಿದೆ' ಎಂದು ಬೇಡಿಕೊಂಡರು. ನನಗೆ ಅದಕ್ಕಿಂತಲೂ ಹೆಚ್ಚಿನ ಪ್ರೋತ್ಸಾಹ ಬೇಕೆ? ನಲವತ್ತೈದು ನಿಮಿಷದ ಭೈರವಿ ರಾಗವನ್ನು ಹಾಕಿದೆ. 'ಹರೀ...' ಎಂದು ಬಾಲಮುರಳಿ ನಮಗಾಗಿ ಹಾಡಲು ಆರಂಭಿಸಿದರು.

ಆದರೆ ಐದು ನಿಮಿಷದಲ್ಲಿ ಆ ಲಲನೆಯರಿಗೆ ಶಾಸ್ತ್ರೀಯ ಸಂಗೀತದಲ್ಲಿ ಅಂತಹ ಉತ್ಸಾಹವಿಲ್ಲವೆಂದು ಅವರ ಹಾವಭಾವದಿಂದಲೇ ನನಗೆ ಗೊತ್ತಾಯಿತು. ಬರೀ ಸಿನಿಮಾ ಹಾಡುಗಳನ್ನು ಕೇಳಿದವರು ಇರಬೇಕು. ಆದರೆ ಏನು ತಾನೆ ಮಾಡಲು ಸಾಧ್ಯ? ಬಾಲಮುರಳಿ ಆಗಲೇ ಹಾಡಲು ಶುರು ಮಾಡಿಬಿಟ್ಟಿದ್ದರು. ಮತ್ತೊಂದೆರಡು ನಿಮಿಷ ಹೇಗೋ ಸುಮ್ಮನೆ ಕುಳಿತ ಅವರು 'ಸಾರ್, ಬರ್ತೀವಿ' ಅಂತ ಸಣ್ಣಗೆ ಪಕ್ಕವಾದ್ಯ ನುಡಿಸಿದರು. ನನಗೆ ಸಿಟ್ಟು ಬಂತು. ಅವರ ಕಡೆ ನೋಡಿ, ಬೆರಳನ್ನು ತುಟಿಯ ಮೇಲಿಟ್ಟು ವಾರ್ನಿಂಗ್ ಕೊಟ್ಟೆ, ಮತ್ತೆ ನೆಮ್ಮದಿಯಿಂದ ಆಲಾಪನೆಯನ್ನು ಕಣ್ಣು ಮುಚ್ಚಿ ಆಸ್ವಾದಿಸತೊಡಗಿದೆ. ಮತ್ತೈದು ನಿಮಿಷ ಆಯ್ತು. 'ಸಾರ್, ಟ್ರೇನ್ ತಪ್ಪಿ ಹೋಗ್ತದೆ. ನಿಮ್ಮನಿಯಿಂದ ಮೆಜೆಸ್ಟಿಕ್ ಭಾಳ ದೂರ' ಎಂದು ಸಣ್ಣಗೆ ಉಸುರಿದರು. ಊಹೂಂ! ಬಾಲಮುರಳಿ ಹೆಚ್ಚೋ, ಇವರು ಊರಿಗೆ ಹೋಗುವುದು ಹೆಚ್ಚೋ? ಕಣ್ಣು ತೆರೆಯದೆ ತಾಳ ತಟ್ಟಲಾರಂಭಿಸಿದೆ. ಬಾಲಮುರಳಿ ಇನ್ನಷ್ಟು ಹುರುಪಿನಿಂದ ಹಾಡನ್ನು ಮುಂದುವರೆಸಿದರು. ಮತ್ತೈದು ನಿಮಿಷವಾಯ್ತು. 'ರಿಜರ್ವೇಷನ್

ಮಾಡಿಸೀವಿ ಸಾರ್... ದುಡ್ಡು ವಾಪಸ್ಸು ಬರಂಗಿಲ್ಲ...' ಅಂತ ಇನ್ನೊಬ್ಬಳು ಶುರುವಿಟ್ಟಳು.

ನನಗೆ ಈಗ ತಡೆದುಕೊಳ್ಳದಷ್ಟು ಕೋಪ ಬಂತು. ದುಡ್ಡಿಗಿಂತಲೂ ಬಾಲಮುರಳಿ ಸಂಗೀತ ಬಹು ಅಮೂಲ್ಯವಾದದ್ದು ಎಂಬ ಅರಿವಿಲ್ಲವೆ? ಥೇಟ್ ನಮ್ಮಮ್ಮನಂತೆ ಕಣ್ಣು ಕೆಂಪಗೆ ಮಾಡಿಕೊಂಡು 'ತೆಪ್ಪಗೆ ಕೂತುಗೊಂಡು ಕೇಳ್ರಿ. ಬಾಲಮುರಳಿ ಅಂದ್ರೆ ತಮಾಷೆ ಅಂದುಕೊಂಡೀರ? ಬೇಕು ಅಂದಾಗ ಹಾಡಲಿಕ್ಕೆ, ಬೇಡ ಅಂದಾಗ ನಿಲ್ಲಿಸಲಿಕ್ಕೆ. ಸಾಕ್ಷಾತ್ ನಾರದ ಮುನಿಯ ಅವತಾರ ಅವರು. ಅರ್ಧಕ್ಕೆ ಎದ್ದು ಹೋದರೆ ಹಾಡೋದು ನಿಲ್ಲಿಸಿಬಿಡ್ತಾರೆ' ಎಂದು ಬೈದೆ. ಅವರಿಬ್ಬರೂ ಕಕ್ಕಾಬಿಕ್ಕಿಯಾದರು. ಒಬ್ಬರಿಗೊಬ್ಬರು ಮುಖ ಮುಖ ನೋಡಿ ಕೊಳ್ಳುತ್ತಾ, ಗಳಿಗೆಗೊಮ್ಮೆ ವಾಚನ್ನು ನೋಡುತ್ತಾ ಲೊಚಗುಟ್ಟಲಾರಂಭಿಸಿದರು. ಭೈರವಿಯಲ್ಲಿ ತಾರಕ, ಮಂದ್ರಗಳನ್ನು ಮುಟ್ಟಿ ನನ್ನನ್ನು ನಾದಲೋಕದಲ್ಲಿ ತೇಲಾಡಿಸಿ ಬಾಲಮುರಳಿ ಹಾಡನ್ನು ಮುಗಿಸಿದರು. ಜೀವ ಧನ್ಯವಾಗಿತ್ತು. ಮುಂದಿನದು ಶ್ಯಾಮಶಾಸ್ತ್ರಿಗಳ ರಚನೆ, ಶಂಕರಾಭರಣಂ ರಾಗದ್ದು. ಬರೀ ಅರ್ಧ ಗಂಟೆ ಮಾತ್ರ. ಆದರೆ ಭೈರವಿ ಹಾಡು ಮುಗಿಯುತ್ತಲೇ ಆ ಇಬ್ಬರೂ ಹುಡುಗಿಯರು 'ನಡಿಯೆ, ನಡಿಯೇ...' ಎಂದು ಒಬ್ಬರಿಗೊಬ್ಬರು ಅರಚುತ್ತಾ, ನನಗೆ ಹೋಗಿ ಬರುತ್ತೇವೆಂದು ಹೇಳುವ ಸೌಜನ್ಯವನ್ನೂ ತೋರಿಸದೆ ಹುಲಿಯ ಗುಹೆಯಿಂದ ಪಾರಾದವರಂತೆ ನನ್ನ ಮನೆಯಿಂದ ಓಡಿ ಹೋದರು.

ನನಗೆ ಗೊತ್ತು, ನನ್ನ ಈ ಸ್ವಭಾವ ನಿಮಗೆ ವಿಪರೀತವೆನ್ನಿಸುತ್ತದೆಂದು. ಹಾಗಂತ ನನಗೇನೂ ಬೇಸರವಿಲ್ಲ. ಆರಂಭದಲ್ಲಿಯೇ ನಾನು ಹೇಳಲಿಲ್ಲವೆ – ಜಗತ್ತಿನಲ್ಲಿ ಪ್ರತಿಯೊಬ್ಬರ ರಾಶಿಚಕ್ರವೂ ಅನನ್ಯ ಅಂತ? ಅದು ನಿಮ್ಮ ಸರಳ ತರ್ಕಗಳನ್ನು ಮೀರಿದ ಅಲೌಕಿಕ ಸಂಗತಿ.

18ನೇ ಮೇ 2009

ಅಭಿಮಾನಿ ದೇವರು

ಮೊನ್ನೆ ವಿಧಾನಸೌಧದ ಬಳಿ ಏನೋ ಕೆಲಸವಿತ್ತು. ಅಲ್ಲಿಯ ಕೆಲಸ ಮುಗಿಸಿಕೊಂಡು ಆಫೀಸಿಗೆ ಹೋಗುವ ಯೋಜನೆ ಹಾಕಿಕೊಂಡೆ. ಆದರೆ ವಿಧಾನಸೌಧದ ಬಳಿ ಕಾರ್ ಪಾರ್ಕಿಂಗ್ ತುಂಬಾ ಕಷ್ಟ, ಜೊತೆಗೆ ಆ ವಾಹನ ದಟ್ಟಣೆಯಲ್ಲಿ ಕಾರನ್ನು ಚಲಾಯಿಸುವುದು ಮಹಾ ತಲೆನೋವು. ಆದ್ದರಿಂದ ವಿಧಾನಸೌಧದ ತನಕ ಆಟೋದಲ್ಲಿ ಹೋಗುವದೆಂದೂ, ಅಲ್ಲಿಂದ ಮುಂದೆ ವೈಟ್‌ಫೀಲ್ಡಿನಲ್ಲಿರುವ ನನ್ನ ಕಛೇರಿಗೆ ಹಾಯಾಗಿ ಹವಾನಿಯಂತ್ರಿತ ವೋಲ್ವೋ ಬಸ್ಸಿನಲ್ಲಿ ಹೋಗುವದೆಂದೂ ನಿಶ್ಚಯಿಸಿದೆ.

ಕೆಲಸ ಮುಗಿಸಿಕೊಂಡು, ಕಾರ್ಪೊರೇಷನ್ ಸರ್ಕಲ್ಲಿನಲ್ಲಿ ಕೆಂಪು ವೋಲ್ವೋ ಬಸ್ಸಿನಲ್ಲಿ ತೂರಿಕೊಂಡೆ. ಅಲ್ಲಿಂದ ನಮ್ಮ ಆಫೀಸಿಗೆ ನಲವತ್ತೈದು ರೂಪಾಯಿ. ಸ್ವಚ್ಛ ಬಿಳಿಯ ಉಡುಪಿನಲ್ಲಿದ್ದ ಕಂಡಕ್ಟರ್, ಮೈಕ್ರೋಸಾಫ್ಟ್ ಯಂತ್ರವನ್ನು ಕೈಯಲ್ಲಿ ಹಿಡಿದುಕೊಂಡು ಚೀಟಿ ಕೊಡಲು ನನ್ನ ಮುಂದೆ ಬಂದು ನಿಂತ. ನನ್ನ ಬಳಿಯಲ್ಲಿ ಹತ್ತರ ನಾಲ್ಕು ನೋಟುಗಳು, ನೂರರ ಎರಡು ನೋಟುಗಳು ಇದ್ದವು. ಅವನ ಬಳಿ ಚಿಲ್ಲರೆಯಿರಲಿಲ್ಲ. 'ನೂರು ರೂಪಾಯಿ ಕೊಟ್ಟಿರಿ, ಉಳಿದ ಚಿಲ್ಲರೆಯನ್ನು ಚೀಟಿಯ ಮೇಲೆ ಬರೆದುಕೊಡುತ್ತೇನೆ, ಇಳಿಯುವಾಗ ತೆಗೆದುಕೊಳ್ಳಿ' ಎಂದ. ನಾನೋ

ಮಹಾ ಮರೆಗುಳಿ. ಇಳಿಯುವಾಗ ಯಾವುದೋ ಕತೆಯ ಗುಂಗಿನಲ್ಲಿ ಮುಳುಗಿ ಹೋಗಿ ಅದನ್ನು ಮರೆಯುವುದು ಖಚಿತವೆಂದು ನನಗೀಗಾಗಲೇ ಹಲವು ಬಾರಿ ಅನುಭವವಾಗಿತ್ತು. ಸುಮ್ಮನೆ ಐವತ್ತೈದು ರೂಪಾಯಿ ಕಳೆದುಕೊಳ್ಳಲು ಮನಸ್ಸಿರಲಿಲ್ಲ. 'ನೂರು ರೂಪಾಯಿ ಕೊಡ್ತೀನಿ, ದಯವಿಟ್ಟು ಈಗಲೇ ಚಿಲ್ಲರೆ ಕೊಟ್ಟುಬಿಡಿ' ಎಂದು ಹಠ ಹಿಡಿದೆ. ಅವನ ಹೆಗಲಿನ ಆ ಚರ್ಮದ ಚೀಲದಲ್ಲಿ ಚಿಲ್ಲರೆಯಿದೆಯೆಂದೂ, ಬೇಕೆಂದೇ ನಾನೇ ಚಿಲ್ಲರೆ ಕೊಡಬೇಕೆಂದು ಸುಳ್ಳು ಹೇಳುತ್ತಿದ್ದಾನೆಂದು ನನ್ನ ಅನುಮಾನ. ಆ ಅನುಮಾನವನ್ನು ಗುರುತಿಸಿದ ಆ ಕಂಡಕ್ಟರ್ ತನ್ನ ಚೀಲವನ್ನು ತೆರೆದು ನನ್ನ ಕಣ್ಣ ಮುಂದೆ ಹಿಡಿದ. ಅದರಲ್ಲಿ ಚಿಲ್ಲರೆಯಿರಲಿಲ್ಲ. 'ಅದಕ್ಕೇ ಸಾರ್ ನಿಮಗೇ ಚಿಲ್ಲರೆ ಕೊಡಲಿಕ್ಕೆ ಹೇಳಿದ್ದು' ಎಂದ. ಈಗ ಅವನ ಧ್ವನಿಯಲ್ಲಿ ನಾನು ಚಿಲ್ಲರೆಯಿಲ್ಲವೆಂದು ಸುಳ್ಳು ಹೇಳುತ್ತಿದ್ದೇನೆಂಬ ಅನುಮಾನವಿರುವುದು ನನಗೆ ಗೋಚರಿಸಿತು. ನಾನೇನು ಕಡಿಮೆ? ತಕ್ಷಣ ನನ್ನ ಪರ್ಸನ್ನು ಬಿಡಿಸಿ ಅವನ ಮುಖದ ಮುಂದೆ ಹಿಡಿದು 'ನನ್ನ ಹತ್ತಿರಾನೂ ಚಿಲ್ಲರೆ ಇಲ್ಲ. ಬೇಕಾದ್ರೆ ನೋಡಿಕೊಳ್ಳಿ' ಎಂದೆ.

ಆಗಲೇ ಪವಾಡ ಜರುಗಿದ್ದು. ಪರ್ಸಿನಲ್ಲಿ ಅಣ್ಣಾವ್ರ ಐದು ರೂಪಾಯಿ ಮೌಲ್ಯದ ನಾಲ್ಕು ಸ್ಟಾಂಪುಗಳಿದ್ದವು. ಕಂಡಕ್ಟರ್ ಹಗೂರಕ್ಕೆ ಅದನ್ನು ಪ್ರೀತಿಯಿಂದ ತೆಗೆದುಕೊಂಡ. 'ಎಲ್ಲಿ ಸಿಗ್ತಾವೆ ಸಾರ್?' ಎಂದು ಅತ್ಯಂತ ಸ್ನೇಹದ ಧ್ವನಿಯಲ್ಲಿ ಕೇಳಿದ. 'ಜಿಪಿಓನಲ್ಲಿ ಮಾತ್ರ ಸಿಗ್ತಾವೆ. ಹೋದ ತಿಂಗಳು ತೊಗೊಂಡೆ. ಆದರೆ ಈಗ ಸ್ಟಾಕ್ ಇರಲ್ಲ' ಅಂದೆ. 'ಸಾರ್, ನಾನೊಂದು ಸ್ಟಾಂಪ್ ತೊಗೊಳ್ಲಾ?' ಎಂದು ಆಸೆಯಿಂದ ಕೇಳಿದ. ನನಗೆ ಇದು ಒಳ್ಳೆಯ ಉಪಾಯವೆನ್ನಿಸಿತು. ಹೇಗೂ ಅಣ್ಣಾವ್ರ ಸ್ಟಾಂಪಿನ ಬೆಲೆ ಐದು ರೂಪಾಯಿ, ಅದರ ಜೊತೆಗೆ ನನ್ನ ಬಳಿ ಇರುವ ನಲವತ್ತು ರೂಪಾಯಿ ಕೊಟ್ಟರೆ ಸರಿಹೋಯಿತು ಎಂದು ಹೇಳಿದೆ. ಅವನು ಅತ್ಯಂತ ಜಾಗರೂಕತೆಯಿಂದ ಒಂದು ಸ್ಟಾಂಪನ್ನು ಹರಿದುಕೊಂಡು ಉಳಿದ ಮೂರನ್ನು ನನಗೆ ಕೊಟ್ಟ. ನಂತರ ನನ್ನ ಚೀಟಿ ಹರಿದು ಕೊಟ್ಟ. ನಾನು ನಲವತ್ತು ರೂಪಾಯಿ ಕೊಡಲು ಹೋದರೆ ನಿರಾಕರಿಸಿದ. ನನಗೆ ಅಚ್ಚರಿಯಾಯ್ತು. 'ಆ ಸ್ಟಾಂಪಿನ ಬೆಲೆ ಬರೀ ಐದು ರೂಪಾಯಿ ಕಣ್ರೀ. ಈ ನಲವತ್ತು ರೂಪಾಯಿ ಯಾಕೆ ಬೇಡ ಅಂತೀರಾ?' ಎಂದೆ. ಅವನು ಮುಖದ ತುಂಬಾ ಅಭಿಮಾನದ ನಗು ಚೆಲ್ಲಿ 'ಅಣ್ಣಾವ್ರ ಸ್ಟಾಂಪಿಗೆ ಬೆಲೆ ಕಟ್ತೀರಾ ಸಾರ್?' ಎಂದು ಕೇಳಿದ. 'ಸಾರಿ' ಎಂದೆ. 'ರೈಟ್, ರೈಟ್' ಎಂದು ಕೂಗಿದ. ಬಸ್ಸು ಚಲಿಸಿತು.

ಅಣ್ಣಾವ್ರು 'ಅಭಿಮಾನಿ ದೇವರು' ಎಂದಿದ್ದು ಯಾಕೆಂದು ಚೂರು ಚೂರೇ ಅರ್ಥವಾಗಲಾರಂಭಿಸಿತು.

19ನೇ ಜನವರಿ 2009

ಪುಸ್ತಕದ ಬದನೆ

ನೆಂಟರು ಬರುವವರಿದ್ದರು. ಅವರನ್ನು ಕರೆದು ತರಲು ಬೆಳಿಗ್ಗೆ ಆರಕ್ಕೆಲ್ಲಾ ಬಸ್ ನಿಲ್ದಾಣಕ್ಕೆ ಕಾರಿನಲ್ಲಿ ಹೋದೆ. ಊರಿಂದ ಬಸ್ಸುಗಳು ಬರುವ ಪ್ಲಾಟ್‌ಫಾರ್ಮ್‌ಗೆ ಹೋದ ಮೇಲೆ ಇನ್ನೂ ಒಂದು ತಾಸು ತಡವಿದೆಯೆಂದು ತಿಳಿಯಿತು. ಕಾರಿನಲ್ಲಿದ್ದ ಯಾವುದಾದರೂ ಪುಸ್ತಕವನ್ನು ತಂದಿದ್ದರೆ ಒಳ್ಳೆಯದಿತ್ತಲ್ಲಾ ಎಂದು ಬೇಸರವಾಯ್ತು. ನನ್ನ ಪಾಡಿಗೆ ನಾನು ಪುಸ್ತಕವನ್ನು ಓದುತ್ತಾ ಕುಳಿತುಬಿಟ್ಟರೆ ಒಂದು ಗಂಟೆ ಸವೆಯುವುದು ತಿಳಿಯುವುದೇ ಇಲ್ಲ. ಈ ಗಿಜಿಗಿಜಿ ಜಗತ್ತನ್ನೇ ಮರೆಯಬಹುದು. ಆದರೆ ಈಗ ಕಾರಿನ ಬಳಿ ಹೋಗಿ ಬರಲು ಆಲಸ್ಯ. ಪ್ಲಾಟ್‌ಫಾರ್ಮಿಗೂ, ಪಾರ್ಕಿಂಗ್ ಜಾಗಕ್ಕೂ ಸಿಕ್ಕಾಪಟ್ಟೆ ದೂರ. ಬೇರೇನೂ ಮಾಡಲು ತೋಚದೆ ಒಂದು ಕಪ್ಪು ಬಿಸಿ ಬಿಸಿ ಕಾಫಿಯನ್ನು ಖರೀದಿಸಿ, ಊರಿಂದ ಬಂದು ನಿಲ್ಲುತ್ತಿರುವ ಬಸ್ಸುಗಳನ್ನು ನೋಡುತ್ತಾ ಕುಳಿತೆ.

ಮನೆಗೆ ಹಿಂತಿರುಗುವ ಹಸುಗಳಂತೆ ಒಂದೊಂದೇ ಬಸ್ಸುಗಳು ಊರಿಗೆ ವಾಪಾಸಾಗುತ್ತಿದ್ದವು. ಇನ್ನೀಗ ನಿದ್ದೆ ಮಾಡಬಹುದು ಎಂದು ಡ್ರೈವರುಗಳ ಮುಖದಲ್ಲಿ ಖುಷಿ ಕಾಣಿಸುತ್ತಿತ್ತು. ಬಸ್ಸು ನಿಂತಿದ್ದೇ ಥರಾವರಿ ಜನರು ನಿದ್ದೆಗಣ್ಣನ್ನು ಹೊಸೆದುಕೊಳ್ಳುತ್ತಾ ನಿಧಾನಕ್ಕೆ ಇಳಿಯುತ್ತಿದ್ದರು. ತೀರ್ಥಕ್ಷೇತ್ರದ ಬ್ರಾಹ್ಮಣರಂತೆ

ಆಟೋ ಚಾಲಕರು ಅವರನ್ನು ಮುತ್ತಿಕೊಳ್ಳುತ್ತಿದ್ದರು. ಆ ಹೊತ್ತಿನಲ್ಲಿ ಟಿಕೆಟ್ ಇನ್ಸ್‌ಪೆಕ್ಟರ್ ತಂಡವೊಂದು ಅಲ್ಲಿ ಬಂದು ನಿಂತಿತು. ಇಳಿದ ಪ್ರತಿಯೊಬ್ಬರ ಬಳಿಯಲ್ಲೂ ಟಿಕೆಟ್ ಇದೆಯೋ ಇಲ್ಲವೋ ಎಂದು ಪರಿಶೀಲಿಸಲಾರಂಭಿಸಿದರು.

ಬಳ್ಳಾರಿಯ ಕೆಂಪು ಬಸ್ಸೊಂದು ಬಂತು. ಅದರಿಂದ ಬಿಳಿ ಧೋತರ, ಜುಬ್ಬಾ ಹಾಕಿದ ಒಬ್ಬ ಅಪ್ಪ, ಕೆಂಪು ಲಂಗ ಹಸಿರು ಚೋಳಿ ಹಾಕಿದ ಅವನ ಪುಟಾಣಿ ಮಗಳು ಇಳಿದರು. ಕೈಯಲ್ಲಿ ಕೆಂಧೂಳಿನಿಂದ ಮಾಸಿದ ಬ್ಯಾಗು.

ಇನ್ಸ್‌ಪೆಕ್ಟರ್ ಯಥಾಪ್ರಕಾರ ಟಿಕೆಟ್‌ಗಾಗಿ ಕೇಳಿದರು. ಆ ವ್ಯಕ್ತಿ ತನ್ನ ಅಂಗಿಯ ಎರಡೂ ಕಿಸೆಯಲ್ಲಿದ್ದ ಸಮಸ್ತ ಕಾಗದಗಳನ್ನೂ ತೆಗೆದು ಹುಡುಕಾಡಿದ. ಬ್ಯಾಗಿನ ಖಾನೆ ಖಾನೆಗಳನ್ನೂ ಕೆದಕಿ ಅದನ್ನು ಬರಿದು ಮಾಡಿದ. ಮತ್ತೆ ಮತ್ತೆ ಆ ವಸ್ತುಗಳನ್ನೇ ತಡಕಾಡಿದ. ಊಹೂಂ! ಟಿಕೆಟ್ ಇಲ್ಲ. ಅವನ ಒದ್ದಾಟವನ್ನು ನೋಡಿದ್ದೇ 'ಗಿರಾಕಿ' ಸಿಕ್ಕ ಖುಷಿಯಲ್ಲಿ "ಎಲ್ಲೈತಲೆ ಟಿಕೇಟು" ಎಂದು ಇನ್ಸ್‌ಪೆಕ್ಟರ್ ಏಕವಚನಕ್ಕೆ ಇಳಿದುಬಿಟ್ಟ. "ತೊಗೊಂಡೀನ್ರಿ... ರಾತ್ರಿ ನಿದ್ದೆಗಣ್ಣಾಗ ಎಲ್ಲಿ ಬಿದ್ದೈತೋ ತಿಳೀವಲ್ಲದು ರ್ರೀ..." ಎಂದು ಪೇಚಾಡಲಾರಂಭಿಸಿದ. ಈಗ ಇನ್ಸ್‌ಪೆಕ್ಟರ್ ಇನ್ನಷ್ಟು ಗಡುಸಾದ. "ತಿಕಾ ಮುಚ್ಚಿಗೊಂಡು ಫೈನ್ ಕಟ್ಟು, ಒಂದು ಸಾವಿರ ರೂಪಾಯಿ ಆಗ್ತದೆ" ಎಂದು ದಬಾಯಿಸಲಾರಂಭಿಸಿದ. ಅಪ್ಪನಿಗೆ ಕಂಗಾಲು. "ಖರೇ ತೊಗೊಂಡೀನ್ರಿ. ಬೇಕಂದ್ರೆ ಕಂಡಕ್ಟರ್‌ನ ಕೇಳ್ರಿ" ಎಂದು ಕಂಡಕ್ಟರ್ ಕಡೆಗೆ ಅಸಹಾಯಕ ನೋಟ ಬೀರಿದ. "ನೂರಾರು ಜನ ಬಸ್ಸಿನಾಗೆ ಬರ್ತಾರ್ರೀ. ಯಾರು ತೊಗೊಂಡಾರೆ, ಯಾರು ಬಿಟ್ಟಾರೆ ಅಂತ ನಂಗೇನು ಖಬರಿರ್ತದೆ" ಅಂತ ಕಂಡಕ್ಟರ್ ಕೂಡಾ ಕೈ ತೊಳೆದುಕೊಂಡುಬಿಟ್ಟ. ಈಗ ಅಪ್ಪನ ಕಣ್ಣಲ್ಲಿ ಸಣ್ಣಗೆ ನೀರು. ಸಾವಿರ ರೂಪಾಯಿ ಕೈಜಾರುವ ದುಃಖದ ಗಳಿಗೆಯದು!

ಆ ಹೊತ್ತಿನಲ್ಲಿ ಒಂದು ಪವಾಡ ನಡೆಯಿತು. ಅಪ್ಪನ ಅವಮಾನವನ್ನು ಪಿಳಿಪಿಳಿಗಣ್ಣಿಂದ ನೋಡುತ್ತಾ ನಿಂತಿದ್ದ ಆ ಪುಟಾಣಿ ಹುಡುಗಿ, ಇದ್ದಕ್ಕಿದ್ದಂತೆಯೇ ಏನೋ ಹೊಳೆದಂತೆ ಅಪ್ಪನ ಮಾಸಿದ ಧೋತ್ರವನ್ನು ಸರಿಸಿದ್ದೇ, ತನ್ನ ಮೊಗ್ಗಿನಂತಹ ಕೈಯನ್ನು ಅಪ್ಪನ ಪಟ್ಟೆ ಪಟ್ಟೆ ಚಡ್ಡಿಯ ಜೇಬಿಗೆ ಹಾಕಿ ಟಿಕೇಟನ್ನು ಹೊರ ತೆಗೆದು "ಇಕೋ..." ಎಂದು ಇನ್ಸ್‌ಪೆಕ್ಟರಿಗೆ ತೋರಿಸಿಬಿಟ್ಟಳು. ಇನ್ಸ್‌ಪೆಕ್ಟರ್ ಅನುಮಾನದಿಂದ ಪರಿಶೀಲಿಸಿದ. ಏನೂ ಕುಂದಿಲ್ಲ! ಸರಿಯಾದ ಟಿಕೇಟದು. 'ಗಿರಾಕಿ' ಕೈ ಜಾರಿ ಹೋಯ್ತು! ಅಪ್ಪ, ಮಗಳು ಬಿಡುಗಡೆ ಹೊಂದಿದರು.

ನಡೆದ ಪವಾಡಕ್ಕೆ ಅಪ್ಪ ಬೆರಗಾಗಿ ಹೋಗಿದ್ದ. ತನ್ನ ಆ ಮುದ್ದು ಮಗಳನ್ನು ಮೇಲಕ್ಕೆತ್ತಿಕೊಂಡಿದ್ದೇ ಲೊಚಲೊಚನೆ ಮುಖದ ತುಂಬಾ ಮುತ್ತು ಕೊಟ್ಟು, ತಲೆಸವರಿ "ನನ್ನ ಬಂಗಾರ, ನಂಗೆ ಅಲ್ಲಿಟ್ಟಿದ್ದು ಹೊಳೀಲೇ ಇಲ್ಲಲ್ಲೇ..." ಎಂದು

ಕಣ್ಣೆಲ್ಲಾ ನೀರಾಗಿ ನುಡಿದ. ಆ ಪುಟಾಣಿ ಕಂದ ಒಂದು ಸುಂದರ ನಗೆಯನ್ನು ನಕ್ಕು, ಅವರಪ್ಪನ ಕೆನ್ನೆಗೆ ಒಂದು ಹೂ ಮುತ್ತನ್ನು ಕೊಟ್ಟಳು. ಆ ದೃಶ್ಯವನ್ನು ನೋಡುತ್ತಾ ಕುಳಿತಿದ್ದ ನನ್ನ ಕಣ್ಣುಗಳೂ ತೇವಗೊಂಡವು.

ನನ್ನ ಅದೃಷ್ಟವೇನೆಂದರೆ, ಯಾವುದೋ ಪುಸ್ತಕವನ್ನು ಓದುತ್ತಾ ನಾನು ಮೈಮರೆತಿರಲಿಲ್ಲ!

20ನೇ ಜೂಲೈ 2009

ಇಲಿ ಮತ್ತು ಪಲ್ಲಂಗ

ನನಗೆ ಯಾವಾಗಲೂ ನೆಲದ ಮೇಲೆ ಮಲಗಿಕೊಳ್ಳುವ ಅಭ್ಯಾಸ. ಜಮಖಾನೆಯೊಂದನ್ನು ನೆಲಕ್ಕೆ ಹಾಸಿ, ಕೈಯನ್ನೇ ದಿಂಬು ಮಾಡಿಕೊಂಡು ಮಲಗಿಕೊಳ್ಳುವುದೇ ನನಗೆ ಇಷ್ಟ. ವಿದೇಶಕ್ಕೆ ಹೋದಾಗಲೂ, ಪರಸ್ಥಳಕ್ಕೆ ಹೋದಾಗಲೂ ಇದೇ ಪ್ರಕಾರ ಮಲಗುವುದು ರೂಢಿ.

ಇತ್ತೀಚೆಗೆ ಅದು ಹೇಗೋ ಒಂದು ಇಲಿ ನನ್ನ ಮನೆಯನ್ನು ಸೇರಿಕೊಂಡು ಬಿಟ್ಟಿತು. ಅಂತಹ ಅತ್ಯಾಧುನಿಕ ಅಪಾರ್ಟ್‌ಮೆಂಟಿನಲ್ಲಿ ಆ ಇಲಿ ನನ್ನ ಮನೆಯನ್ನು ಸೇರಿಕೊಂಡಿದ್ದು ಪವಾಡವೇ ಸರಿ. ನನಗೆ ಆ ಇಲಿಯ ಉಪಸ್ಥಿತಿ ತಿಳಿದಿದ್ದು ನಿಶರಾತ್ರಿಯಲ್ಲಿ. ಯಾರೋ ನನ್ನ ಕೂದಲನ್ನು ಜಗ್ಗುತ್ತಿರುವ ಅನುಭವವಾಗಿ ದಿಗ್ಗನೆ ಎದ್ದು ಕುಳಿತೆ. ದೀಪ ಹಾಕಿದರೆ ಯಾರೂ ಇರಲಿಲ್ಲ. ಏನೋ ಸ್ವಪ್ನ ಇರಬೇಕು ಎಂದು ಮಲಗಿಕೊಂಡೆ. ನಿದ್ದೆ ಹತ್ತಿದ ಕೆಲವು ನಿಮಿಷಗಳಲ್ಲಿಯೇ ಮತ್ತೆ ಯಾರೋ ಕೂದಲನ್ನು ಗಟ್ಟಿಯಾಗಿ ಜಗ್ಗಿದರು. ಅರೆ ಎಚ್ಚರದಲ್ಲಿದ್ದ ಕಾರಣ ತಕ್ಷಣ ಎದ್ದು ಲೈಟ್ ಹಾಕಿದೆ. ಸರಸರನೆ ಇಲಿ ಓಡಿ ಹೋಗಿದ್ದು ಕಂಡುಬಂತು. ಸುಮಾರು ದೊಡ್ಡದಿತ್ತು. ತಲೆಯನ್ನು ಸವರಿ ನೋಡಿಕೊಂಡೆ, ಒಂದಿಷ್ಟು ಕೂದಲು ತಿಂದಿದ್ದು ಗೊತ್ತಾಯಿತು. ಮೊದಲೇ ಕೂದಲು ಉದುರಿ ತಲೆ ತಾಮ್ರದ ತಂಬಿಗೆಯಾಗುತ್ತಿದೆ. ಅಂತಹದಲ್ಲಿ ಇದರ ಕಾಟ ಬೇರೆ ಅಂತ ಸಿಟ್ಟು ಬಂತು. ಇಡೀ ಮನೆಯಲ್ಲಿರುವುದು ನಾನೊಬ್ಬನೆ, ಈಗ ಜೊತೆಗೆ ಈ ಇಲಿ. ಇನ್ನು ನೆಲದ ಮೇಲೆ ಮಲಗಿ ಸುಖವಿಲ್ಲವೆಂದು ಕೋಣೆಗೆ ಹೋಗಿ ಪಲ್ಲಂಗದ ಮೇಲೆ ಮಲಗಿಕೊಂಡೆ. ಕೋಣೆಯ ಬಾಗಿಲನ್ನು ಹಾಕಿಕೊಂಡೆ.

ಇಲಿಯನ್ನು ಹಿಡಿಯುವುದು ತುಂಬಾ ಕಷ್ಟವಾಯಿತು. ಬೋನಿಗದು ಬೀಳಲಿಲ್ಲ. ಪಾಷಾಣವಿಟ್ಟರೆ ತಿಂದು ಜೀರ್ಣಿಸಿಕೊಂಡಿತು. ಸುಮಾರು ಏಳು ದಿನ ಅದರ ಕಾಟದಿಂದ ಒದ್ದಾಡಿದೆ. ವಯರುಗಳನ್ನು ಕಡಿದು ತಿಂದಿತು, ರಾತ್ರಿಯ ಹೊತ್ತಿನಲ್ಲಿ ಪಾತ್ರೆಗಳನ್ನು ಬೀಳಿಸಿ ಸದ್ದು ಮಾಡಿತು, ವಾಷಿಂಗ್ ಮಷಿನ್ ಸೇರಿ ಬಟ್ಟೆಗಳನ್ನು ತಿಂದಿತು. ಬಾಗಿಲು ಹಾಕಿಕೊಂಡು ಕೋಣೆಯ ಪಲ್ಲಂಗದ ಮೇಲೆ ನನ್ನ ನಿದ್ದೆ. ಕೊನೆಗೆ ಹಿತೈಷಿಗಳೊಬ್ಬರು ಅತ್ಯಂತ ಜಿಗುಟಾದ ಅಂಟೊಂದನ್ನು ಹಚ್ಚಿದ ತಟ್ಟೆಯನ್ನು ತಂದು ಕೊಟ್ಟರು. ಆ ತಟ್ಟೆಯ ಮಧ್ಯದಲ್ಲಿ ಒಂದು ಘಮಘಮಿಸುವ ತಿಂಡಿಯನ್ನು ಇಟ್ಟೆ. ಅದರ ಆಸೆಗೆ ಬಂದ ಆ ಇಲಿ, ಅದಕ್ಕೆ ಅಂಟಿಕೊಂಡುಬಿಟ್ಟಿತು. ಆ ತಟ್ಟೆಗೆ ಅಂಟಿಕೊಂಡಂತೆಯೇ ಅದು ಪಿಳಿಪಿಳಿ ಕಣ್ಣಿಂದ ನನ್ನನ್ನು ನೋಡುತ್ತಾ ಜೀವ ಭಯದ ಸದ್ದು ಮಾಡುತ್ತಿತ್ತು. ಆ ತಟ್ಟೆಯ ಸಮೇತ ಆ ಇಲಿಯನ್ನು ಬಯಲಿಗೆ ಎಸೆದೆ.

ಈಗ ಮನೆಯಲ್ಲಿ ಇಲಿಯಿಲ್ಲ. ಪೂರ್ತಿ ನಿಶ್ಯಬ್ಧ. ಆದರೆ ಒಂದು ಬದಲಾವಣೆಯಾಗಿದೆ. ನಾನೀಗ ನೆಲದ ಮೇಲೆ ಮಲಗುತ್ತಿಲ್ಲ. ಪಲ್ಲಂಗದ ಸುಖ ಮೈಗೆ ಅಭ್ಯಾಸವಾಗಿಬಿಟ್ಟಿದೆ. ಇಲಿಯ ಪಿಳಿಪಿಳಿ ಕಣ್ಣುಗಳು ಆಗಾಗ ಕನಸಿನಲ್ಲಿ ಬರುತ್ತವೆ.

4ನೇ ಡಿಸೆಂಬರ್ 2008

‘ಮೂಲ’ಭೂತ

ಒಮ್ಮೆ ವಿದೇಶದಲ್ಲಿ ನನಗೆ ಹೇಗೋ ಒಂದು ಹಿಂದಿ ಹಾಡುಗಳ ಸಿ.ಡಿ. ಸಿಕ್ಕಿತ್ತು. ನನಗೆ ಹಿಂದಿ ಭಾಷೆ ಅಷ್ಟಾಗಿ ತಿಳಿಯುವದಿಲ್ಲವಾದರೂ ಈ ಸಿ.ಡಿ. ಮಾತ್ರ ನನಗೆ ತುಂಬಾ ಇಷ್ಟವಾಗಿತ್ತು. ಧ್ವನಿಯಲ್ಲಿನ ಮಾಧುರ್ಯ, ಅಬ್ಬರವಿಲ್ಲದ ಹಿತವಾದ ಸಂಗೀತ, ಅವಸರವಿಲ್ಲದ ಗಾಯನ ನನ್ನನ್ನು ಬಹುವಾಗಿ ತಟ್ಟಿತ್ತು. ವಿದೇಶದಲ್ಲಿ ಕಾಡುವ ತಬ್ಬಲಿತನವನ್ನು ನೀಗಲು ಈ ಸಿ.ಡಿ.ಯನ್ನು ದಿನಕ್ಕೆ ಒಂದೆರಡು ಬಾರಿಯಾದರೂ ಕೇಳುತ್ತಿದ್ದೆ. ಸುಮಾರು ಆರು ತಿಂಗಳ ಕಾಲ ನಾನು ಈ ಹಾಡುಗಳನ್ನು ಕೇಳಿ ಸಂತೋಷಪಟ್ಟಿದ್ದೆ. ಆದರೆ ಯಾವತ್ತೋ ಒಂದು ದಿನ ನನಗೆ ಒಂದು ರಹಸ್ಯ ಗೊತ್ತಾಯಿತು. ಸುಮ್ಮನೆ ಸಿ.ಡಿ.ಯಲ್ಲಿ ಬರೆದಿದ್ದನ್ನು ಓದುತ್ತಿರುವಾಗ ಅದು ಮೂಲ ಸಂಗೀತಗಾರನ ಧ್ವನಿ ಅಲ್ಲವೆಂದೂ, ಹೊಸ ಗಾಯಕರ್‍ಯಾರೋ ಅದನ್ನು ಅನುಕರಣೆ ಮಾಡಿ ಹಾಡಿದ್ದಾರೆಂದೂ ಅತ್ಯಂತ ಸಣ್ಣ ಅಕ್ಷರದಲ್ಲಿ ಹಾಕಿದ್ದು ಕಂಡು ಬಂತು. ಅನುಕರಣೆಯ ಹಾಡುಗಳೇ ಇಷ್ಟೊಂದು ಸೊಗಸಾಗಿ ಇರುವಾಗ, ಮೂಲದಲ್ಲಿ ಇನ್ನೆಷ್ಟು ಮಾಧುರ್ಯವಿರಬಹುದೆಂದು ನನಗೆ ತುಂಬಾ ಕುತೂಹಲವಾಯ್ತು.

ಭಾರತಕ್ಕೆ ಬಂದ ತಕ್ಷಣ ಹತ್ತಾರು ಅಂಗಡಿಗಳಲ್ಲಿ ಹುಡುಕಿ ಆ ಹಾಡಿನ ‘ಮೂಲ’ವನ್ನು ಕೊಂಡೆ. ನೀವು ನಂಬಿದರೆ ನಂಬಿ ಬಿಟ್ಟರೆ ಬಿಡಿ, ಯಾಕೋ ನನಗೆ ‘ಮೂಲ’ ಹಾಡುಗಳು ಸಪ್ಪೆಯೆನ್ನಿಸಿಬಿಟ್ಟವು. ಆದರೆ ಹಾಗೆ ಮೂಲವನ್ನು ಕಡೆಗಣಿಸುವುದು ತಪ್ಪಾಗುತ್ತದಲ್ಲವೆ? ಆದ್ದರಿಂದ ಹತ್ತಾರು ಬಾರಿ ಅದನ್ನು ಹಾಕಿ ಕೇಳಿ ಅಭ್ಯಾಸ ಮಾಡಿಕೊಳ್ಳಲು ಪ್ರಯತ್ನಿಸಿದೆ. ಊಹೂಂ! ಮತ್ತೆ ಮತ್ತೆ ನನಗೆ

ಈ 'ನಕಲಿ' ಹಾಡುಗಳೇ ಚೆನ್ನಾಗಿವೆ ಎನ್ನಿಸಲಾರಂಭಿಸಿತು. ಕೊನೆಗೆ ಮನಸ್ಸಿಗೆ ವಿರುದ್ಧವಾಗಿ ನಡೆದುಕೊಳ್ಳುವ ಬದನೇಕಾಯಿ ಗುಣ ಬೇಡವೆಂದು ನಿರ್ಧರಿಸಿ 'ನಕಲಿ'ಯನ್ನೇ ಕೇಳುವದನ್ನು ಮುಂದುವರೆಸಿದೆ. 'ಮೂಲ'ವನ್ನು ಮೂಲೆಯಲ್ಲಿಟ್ಟೆ.

ಒಂದು ಸಲ ನನ್ನ ಮನೆಗೆ ಹಿರಿಯ ಬಂಧುವೊಬ್ಬರು ಬಂದಿದ್ದರು. ಸಂಜೆಯ ಹೊತ್ತು ಅವರು ಕುರ್ಚಿಯಲ್ಲಿ ಕುಳಿತು ಕಾಫಿ ಕುಡಿಯುತ್ತಿರುವಾಗ ಈ 'ನಕಲಿ' ಸಿ.ಡಿ.ಯನ್ನು ಹಾಕಿದೆ. ಸಂಜೆಯ ತಂಪಿನ ಆಹ್ಲಾದಕರ ವಾತಾವರಣದಲ್ಲಿ ಆ ಹಾಡುಗಳನ್ನು ಅವರು ತುಂಬಾ ಖುಷಿಯಿಂದ ಕೇಳಿದರು. ತನ್ನ ಯೌವನದ ದಿನಗಳನ್ನು ಅದು ನೆನಪಿಸಿತೆಂದು ನನಗೆ ಕನಸುಗಣ್ಣಲ್ಲಿ ಹೇಳಿದರು. ಕೊನೆಗೆ ನಾನು ಸುಮ್ಮನಿರದೆ 'ನಕಲಿ' ಸಂಗತಿಯನ್ನು ಅವರ ಮುಂದಿಟ್ಟೆ. ಅವರಿಗೆ ಆ ರಹಸ್ಯ ತಿಳಿದಿದ್ದೇ ತುಂಬಾ ಬೇಸರವಾಗಿಬಿಟ್ಟಿತು. "ಛೆ, ಛೆ, ಛೆ!! ಎಂಥಾ ಕೆಲಸ ಮಾಡಿಬಿಟ್ಟೆ. ನಕಲಿ ಹಾಡು ಕೇಳಿ ಖುಷಿ ಪಡುವಂತೆ ಮಾಡಿಬಿಟ್ಟೆ. ಅನ್ಯಾಯ, ಅನ್ಯಾಯ" ಎಂದು ಪೇಚಾಡಲಾರಂಭಿಸಿದರು. ಅಲ್ಲಿಯವರೆಗೆ ಪ್ರಾಮಾಣಿಕವಾಗಿ ಖುಷಿ ಪಟ್ಟಿದ್ದಕ್ಕೆ ಅವರು ಒದ್ದಾಡುವದನ್ನು ಕಂಡಾಗ ನನಗೆ ಏನು ಹೇಳಬೇಕೋ ತಿಳಿಯಲಿಲ್ಲ.

ಕೊನೆಗೂ ಒಂದು ಪ್ರಶ್ನೆ ನನ್ನನ್ನು ಯಾವಾಗಲೂ ಕಾಡುತ್ತದೆ. ಮೂಲವೆನ್ನುವುದು ವಾಸ್ತವ ಸಂಗತಿಯೋ, ನಮ್ಮ ಮನಸ್ಸಿನ ನಂಬಿಕೆಯೋ?

25ನೇ ನವೆಂಬರ್ 2008

ಗೂಗಲ್

ಭಾವನಿಗೆ ಬಿಜಾಪುರಕ್ಕೆ ವರ್ಗಾವಣೆಯಾಗಿದೆ ಎಂಬ ವಿಷಯ ತಿಳಿಸಲು ಅಕ್ಕ ನನಗೆ ಫೋನಾಯಿಸಿದ್ದು. ಬಿಜಾಪುರಕ್ಕೆ ಸಂಬಂಧಿಸಿದ ನಮ್ಮ ಬಾಲ್ಯದ ನೆನಪುಗಳನ್ನು ಕೆದಕುತ್ತಾ ಗಂಟೆಗಟ್ಟಲೆ ಹರಟಲು ನಮ್ಮಿಬ್ಬರಿಗೆ ಆ ಪುಟ್ಟ ನೆಪ ಸಾಕು. ಒಂದರ ಹಿಂದೆ ಒಂದು ನೆನಪುಗಳು ಬರುತ್ತಲೇ ಹೋದವು, ನಾವು ಮಾತನಾಡುತ್ತಲೇ ಹೋದೆವು. ಹೇಗೂ ಪ್ರಪಂಚದಲ್ಲಿ ಬೇರೆಲ್ಲಾ ಬೆಲೆಗಳು ಗಗನಕ್ಕೇರುತ್ತಿದ್ದರೂ, ಮೊಬೈಲ್ ಬೆಲೆ ಮಾತ್ರ ಒಂದು ಪೈಸೆ ಪರ್ ಸೆಕೆಂಡ್– ಈಗ ನನ್ ನಂಬರ್!

ಹಾಗೆ ನೋಡಿದರೆ ನಾವಿಬ್ಬರೂ ಆ ಊರನ್ನು ನೋಡಿದ್ದು ಒಂದೇ ಬಾರಿ! ಅದೂ ಶಾಲೆಯಿಂದ ಶೈಕ್ಷಣಿಕ ಪ್ರವಾಸವೆಂದು ಅಲ್ಲಿಗೆ ಕರೆದುಕೊಂಡು ಹೋಗಿದ್ದರು. ನಾನು ಎಂಟನೇ ತರಗತಿ, ಅಕ್ಕ ಒಂಬತ್ತನೇ ತರಗತಿ. ಬಾದಾಮಿ, ಬನಶಂಕರಿ, ಐಹೊಳೆ, ಪಟ್ಟದಕಲ್ಲು, ಶಿವಯೋಗಿ ಮಂದಿರ ನೋಡಿಕೊಂಡು, ಬಿಜಾಪುರದಲ್ಲಿ ಒಂದು ದಿನ ತಂಗಿದ್ದು, ಬರುವಾಗ ಗದಗದ ಮೂಲಕ ನಮ್ಮೂರಿಗೆ ವಾಪಾಸಾಗಿದ್ದೆವು. ಒಬ್ಬರಿಗೆ ಅರವತ್ತು ರೂಪಾಯಿ; ಊಟ, ತಿಂಡಿ, ವಸತಿ ಮತ್ತು ಪ್ರಯಾಣದ ಖರ್ಚು ಅದರೊಳಗೆ ಅಡಗಿತ್ತು. ನಮ್ಮಿಬ್ಬರಿಗೆ ನೂರಿಪ್ಪತ್ತು ಕೊಡಲಿಕ್ಕೇ ಅಪ್ಪ ಕೊನೆಯ ದಿನದ ತನಕ ಕಾಯಿಸಿದ್ದ. ಅಮ್ಮ ದಿನವೂ ಅಪ್ಪನಿಗೆ ನೆನಪಿಸಿ, ನೆನಪಿಸಿ ಸುಸ್ತು ಹೊಡೆದಿದ್ದಳು. ಕಡೆಗೂ ಎಲ್ಲಿಂದ ಜೋಡಿಸಿದನೋ

ಗೊತ್ತಿಲ್ಲ, ನೂರಿಪ್ಪತ್ತು ರೂಪಾಯಿ ತಂದು ಅಮ್ಮನ ಕೈಗಿತ್ತಿದ್ದ. ಬರೀ ಅಷ್ಟೇ ಆದರೆ ಸಾಕೆ? ಹುಡುಗರ ಕೈ ಖರ್ಚಿಗೆ ಏನಾದರೂ ಬೇಕಲ್ಲ? "ಅದು ಮಾತ್ರ ನನ್ನ ಕೇಳಬೇಡ" ಎಂದು ಖಡಾಖಂಡಿತವಾಗಿ ಹೇಳಿ ಅಪ್ಪ ಕೈ ಜಾಡಿಸಿಕೊಂಡಿದ್ದ. ಅಮ್ಮ ತನ್ನೆಲ್ಲಾ ಮಸಾಲೆ ಡಬ್ಬಿಗಳನ್ನು ಹುಡುಕಿ, ಅಕ್ಕ-ಪಕ್ಕದವರ ಹತ್ತಿರ ಕೈಗಡ ತೆಗೆದುಕೊಂಡು ಹದಿನೈದು ರೂಪಾಯಿ ಇಪ್ಪತ್ತು ಪೈಸೆ ಹಣವನ್ನು ನಮ್ಮಿಬ್ಬರ ಬಾಕಿ ಖರ್ಚಿಗೆಂದು ಜೋಡಿಸಿ ಕೊಟ್ಟಿದ್ದಳು. ಅಕ್ಕ ಮತ್ತು ನಾನು ಅತ್ಯಂತ ಜಾಗರೂಕವಾಗಿ ಕಾಪಾಡಿಕೊಂಡಿದ್ದ ಹುಂಡಿಯನ್ನು ಒಡೆದು ಇನ್ನೂ ಐದು ರೂಪಾಯಿ ಅರವತ್ತು ಪೈಸೆ ಜೋಡಿಸಿಕೊಂಡಿದ್ದವು. ಅಷ್ಟೊಂದು ಹಣ ನಮ್ಮ ಕೈಗೆ ಬಂದಿದ್ದು ಕಂಡ ಅಮ್ಮ ಕಣ್ಣುಗಳನ್ನು ಇಷ್ಟಗಲ ಮಾಡಿ "ದುಡ್ಡು ಕೈಯಾಗದೆ ಬಾರೆಲೆ ಅಂದ್ಕೊಂಡು ಹುಯ್ ಅಂತ ಖರ್ಚು ಮಾಡಬೇಡ್ರಿ. ಕುಡಿಯೋ ನೀರಿನಂಗೆ ನಾಜೂಕಾಗಿ ಬಳಸ್ರಿ" ಎಂದು ಬಳ್ಳಾರಿ ಜಿಲ್ಲೆಗೆ ಸರಿಯಾಗಿ ಹೊಂದುವ ಉಪಮೆಯೊಂದಿಗೆ ಎಚ್ಚರಿಕೆಯನ್ನು ಕೊಟ್ಟಿದ್ದಳು. ಆ ಹಣದಲ್ಲಿಯೇ ನಾವು ನಮಗೆ ಇಷ್ಟವಾದದ್ದನ್ನು ಕೊಂಡು, ಅಪ್ಪ-ಅಮ್ಮಗೆ ಉಡುಗೊರೆಗಳನ್ನು ಖರೀದಿಸಿ, ಪಕ್ಕದ ಮನೆಯ ಅತ್ತೆ-ಮಾಮ ಮತ್ತವರ ಮಕ್ಕಳಿಗೂ ಏನೇನೋ ಖರೀದಿಸಿ, ಐವತ್ತೈದು ಪೈಸೆ ಉಳಿಸಿಕೊಂಡು ಬಂದಿದ್ದೆವು!

ಅಕ್ಕ ಬಿಜಾಪುರದ ಖಾನಾವಳಿ ನೆನೆಸಿಕೊಂಡು ನಕ್ಕಳು. ಇಬ್ಬರಿಗೂ ಬೆಳ್ಳುಳ್ಳಿಯ ಅಭ್ಯಾಸವಿರಲಿಲ್ಲ, ಹಸಿ ಉಳ್ಳಾಗಡ್ಡಿ ತಿಂದೂ ಗೊತ್ತಿರಲಿಲ್ಲ. ಆ ಖಾನಾವಳಿಯಲ್ಲಿಯೋ ಸಾರು, ಪಲ್ಯ, ಚಟ್ನಿ ಎಲ್ಲದರಲ್ಲೂ ಬೆಳ್ಳುಳ್ಳಿ! ಬರೀ ಒಣ ರೊಟ್ಟಿಯನ್ನು ತಿಂದು ನೀರು ಕುಡಿದಿದ್ದೆವು. ಆದರೆ ತಮಾಷೆಯ ಸಂಗತಿಯೊಂದು ನೆನಪಾಗಿ ನಾವಿಬ್ಬರೂ ನಕ್ಕೆವು. ನಮ್ಮ ಜೊತೆ ಫಾತಿಮಾ ಎನ್ನುವ ಅಕ್ಕನ ಖಾಸಾ ಗೆಳತಿಯೊಬ್ಬಳು ಬಂದಿದ್ದಳು. ಆಕೆ ಅಕ್ಕ ಮತ್ತು ನನ್ನ ಜೊತೆಯಲ್ಲಿಯೇ ಇಡೀ ಪ್ರವಾಸವನ್ನು ಕಳೆದಿದ್ದಳು. ಅವಳು ನನ್ನಮ್ಮಗೆ ಪೂಸಿ ಹೊಡೆದು ನಮ್ಮಿಬ್ಬರನ್ನು ಪ್ರವಾಸಕ್ಕೆ ಹೊರಡಿಸುವದಕ್ಕೆ ಸಹಾಯ ಮಾಡಿದ್ದಳು. ಈಕೆ ನಮ್ಮಿಬ್ಬರನ್ನು ಎಷ್ಟೊಂದು ಹಚ್ಚಿಕೊಂಡಿದ್ದಳೆಂದರೆ, ನಾವಿಬ್ಬರು ಬರೀ ಒಣ ರೊಟ್ಟಿ ತಿಂದು ನೀರು ಕುಡಿದೆವೆಂದು ತಾನೂ ಒಣ ರೊಟ್ಟಿಯನ್ನು ತಿಂದು ನೀರು ಕುಡಿದಿದ್ದಳು! "ಪಾಪ ನೋಡ್ಲೋ, ಕೋಳಿ-ಕುರಿ ತಿನ್ನೋವರ ಮನಿಯಾಕಿ ಆಕಿ. ಆದರೂ ನಮ್ಮ ಸಲುವಾಗಿ ಒಣ ರೊಟ್ಟಿ ತಿಂದಿದ್ದಳು" ಎಂದು ಅಕ್ಕ ಪೇಚಾಡಿದಳು. "ಈಗೆಲ್ಲಿದಾಳೆ?" ಎಂದೆ. "ಗೊತ್ತಿಲ್ಲನೋ. ಮದುವೆ ಆದ ಮೇಲೂ ಆಗಾಗ ಪತ್ರ ಬರೀತಿದ್ದಳು. ಈಗ ಐದಾರು ವರ್ಷದಿಂದ ಸುದ್ದೀನೆ ಇಲ್ಲ." ಎಂದು ಅಕ್ಕ ಖೇದದಿಂದ ತಿಳಿಸಿದಳು.

ಫಾತಿಮಾಳ ಮತ್ತೊಂದು ವರ್ತನೆಯನ್ನು ಅಕ್ಕ ನೆನಪಿಸಿಕೊಂಡಳು. ಗದಗಿನಲ್ಲಿ ನಾವೆಲ್ಲಾ 'ಗಾಳಿಮಾತು' ಸಿನಿಮಾ ನೋಡಲು ಹೋಗಿದ್ದೆವು. ಲಕ್ಷ್ಮಿಯ ಪರಿಸ್ಥಿತಿಗೆ

ಫಾತಿಮಾ ಅದೆಷ್ಟು ಬಿಕ್ಕಿಬಿಕ್ಕಿ ಅತ್ತಿದ್ದಳೆಂದರೆ, ಇಡೀ ಟಾಕೀಸಿನಲ್ಲೆಲ್ಲಾ ಜನ ಆ ಕತ್ತಲಲ್ಲಿಯೇ ಕಣ್ಣು ಹೊಂದಿಸಿಕೊಂಡು ಅವಳತ್ತ ನೋಡಿದ್ದರು. "ಸುಮ್ಮನಿರೆ, ಸದ್ದು ಬರೋ ಹಂಗೆ ಅಳಬೇಡೆ ಫಾತಿಮಾ" ಎಂದು ಅಕ್ಕ ಸೊಂಟ ತಿವಿದು, ಬೈಯ್ದು ಹೇಳಿದರೂ ಅವಳು ದುಃಖಿಸುವುದು ನಿಂತಿರಲಿಲ್ಲ. ಒಬ್ಬ ಅಜ್ಜಿಯಂತೂ ನಮ್ಮ ಹತ್ತಿರ ಬಂದು, "ಯಾಕವ್ವಾ ಅಂಥಾ ಪರಿ ಅಳ್ತಿ, ತಟಗು ಸಮಾಧಾನ ಮಾಡ್ಕೋ" ಎಂದು ಫಾತಿಮಾಳ ತಲೆ ಸವರಿದ್ದಳು. "ಸಿನಿಮಾ ನೋಡಿ ಯಾರನ್ನಾ ಅಂಥಾ ಪರಿ ಅತ್ತಿದ್ದು ನಾನು ಎಲ್ಲೂ ನೋಡಿಲ್ಲೋ ಮಾರಾಯ! ಅದ್ಯಾವ ಪರಿ ದುಃಖಿಸಿದ್ದಳು" ಅಂತ ಅಕ್ಕ ಕಿಲಕಿಲ ನಕ್ಕಳು. ನನಗೂ ಆ ಸಂಗತಿಯೆಲ್ಲಾ ನೆನಪಾಗಿ ನಗು ಬಂತು. "ಬಿಜಾಪುರದಾಗೂ ಒಂದು ಸಿನಿಮಾ ನೋಡಿದ್ದೆವಲ್ಲೇನೆ? ಆ ಸಿನಿಮಾದಾಗೆ ಆಕಿಗೆ ಒಂದು ಹಾಡು ಭಾಳ ಇಷ್ಟ ಆಗಿತ್ತು. ಊರಿಗೆ ವಾಪಾಸು ಆಗೋ ತನಕ ಬರೀ ಅದೇ ಹಾಡು ಗುನುಗುತ್ತಾ ಇದ್ದಳು" ಎಂದು ನಾನು ಜ್ಞಾಪಿಸಿದೆ. "ಹೌದೌದು. ಗೋಲಗುಂಬಜಿನಾಗೂ ಅದೇ ಹಾಡು ಹೇಳಿ ಪ್ರತಿಧ್ವನಿ ಮೂಡಿಸಿದ್ಲು" ಎಂದಳು.

"ಬಿಜಾಪುರದಾಗೆ ಯಾವ ಸಿನಿಮಾ ನೋಡಿದ್ವಿ?" ಎಂದೆ.

"........" ಅಕ್ಕಗೆ ತಕ್ಷಣಕ್ಕೆ ನೆನಪಾಗಲಿಲ್ಲ.

"ಅದೂ ಭಂದಾಗಿತ್ತಲ್ಲೇನು?"

"ಹೌದು, ಆದರೆ ಹೆಸರು ನೆನಪಾಗವಲ್ತು"

"ಹಾಡೇನಾದ್ರೂ ನೆನಪದಾ?"

"ಅದೂ... ಒಳ್ಳೆ ಹಾಡಪ್ಪಾ ಅದು... ನಾಲಿಗಿ ತುದೀನಾಗೆ ಅದೆ, ಆದರೆ ಯಾಕೋ ಬರವಲ್ಲದು" ಎಂದು ಅಕ್ಕ ಪೇಚಾಡಿದಳು.

"ನಿಂಗೇ ಮರ್ತು ಹೋಗ್ಯದೆ ಅಂದ್ರೆ ನಂಗೇನು ನೆನಪಿರ್ತದೆ ಬಿಡು"

"ರಾಜ್‌ಕುಮಾರ್ ಇದ್ದಂಗೆ ಇತ್ತಲ್ಲೇನೋ?"

" ಹೊಸಬೆಳಕು ಇರಬೇಕಲ್ಲಾ?"

"ಏಯ್, ಅದು ಹೊಸಪೇಟೆ ಲಕ್ಷ್ಮಿ ಟಾಕೀಸಿನಾಗೆ ನೋಡಿದ್ದಲ್ಲೇನು? ಅಪ್ಪನ ಜೇಬು ಪಿಕ್‌ಪಾಕೇಟ್ ಆಗಿ ಊರಿಗೆ ಹೋಗಲಿಕ್ಕೂ ದುಡ್ಡು ಇಲ್ಲದಂಗೆ ಒದ್ದಾಡಿದ್ದಿಲ್ಲೇನು? ಕಡೀಗೆ ಅಪ್ಪ ಕೈಯಾಗಿನ ಉಂಗುರ ಒತ್ತೆ ಇಟ್ಟು ಊರಿಗೆ ಕರಕೊಂಡು ಬಂದಿದ್ರು. ಅಮ್ಮ ರಾದ್ಧಾಂತ ಮಾಡಿದ್ಲು."

"ಹೌದೌದು... ನೆನಪಾಯ್ತು. ಹಂಗಾರೆ 'ಚಲಿಸುವ ಮೋಡಗಳು' ಸಿನಿಮಾನ?"

"ಅಲ್ಲಲ್ಲ... ಅದು ಹರಪನಹಳ್ಳಿಗೆ ರಾಯರ ಆರಾಧನೆಗೆ ಹೋಗಿದ್ದಾಗ ನೋಡಿದ್ದು. ನಾವಿಬ್ಬರೇ ಹೋಗಿದ್ದು. ರಾತ್ರಿ ಪಲ್ಲಕ್ಕಿ ಸೇವೆ ನೋಡೋದು ಬಿಟ್ಟು ಸಿನಿಮಾಕ್ಕೆ ಹೋಗಿದ್ವಿ ಅಂತ ಅಮ್ಮ ಇಬ್ಬರಿಗೂ ಹೊಡೆದಿದ್ಲು"

"ಹಂಗಾರೆ ಯಾವ ಸಿನಿಮಾ ಅದು? ಯಾವ ಹಾಡದು?"

ನೆಮ್ಮದಿಯಿಂದ ಹರಟೆ ಹೊಡೆಯುತ್ತಿದ್ದ ಅಕ್ಕ ಮತ್ತು ನಾನು, ಈಗ ಇಬ್ಬರ ಮೈಮೇಲೆ ಇರುವೆ ಬಿಟ್ಟುಕೊಂಡಿದ್ದೆವು. ಅದು ಯಾವ ಸಿನಿಮಾ ಮತ್ತು ಆ ಹಾಡು ಯಾವುದು ಎಂದು ನೆನಪಾಗವಲ್ಲದು. ಅದು ನೆನಪಾಗದೆ ಬೇರೇನೂ ಮಾತನಾಡಲು ತೋಚದಂತೆ ಆಗಿಹೋಯ್ತು. ಫೋನ್ ಕಟ್ ಮಾಡಿ ಇಬ್ಬರೂ ಅದೇ ಯೋಚನೆಯಲ್ಲಿ ಮುಳುಗಿಹೋದೆವು. ನಾನಿಲ್ಲಿ ಆಫೀಸಿಗೆ ಹೋಗುವುದು ತಡ ಮಾಡಿಕೊಂಡರೆ, ಅಲ್ಲಿ ಅಕ್ಕ ಹಾಲನ್ನು ಉಕ್ಕಿಸಿ ಭಾವನಿಂದ ಬೈಸಿಕೊಂಡಿದ್ದಳು. ಆದರೂ ಇಬ್ಬರಿಗೂ ಸಮಾಧಾನವಿಲ್ಲ. ಯಾರು ಮೊದಲು ಅದನ್ನು ನೆನಪಿಸಿ ಕೊಳ್ಳುತ್ತಾರೆಂಬ ಅಘೋಷಿತ ಸ್ಪರ್ಧೆಯೊಂದು ನಮ್ಮಿಬ್ಬರಲ್ಲಿ ಆಗಲೇ ಏರ್ಪಟ್ಟಿತ್ತು.

ಬಿಜಾಪುರದಲ್ಲಿ ನೋಡಿದ ಸಿನಿಮಾ ನೆನಪಿನಿಂದ ಹಾರಿ ಹೋಗಿದೆ ಎಂದರೆ ಏನರ್ಥ? ಅಕ್ಕ ಮತ್ತೆ ಮತ್ತೆ ನನ್ನ ಮೊಬೈಲಿಗೆ ಕರೆ ಮಾಡಿ "ಆ ಸಿನಿಮಾನಾ? ಈ ಸಿನಿಮಾನಾ? ಯಾಕೋ ನನಗೆ ಅದರಾಗೆ ರಾಜ್‌ಕುಮಾರ್ ಇದ್ದ ಅಂಥ ಅನ್ನಿಸಲೇವಲ್ಲದು..." ಮುಂತಾಗಿ ಹೇಳುತ್ತಾ ಹೋದಳು. ನಾನೂ ನನಗೆ ತೋಚಿದ ಸಿನಿಮಾದ ಹೆಸರುಗಳನ್ನು ಹೇಳಿ ಅಕ್ಕನಿಂದ ಅಲ್ಲವೆನ್ನಿಸಿಕೊಂಡೆ. ಕಡೆಗೆ ಅಕ್ಕನಿಗೆ ಒಂದು ಉಪಾಯ ಹೊಳೆಯಿತು. "ಫಾತಿಮಾನ್ನೇ ಕೇಳಿ ನೋಡ್ತೀನೋ" ಎಂದು ಉತ್ಸಾಹದಿಂದ ಹೇಳಿದಳು. "ಐದು ವರ್ಷದಿಂದ ಆಕಿ ಸಂಪರ್ಕ ಇಲ್ಲ ಅಂದೆಯಲ್ಲೆ?" ಎಂದು ನಾನು ಪ್ರಶ್ನಿಸಿದರೆ, "ಅಯ್ಯೋ ಮಾರಾಯ, ಅದೇನು ಕಷ್ಟ ಬಿಡು. ಅವರಪ್ಪ ಕಾಸಿಂಸಾಬರಂತೂ ಅಡವಿಸಾಮಿ ಮಸೀದಿ ಪಕ್ಕಾನೇ ಇರೋದಲ್ಲೇನು? ಊರಿಗೆ ಒಂದು ಫೋನ್ ಮಾಡಿ ಅವರ ಜೋಡಿ ಮಾತಾಡಿದರೆ ಆಯ್ತು. ಆಕಿ ನಂಬರ್ ಸಿಕ್ಕೇ ಸಿಗ್ತದೆ. ನಾವು ಊರು ಬಿಟ್ಟಿದ್ರೂ ಅವರಂತೂ ಬಿಟ್ಟಿಲ್ಲ ಅಂತ ನಂಗೆ ಚೆನ್ನಾಗಿ ಗೊತ್ತು" ಎಂದು ವಿಶ್ವಾಸದಿಂದ ಹೇಳಿದಳು.

ನಾನು ನನ್ನದೇ ರೀತಿಯಲ್ಲಿ ಈ ಸಮಸ್ಯೆಗೆ ಪರಿಹಾರ ಹುಡುಕಲಾರಂಭಿಸಿದೆ. ನಂಬಿದರೆ ನಂಬಿ, ಬಿಟ್ಟರೆ ಬಿಡಿ – ಆಫೀಸಿನ ಶೌಚಾಲಯದಲ್ಲಿ ಮೂತ್ರ ವಿಸರ್ಜಿಸುವಾಗ ನನಗೆ ಉಪಾಯ ಹೊಳೆದುಬಿಟ್ಟಿತು! ಕೈ ತೊಳೆಯುವದನ್ನೂ ಮರೆತು ನನ್ನ ಕಂಪ್ಯೂಟರಿನ ಮುಂದೆ ಓಡಿ ಬಂದು, ಅಂತರ್ಜಾಲದಲ್ಲಿ ಗೂಗಲ್ ಶೋಧಕ ಯಂತ್ರವನ್ನು ತೆರೆದಿದ್ದೆ. ಶುದ್ಧ ಕನ್ನಡದ ಯೂನಿಕೋಡ್ ಫಾಂಟಿನಲ್ಲಿ 'ಗಾಳಿಮಾತು ಸಿನಿಮಾ ಬಿಡುಗಡೆಯಾದ ವರ್ಷ' ಎಂದು ಟೈಪಿಸಿದೆ. ಹತ್ತಾರು ಫಲಿತಾಂಶಗಳು ಪರದೆಯ ಮೇಲೆ ಮೂಡಿ ಬಂದು 1981 ಎಂದು ತೋರಿಸಿದವು. ತಕ್ಷಣ '1981ರಲ್ಲಿ ಬಿಡುಗಡೆಯಾದ ಕನ್ನಡ ಸಿನಿಮಾಗಳು' ಎಂದು ಶೋಧಿಸಿದೆ. ಅನುಮಾನವೇ ಇಲ್ಲದಂತೆ ಎಲ್ಲಾ ಸಿನಿಮಾಗಳ ಪಟ್ಟಿ ಬಂದೇಬಿಟ್ಟಿತು! ಖುಷಿಯಿಂದ

ಕೂಗಬೇಕೆನ್ನಿಸಿತು. ಅವುಗಳನ್ನೆಲ್ಲಾ ಒಂದೊಂದಾಗಿ ನೋಡುವಷ್ಟೂ ವ್ಯವಧಾನವಿಲ್ಲದೆ ಅಕ್ಕನಿಗೆ ಫೋನ್ ಮಾಡಿದೆ. ಅತ್ಯಂತ ಉತ್ಸಾಹದಿಂದ ಅಕಾರಾದಿಯಲ್ಲಿ ಪಟ್ಟಿಯಾಗಿದ್ದ ಆ ಸಿನಿಮಾಗಳ ಹೆಸರನ್ನು ಒಂದೊಂದಾಗಿ ಓದಿ ಹೇಳಿ "ಇದೇನೆ? ಇದೇನೆ?" ಎಂದು ಕೇಳುತ್ತಾ ಹೋದೆ.

"ಅಂತ, ಅನುಪಮ, ಅವಳ ಹೆಜ್ಜೆ"

"ಅಲ್ಲ, ಅಲ್ಲ, ಅಲ್ಲವೇ ಅಲ್ಲ"

"ಎಡೆಯೂರು ಶ್ರೀ ಸಿದ್ಧಲಿಂಗೇಶ್ವರ ಮಹಾತ್ಮೆ"

"ಅಲ್ಲ"

"ಕೆರಳಿದ ಸಿಂಹ?"

"ಅದೂ ಅಲ್ಲ"

"ಕೂಡಿ ಬಾಳಿದರೆ ಸ್ವರ್ಗ ಸುಖ, ಗುರು–ಶಿಷ್ಯರು, ಭಲಗಾರ..."

"ಅಲ್ಲ, ಅಲ್ಲ, ಅಲ್ಲ"

"ದೇವರ ಆಟ, ನೀ ನನ್ನ ಗೆಲ್ಲಲಾರೆ, ಪ್ರಚಂಡ ಪುಟಾಣಿಗಳು"

"ಅಲ್ಲ, ಅಲ್ಲ, ಅಲ್ಲ"

"ಬಂಗಾರದ ಮನೆ, ಭರ್ಜರಿ ಬೇಟೆ, ಭಾಗ್ಯದ ಬೆಳಕು..."

"ಅಲ್ಲ, ಅಲ್ಲ, ಅಲ್ಲ"

"ಭಾಗ್ಯವಂತ..." ಅಂತ ಓದಿದೆನೋ ಇಲ್ಲವೋ, ಇಬ್ಬರಿಗೂ ಮಿಂಚಿನಂತೆ ನೆನಪಾಗಿಬಿಟ್ಟಿತು. "ಅದೇ..." ಅಂತ ಇಬ್ಬರೂ ಒಟ್ಟಿಗೇ ಕಿರುಚಿದೆವು.

"ಪುನೀತ್ ಸಿನಿಮಾ ಅಲ್ಲೇನೋ? ರಾಜ್‌ಕುಮಾರ್ ಮಂತ್ರಾಲಯದಾಗೆ 'ವಾರ ಬಂತಮ್ಮ, ಗುರುವಾರ ಬಂತಮ್ಮ' ಅಂತ ಹಾಡು ಹೇಳಿಕೊಂಡು ರಾಯರಿಗೆ ಪ್ರದಕ್ಷಿಣೆ ಹಾಕ್ತಾನೆ"

"ಹೌದು ಹೌದು. ಕಡೀಗೆ ಪುನೀತ್ ಅಂಗಿ ಬಿಚ್ಚಿ ಬಾವುಟದಂಗೆ ಹಾರಿಸಿ ರೈಲಿನ ಅನಾಹುತ ತಪ್ಪಿಸ್ತಾನಲ್ಲೇನೆ?"

"ಬಾನ ದಾರಿಯಲ್ಲಿ ಸೂರ್ಯ ಜಾರಿ ಹೋದ..." ಎಂದು ಅಕ್ಕ ಹಾಡನ್ನು ಗುರುತಿಸಿಯೇಬಿಟ್ಟಳು.

"...ಚಂದ್ರ ಮೇಲೆ ಬಂದ..."

"...ಮಿನುಗು ತಾರೆ ಅಂದ..."

"...ನೋಡಲೆಂತ ಚೆಂದ, ರಾತ್ರಿಯಾಯ್ತು ಮಲಗು ನನ್ನ ಪುಟ್ಟ ಕಂದ..."

"...ನನ್ನ ಪುಟ್ಟ ಕಂದ..."

ಇಬ್ಬರೂ ಪತ್ತೆ ಮಾಡಿದ ಖಷಿಯಲ್ಲಿ ಸಂಭ್ರಮಿಸಿದೆವು.

"ನೋಡಿದೇನೆ, ಇಂಟರ್‌ನೆಟ್ಟಿನಲ್ಲಿ ಇಲ್ಲದ್ದು ಯಾವುದೂ ಇಲ್ಲ ಗೊತ್ತಾ? ಹೆಂಗೆ ಕಂಡು ಹಿಡಿದೆ ನೋಡು?" ಎಂದು ನನ್ನ ಪ್ರತಾಪವನ್ನು ಕೊಚ್ಚಿಕೊಂಡೆ. ಕಂಪ್ಯೂಟರಿನ ಜ್ಞಾನವಿಲ್ಲದ ಅಕ್ಕ "ಏನೋಪ್ಪಾ, ನಂಗಂತೂ ನಿಮ್ಮ ಕಂಪ್ಯೂಟರಿನಾಗೆ ಇವೆಲ್ಲಾ ಯಾಕೆ ಇರ್ತಾವೆ ಅನ್ನೋದೇ ತಿಳಿಯಂಗಿಲ್ಲ ನೋಡು" ಎಂದಳು.

"ಹೋಗಲಿ ಫಾತಿಮಾಗೆ ಫೋನ್ ಮಾಡಿದ್ದೇನೆ?"

"ಇಲ್ಲ. ಅವರಪ್ಪಗೆ ಫೋನ್ ಮಾಡಿದ್ದು. ಭಾಳ ದುಃಖದ ಸುದ್ದಿ ಹೇಳಿದ್ರು"

"ಏನಾಯ್ತೆ?" ಎನ್ನುವಾಗ ನನ್ನ ಧ್ವನಿಯಲ್ಲಿ ಆತಂಕ ತುಂಬಿತ್ತು.

"ಪಾಪ, ಆಕಿ ಗಂಡ ಸತ್ತು ಹೋದನಂತೋ..."

"ಅಯ್ಯೋ, ಚಿಕ್ಕವನಲ್ಲೇನೆ? ಯಾಕೆ ಸತ್ತ?"

"ಹೂಂ. ಅವರ ಊರಿನಾಗೆ ಹಿಂದೂ ಮುಸ್ಲಿಂ ಗಲಾಟೆ ಆದಾಗ ಯಾರೋ ಇವರ ಮನೀಗೆ ನುಗ್ಗಿ ಹಾಡಹಗಲೇ ಈತನ್ನ ಕಡದು ಹಾಕಿದ್ರಂತೆ"

"ಅಯ್ಯಯ್ಯೋ..."

"ಸುದ್ದಿ ಕೇಳಿದಾಗಿಂದ ಊಟ ಸೇರದಂಗೆ ಆಗ್ಯದೆ ನೋಡೋ... ಫಾತಿಮಾಳ ಮುಖಾನೇ ಕಣ್ಣ ಮುಂದೆ ಬರ್ತಾ ಅದೆ" ಅಂತ ಅಕ್ಕ ದುಃಖ ತೋಡಿಕೊಂಡಳು.

"ಎಷ್ಟು ದಿನದ ಹಿಂದೆ?"

"ಹೋದ ವರ್ಷ ಅಂತೆ"

"ಏನಕ್ಕ ಆತನ ಹೆಸರು?"

"ಇಂಥಿಯಾಜ್ ಪಾಷಾ ಅಲ್ಲೇನೋ? ನಾವಿಬ್ಬರೂ ಮದುವೀಗೆ ಹೋಗಿದ್ವೆ ನೋಡು. ಬೊಗಸೆ ತುಂಬಾ ಕಲ್ಲುಸಕ್ಕರೆ, ಬಾದಾಮಿ ಕೊಟ್ಟಿದ್ರು"

"ಹೌದು, ಈಗ ನೆನಪಾಯ್ತು ಬಿಡು. ಯಾವ ಊರಾಗೆ ಇದ್ದರಂತೆ?"

ಅಕ್ಕ ಊರಿನ ಹೆಸರು ಹೇಳಿದಳು. ನೀವು ನಂಬಿದರೆ ನಂಬಿ, ಬಿಟ್ಟರೆ ಬಿಡಿ – ನಿಧಾನಕ್ಕೆ ಯಂತ್ರಕ್ಕೆ ಕೀಲಿ ಕೊಟ್ಟಂತೆ ನನ್ನ ಕೈ ಗೂಗಲಿನಲ್ಲಿ ಆ ಊರಿನ ಹೆಸರು, ಇಂಥಿಯಾಜ್ ಪಾಷಾ, ಕೋಮು ಗಲಭೆ ಎಂದು ಟೈಪ್ ಮಾಡಿ ನಡುಗುವ ಕೈಯಿಂದ ಸರ್ಚ್ ಬಟನ್ನನ್ನು ಒತ್ತಿತು. ಹತ್ತಾರು ಪುಟಗಳು ಪುತಪುತನೆ ತೆರೆಯ ಮೇಲೆ ಮೂಡಿದವು. ಒಂದು ವೆಬ್‌ಸೈಟಂತೂ ಒಂದು ಫೋಟೋವನ್ನು ತನ್ನ ಪಕ್ಕ ಹಾಕಿಕೊಂಡಿತ್ತು. ರಸ್ತೆಯಲ್ಲಿ ತುಂಡಾಗಿ ಮಲಗಿದ ಹೆಣ, ಅದರ ಪಕ್ಕ ಕೈಯನ್ನು ಮುಗಿಲಿಗೆ ಎತ್ತಿ ರೋಧಿಸುತ್ತಿರುವ ಹೆಣ್ಣು ಮಗಳು. ಆ ಫೋಟೋವನ್ನು ಎನ್‌ಲಾರ್ಜ್ ಮಾಡಿ ನೋಡಿದೆ. ಅದು ಅನುಮಾನವೇ ಇಲ್ಲ – ಅಕ್ಕನ ಗೆಳತಿ ಫಾತಿಮಾ!

"ಅಕ್ಕಾ..." ಎಂದು ಸಣ್ಣಗೆ ಕಿರುಚಿದೆ.

20ನೇ ಏಪ್ರಿಲ್ 2010

ಒಂದು ಮಸಾಲೆ ದೋಸೆ!

ಕೆಲವೊಂದು ದಿನಗಳೇ ಹಾಗೆ, ಮಹಾ ಎಡವಟ್ಟು. ಬೆಳಿಗ್ಗೆ ಶೌಚದಿಂದ ಹಿಡಿದು ರಾತ್ರಿ ನಿದ್ದೆಯ ತನಕ ಯಾವುದೂ ಸರಿಯಾಗುವದಿಲ್ಲ. ಎಡಮಗ್ಗಲದಿಂದ ಏಳೋದು ಅಂತಾರಲ್ಲ, ಹಾಗೆ.

ಅವತ್ತೂ ಹಂಗೇ ಆಯ್ತು. ಮೈಸೂರಿಗೆ ಹೋಗಬೇಕಿತ್ತು. ನನ್ನ ಪುಸ್ತಕವನ್ನು ಬ್ರೈಲ್‌ನಲ್ಲಿ ಮುದ್ರಿಸಿಕೊಳ್ಳಬೇಕೆಂಬ ಯೋಜನೆಗೆ ಕೈ ಹಾಕಿದ್ದೆ. ಬೆಂಗಳೂರಿನಲ್ಲಿ ವ್ಯವಸ್ಥಿತವಾದ ಬ್ರೈಲ್ ಪ್ರೆಸ್ ಇಲ್ಲದ್ದರಿಂದ, ಮೈಸೂರಿಗೆ ನಾನು ಹೋಗ ಬೇಕಾಗಿತ್ತು. ಇಂಗ್ಲೀಷಿನ ಪಠ್ಯವನ್ನು ಬ್ರೈಲ್‌ಗೆ ಪರಿವರ್ತಿಸುವುದಕ್ಕೆ ಯಾವುದೇ ತಕರಾರು ಇದ್ದಿಲ್ಲ. ಒಳ್ಳೆ ಸಾಫ್ಟ್‌ವೇರ್ ಇತ್ತು. ಆದರೆ ಕನ್ನಡದ ಪಠ್ಯವನ್ನು ಬ್ರೈಲ್‌ಗೆ ಪರಿವರ್ತಿಸಲು ಯಾವುದೇ ಸರಿಯಾದ ಸಾಫ್ಟ್‌ವೇರ್ ಇರಲಿಲ್ಲ. ಸರಕಾರ ನೇಮಿಸಿದ ಕಂಪನಿಯೊಂದು ಕಲ್ಕತ್ತಾದಲ್ಲಿತ್ತು. ಅದು ಕನ್ನಡದ ಪಠ್ಯದ ಬ್ರೈಲ್ ರೂಪಾಂತರಕ್ಕೆ ಸಾಫ್ಟ್‌ವೇರ್ ರಚಿಸುತ್ತಿತ್ತು! ಅವರ ಕಂಪನಿಯಲ್ಲಿ ಒಬ್ಬರೂ ಕನ್ನಡಿಗರಿರಲಿಲ್ಲ. ಆ ಬಂಗಾಲಿಗಳಿಗೋ 'ಲ' ಮತ್ತು 'ಳ' ಕ್ಕಿರುವ ಮೂಲಭೂತ ವ್ಯತ್ಯಾಸವೂ ತಿಳಿದಿರಲಿಲ್ಲ. ಹಾಗಂತ ನಾನು ಯಾರ ಮುಂದೆ ಅಳಲು ತೋಡಿಕೊಳ್ಳಲಿ? ಆದ್ದರಿಂದ ಅವರೊಡನೆಯೇ ಹೇಗೋ ಒಡನಾಡಿ ನಾನು ನನ್ನ ಕೆಲಸವನ್ನು

ಪೂರ್ತಿಗೊಳಿಸಿಕೊಳ್ಳಬೇಕಿತ್ತು. ಒಂದು ಯೋಜನೆಯನ್ನು ಕೈಗೆತ್ತಿಕೊಂಡ ಮೇಲೆ ಅದನ್ನು ಅರ್ಧಕ್ಕೇ ನಿಲ್ಲಿಸುವುದು ಹೇಗೆ ಸಾಧ್ಯ?

ಯಾಕೆ ಕನ್ನಡದ ಪಠ್ಯವನ್ನು ಬ್ರೈಲ್‌ಗೆ ಪರಿವರ್ತಿಸುವ ಸಾಫ್ಟ್‌ವೇರ್ ಇಲ್ಲ ಎಂದು ನೀವು ಕೇಳಿದರೆ ಉತ್ತರ ಅಂತಹ ಕಷ್ಟದ್ದಲ್ಲವೇ ಅಲ್ಲ. ಬ್ರೈಲ್ ಬೇಕಾಗಿರುವುದು ಕೇವಲ ಅಂಧರಿಗೆ. ಆದರೆ ಅವರ ಸ್ಥಿತಿ ಎಷ್ಟೊಂದು ದಯನೀಯವಾಗಿದೆ ಎಂದರೆ, ಅವರ ಬಳಿ ಬದುಕಲು ಬೇಕಾದ ಕನಿಷ್ಟ ಹಣವೂ ಇಲ್ಲ. ಅಂಧರನ್ನು ಯಾವ ಖಾಸಗಿ ಕಂಪನಿಗಳೂ ಖುಷಿಯಿಂದ ಕೆಲಸಕ್ಕೆ ತೆಗೆದುಕೊಳ್ಳುವದಿಲ್ಲ. ಅಂತಹ ಸ್ಥಿತಿಯಲ್ಲಿರುವ ಅಂಧರು ದುಬಾರಿ ಹಣ ತೆತ್ತು ಸಾಫ್ಟ್‌ವೇರ್ ಕೊಳ್ಳುತ್ತಾರೆಂದು ನಿರೀಕ್ಷಿಸುವುದು ತಪ್ಪು. ಲಾಭವಿಲ್ಲವೆಂದ ಮೇಲೆ ಅತ್ತ ಕಡೆ ಯಾವ ಉದ್ದಿಮೆದಾರನೂ ತಲೆ ಹಾಕುವದಿಲ್ಲ. ವಿಧಿಯಿಲ್ಲದೆ ಸರಕಾರ ಮಾತ್ರ ಬೇಕೊ ಬೇಡವೊ ಎಂಬಂತೆ ಅದರ ಕಡೆ ಗಮನ ಕೊಡಬೇಕು. ಆದ್ದರಿಂದ ಕನ್ನಡದ ಪಠ್ಯ ಪರಿವರ್ತಿಸುವ ಸಾಫ್ಟ್‌ವೇರ್ ಯಾರೂ ಮಾಡಿದ್ದಿಲ್ಲ.

ಬಸ್ಸಿನ್ನೂ ಬಿಡದಿ ದಾಟಿತ್ತೋ ಇಲ್ಲವೋ, ಕೆಟ್ಟು ನಿಂತುಬಿಟ್ಟಿತು. ಡ್ರೈವರ್ ಮುಲಾಜಿಲ್ಲದೆ ಎಲ್ಲರನ್ನೂ ಇಳಿಸಿಬಿಟ್ಟ. ಕೆಳಗೆ ಇಳಿದ ಮೇಲೆ ಒಮ್ಮೆ ಪ್ಯಾಂಟಿನ ಜೇಬು ಮುಟ್ಟಿ ನೋಡಿಕೊಂಡರೆ, ನನ್ನ ಮೊಬೈಲನ್ನು ಯಾರೋ ಎಗರಿಸಿಬಿಟ್ಟಿದ್ದರು! ಜೀವ ಹೋದಂತಾಯ್ತು. ಮೊಬೈಲು ಅಂತಹ ದೊಡ್ಡ ಮೊತ್ತದ್ದೇನೂ ಅಲ್ಲ, ಆದರೆ ಅದರಲ್ಲಿ ಸುಮಾರು 500 ನಂಬರುಗಳು ಇದ್ದವು. ಅವನ್ನೆಲ್ಲಾ ವಾಪಾಸು ಪಡೆಯುವುದು ಹೇಗೆ? ಕಂಡಕ್ಟರಿಗೆ ನನ್ನ ಮೊಬೈಲ್ ಕಳೆದದ್ದರ ಬಗ್ಗೆ ಹೇಳಲು ಹೋದೆ. “ಸಾರ್, ಇಲ್ಲಿ ಬಸ್ಸೇ ಕೆಟ್ಟು ನಿಂತು ಹೋಗ್ಯದೆ. ನೀವು ಮೊಬೈಲ್ ಬಗ್ಗೆ ಮಾತಾಡ್ತೀರಲ್ಲ” ಎಂದು ತರ್ಕಕ್ಕೆ ಸಿಗದ ರೀತಿಯಲ್ಲಿ ಉತ್ತರ ಕೊಟ್ಟ.

ಬಸ್ಸು ರಿಪೇರಿಯಾಗಿ ಮೈಸೂರು ಸೇರುವ ಹೊತ್ತಿಗೆ ಮಧ್ಯಾಹ್ನ ಎರಡು ಗಂಟೆಯಾಗಿತ್ತು. ಈಗ ನನಗೆ ನಿಜಕ್ಕೂ ಮೊಬೈಲ್ ಕಳೆದುಕೊಂಡ ಪ್ರಮಾದ ಅರ್ಥವಾಗಲಾರಂಭಿಸಿತು. ಆ ಬ್ರೈಲ್ ಪ್ರೆಸ್ಸಿನಲ್ಲಿ ಕೆಲಸ ಮಾಡುವ ಮ್ಯಾನೇಜರರ ನಂಬರು ಅದರಲ್ಲಿತ್ತು. ಆದ್ದರಿಂದ ಆ ಪ್ರೆಸ್ಸಿನ ವಿಳಾಸವನ್ನೂ ಕೇಳಿಕೊಳ್ಳದೆ ನೇರವಾಗಿ ಮೈಸೂರಿಗೆ ಬಂದಿದ್ದೆ! ಈಗ ಅದನ್ನು ಹುಡುಕುವುದು ಹೇಗೆ? ಅವರಿವರನ್ನು ಕೇಳಿದೆ. ಅವರ್‍ಯಾರಿಗೂ ಅದರ ಪರಿಚಯವೇ ಇರಲಿಲ್ಲ. ಮೈಸೂರಿನಲ್ಲಿ ಒಂದಿಬ್ಬರು ಗೆಳೆಯರಿದ್ದರು. ಅವರಿಗಾದರೂ ಫೋನ್ ಮಾಡೋಣವೆಂದರೆ ಅದೂ ಸಾಧ್ಯವಿರಲಿಲ್ಲ. ಹತ್ತು ಅಂಕೆಗಳ ಮೊಬೈಲ್ ನಂಬರನ್ನು ನೆನಪಿಡುವದಾದರೂ ಹೇಗೆ?

ನಿಮಗೆ ಶಂಕರ್‌ನಾಗ್ ನಿರ್ದೇಶನದ ‘ಗೀತಾ’ ಸಿನಿಮಾ ನೆನಪಿದೆಯಲ್ಲಾ? ಅದರಲ್ಲಿ ಬರುವ ಒಂದು ಹಾಡಿನಲ್ಲಿ ನಾಯಕಿ ಫೋನ್ ಮಾಡಿ, ಆ ನಂಬರ್

ಸರಿಯಿದೆಯೆ ಎಂದು ವಿಚಾರಿಸುತ್ತಾಳೆ. ಬರೀ ನಾಲ್ಕು ಅಂಕೆಗಳ ಫೋನ್ ನಂಬರದು! ಕೆಲವೇ ದಶಕಗಳ ಕೆಳಗೆ ಬೆಂಗಳೂರಿನಲ್ಲಿ ಹತ್ತು ಸಾವಿರಕ್ಕೂ ಹೆಚ್ಚು ಫೋನ್‌ಗಳು ಇರಲಿಲ್ಲವೆಂಬ ಸತ್ಯವೇ ನನಗೆ ರೋಮಾಂಚನ ಉಂಟುಮಾಡುತ್ತದೆ. ಈಗ ಮನೆಯ ಫೋನಿಗೆ ಎಂಟು ಅಂಕೆಗಳಾದರೆ ಮೊಬೈಲ್‌ಗೆ ಹತ್ತು. ಪತಿ-ಪತ್ನಿಯರೂ ಒಬ್ಬರ ನಂಬರನ್ನು ಮತ್ತೊಬ್ಬರು ನೆನಪಿಡಲಾರರು. ಸುಮ್ಮನೆ ಕಾಂಟಾಕ್ಟ್ಸ್‌ನಲ್ಲಿ ಹುಡುಕಿ, ಬಟನ್ ಒತ್ತುವದಷ್ಟೇ ನಮಗೆ ಗೊತ್ತಿರೋದು! ಅದನ್ನು ಮಾಡಲೂ ನೀವು ಸೋಮಾರಿಗಳಾದರೆ ಏನೂ ತೊಂದರೆಯಿಲ್ಲ. ಹಾಟ್ ಕೀಗಳನ್ನು ರೂಢಿ ಮಾಡಿಕೊಳ್ಳಬಹುದು! ಬರೀ ಒಂದು ಬಟನ್ ಒತ್ತಿದರೆ ಸಾಕು, ನಿಮ್ಮ ಪ್ರಿಯರ ಮೊಬೈಲ್‌ಗೆ ಕರೆ ಮಾಡಿಬಿಡಬಹುದು. ಕಿಸೆಯಲ್ಲಿ ಫೋನ್ ನಂಬರ್‌ಗಳನ್ನು ಬರೆದಿಟ್ಟುಕೊಂಡಂತಹ ಪುಟ್ಟ ಪುಸ್ತಕವನ್ನು ಯಾರಾದರೂ ಇಟ್ಟುಕೊಂಡಿದ್ದರೆ, ಅವರು 'ಔಟ್‌ಡೇಟೆಡ್' ಆಗಿ ಕಾಣುತ್ತಾರೆ. ತಂತ್ರಜ್ಞಾನ ಎಷ್ಟೊಂದೆಲ್ಲಾ ಸವಲತ್ತುಗಳನ್ನು ನಮಗೆ ನೀಡಿದೆಯೆನ್ನುವುದು ಊಹಿಸಲೂ ಅಸಾಧ್ಯವಲ್ಲವೆ?

ಅದೆಲ್ಲಾ ಸರಿ, ಈಗ ಬ್ರೈಲ್ ಪ್ರೆಸ್‌ಗೆ ಹೋಗುವುದು ಹೇಗೆ? ಕೊನೆಗೂ ಒಂದು ಉಪಾಯ ಹೊಳೆಯಿತು. ಸೀದಾ ಹತ್ತಿರದಲ್ಲಿದ್ದ ಸೈಬರ್ ಕಫೆಗೆ ಹೋಗಿ, ಗೂಗಲ್‌ನಲ್ಲಿ ಶೋಧಿಸಿ, ಆ ಬ್ರೈಲ್ ಪ್ರೆಸ್ ವಿಳಾಸವನ್ನು ಹುಡುಕಿಕೊಂಡೆ. ವಿಳಾಸ ನೆನಪಿನಲ್ಲಿಟ್ಟುಕೊಳ್ಳುವಷ್ಟು ಚಿಕ್ಕದಿದ್ದರೂ, ಸುಮ್ಮನೆ ರಿಸ್ಕ್ ತೆಗೆದುಕೊಳ್ಳುವುದು ಬೇಡವೆಂದು ಆ ವೆಬ್ ಪುಟದ ಪ್ರಿಂಟ್‌ಔಟ್ ತೆಗೆದುಕೊಂಡೆ. ಅಷ್ಟಕ್ಕೆ ನನಗೆ ಸಮಾಧಾನವಾಗಲಿಲ್ಲ. ಗೂಗಲ್ ಮ್ಯಾಪಿಗೆ ಹೋಗಿ, ಆ ಸ್ಥಳಕ್ಕೆ ಹೇಗೆ ಹೋಗಬೇಕೆಂಬ ನಕ್ಷೆಯ ಚಿತ್ರದ ಪ್ರಿಂಟ್‌ಔಟನ್ನೂ ತೆಗೆದುಕೊಂಡೆ. ಅದ್ಭುತ ಜ್ಞಾಪಕ ಶಕ್ತಿಗಿಂತಲೂ ಪೇಲವ ಶಾಯಿಯೇ ಉತ್ತಮ ಅಂತ ಇಂಗ್ಲೀಷಿನವರು ಹೇಳಿದ್ದರಲ್ಲಿ ನನಗೆ ಬಹು ನಂಬಿಕೆ.

ಅಂತೂ ಬ್ರೈಲ್‌ಪ್ರೆಸ್ ಹುಡುಕಿಕೊಂಡು ಬಂದೆ. ಅಲ್ಲಿ ರಮಾನಂದ ಎನ್ನುವ ಮ್ಯಾನೇಜರರು ಇದ್ದರು. ನನ್ನನ್ನು ಪ್ರೀತಿಯಿಂದಲೇ ಬರಮಾಡಿಕೊಂಡರು. ಈ ಮೊದಲೇ ನಾನವರೊಡನೆ ಫೋನಿನಲ್ಲಿ ಮಾತನಾಡಿದ್ದೆ. ನಾನು ನನ್ನ ಯೋಜನೆಯನ್ನು ಮತ್ತೊಮ್ಮೆ ತಿಳಿಸಿ, ನನ್ನ ಕನ್ನಡ ಪ್ರಬಂಧಗಳನ್ನು ಬ್ರೈಲ್‌ಗೆ ಪರಿವರ್ತಿಸುವ ಸಾಫ್ಟ್‌ವೇರಿಗಾಗಿ ಕೇಳಿದೆ. "ಸಾರ್, ಎಲ್ಲಾ ಕಂಪ್ಯೂಟರುಗಳು ವೈರಸ್ ಸೇರಿಕೊಂಡು ಹಾಳಾಗಿಬಿಟ್ಟಿದ್ದವು ಸಾರ್. ಅದಕ್ಕೇ ಎಲ್ಲಾ ಫಾರ್ಮಟ್ ಮಾಡಿಬಿಟ್ಟಿದ್ದೇವೆ. ಸಿಡಿ ಕೊಡ್ತೀನಿ, ನೀವೇ ಅದನ್ನು ಇನ್‌ಸ್ಟಾಲ್ ಮಾಡಿಕೊಂಡು ಬಿಡಿ" ಎಂದು ಕೇಳಿಕೊಂಡರು. ಹಾಗೇ ಆಗಲಿ ಎಂದು ಒಪ್ಪಿಕೊಂಡೆ. ರಮಾನಂದ ಒಂದು ಅಲಮಾರಾದಲ್ಲಿದ್ದ ರಾಶಿ ರಾಶಿ ಸಿಡಿಗಳಲ್ಲಿ ಸಾಫ್ಟ್‌ವೇರ್ ಸಿಡಿಗಾಗಿ

ಹುಡುಕಾಡಲಾರಂಭಿಸಿದರು. ಅದು ಅವರಿಗೆ ಸಿಗವಲ್ಲದು! ನಾನೂ ಅವರಿಗೆ ಸಹಾಯ ಮಾಡುವ ಉದ್ದೇಶದಿಂದ ಅವರು ನೋಡಿದ ಸಿಡಿಗಳನ್ನೇ ಮತ್ತೊಮ್ಮೆ ನೋಡುವ ನಟನೆ ಮಾಡಲಾರಂಭಿಸಿದೆ.

"ಈ ಬೋಳಿಮಗ ಎಲ್ಲಿ ಇಟ್ಟು ಬಿಡ್ತಾನೋ ಗೊತ್ತಾಗಂಗಿಲ್ಲ ನೋಡ್ರಿ ಸಾರ್" ಎಂದು ತನ್ನ ಕೈಕೆಳಗೆ ಕೆಲಸ ಮಾಡುವ ಯಾರೋ ಸಹೋದ್ಯೋಗಿಯನ್ನು ಬೈಯ್ದರು. ಅವನಿಗೆ ಫೋನ್ ಮಾಡುವ ಸಲುವಾಗಿ ಮೊಬೈಲನ್ನು ಒತ್ತಿದರು. ಆದರೆ ಆ ಕಡೆಯ ಮೊಬೈಲು ಸ್ವಿಚ್ ಆಫ್ ಆಗಿತ್ತು. ರಮಾನಂದರಿಗೆ ಸಿಟ್ಟು ಕ್ಷಣದಿಂದ ಕ್ಷಣಕ್ಕೆ ಏರುತ್ತಿತ್ತು. "ಅದಕ್ಕೇ ನೋಡ್ರಿ ಸಾರ್ ಕುಂಟಗೆ ಎಂಟು ಚಾಷ್ಟಿ ಅಂದ್ರೆ ಕುರುಡಂಗೆ ಹದಿನಾರು ಚಾಷ್ಟಿ ಅಂತ ಗಾದೆ ಮಾತು ಮಾಡಿರೋದು. ಈ ಸೂವರ್ ನನ್ಮಗ ಸಿಡಿನ್ನ ಯಾವ ಸಂದೀನಾಗೆ ತುರುಕಿದ್ದಾನಾಯ್ತು ಹೇಳ್ರಿ ಸಾರ್?" ಎಂದು ಬೈಯ್ದರು. ಆಗಲೇ ನನಗೆ ಅವರ ಶಿಷ್ಯ ಒಬ್ಬ ಅಂಧ ಎಂದು ತಿಳಿದದ್ದು. ಕುತೂಹಲದಿಂದ ಅವನ ಬಗ್ಗೆ ಮತ್ತಿಷ್ಟು ವಿವರಗಳನ್ನು ಕೇಳಿದ್ದಕ್ಕೆ, ಅವನ ಹೆಸರು ಮೊಹಮ್ಮದ್ ಎಂದು ತಿಳಿಯಿತು. ಅವನಿಗೆ ಎರಡೂ ಕಣ್ಣೂ ಇಲ್ಲವಂತೆ. ಸರಕಾರದವರು ಬ್ರೈಲ್‌ಪ್ರೆಸ್ಸಿನಲ್ಲಿ ಅಂಧರನ್ನು ಕೆಲಸಕ್ಕೆ ತೆಗೆದುಕೊಳ್ಳಲೇಬೇಕೆಂಬ ನಿಯಮ ಮಾಡಿರುವದರಿಂದ ತನಗೆ ಇಂತಹ ಸಮಸ್ಯೆಯಾಗಿಬಿಟ್ಟಿದೆಯೆಂದು ರಮಾನಂದ ಪೇಚಾಡಿದರು.

"ಎರಡೂ ಕಣ್ಣು ಕಾಣಿಸದವರ ಜೊತೆ ಹೆಂಗೆ ಸಾರ್ ಏಗೋದು? ಈಗ ನೋಡಿದ್ರೆ ಮೊಬೈಲ್ ಸ್ವಿಚ್ ಆಫ್ ಬೇರೆ ಮಾಡಿಟ್ಟುಬಿಟ್ಟಾನೆ. ಲೋಫರ್ ನನ್ಮಗ ಎಲ್ಲಿ ಹರಟೆ ಹೊಡಕೊಂತಾ ಕೂತಾನೋ ಗೊತ್ತಿಲ್ಲ ನೋಡ್ರಿ ಸಾರ್" ಎಂದು ಅವನನ್ನು ಬೈಯಲಾರಂಭಿಸಿದರು. ಕುರುಡನೊಬ್ಬನನ್ನು ಈ ವ್ಯಕ್ತಿ ಇಷ್ಟೆಲ್ಲಾ ಬೈಯುವುದು ಕಂಡು ನನಗೆ ಸ್ವಲ್ಪ ಬೇಸರವಾಯ್ತು. "ಹೋಗಲಿ ಬಿಡ್ರಿ ರಮಾನಂದ. ಕುರುಡ ಅಂತೀರಾ, ಯಾಕೆ ಇಷ್ಟು ಅವನ ಮೇಲೆ ಸಿಟ್ಟು ಮಾಡಿಕೊಳ್ತೀರ" ಎಂದು ಸಮಾಧಾನ ಮಾಡಲು ಹೋದೆ. "ಸಾರ್, ಹಂಗೆಲ್ಲಾ ಅನ್ನಬೇಡ್ರಿ. ದಿನಾ ಕುರುಡರ ಜೊತೆ ಏಗೋರ ಸಮಸ್ಯೆ ನಿಮಗೆ ಅರ್ಥ ಆಗಂಗಿಲ್ಲ" ಎಂದು ನನ್ನನ್ನೇ ತಪ್ಪಿತಸ್ಥನನ್ನಾಗಿ ಕಾಣುವ ರೀತಿಯಲ್ಲಿ ಮಾತನಾಡಿದರು. ನಾನು ಸುಮ್ಮನಾದೆ.

ಆದರೆ ಸಿಡಿ ಕೆಲವೇ ನಿಮಿಷಗಳಲ್ಲಿ ಸಿಕ್ಕಿಬಿಟ್ಟಿತು. ಅದು ಲಕ್ಷಣವಾಗಿ ಅಲಮಾರದ ಮೇಲೆಯೇ ಇತ್ತು. ಅದನ್ನು ಬಿಟ್ಟು ರಮಾನಂದ ಉಳಿದೆಲ್ಲವನ್ನೂ ಹುಡುಕಿದ್ದರು. ಮೊದಲೇ ಬೆಂಗಳೂರಿಗೆ ವಾಪಾಸು ಹೋಗಲು ತಡವಾಗುತ್ತಿದೆಯೆಂದು ಒದ್ದಾಡುತ್ತಿದ್ದ ನನಗೆ ಸಿಡಿ ಸಿಕ್ಕಿದ್ದು ನೋಡಿ ಸಮಾಧಾನವಾಯ್ತು. ತಕ್ಷಣ ಆ ಸಾಫ್ಟ್‌ವೇರನ್ನು ಇನ್‌ಸ್ಟಾಲ್ ಮಾಡಲು ಶುರು ಮಾಡಿದೆ.

ಆ ದಿನ ಕೆಟ್ಟ ದಿನವೆಂದು ಆಗಲೇ ಹೇಳಿದ್ದೆನಲ್ಲವೆ? ನನ್ನ ಗ್ರಹಚಾರ ಮತ್ತೊಮ್ಮೆ ವಕ್ಕರಿಸಿತು. ಆ ಸಿಡಿ ಉಪಯೋಗಿಸಲು ಇಪ್ಪತ್ನಾಲ್ಕು ಅಂಕೆಗಳ ಒಂದು ಗೂಢ ಸಂಖ್ಯೆಯನ್ನು ನಮೂದಿಸಬೇಕಿತ್ತು. ಇದಕ್ಕೆ ಸಾಮಾನ್ಯವಾಗಿ ಲೈಸೆನ್ಸ್ ಕೀ ಎನ್ನುತ್ತಾರೆ. ಸಾಫ್ಟ್‌ವೇರ್ ಅನ್ನು ಬೇರೆ ಯಾರಾದರೂ ಕದ್ದು ಬಳಸದಿರಲಿ ಎಂದು ಇಂತಹ ಕ್ಲಿಷ್ಟವಾದ ಇಪ್ಪತ್ನಾಲ್ಕು ಅಂಕೆಗಳ ಅಥವಾ ಇಂಗ್ಲೀಷಿನ ಅಕ್ಷರಗಳ ಗೂಢ ಸಂಖ್ಯೆಯನ್ನು ಸಿಡಿ ಮಾರಾಟ ಮಾಡಿದಾಗ ಕೊಟ್ಟಿರುತ್ತಾರೆ. ಆ ಸಂಖ್ಯೆಯನ್ನು ಸಾಮಾನ್ಯವಾಗಿ ಸಿಡಿಯ ಮೇಲೆ ಸ್ಟಿಕ್ಕರಿನಲ್ಲಿ ಬರೆದಿರುತ್ತಾರೆ. ಈಗ ಅದು ಇರಲಿಲ್ಲ! ನನ್ನ ಕೆಲಸ ಮಾಡುವುದು ಹೇಗೆ ಹೇಳಿ? ಮೊಹಮ್ಮದ್ ಅದನ್ನು ಯಾವುದೋ ಪುಸ್ತಕದಲ್ಲಿ ಬರೆದಿಟ್ಟಿದ್ದಾನೆಂದೂ, ಆ ಪುಸ್ತಕ ಯಾವುದೆಂದು ತಮಗೆ ಗೊತ್ತಿಲ್ಲವೆಂದೂ ರಮಾನಂದ ಹೇಳಿಬಿಟ್ಟರು. ಮತ್ತೊಮ್ಮೆ ಪ್ರಯತ್ನಿಸಿದರೂ ಅವನ ಮೊಬೈಲ್ ಯಥಾಪ್ರಕಾರ ಸ್ವಿಚ್ ಆಫ್ ಆಗಿತ್ತು.

"ಮೊಬೈಲ್ ನಂಬರ್ ಬಿಟ್ಟು ಬೇರೆ ಯಾವುದಾದರೂ ಫೋನ್ ನಂಬರ್ ಅವನು ಕೊಟ್ಟಿಲ್ಲವಾ?" ಎಂದು ಕೇಳಿದೆ. "ಯಾವಾಗಲೋ ಒಂದೆರಡು ಸಲ ಪಕ್ಕದ ಅಂಗಡಿ ನಂಬರ್ ಹೇಳಿದ್ದ ಸಾರ್. ಅದನ್ನೆಲ್ಲಾ ಹೆಂಗೆ ನೆನಪು ಇಡೋಕೆ ಆಗುತ್ತೆ ಹೇಳ್ರಿ?" ಎಂದು ರಮಾನಂದ ತನ್ನ ಅಸಹನೆಯನ್ನು ಕಾರಿಕೊಂಡರು. ನನಗೂ ಏನು ಮಾಡಲು ತೋಚದೆ ಸುಮ್ಮನೆ ಮೌಸ್‌ನಿಂದ ಕಂಪ್ಯೂಟರ್ ಪರದೆಯ ಮೇಲೆ ಗೆರೆಗಳನ್ನು ಎಳೆಯುತ್ತಾ ಕೂತೆ.

ಅರ್ಧ ಗಂಟೆಯಲ್ಲಿ ಹಗೂರಕ್ಕೆ ಕೋಲನ್ನು ನೆಲಕ್ಕೆ ತಾಕಿಸುತ್ತಾ ಯಾರೋ ಬರುತ್ತಿರುವ ಸದ್ದಾಯ್ತು. ಜೊತೆಗೆ "ಅರಳುವ ಹೂವುಗಳೆ, ಆಲಿಸಿರಿ..." ಎಂಬ ಸಿನಿಮಾ ಹಾಡಿನ ಗುನುಗುನು ಕೇಳಿಸಿತು. "ಅಕೋ ನೋಡ್ರಿ ಸಾರ್, ಕುಲ್ಡ ನನ್ಮಗ ಊರೆಲ್ಲಾ ಮೆರೆದು ಬಂದ" ಎಂದು ರಮಾನಂದ ಹೇಳಿದರು. ರೂಮಿನೊಳಕ್ಕೆ ಹೆಜ್ಜೆಯಿಡುತ್ತಲೇ "ಯಾರೋ ಸಾಹೇಬರು ಬಂದಾಗದಲ್ಲ. ಹೊರಗೆ ಷೂ ಬಿಟ್ಟಾರೆ" ಎಂದು ಮೊಹಮ್ಮದ್ ನಗುತ್ತಲೇ ಕೇಳಿದ. "ಎಲ್ಲಿಗೆ ಹೋಗಿದ್ದೋ ಪುಣ್ಯಾತ್ಮ? ಆ ಸಾಹೇಬರು ಆಗಲಿಂದ ನಿನ್ನ ಸಲುವಾಗಿ ಕಾಯ್ತಾ ಇದ್ದಾರೆ. ಮೊಬೈಲ್ ಬೇರೆ ಸ್ವಿಚ್ ಆಫ್ ಮಾಡಿ ಕೂತೀಯ" ಎಂದು ರಮಾನಂದ ರೇಗಿದರು. ಮೊಹಮ್ಮದ್ ಅದಕ್ಕೆ ಒಂಚೂರೂ ಬೇಸರ ಮಾಡಿಕೊಳ್ಳದೆ "ತಿಂಗಳು ಕೊನಿ ಅಲ್ಲೇನಣ್ಣೋ, ಕರೆನ್ಸಿ ತೊಗಳ್ಳದಕ್ಕೆ ಕಾಸು ಎಲ್ಲಿರ್ತದೆ ಹೇಳು? ಒಂಚೂರು ಸಂಬಳ ಜಾಸ್ತಿ ಮಾಡಿಸಣ್ಣಾ ಅಂದ್ರೆ ನೀನೂ ನನ್ನ ಮಾತು ಕೇಳ್ತಾ ಇಲ್ಲ" ಎಂದು ಹೇಳಿ ನಕ್ಕು ಹತ್ತಿರದಲ್ಲಿಯೇ ಇದ್ದ ಕುರ್ಚಿಯಲ್ಲಿ ಹೋಗಿ ಕೂತುಕೊಂಡ. "ನೋಡಿದ್ರ ಸಾರ್, ಏನಾದ್ರೂ ಹೇಳೋಕೆ ಹೋದ್ರೆ ನನ್ನ ಬುಡಕ್ಕೇ ನೀರು ತಂದು ಬಿಡ್ತಾನೆ" ಎಂದು ರಮಾನಂದ

ನನ್ನ ಹತ್ತಿರ ದೂಷಣೆ ಮಾಡಿದರು. ಆ ಮಾತಿಗೂ ನಕ್ಕ ಮೊಹಮ್ಮದ್ "ಏನು ಬೇಕಿತ್ತು ಸಾರ್?" ಎಂದು ಕೇಳಿದ. ನನಗೆ ಮಾತನಾಡಲೂ ಅವಕಾಶ ಕೊಡದೆ ರಮಾನಂದ "ಆ ಸಾಫ್ಟ್‌ವೇರ್ ಇನ್‌ಸ್ಟಾಲ್ ಮಾಡೋದಕ್ಕೆ ಎಂಥದೋ ಕೀ ಬೇಕಂತೆ. ಎಲ್ಲಿ ಬರೆದು ಇಟ್ಟೀಯೋ?" ಎಂದು ಕೇಳಿದರು. "ಯಾವ ಸಾಫ್ಟ್‌ವೇರ್ ಸಾರ್?" ಎಂದು ಮೊಹಮ್ಮದ್ ಕೇಳಿದ. ನಾನು ಅವನಿಗುತ್ತರಿಸಿದೆ. "ಓ, ಅದಾ. ಟೈಪ್ ಮಾಡ್ರಿ ಸಾರ್. ನಾನು ಹೇಳ್ತೀನಿ" ಎಂದ.

ನನಗೆ ಯಾಕೋ ಅನುಮಾನವಾಯ್ತು. ಇಪ್ಪತ್ನಾಲ್ಕು ಅನಿರ್ದಿಷ್ಟ ಅಂಕೆಗಳ ಗೂಢ ಸಂಖ್ಯೆಯದು! ಆದರೆ ಯಾವ ಶಂಕೆಯೂ ಇಲ್ಲದಂತೆ ಮೊಹಮ್ಮದ್ ಒಂದೊಂದಾಗಿ ಅಂಕೆಗಳನ್ನು ಹೇಳುತ್ತಾ ಹೋದ. ನಾನು ಅದನ್ನು ಅನುಮಾನದಿಂದಲೇ ಟೈಪಿಸುತ್ತಾ ಹೋದೆ. ಇಪ್ಪತ್ನಾಲ್ಕು ಅಂಕೆಗಳು ಮುಗಿದಿದ್ದೇ, ಎಂಟರ್ ಕೀ ಒತ್ತಿದೆ. ತಕ್ಷಣ ಸಾಫ್ಟ್‌ವೇರ್ ಇನ್‌ಸ್ಟಾಲ್ ಆಗಲಾರಂಭಿಸಿತು! "ಸರಿಯೇ ಸಾರ್?" ಎಂದು ಮೊಹಮ್ಮದ್ ಕೇಳಿದ. "ಎಸ್" ಎಂದು ನಾನು ಹೇಳಿದೆನಾದರೂ ನನಗೇ ಅದು ಕೇಳಲಾರದಷ್ಟು ಧ್ವನಿ ಕ್ಷೀಣವಾಗಿತ್ತು. ಕೈಯನ್ನು ಬಾಯಿಯ ಮೇಲಿಟ್ಟುಕೊಂಡು ಅದ್ಭುತವೊಂದನ್ನು ನೋಡುವಂತೆ ಅವನನ್ನು ನೋಡಲಾರಂಭಿಸಿದೆ. ಅವನಿಗೆ ನನಗಾದ ಅಚ್ಚರಿ ಗೋಚರಿಸುವುದೂ ಸಾಧ್ಯವಿರಲಿಲ್ಲ! ಸುಮ್ಮನೆ 'ಅರಳುವ ಹೂವುಗಳೆ...' ಹಾಡುವದನ್ನು ಮುಂದುವರೆಸಿದ.

ರಮಾನಂದ ಮಾತನಾಡಿದರು. "ನೋಡಿದ್ರಾ ಸಾರ್ ಈ ನನ್ಮಗನ ಚಾಷ್ಟಿ. ಸರಿಯಾಗಿ ಮಾಡೋ ಕೆಲಸ ಮಾಡೋದು ಬಿಟ್ಟು, ಯಾವುದೋ ಕೆಲಸಕ್ಕೆ ಬಾರದ ಇಷ್ಟುದ್ದಾ ನಂಬರನ್ನ ನೆನಪಿನಾಗೆ ಇಟ್ಟುಗೊಂಡಾನೆ ನೋಡ್ರಿ" ಎಂದರು. ನಿಬ್ಬೆರಗಾಗಿ ಹೋಗಿದ್ದ ನಾನು ಮೊಹಮ್ಮದನ ಬಳಿ ಹೋಗಿ, ಅವನ ಕೈಯನ್ನು ಹಿತವಾಗಿ ಅಮುಕಿ "ನಿನ್ನ ಅಗಾಧ ನೆನಪಿನ ಶಕ್ತಿಯನ್ನು ಕಂಡು ನಂಗೆ ಖುಷಿಯಾಗಿದೆ ಮೊಹಮ್ಮದ್" ಎಂದು ಕಣ್ಣನ್ನು ತೇವಗೊಳಿಸಿಕೊಂಡು ಹೇಳಿದೆ. ನಾನು ಬೆರಗಾಗಿರುವುದು ಮೊಹಮ್ಮದ್‌ನಿಗೆ ನನ್ನ ಧ್ವನಿಯಿಂದ ಗೊತ್ತಾಗಿ ಹೋಯಿತು. "ಹಂಗಾರೆ ನಾನು ಕೇಳಿದ್ದು ಕೊಡಿಸ್ತೀರ ಸಾರ್?" ಎಂದು ಬೇಡಿಕೊಂಡ. ಅದೇನು ಕೇಳಿಬಿಡುತ್ತಾನೋ ಎಂಬ ಅಳುಕು ನನ್ನ ಮನದಲ್ಲಿ ಒಂದು ಕ್ಷಣ ಮೂಡಿದರೂ ಧೈರ್ಯದಿಂದ "ಓಕೆ, ಕೇಳು" ಎಂದೆ. "ಸಾರ್, ಪಕ್ಕದಲ್ಲಿ ಒಂದು ಹೊಸ ದರ್ಶಿನಿ ಹೋಟಲ್ ಬಂದದೆ. ಅಲ್ಲಿ ಸಖತ್ ಮಸಾಲೆದೋಸೆ ಮಾಡ್ತಾರೆ. ಒಂದು ಫುಲ್ ಮಸಾಲೆದೋಸೆ ಕೊಡಿಸ್ತೀರ?" ಎಂದು ಬೇಡಿಕೊಂಡ. ನಾನು ಏನೆಂದು ತಾನೆ ಉತ್ತರಿಸಲಿ? "ಶ್ಯೂರ್, ಈವಾಗಲೇ ಹೋಗೋಣ ಬಾ" ಎಂದೆ. ಅಷ್ಟರಲ್ಲಿ ರಮಾನಂದ ಮಾತನಾಡಿದರು. "ನೋಡಿದ್ರಾ ಸಾರ್ ಈ ನನ್ಮಗನ ಉಪಾಯಾನ.

ಹಗೂರಕ್ಕೆ ಮಸಾಲೆದೋಸೆ ಖರ್ಚನ್ನು ನಿಮ್ಮ ತಲೆಗೆ ಕಟ್ಟಿಬಿಟ್ಟ ನೋಡ್ರಿ. ಅದಕ್ಕೇ ಗಾದೆ ಮಾತು ಮಾಡಿರೋದು, ಕುಂಟಗೆ ಎಂಟು ಚಾಷ್ಟಿ ಆದ್ರೆ ಕುಲ್ಡಂಗೆ ಹದಿನಾರು ಅಂತ" ಎಂದು ಅತ್ಯಂತ ಕರ್ಕಶವಾಗಿ ನಗಲಾರಂಭಿಸಿದರು.

ನಾನು ಮೊಹಮ್ಮದನ ಕಣ್ಣುಗಳನ್ನು ತದೇಕಚಿತ್ತದಿಂದ ನೋಡುತ್ತಿದ್ದೆ. ಜಗತ್ತಿನ ಏಳು ಅದ್ಭುತಗಳನ್ನು ನಿವಾಳಿಸಿ ಹಾಕುವಷ್ಟು ಅದ್ಭುತವಾಗಿ ಆ ಕಣ್ಣುಗಳು ನನಗೆ ಕಂಡವು.

(ನಾನು ಈ ಬ್ರೈಲ್ ಪುಸ್ತಕವನ್ನು ತಂದ ಮೇಲೆ, ಕನ್ನಡದ ಪಠ್ಯವನ್ನು ಬ್ರೈಲ್‌ಗೆ ಪರಿವರ್ತಿಸಲು ಇರುವ ಸಮಸ್ಯೆಯನ್ನು ಗೆಳೆಯ ಶೇಷಾದ್ರಿವಾಸು ಬಳಿ ಹೇಳಿಕೊಂಡೆ. ಅವನು ಎರಡು ದಿನದಲ್ಲಿ ಬ್ರೈಲ್ ಅಕ್ಷರಗಳನ್ನು ಅಭ್ಯಾಸ ಮಾಡಿ ತಕ್ಷಣ ಅದನ್ನು ತನ್ನ 'ಬರಹ' ಸಾಫ್ಟ್‌ವೇರಿನಲ್ಲಿ ಅಳವಡಿಸಿ ಅದರ ಹೊಸ ಆವೃತ್ತಿಯನ್ನು ಬಿಡುಗಡೆ ಮಾಡಿಬಿಟ್ಟ! ಈಗ ನೀವು 'ಮಲೆಗಳಲ್ಲಿ ಮದುಮಗಳು' ತರಹದ ಬೃಹತ್ ಕಾದಂಬರಿಯನ್ನೂ, 'ಬರಹ' ಸಾಫ್ಟ್‌ವೇರ್ ಬಳಸಿಕೊಂಡು ಕೇವಲ ಒಂದು ಬಟನ್ ಒತ್ತಿ ಕ್ಷಣಾರ್ಧದಲ್ಲಿ ಬ್ರೈಲ್‌ಗೆ ಪರಿವರ್ತಿಸಬಹುದು. ಶೇಷಾದ್ರಿವಾಸು ನೂರು ವರ್ಷ ಸುಖದಿಂದ ಬಾಳಲಿ.)

22ನೇ ಏಪ್ರಿಲ್ 2010

ಸಿಂಹಾಚಲಂ ಸಂಪಿಗೆ

ಈ ಇಪ್ಪತ್ತೈದು ಮೂವತ್ತು ವರ್ಷಗಳಲ್ಲಿ ಮಾವನ ಬಾಯಿಂದಲೇ ಬಿಡಿ ಬಿಡಿಯಾಗಿ ಎಷ್ಟೋ ಸಾರಿ ಕೇಳಿದ್ದೇವೆ. ಭಕ್ತಿ-ರಕ್ತಿ ಇದೆಯೆಂತಲೋ, ಮಾವ ಹೇಳುವ ರೀತಿಯಿಂದಲೋ – ಎಷ್ಟು ಸಾರಿ ಕೇಳಿದರೂ ಮತ್ತೊಮ್ಮೆ ಕೇಳುವ ಆಸೆಯಾಗುತ್ತದೆ. ಇತ್ತೀಚೆಗೆ ಮಾವ-ಅತ್ತೆ ಒಂದು ಮದುವೆಗೆ ಬಂದಿದ್ದರು. ಎಪ್ಪತ್ತರ ಅಂಚಿಗೆ ಬಂದಿದ್ದಾರೆನ್ನುವುದು ಸತ್ಯವಾದರೂ, ಮಾತಿನ ಚಮತ್ಕಾರದಲ್ಲಾಗಲಿ, ಹಾವಭಾವಗಳಲ್ಲಾಗಲಿ ಅಂತಹ ವ್ಯತ್ಯಾಸವೇನೂ ಕಾಣಲಿಲ್ಲ. ಜ್ಞಾಪಕ ಶಕ್ತಿ ಇನ್ನೂ ಸ್ವಲ್ಪ ಜಾಸ್ತಿಯಾಗಿದೆಯೇನೋ ಅಂತ ಅನುಮಾನ.

ಮಾವ ಅಯಸ್ಕಾಂತದಂತೆ ಜನರನ್ನು ಆಕರ್ಷಿಸುತ್ತಾನೆ. ರೈಲಿನಲ್ಲಿ ಹೋಗುತ್ತಿದ್ದರೆ ಅವನಿಗೆ ಕೂಡುವದಕ್ಕೆ ಸೀಟಿನ ಸಮಸ್ಯೆಯೆಂದೂ ಬರುವದಿಲ್ಲ. ರೈಲು ಎಷ್ಟೇ ಗಿಜಿಗಿಜಿಯೆನ್ನುತ್ತಿದ್ದರೂ, ಯಾರೋ ಒಬ್ಬರ ಜೊತೆ ಮಾತಿಗೆ ಶುರುವಿಟ್ಟು ರಾಜಕೀಯದ ಮೇಲೋ, ಸಿನಿಮಾದ ಮೇಲೋ ನಾಲ್ಕು ಚಟಾಕಿ ಹಾರಿಸಿಬಿಡುತ್ತಾನೆ. ಶ್ರೋತೃಗಳೆಲ್ಲಾ ಸ್ವಲ್ಪ ಹೊತ್ತಿಗೆ ಶಿಷ್ಯರಾಗಿಬಿಡುತ್ತಾರೆ. ಗುರುಗಳನ್ನು ನಿಲ್ಲಿಸಿದರೆ ಚೆಂದಾಗಿರುವದಿಲ್ಲವಾದ ಕಾರಣ ಸೀಟು ಕೊಡುತ್ತಾರೆ. ಮದುವೆಗೆ ಬಂದರೂ ಅಷ್ಟೇ. ಮೇಳ-ಮಂತ್ರಗಳನ್ನು ನಿಲ್ಲಿಸಿದರೆ ಒಳ್ಳೆಯದೇನೋ ಎಂದು ಸುತ್ತೂರ ಕುಳಿತವರಿಗೆ ಅನ್ನಿಸೋದು. ಅತ್ತೆಗೆ ಒಳಗೊಳಗೇ ಮಾವನ ಚಮತ್ಕಾರದ ಮೇಲೆ ಆರಾಧನಾಭಾವವಿದ್ದರೂ, ಮೇಲೆ ತೋರಿಸಿಕೊಳ್ಳುತ್ತಿದ್ದಿಲ್ಲ. ತೋರಿಸಿಕೊಂಡರೆ ಮತ್ತೆಲ್ಲಿ ಮೆರೆದಾಡಿಬಿಟ್ಟಾನೋ ಎಂಬ ಭಯವಿತ್ತು.

ಈ ಬಾರಿ ನಾವೆಲ್ಲಾ ಒಂದು ನಿರ್ಣಯಕ್ಕೆ ಬಂದೆವು. ಮಾವನ ಜೀವನದ ಸಂಗತಿಗಳನ್ನು ಒಂದು ಟೇಪಿನಲ್ಲಿ ರಿಕಾರ್ಡ್ ಮಾಡಬೇಕು. ಅದಕ್ಕೆ ಬೇಕಾದ ಏರ್ಪಾಟುಗಳನ್ನೆಲ್ಲಾ ಮಾಡಿದೆವು. ನಾವು ಏಳೆಂಟು ಜನ ಬಾಂಧವರು ಮಾವಗೆ ಮೇಘಸಂದೇಶ ಕತೆ ಹೇಳಬೇಕೆಂದು ಒಪ್ಪಿಸಿದೆವು. ಮೊದಲಿಗೆ ತಲೆಯಲ್ಲಾಡಿಸಿದನಾದರೂ, ಆಮೇಲೆ "ವಯಸ್ಸಿದ್ದ ಕಾಲಕ್ಕೆ ನಿಮ್ಮ ಅತ್ತೆ ಹೌದಂದರೂ, ಇಲ್ಲಾಂದರೂ ನನಗೆ ತೋಚಿದ್ದನ್ನ ನಾನು ಮಾಡ್ತಿದ್ದೆ. ಈಗ ಹೆಂಡತಿನ್ನ ಕೇಳದಂಗೆ ಕಡೀಗೆ ಒಂದು ಸ್ವೀಟು ಕೂಡ ತಿನ್ನೋ ಹಂಗಿಲ್ಲ. ಅದಕ್ಕೇ ಆಕಿನ್ನ ಒಪ್ಪಿಸಿಗೊಂಡು ಬರ್ರಿ" ಎಂದು ಅಪ್ಪಣೆ ಕೊಟ್ಟ. ಅತ್ತೆಗೆ ಈ ವಿಷಯವಾಗಿ ಸವಿನಯವಾಗಿ ಮನವಿ ಮಾಡಿಕೊಂಡೆವು. ಅವರು ಯಾವ ಲಹರಿಯಲ್ಲಿದ್ದರೋ ಕಾಣೆ, "ಸರೆ, ಆ ಸಂಭ್ರಮಾನೂ ನಡೀಲಿ" ಎಂದರು. ಆ ಮಾತಿನ ವ್ಯಂಗ್ಯ ನಮಗೆ ಅನ್ವಯಿಸುತ್ತದೆಯೆ ಹೊರತು, ಮಾವನಿಗಲ್ಲ.

ಯಾವುದಕ್ಕೂ ಇರಲಿಯೆಂದು ಎರಡು ಉತ್ತಮ ಜಾತಿಯ ಟೇಪುರಿಕಾರ್ಡರುಗಳನ್ನೂ, ಎರಡು 'ಅಶ್ವನಿ' ಜಾತಿಯ ಮೈಕುಗಳನ್ನೂ ತಂದೆವು. ಮಾವನ ಧ್ವನಿಗೆ ಹಾನಿಯಾಗದಿರಲೆಂದು ಬಗೆಬಗೆಯ ಪಾನೀಯಗಳನ್ನು ತಂದೆವು. ಬಾಗಿಲು ಕೂಡಾ ಹೊರಗಿನ ಸದ್ದು ಒಳ ಬರದಂತೆ ಬಂದೋಬಸ್ತಾಗಿತ್ತು. ಅಲ್ಲಿ ಸೇರಿದ್ದವರೆಲ್ಲಾ ಅವರಷ್ಟಕ್ಕೆ ಅವರು ಒಬ್ಬ ಸಿನಿಮಾ ಡೈರೆಕ್ಟರೆಂಬ ಭಾವದಲ್ಲಿ ಮಾವನಿಗೆ ಸಲಹೆ ಸೂಚನೆಗಳನ್ನು ಕೊಡಲಾರಂಭಿಸಿದರು. ಈ ವಾತಾವರಣವನ್ನು ನೋಡಿ ಮಾವ ಸ್ವಲ್ಪ ಬಿಗಿಗೊಂಡ. ಅದೂ ಅಲ್ಲದೆ ಗ್ರಾಂಥಿಕ ಭಾಷೆಯಲ್ಲಿ ಮಾತನಾಡಲು ಶುರುವಿಟ್ಟ. ಸ್ವಲ್ಪ ಹೊತ್ತು ಒದ್ದಾಡಿ ಅವನನ್ನು ಸರಿದಾರಿಗೆ ತಂದೆವು.

ನಿಶ್ಯಬ್ದ... ಟೇಪುಗಳು ತಿರುಗುತ್ತಿವೆ... ಮಾವ ತನ್ನ ಸಹಜ ಧೋರಣೆಯಲ್ಲಿ ಶುರು ಮಾಡಿದ. "ಐವತ್ತು ವರ್ಷದ ಹಿಂದಿನ ಮಾತು... ನಾನು ಪ್ರಮಾಣ ಮಾಡಿಕೊಂಡಿದ್ದೆ. ಏನೇ ಆದರೂ ವಕೀಲರ ಮಗಳನ್ನ ಮದುವೆ ಆಗಬಾರದು ಅಂತ. ಆದರೆ ಏನು ಮಾಡ್ಲಿಕ್ಕಾಗ್ತದೆ, ಆ ಹೊತ್ತಿಗಾಗಲೇ ತಪ್ಪು ಹೆಜ್ಜೆ ಇಟ್ಟಾಗಿತ್ತು. ನಾವೇ ಒಂದು ಅಂದುಕೊಳ್ತೀವಾದರೂ, ಸರೀ ಹೊತ್ತಿಗೆ ಎಲ್ಲಾ ಕೈಮೀರಿ ಹೋಗಿರ್ತದೆ. ಆಗ ನಂಗೆ ಹದಿನೆಂಟು. ನಿಮ್ಮತ್ತೀಗೆ ಹದಿನಾರು. ನಂಗೆ ಉದ್ಯೋಗ ಕೂಡಾ ಇರಲಿಲ್ಲ. ವಕೀಲರಿಗೆ ಕಂಡಾಪಟ್ಟಿ ಪ್ರಾಕ್ಟೀಸ್ ಇತ್ತು. ಆ ವರ್ಷ ಅವರಮ್ಮ ಕಾಲ ಆಗಿದ್ದಕ್ಕೆ, ಎಲ್ಲಾ ದಾನಗಳ ಜೊತೀಗೆ ಕನ್ಯಾದಾನ ಕೂಡಾ ಮಾಡಿದ್ರೆ ಭಲೋದು ಅಂದರಂತೆ. ಅದಕ್ಕೇ ವರದಕ್ಷಿಣಿ ಒಂದು ನೂರು ಹೆಚ್ಚೂ ಕಮ್ಮಿ ಆದರೂ ಪರವಾಗಿಲ್ಲ ಅಂತ ಧಾರಾಳವಾಗಿ ಮಾತಾಡಿದರು. ಆ ಟೈಮಿನಾಗೆ ವುಯ್ಯಾರ್ ಬ್ಯಾಡ್ಲಿ ಇನ್ ನೀಡ್ ಆಫ್ ಮೊನಿ. ಇನ್ನ ಆಲೋಚನಿ ಮಾಡ್ತಾ ಕೂಡಲಿಕ್ಕೆ ನಮಗೂ ಟೈಂ ಇದ್ದಿಲ್ಲ.

ಅವರಿಗೂ ಟೈಂ ಇದ್ದಿಲ್ಲ. ಈ ಮಾತು ನಮ್ಮ ನಮ್ಮ ಮಧ್ಯಾನೇ ಇರಲಿ. ಈವಾಗಾದ್ರೆ ನಿಮ್ಮತ್ತಿ ಅರವತ್ತಕ್ಕೆ ಬಂದಾಳಂತ ಯಜಮಾನಿ ಹಂಗೆ ಆಡ್ತಾಳೇ ಹೊರತು, ಆಗ ನೀರಿನಾಗಿರೋ ಕಬ್ಬಿನಂಗಿರ್ತಿದ್ಲು.

"ದಿನಗಳು ನಿರುಮ್ಮಳವಾಗಿ ಕಳೀತಾ ಅವೆ ಅಂತ ಅನುಕೊಳ್ಳದರಾಗೆ ಆಷಾಢ ಬಂತು ಅಂದರು. ಒಂಚೂರು ಮುಂದೇ ಹೇಳಬಹುದಿತ್ತಲ್ಲಾ, ತೀರಾ ನಾಳೆ ಅಂದರೆ ಈವೊತ್ತು ಹೇಳಿದ್ರು. ಏನು ಮಾಡೋದು ಭಗವಂತಾ ಅನಕೊಂತಾ, ನವಲಿ ನವಲಿ ತಿನ್ನುತ್ತಿದ್ದ ಕಬ್ಬನ್ನು ಅತ್ತಿ ಮನೆಯಾಗೆ ಬಿಟ್ಟು ನಮ್ಮೂರಿಗೆ ಬಂದೆ. ಮನಸಿನಾಗೆ ಮನಸ್ಸಿದ್ರೆ ನಿಮ್ಮಾಣೆ. ಆಷಾಢ ಮಾಸದಾಗೆ ಅತ್ತಿ ಮನಿ ಹೊಸಲು ತುಳೀಬಾರದು ಅಂತಂದರು.

"ವಕೀಲರ ಮನಿ ಹುಡಿಗೀನ್ನ ಮಾಡ್ಕೋಬಾರದು ಅಂತ ಜನರಿಗೆ ಸಂದೇಶ ಕೊಡಬೇಕು ಅಂತ ಯಾಕೆ ಅನ್ನಿಸ್ತು ಅಂದರೆ, ಅದಕ್ಕೆ ಹತ್ತಕ್ಕೂ ಜಾಸ್ತಿ ಕಾರಣ ಅವೆ. ಆಷಾಢ ಮುಗಿಯೋ ತನಕ ನಿಮ್ಮತ್ತೀಗೆ ನನ್ನ ಮನಸ್ಸು ಗೊತ್ತಾಗಲಿ ಅಂತ ಪೋಸ್ಟ್‌ಕಾರ್ಡಿನಾಗೆ ವಿವರವಾಗಿ ಬರೀತಿದ್ದೆ. ವಕೀಲರ ಹತ್ತಿರ, ಅಂದರೆ ನಿಮ್ಮತ್ತಿ ಅಪ್ಪನ ದರಬಾರದಾಗೆ ಇಬ್ಬರು ಗುಮಾಸ್ತರಿದ್ದರು. ದೊಡ್ಡಾತ ಸೀತಾರಾಮಯ್ಯ ಅಂತ, ಮಹಾ ಅಸಾಧ್ಯ. ಎದುರು ಪಾರ್ಟಿಯವರಿಗೆ ಇವರೇ ಕೊಟ್ಟ ನೋಟೀಸು ಓದಿಸಬೇಕು ಅಂದರೂ, ಈತನ ಹತ್ತಿರ ಬಂದು ದುಡ್ಡೋ ಧೂಪಾನೋ ಕೊಟ್ಟು ವಿಷಯ ತಿಳ್ಕೋಬೇಕಾಗಿತ್ತು. ಬ್ರಹ್ಮಬರಹ! ತಲಿ ಕೆಟ್ಟಿತು ಅಂದ್ರೆ ಆತ ಬರದಿದ್ದೇ ಆತಗೆ ಗೊತ್ತಾಗ್ತಾ ಇರಲಿಲ್ಲ. ನಾನು ಬರೆದಿರೋ ಪ್ರತೀ ಕಾರ್ಡು ಎರಡು ರೂಪಾಯಿ ಕೊಡಲಿಲ್ಲ ಅಂದರೆ ಓದ್ತಿದ್ದಿಲ್ಲ. ಇನ್ನೊಂದು ಸಲ ಓದಿಸ್ಕೋಬೇಕು ಅಂತನ್ನಿಸಿದರೆ ಇನ್ನಾ ಒಂದು ರೂಪಾಯಿ ಸಮರ್ಪಣ ಮಾಡಬೇಕು. ಆದರೆ ಆತಗೆ ಒಂದು ಒಳ್ಳೆ ಬುದ್ಧೀನೂ ಇತ್ತು. ಸತ್ತರೂ ಸುದ್ದೀನ್ನ ಇನ್ನೊಬ್ಬರ ಹತ್ತಿರ ಹೇಳ್ತಿದ್ದಿಲ್ಲ. ನಿಜ ಹೇಳಬೇಕು ಅಂದರೆ ಆತ ಓದೋನೇ ಹೊರತು ಕೇಳೋನಲ್ಲ. ಹುಡುಗಿ ತೋರಿಸೋ ಹೊತ್ತಿನಾಗೆ ಜಾಸ್ತಿ ಓದಿಕೊಂಡಿಲ್ಲ ಅಂದರೆ, ಸ್ವಲ್ಪನ್ನಾ ಓದಿಕೊಂಡಾಳೇನೊ ಅಂತ ಅನಕೊಂಡ್ವಿ. ತೀರಾ ನೋಡಿದ್ರೆ ಗೊಂಬಿ ಓದು! ಅಂದರೆ ಅಗಸ, ಆನೆ, ಇಲಿ ಅಂತ ಗೊಂಬಿ ತೋರಿಸಿದರೆ ಓದಿದಂಗೆ ಮಾಡ್ತಿದ್ಲು.

"ನಾನು ನನ್ನ ತವರು ಮನಿಯಾಗೆ ತೀರಾ ಪರಧ್ಯಾನದಾಗೆ ಇರ್ತಿದ್ರೆ ನಮ್ಮಜ್ಜಿ ಸಮಾಧಾನ ಮಾಡ್ತಿದ್ಲು. ಹನುಮಾನ್ ಚಾಲೀಸ್ ಹೇಳ್ಕೊಂಡ್ರೆ ಸ್ವಲ್ಪ ನೆಮ್ಮದಿ ಇರ್ತದೆ ಅಂತ ಹೇಳ್ತಿದ್ಲು. ಹಾಗಾಗಿ ನಂಗೆ ಮೊದಲನೇ ಆಷಾಢ ಮುಗಿಯೋದರೊಳಗೆ ಚಾಲೀಸ್ ಕಂಠಪಾಠವಾಗಿತ್ತು. ದೇವರು ನನ್ನ ಕಡೀಗೆ ಇದ್ದ ಅಂತ ಆಷಾಢ ಹೋಗಿ ಶ್ರಾವಣ ಬಂತು. "ಇಂತಾ ಹೊತ್ತಿನಾಗೆ ಅಷ್ಟಾಗಿ ಒಳ್ಳೇದು–ಕೆಟ್ಟದು ಅಂತ

ನೋಡೋದೇನೂ ಬೇಕಿಲ್ಲ. ನೀನು ಹೋಗಪ್ಪ" ಅಂತಂದ್ಲು ನಮ್ಮಜ್ಜಿ. ಆಕಿ ಮಾತು ಪೂರ್ತಿ ಮಾಡೋದರಾಗೆ ನಾನು ಸ್ಟೇಷನ್‌ಗೆ ಹೋಗೋ ದಾರಿನಾಗಿದ್ದೆ. ಆವಾಗ ಅಂದ್ರೆ ಐವತ್ತೇಳರಾಗೆ ಇವೆಲ್ಲಾ ಎಲ್ಲಿದ್ವು? ಬೆಳಿಗ್ಗೆ ಮೊಸರಿನ ರೈಲು, ಆಮೇಲೆ ಕಳ್ಳರ ರೈಲು, ಸರಿರಾತ್ರಿಗೆ ದೆವ್ವದ ರೈಲು. ಮೊಸರಿನ ರೈಲಿನಾಗೆ ಹೊರಟರೆ ದೆವ್ವದ ರೈಲಿನ ಹೊತ್ತಿಗೆ ಅಲ್ಲಿ ಇಳಿದೆ. ಎದುರಿಗೆ ಕನ್ನಡಿ ಇರದಿದ್ದರೂ ನನ್ನ ಅವತಾರ ನಂಗೇ ಗೊತ್ತಾಗ್ತಿತ್ತು. ಇದ್ದಲಿನ ಇಂಜಿನ್ ರೈಲಿನಾಗೆ ನಲವತ್ತು ಮೈಲು ಹಾದಿನ್ನ ಎಂಟು ಗಂಟೆ ಪ್ರಯಾಣ ಮಾಡಿ ಬಂದಾನೆ ಅಂತ ಯಾರಿಗಾದ್ರೂ ಗೊತ್ತಾಗ್ತಿತ್ತು. ಟೌನ್‌ಹಾಲಿನ ಪಕ್ಕದ ಸಿನಿಮಾ ಥೇಟರಿನಾಗೆ 'ಚರಣದಾಸಿ' ಸಿನಿಮಾ ಓಡ್ತಿತ್ತು. ಅದರ ಮುಂದೆ ಎರಡು ರಿಕ್ಷಾಗಳು ನಿಂತಿದ್ವು. "ವಕೀಲರ ಮನೆಗೆ" ಅಂತಂದೆ. "ಕಡೀ ರೀಲು ನಡೀತಾ ಅದೆ. ರೈಲುಪೇಟ ಗಿರಾಕಿಗಳಿರ್ತಾರೆ" ಅಂತಂದರು. ಹೋಗಲೇಳು ಅಂದುಕೊಂಡು ಹನುಮಾನ್ ಚಾಲೀಸ್ ಹೇಳ್ಕೊಂತಾ ಮನಸ್ಸೆಲ್ಲಾ ನಿಮ್ಮತ್ತಿ ಮೇಲೆ ಇಟುಗೊಂಡು ನಡಿಲಿಕ್ಕೆ ಹತ್ತಿದೆ. ಗೇಟಿನಾಗೆ ಕಾಲಿಡೋ ಹೊತ್ತಿನಾಗೆ ಠಾಂಗ್ ಅಂತ ಗೋಡಿ ಗಡಿಯಾರ ಒಂದು ಗಂಟಿ ಹೊಡೆದಿದ್ದು ಕೇಳಿಸ್ತು – ಶುಭ ಅಂದುಕೊಂಡೆ. ತಲಬಾಗಿಲು ಬಡಿದೆ. ಒಂದು ಸಾರಿ, ಎರಡು ಸಾರಿ, ಮೂರು ಸಾರಿ... ಅಷ್ಟೇ! ಸರ್ ಅಂತ ಪಕ್ಕದಾಗಿರೋ ಕಿಡಕಿನಾಗಿಂದ ಈಚಲ ಚಾಪಿಯೊಂದು ತೂರಿಕೊಂಡು ಬಂತು. ಮನಿ ಅಳಿಯಗೆ, ಕೋರ್ಟು ಕಕ್ಷೀದಾರಗೆ ವ್ಯತ್ಯಾಸ ಗೊತ್ತಾಗಲಿಲ್ಲಲ್ಲ ಅಂತ ನನ್ನ ಮನಸಿಗೆ ಭಾಳ ಬೇಸರಾಯ್ತು.

"ನಾನರೀ, ನಾ...ನು" ಅಂತ ಮತ್ತೆ ಬಾಗಿಲು ಬಡಿದೆ. "ವರಾಂಡದಾಗೆ ಮಲಕೊಳ್ರಿ. ವಕೀಲರು ಬೆಳಿಗ್ಗೆ ಮಾತಾಡ್ತಾರೆ..." ಅನ್ನೋ ಉತ್ತರ, ಕಿಟಕಿ ಬಾಗಿಲು ಮುಚ್ಚೋ ಸದ್ದಿನ ಜೊತೀಗೆ ಬಂತು. ನಂಗೆ ಸಿಟ್ಟು ಬಂತು. ಒಂದು ಕಡೀಗೆ ಈಚಲ ಚಾಪಿ ನನ್ನ ನೋಡ್ತಾ ಅದೆ, ಇನ್ನೊಂದು ಕಡೀಗೆ ರೈಲಿನಾಗೆ ಕೊಂಡ ಸಿಂಹಾಚಲಂ ಸಂಪಿಗಿ ವಾಸನಿ ಚೀಲದಾಗಿಂದ ಹೊರಬಂದು ಕಿರಿಕಿರಿ ಮಾಡಲಿಕ್ಕೆ ಹತ್ತದೆ. ವಕೀಲರ ಮನಿ ಅಂದರೆ ಹಿಂಗೇ ಇರ್ತದೆ ಅಂತ ನಂಗೊತ್ತಿತ್ತು. ಅದಕ್ಕೇ ನಾನು ಪ್ರಮಾಣ ಮಾಡಿಕೊಂಡಿದ್ದು. ಮಾಡೋದೇನದೆ, ಗೋಡಿಗಾನಿಕೊಂಡು ಕುಸಿದೆ. ಸಂಪಿಗಿ ಹೂವಿನ ವಾಸನಿ ನನ್ನ ಮನಶ್ಯಾಂತಿನ್ನ ಇನ್ನೊಂದಿಷ್ಟು ಕೆಡಿಸ್ತಾ ಇತ್ತು. ಚೀಲದಿಂದ ಹೂವಿನ ಪೊಟ್ಟಣ ತೆಗೆದೆ. ರೋಡಿಗೆ ಒಗೆಯೋಣ ಅಂತನುಕೊಂಡೆ. ಬೇಡ ಅಂತ ಎಚ್ಚರಿಸೋ ಹಂಗೆ ಒಳಗಿನಿಂದ ಗೋಡಿ ಗಡಿಯಾರ ಠಾಂಗ್ ಠಾಂಗ್ ಅಂತ ಎರಡು ಸಲ ಎಚ್ಚರಿಕಿ ಕೊಡ್ತು. ಅದೂ ಅಲ್ಲದೆ ಶ್ರಾವಣ ಮಾಸದಾಗೆ ಹೆಂಡ್ತೀಗಂತ ಕೊಂಡಿರೋ ಮೊದಲನೇ ಹೂವಿನ ಪಟ್ಟಣ. ಅದನ್ನ ಬಿಸಾಕಲಿಕ್ಕೆ ಮನಸ್ಸು ಬರಲಿಲ್ಲ. ಬಿದಿಗಿ ಚಂದ್ರನ ಬೆಳಕಿನಾಗೆ ಪಡಸಾಲಿ ಗೋಡಿ ಮೇಲಿನ

ಆಂಜನೇಯಸ್ವಾಮಿ ನನ್ನ ಕಡೀಗೆ ಪ್ರಸನ್ನವಾಗಿ ನೋಡೋ ಹಂಗೆ ಕಾಣಿಸ್ತು. ಬಾಳೆ ನಾರಿನೊಳಗೆ ಕಟ್ಟಿದ ಸಿಂಹಾಚಲಂ ಸಂಪಿಗೆ ಹೂವಿನ ಹಾರನ್ನ ಪ್ರಸನ್ನಾಂಜನೇಯ ಪಟಕ್ಕೆ ಹಾಕಿ, ನಿಟ್ಟುಸಿರು ಬಿಟ್ಟೆ. ಕೂತುಗೊಂಡೇ ಒಂದಿಷ್ಟು ತೂಕಡಿಸಿದೆ. ಆ ತೂಕಡಿಕೆನಾಗೇ ಎಷ್ಟೋ ಒಳ್ಳೊಳ್ಳೆ ನೆನಪುಗಳು ಕನಸಿನಾಗೆ ಬಂದವು.

"ಬೆಳಬೆಳಿಗ್ಗೆ ಜಯಮ್ಮ "ಯಾರೂ..." ಅಂತ ಕಣ್ಣು ಹಾಯಿಸಿದಳು. ನನ್ನ ಇದ್ದಲಿ ಮುಖಾನ್ನ ಕಂಡು ಹಿಡಿದಳು. "ಈಗೇನಪ್ಪ ಬರ್ತಿರೋದು..." ಅಂತ ಮುತ್ತುದುರಿಸಿದಳು. "ಗಾಡಿ ಲೇಟು. ಮಧ್ಯರಾತ್ರಿನಾಗೇ ಬಂದೆ" ಅಂತ ಕ್ಲುಪ್ತವಾಗಿ ಹೇಳಿದೆ. ನನ್ನ ಪಕ್ಕದಲ್ಲಿ ಬಿದ್ದಿರೋ ಈಚಲ ಚಾಪೀನ್ನ ನೋಡಿ ವಿಷಯ ಏನು ಅಂತ ಅರ್ಥ ಮಾಡಿಕೊಂಡಳು.

"ಅಯ್ಯೋ... ಯಾರೋ ಕಕ್ಷಿದಾರರು ಅಂದ್ಕೊಂಡಿರ್ತಾರೆ. ನಾನಿಲ್ಲಿ ಪಾವಟಿಗಿ ಕೆಳಗೇ ಮಲಕೊಂಡಿದ್ದೆ. ನನ್ನಾದ್ರೂ ಎಬ್ಬಿಸಿದ್ರೆ ನನ್ನ ಹತ್ತಿರ ಮಲ್ಕೋಬೋದಿತ್ತಲ್ಲಪ್ಪ. ಪಾಪ..." ಅಂತ ಉಗುರುಸುತ್ತಿನ ಮೇಲೆ ಒನಕೆ ಪೆಟ್ಟು ಹಾಕಿದಳು. ಜಯಮ್ಮನ ಬಗ್ಗೆ ನಾಲ್ಕು ಮಾತುಗಳನ್ನು ಹೇಳಬೇಕು. ಜಯಮ್ಮನ ಮನೆ ವ್ಯವಹಾರದಾಗೆ ಯಾವುದೋ ವ್ಯಾಜ್ಯನ್ನ ನಮ್ಮ ಮಾವ ಗೆಲ್ಲಿಸಿ ಕೊಟ್ಟಿದ್ದ. ಆಕಿಗೆ ಎರಡು ಎಕರೆ ಭೂಮಿ, ಆರು ವರ್ಷದ ಹಿಂದಿನ ಫಸಲಿನ ದುಡ್ಡು ಸಿಕ್ಕಿತ್ತು. "ಅರವತ್ತು ವರ್ಷದ ಮೇಲೆ ಆಗ್ಯದೆ. ಹೆಂಗೋ ನಿಮ್ಮ ಹತ್ತಿರಾನೇ ಬಿದ್ದಿರ್ತೀನಿ. ಆ ಎರಡು ಎಕರೀನೂ ನಿಮಗೇ. ಒಪಿಗಿ ಇರೋಷ್ಟು ದಿನ ಚಾಕರಿ ಮಾಡಿಕೊಂಡಿರ್ತೀನಿ. ನಿಮ್ಮ ಜೊತೀಗೆ ನಂಗೂ ಒಂದು ತುತ್ತು ಅನ್ನ ಹಾಕ್ರಿ" ಅಂತ ಗೋಗರೆದಳು. ಈ ಆಲೋಚನಿ ಇಬ್ಬರಿಗೂ ಛಲೋ ಅದೆ ಅಂತನಿಸ್ತು ನಮ್ಮ ಮಾವಗೆ. ಯಾಕಂದ್ರೆ ದಿನ ಬೆಳಗಾದ್ರೆ ಸಾಕು, ನಮ್ಮತ್ತಿ ಸುಸ್ತಾಗಿ ಮಲಗತಿದ್ಲು. ಸಂಸಾರಾನ್ನ ಬೆಳಿಸಿ ಪೋಷಿಸೋದಕ್ಕೆ ಮೈಗಳ್ಳತನ ಇತ್ತು. ಲಾಯರಿ ಕೆಲಸದಾಗೆ ನಮ್ಮ ಮಾವ ಎಷ್ಟು ಹುಷಾರಿ ಇದ್ನೋ, ಅಷ್ಟೇ ಹುಷಾರಿ ಲೌಕಿಕದಾಗೂ ಇದ್ದ. ಮೊದಲಿಗೆ ಇಬ್ಬರು ಗಂಡು ಮಕ್ಕಳು, ಆಮೇಲಕ್ಕೆ ಒಂದರ ಮೇಲೊಂದು ನಾಲ್ಕು ಹೆಣ್ಣುಗಳು, ಕಾಮಾ ಕೂಡಾ ಇಲ್ಲದಂಗೆ ಮತ್ತೊಬ್ಬ ಗಂಡು ಮಗ, ಆಮೇಲಕ್ಕೆ ಇಬ್ಬರು ಹೆಣ್ಣು. ಈ ಇಬ್ಬರಾಗೆ ದೊಡ್ಡಾಕಿನೇ ನಿಮ್ಮತ್ತಿ. ಅಂದರೆ ನನ್ನ ವೈಫು. ಹೆಸರು ಗೊತ್ತದಲ್ಲ... ಸ್ವರಾಜ್ಯಂ. ಆ ಕಾಲದಾಗೆ ಮನೀಗೊಂದು ಸ್ವರಾಜ್ಯಂ ಇರೋಳು. ಜಯಮ್ಮ ಸ್ವಂತ ಮನಿಯವರಿಗಿಂತಾ ಹೆಚ್ಚಿನವರಂಗೆ ಇರೋಳು. ಪೂಜಿ–ಪುನಸ್ಕಾರದಾಗೊಂದೇ ಅಲ್ಲ, ಕ್ಲಯಿಂಟ್ಸ ಜೊತಿ ಕೂಡಾ ಭೇಷ್ ವ್ಯವಹಾರ ಮಾಡೋಳು. ಯಾವ ಯಾವ ಊರು ಯಾವದಕ್ಕೆ ಪ್ರಸಿದ್ಧಿ ಅಂತ ತಿಳಕೊಂಡು ಆ ಭಾಗದ ಕ್ಲಯಿಂಟ್ಸನ ಹಿಡಿದು ಬಗ್ಗಿಸುತ್ತಿದ್ದಳು. ಬದನೇಕಾಯಿಯಿಂದ ಹಿಡಿದು ಆಕಳ ಬೆಣ್ಣಿ ತನಕ ತರಿಸೋಳು. ಗುಮಾಸ್ತ ಸೀತಾರಾಮಯ್ಯ ಅವಾಗಾವಾಗ ಆ

ಕೈ ಈ ಕೈಯಿಂದ ಹಸ್ತಸಾಮುದ್ರಿಕೆಗಳನ್ನು ಮಾಡಿ ತೋರಿಸುತ್ತಿದ್ದ. ಕೆಲವೊಂದು ಸಲ ಬೋನಿನಲ್ಲಿ ನಿಂತು ಸಾಕ್ಷಿ ಕೂಡಾ ಹೇಳಿದಳೆಂದೂ, ಕ್ಲಯಿಂಟ್‌ಗಳು ಕೇಸು ಗೆದ್ದಿದ್ದಕ್ಕೆ ಬಟ್ಟೆ ಬರೆ ಕೊಟ್ಟು ಸನ್ಮಾನಿಸಿದರಂತಲೂ ಹೇಳಿಕೊಳ್ಳೋಳು. ಏನೋ ಅವೂ ಒಂಥರಾ ದಿನಗಳು. ಜಡ್ಜಗಳ ಮನೀನಾಗೆ ಒಂದು ಸಲ ವಾರ್ಷಿಕ ಶ್ರಾದ್ಧ ಬಂದರೆ ನಮ್ಮ ಮಾವನ್ನ ಬ್ರಾಹ್ಮಣ ಅಂತ ಕರೆದರಂತೆ. ಆತಗೆ ಯಾವುದೋ ಹೈಕೋರ್ಟು ಕೆಲಸ ಇದ್ದಿದ್ದರಿಂದ ಸೀತಾರಾಮಯ್ಯನ್ನ ಕಳಿಸ್ತೀನಿ ಅಂದನಂತೆ. ಜಡ್ಜಿಗೆ ಕೆಂಡದಂಥಾ ಸಿಟ್ಟು ಬಂದು, ಎಂಥಾ ಆಪತ್ಕಾಲ ಅಂತನುಕೊಂಡರೂ ವಕೀಲನ ಗುಮಾಸ್ತನ ಕಾಲು ತೊಳಿಲಿಕ್ಕಾಗ್ತದಾ ಅಂತ ಬಾಯಿ ಮಾಡಿದರಂತೆ. ಆಮೇಲೆ ಮಾವನೆ ಸ್ವತಃ ಹೋಗಿ ಬಂದನಂತೆ. ಆಮೇಲೆ ತಿಂಗಳೊಪ್ಪತ್ತಿನಾಗೆ ಮೂರು ಕೇಸುಗಳು ಬಗೆಹರಿದವಂತೆ.

"ಜಯಮ್ಮ ಅಡಾವುಡಿ ಮಾಡಿ ಮನೆಯವರನ್ನೆಲ್ಲಾ ಎಬ್ಬಿಸಿದಳು. ನನಗೆ ಮತ್ತೊಂದು ಗಂಟೆಯೊಳಗೆ ನಿಜರೂಪ ಬಂತು. ಬೆಳಿಗ್ಗೆಯೆಲ್ಲಾ ವಕೀಲರ ಮನಿ ಅಂಬೋದು ಪಾರ್ಟಿ ಮಂದಿಯಿಂದ ಕವಕವ ಅಂತಿರ್ತದೆ. ಗಡಿಯಾರ ಗಂಟಿ ಹೊಡೆಯೋದನ್ನೇ ಲೆಕ್ಕಾ ಮಾಡ್ತಾ ಇದ್ದೆ. ಈ ಲೆಕ್ಕದಲ್ಲಿ ಯಾವಾಗ ಸಂಜಿಯಾಗ್ತದೋ ಅಂತ ಕಾಯ್ತಿದ್ದೆ. ನಿಮ್ಮ ಸ್ವರಾಜ್ಯಂ ಅತ್ತಿ ಮದರಂಗಿ ಹಚ್ಚಿಗೊಂಡ ಕೈಯಲ್ಲಿ, ಗೆಜ್ಜೆ ಕಟ್ಟಿಗೊಂಡ ಕುದುರೀ ಹಂಗೆ ಮನೆಯೆಲ್ಲಾ ತಿರುಗುತ್ತಿದ್ದರೆ, ನನ್ನ ಹೃದಯದಾಗೆ ಬಗುರಿ ತಿರುಗುತಿರೋ ಹಂಗಾಗೋದು. ಗುಮಾಸ್ತ ಸೀತಾರಾಮಯ್ಯ ಟೈಪು ಮಿಷನ್ನಿನಾಗೆ ಒಂದೊಂದೇ ಅಕ್ಷರ ಎತ್ತೆತ್ತಿ ಕುಟ್ಟುತ್ತಿದ್ದವನು ಇದ್ದಕ್ಕಿದ್ದಂತೆ ಪವಾಡ ಮಾಡಿಬಿಟ್ಟ. ಆಂಜನೇಯಸ್ವಾಮಿ ಪಟಕ್ಕೆ ಹಾಕಿದ್ದ ಸಿಂಹಾಚಲಂ ಸಂಪಿಗಿ ಹೂವಿನ ಹಾರ ನೋಡಿ, ಮಾಡೋ ಕೆಲಸ ನಿಲ್ಲಿಸಿ ಪಟಕ್ಕೆ ನಮಸ್ಕಾರ ಮಾಡಿ, ಗಲ್ಲ ಗಲ್ಲ ಬಡಿದುಕೊಂಡ. ಆಗಲೇ ಒಂದೆರಡು ಹೂವಿನ ದಳಗಳು ನೆಲಕ್ಕೆ ಬಿದ್ದಿದ್ದವು. "ನೀವು ತಂದಂಗದೆ. ಆಹಾ! ಎಂಥಾ ಪರಿಮಳ" ಅಂತಾತ ತನ್ಮಯದಿಂದ ಹೇಳಿದಾಗ ನಾನು ಸುಮ್ಮನೆ ಇದ್ದಿದ್ರೆ ಆಗ್ತಿತಲ್ಲೇನು? ಊಹೂಂ. "ನಂಗೇನೂ ಗೊತ್ತಿಲ್ಲರ್ರೀ" ಅಂತಂದೆ.

"ಮಧ್ಯಾಹ್ನಕ್ಕೆಲ್ಲಾ ದೃಶ್ಯ ಬದಲಾಯ್ತು. ಮಾತಿಗೆ ಶಕ್ತಿಯಿಲ್ಲ ಅಂತ ಯಾರಿಗನ್ನಲಿಕ್ಕೆ ಸಾಧ್ಯ. ವಕೀಲರ ಮನಿಯಾಗೆ ಆಂಜನೇಯಸ್ವಾಮಿ ಮೈಮೇಲೆ ಸಂಪಿಗಿ ಹೂವು ಮೂಡ್ಯಾವೆ ಅಂತ ಊರಾಗೆಲ್ಲಾ ಸುದ್ದಿಯಾಯ್ತು. ಜಯಮ್ಮ ಅಷ್ಟಕ್ಕೇ ಸುಮ್ಮನಿದ್ದರೆ ಛಂದಾಗಿರಲ್ಲ ಅಂತ ಒಂದು ಹತ್ತು ತುಳಸಿದಳಾನ್ನ ತಂದು ಸಂಪಿಗಿ ಹೂವಿನ ಜೋಡಿ ಸೇರಿಸಿದಳು. ಇನ್ನೊಂದು ಗಂಟೆಗೆ ಪಕ್ಕದೂರಿನ ಜಟಕಾಗಳು ಬರೋದು ಶುರುವಾಯ್ತು. ಕೇಸು, ವಾಯಿದಾ ಎಲ್ಲಾ ಮೂಲಿಗೆ ಬಿದ್ದವು. ಸ್ಕೂಲಿಗೆ ಮಧ್ಯಾಹ್ನದಿಂದ

ರಜ ಕೊಟ್ಟರು. ಎರಡು ಭಜನಾ ಮಂಡಲಿಗಳು ತಮ್ಮ ತಮ್ಮ ಸಾಮಾನಿನ ಜೋಡಿ ರಂಗಪ್ರವೇಶ ಮಾಡಿದ್ರು. ಮತ್ತೊಬ್ಬರ ಗೊಡವೆ ಇಲ್ಲದಂಗೆ ತಮ್ಮ ಪಾಡಿಗೆ ತಾವು ಬೇರೆ ಬೇರೆಯಾಗಿ ಭಜನಿ ಮಾಡಲಿಕ್ಕೆ ಶುರುವಿಟ್ಟರು. ಪಾನಕ–ಕೋಸಂಬರಿ ರೆಡಿ ಆಯ್ತು. ಒಂದಿಬ್ಬರಿಗೆ ದೇವರು ಮೈಮೇಲೆ ಬಂತು. ಕುಂಕುಮದ ಮಳೆ ಹರೀತು. ನಿಮ್ಮತ್ತಿ ಭಕ್ತಾದಿಗಳ ಸೇವೆನಾಗೆ ಮುಳುಗಿ ಹೋದಳು. ಹೊತ್ತು ಏರಿದಂಗೆಲ್ಲಾ ಭಕ್ತಾದಿಗಳ ಆರ್ಭಟ ಜಾಸ್ತಿ ಆಗಲಿಕ್ಕೆ ಹತ್ತಿತು. ನನ್ನ ಹೃದಯದಾಗೆ ಕಲ್ಲು ಬಿದ್ದಿತ್ತು. ಮಾವನ ಮನಿ ಗುಡಿ ಹಂಗಾಗಿ ಹೋಯ್ತು. ಬೇವಿನ ಬೀಜ ಹೋಗಿ ಮಹಾವೃಕ್ಷ ಆಗಿ ಕೂತಿತ್ತು.

"ಇಂತಾ ಹೊತ್ತಿನಾಗೆ ನನ್ನ ಮಾತು ಹಿಂದಕ್ಕೆ ತೊಗಳ್ಳೋ ಹಂಗೂ ಇರಲಿಲ್ಲ. ತೊಗಂಡರೂ ಏನೂ ಉಪಯೋಗ ಇರಂಗಿಲ್ಲ ಅಂತ ಆಗಲೇ ಅರ್ಥ ಆಗಿತ್ತು. ಮನೆ ಮುಂದೆ ತೆಂಗಿನಕಾಯಿ, ಕರ್ಪೂರ ಮಾರೋ ಅಂಗಡಿಗಳು ತಲೆ ಎತ್ತಿದವು. ದೇವರ ಪಟಗಳು, ದೇವರ ಪುಸ್ತಕಗಳು ಮಾರೋದಕ್ಕೆ ಶುರುವಾಯ್ತು. ಸಂಪಿಗಿ ಹಾರದಾಗಿಂದ ಮುತ್ತುಗಳು ಉದುರುತಾ ಅವೆ ಅನ್ನೋತನಕ ಮಾತುಗಳು ಬಾಯಿಂದ ಬಾಯಿಗೆ ಹರಿದಾಡಿದವು. ಕ್ಷಣಾರ್ಧದಾಗೆ ದೇವರ ಮಹಿಮೆ ಗಾಳಿ ಹರಡಿದಂಗೆ ಹರಡಿ ಬಿಡ್ತು. ನನ್ನ ಮನಸ್ಸಿನ ದುಃಖ ನಂಗೊತ್ತು. ನನ್ನ ಸ್ವರಾಜ್ಯಂ ನನಗೆ ಸಿಗದೆ, ಹೋಳಿಗಿ–ಅತಿರಸ ಮಾಡೋದಕ್ಕೆ ಅಂತ ಮಡಿ ಕಟ್ಟಿಕೊಂಡಳು. ನಾನು ನಿಜಾನ್ನ ಅವಳಿಗೆ ಹೇಳಿ ಪರಿಸ್ಥಿತಿ ಅರ್ಥ ಮಾಡಿಸೋಣ ಅನಕೊಂಡ್ರೆ, ಅಷ್ಟೊತ್ತಿಗಾಗಲೇ ಪರಿಸ್ಥಿತಿ ಕೈಮೀರಿ ಹೋಗಿತ್ತು. ಕಡೀಗೆ ಇದೆಲ್ಲಾ ಸತ್ಯ ಅಂತ ನಾನೂ ನಂಬಲಿಕ್ಕೆ ಶುರು ಮಾಡೋ ಪರಿಸ್ಥಿತಿ ಬಂತು."

ಅಷ್ಟರಾಗೆ ಹೊರಗಿನಿಂದ ಬಾಗಿಲು ಬಡಿದ ಸದ್ದು, ಅತ್ತಿ ಮಾತು ಕೇಳಿಸಿತು. ಬಾಗಿಲು ತೆರೆದೆವು. ಎದುರಿಗೆ ನಿಂತಿದ್ದ ಅತ್ತಿ "ಸುಳ್ಳು ಸುಪದ್ಧ ಏನೂ ಹೇಳಿಲ್ಲ ಅಲ್ಲೇನು?" ಎಂದಳು.

"ಹಂಗೇನೂ ಇಲ್ಲ. ಎಲ್ಲಾ ಕಣ್ಣಿಗೆ ಕಟ್ಟೋ ಹಂಗೆ ಹೇಳಿದ" ಎಂದೆವು.

"ಅದಕ್ಕೇ ಹೇಳೋದು, ವಕೀಲರ ಮಗಳನ್ನ ಮದುವೆ ಆಗಬೇಕು ಅಂತ. ನಮ್ಮ ಇಬ್ಬರೂ ಮಕ್ಕಳು ಅಂಜನಿ, ಪವನ್ ಕುಮಾರ್ ಸಮುದ್ರ ದಾಟಿ ಹಾಯಾಗಿ ಅಮೆರಿಕಾದಾಗೆ ಇರ್ತಾರೆ..." ಅಂತ ಅತ್ತೆಯ ಸಮ್ಮುಖದಲ್ಲಿಯೇ ಮಾವ ಕತೆ ಮುಗಿಸಿದ. "ಪವಮಾನಸುತನ ಪಾದಾರವಿಂದಕೆ ನಮೋ ನಮೋ..." ಎಂದು ನಮ್ಮ ಸ್ವರಾಜ್ಯಂ ಅತ್ತಿ ಮಂಗಳಾರತಿ ಹಾಡಿದಳು.

(ಶ್ರೀರಮಣರ ತೆಲುಗು ಕತೆಯ ಭಾವಾನುವಾದ)

12ನೇ ಡಿಸೆಂಬರ್ 2005

ದ್ವಿತೀಯಾರಿ

ನನ್ನ ಅಪಾರ್ಟ್‌ಮೆಂಟಿನೊಳಗೆ ಬೆಳಗಿನ ವಾಕಿಂಗಿಗಾಗಿ ಒಂದು ಜಾಗಿಂಗ್ ಟ್ರಾಕನ್ನು ಮಾಡಿದ್ದಾರೆ. ಪ್ರತಿದಿನ ತಪ್ಪದೆ ವಾಕಿಂಗ್ ಮಾಡುವುದು ನನ್ನ ಹವ್ಯಾಸ. ಅದೇ ಹೊತ್ತಿಗೆ ವಾಕಿಂಗ್ ಮಾಡುವ ಸುಬ್ಬರಾಯರು ನನ್ನ ಜೊತೆಯಲ್ಲಿ ಮಾತನಾಡುತ್ತಾ ನಡೆಯಲು ಇಷ್ಟಪಡುತ್ತಾರೆ. ಸ್ಥೂಲಕಾಯದ ಸುಬ್ಬರಾಯರು ವಯಸ್ಸಿನಲ್ಲಿ ನನಗಿಂತಲೂ ಹಿರಿಯರು. ವಾಕಿಂಗಿನಲ್ಲಿ ಅವರು ಜಗತ್ತಿನ ವಿಷಯಗಳ ಬಗ್ಗೆ ಇನ್ನಿಲ್ಲದ ಆವೇಶದಿಂದ ಮಾತನಾಡುತ್ತಾರೆ. ನಾಡಿನ ರಾಜಕಾರಣಿಗಳನ್ನು, ಆಟಗಾರರನ್ನು, ಸಿನಿಮಾ ನಟರನ್ನು, ಲೇಖಕರನ್ನು ಹೀನಾಯಮಾನವಾಗಿ ಉಗಿಯುವುದು ಅವರ ಪ್ರಿಯ ಹವ್ಯಾಸ.

ಮೊನ್ನೆ ಬೆಳಿಗ್ಗೆ ವಾಕಿಂಗಿನಲ್ಲಿ ಅವರ ಭಾಷಣ ಅವ್ಯಾಹತವಾಗಿ ನಡೆದಿತ್ತು. ವಿಶ್ವಕಪ್ಪಿನಲ್ಲಿ ಬಾಂಗ್ಲಾ ಜೊತೆಗೆ ಸೋತ ನಮ್ಮ ಆಟಗಾರರಿಗಿಂತಲೂ ತಮ್ಮ ಆರು ವರ್ಷದ ಮೊಮ್ಮಗ ಚೆನ್ನಾಗಿ ಕ್ರಿಕೆಟ್ ಆಡುತ್ತಾನೆಂದರು, ಬೆಂಗಳೂರಿನ ರಸ್ತೆಗಳಿಗಿಂತಲೂ ಮುಳ್ಳು ಹಂದಿಯ ಮೈಯೇ ನುಣ್ಣಗಿರುತ್ತದೆ ಎಂದರು, ಬುಷ್ ಮತ್ತು ಬ್ಲೇರ್ ಸಾಕ್ಷಾತ್ ರಾವಣ–ಕುಂಭಕರ್ಣರ ಮತ್ತೊಂದು ಅವತಾರವೆಂದು

ಜರಿದರು. ಸುಮ್ಮನೆ ತಲೆ ಬಗ್ಗಿಸಿ ಅವರ ಮಾತುಗಳನ್ನು ಕೇಳುತ್ತಾ, ಅಕ್ಕ ಪಕ್ಕದ ಮನೆಯವರು ನಿದ್ದೆಯಿಂದ ಎಲ್ಲಿ ಎದ್ದುಬಿಡುತ್ತಾರೋ ಎಂದು ಕಂಗಾಲಾಗುತ್ತಾ ನಡೆಯುತ್ತಿದ್ದ ನನಗೆ ಅವರು ಹಾಕಿಕೊಂಡ ಶೂನ ಲೇಸ್ ಬಿಚ್ಚಿದ್ದು ಗೊತ್ತಾಯಿತು. ಮೊದಲೇ ಸ್ಥೂಲಕಾಯ, ಎಲ್ಲಿ ಎಡವಿಕೊಂಡು ಬೀಳುತ್ತಾರೋ ಎಂದು ಹೆದರಿ ಅವರ ಮಾತನ್ನು ಅರ್ಧಕ್ಕೇ ತುಂಡರಿಸಿ, ಲೇಸನ್ನು ಕಟ್ಟಿಕೊಳ್ಳಲು ಹೇಳಿದೆ. ಹತ್ತಿರದಲ್ಲಿ ಕುಳಿತುಕೊಳ್ಳಲು ಬೆಂಚುಗಳಿಲ್ಲದ್ದರಿಂದ, ಹಾಗೇ ಬಗ್ಗಿದರು. ಅಷ್ಟೇ! "ಪುರ್..." ಎಂದು ಅವರ ನಿಯಂತ್ರಣ ಮೀರಿ ಸದ್ದು ಹೊರಬಿದ್ದಿತು. "ಕುಯಿಕ್..." ಎಂದು ಸದ್ದು ಮಾಡಿ ನಕ್ಕು, ನಂತರ ಏನೂ ಆಗಿಲ್ಲವೆಂಬಂತೆ ಸುಮ್ಮನಾಗಿಬಿಟ್ಟೆ. ಅವರಿಗೆ ನನ್ನ "ಕುಯಿಕ್..." ಕೇಳಿಸಿಬಿಟ್ಟಿತು. ನಂತರ ವಾಕಿಂಗೆಲ್ಲಾ ಮೌನದಲ್ಲಿ ನಡೆಯಿತು. ಕೊನೆಗೆ ಮನೆಗೆ ಹೋಗುವಾಗ "ಈ ಸೂಪರ್ ಮಾರ್ಕೆಟ್‌ನಾಗೆ ಸಿಗೋ ಕಾಳು–ಕಡಿ ದನಕ್ಕೆ ಹಾಕೋದಕ್ಕೂ ಲಾಯಕ್ಕಲ್ಲ ನೋಡ್ರಿ..." ಎಂದು ಉಗಿದರು. "ಹೌದು" ಎಂದು ಎದುರಾಡದೆ ಒಪ್ಪಿಕೊಂಡೆ.

ಅಣಿಮಾ ಶಕ್ತಿಯೇ ಅಂತದ್ದು. ಪುಟ್ಟ ಇರುವೆ, ಬೆಟ್ಟದಂತಹ ಆನೆಯ ಸದ್ದಡಗಿಸುತ್ತದಲ್ಲವೆ? ಅಂತಹದ್ದು. ಹಾಗಂತ ಅಪಾನವಾಯುವನ್ನು ನೀವು ಮನುಷ್ಯರ ದೌರ್ಬಲ್ಯವೆಂದು ದುಡುಕಿನ ನಿರ್ಧಾರ ಮಾಡಿದರೆ ನಾನು ಒಪ್ಪುವದಿಲ್ಲ. ಅದು ಶಕ್ತಿಯೂ ಹೌದು. ಅದನ್ನು ನಿಮಗೆ ಮನಗಾಣಿಸಲು ಹೂಸಿನ ಹನುಮಕ್ಕನನ್ನು ನಿಮಗೆ ಪರಿಚಯಿಸುತ್ತೇನೆ.

^^^

ಚಿಕ್ಕಂದಿನ ಮಾತು. ಸೂಗಂ ಬೀದಿಯ ಅತ್ಯಂತ ದೊಡ್ಡ ಜಗುಲಿಯ ಮನೆಯೇ ಹೂಸಿನ ಹನುಮಕ್ಕನದ್ದು. ನಾಲ್ಕು ಕರಿಬಂಡೆಗಳನ್ನು ಆವರಿಸಿ ಕೂಡುವ ವಿಶಾಲ ದೇಹವನ್ನು ಹೊಂದಿದ್ದ ಈ ಹನುಮಕ್ಕ ಯಾವಾಗಲೂ ತನ್ನ ಜಗುಲಿಯಲ್ಲಿ ಕುಳಿತುಕೊಳ್ಳುತ್ತಿದ್ದಳು. ರಸ್ತೆಯಲ್ಲಿ ಹೋಗಿ ಬರುವವರ ಖಬರಿಲ್ಲದಂತೆ ತೊಡೆಯೆತ್ತಿ ಹೂಸು ಬಿಡುತ್ತಿದ್ದಳಾದ ಕಾರಣ ಆಕೆಗೆ ಜನರು ಹೂಸಿನ ಹನುಮಕ್ಕನೆಂದು ವಿಶೇಷಣವನ್ನು ಹಚ್ಚಿ ಕರೆಯುತ್ತಿದ್ದರು. ಆಕೆಯ ಈ ಅಸಹ್ಯ ಪ್ರವೃತ್ತಿಗೆ ಬೇಸತ್ತ ಆಕೆಯ ಮಗ "ನಿನ್ನ ಹೂಸಿನ ಸದ್ದು ಕೇಳಿ ಮಂಜಣ್ಣ ನಕ್ಕೊಂತಾ ಹೋದ ನೋಡು... ಸ್ವಲ್ಪ ತಡಕೊಳ್ಳೋದಕ್ಕೆ ಆಗಲ್ಲೇನಮ್ಮಾ..." ಎಂದಿದ್ದಕ್ಕೆ, "ಆ ಮುಂಡೆಗಂಡ ನನ್ನನ್ನೇನು ನೋಡಿ ನಗ್ತಾನೋ... ಅವನು ಮೊದಲನೆ ಹೂಸು ಬಿಟ್ಟು, ಆ ಸದ್ದಿಗೆ ಹೆದರಿಕೊಂಡು ಹೋ ಅಂತ ಅಳಬೇಕಾದ್ರೆ ಅವನ್ನ ಎದೆಗೆ

ಅಪ್ಪಿಕೊಂಡು ಸಮಾಧಾನ ಮಾಡಿದಾಕಿನೇ ನಾನು..." ಎಂದು ಗತವೈಭವವನ್ನು ತಿಳಿಸಿ, ಮಂಜಣ್ಣನನ್ನು ಒಂದು ಕೂಸು-ಕುನ್ನಿಯೆಂಬಂತೆ ನಿರ್ಲಕ್ಷ ತೋರಿದಳು.

ಒಮ್ಮೆ ನಮ್ಮಮ್ಮ ಈಕೆಯ ಜೊತೆ ಮಾತನಾಡುತ್ತಾ "ಅಲ್ಲ ಹನುಮಕ್ಕ, ಹೆಂಗಸಾಗಿ ನೀನು ಹಿಂಗೆ ಹೂಸು ಬಿಡಬೋದಾ..." ಎಂಬ ಲಿಂಗ ತಾರತಮ್ಯದ ನಾಜೂಕಿನ ಪ್ರಶ್ನೆಯನ್ನು ಕೇಳಿದಳು. ಹನುಮಕ್ಕ ಅಂತಹ ಮರ್ಮಘಾತಕ ಮಾತಿಗೆ ಸುಮ್ಮನಿದ್ದಾಳೆಯೆ? "ತಗಾಳವ್ವ... ನಾಳೆಯಿಂದ ಅರಿಷಿಣ-ಕುಂಕುಮ ಬಿಡ್ತೀನಿ... ನೀನು ಗರತಿ ಗಂಗಮ್ಮ ಹಚ್ಚಿಗೊಂಡು ಹೋಗುವಂತಿ" ಎಂದಳು. ಅಮ್ಮ ಚೇಳು ಕುಟುಕಿಸಿಕೊಂಡಂತೆ ತೆಪ್ಪಗಾದಳು. ಮತ್ತೆಂದೂ ಆಕೆಯ ಹೂಸಿನ ಬಗ್ಗೆ ಕೆಣಕಲು ಹೋಗಲಿಲ್ಲ.

ಒಂದು ಸಲ ಮಂಜಣ್ಣ ಬುಟ್ಟಿ ತುಂಬಾ ಎಳೆಯ ಬದನೆಕಾಯಿಗಳನ್ನು ತುಂಬಿಕೊಂಡು, ಮಾರಾಟ ಮಾಡುತ್ತಾ ಈಕೆಯ ಮನೆಯ ಮುಂದೆ ಬಂದ. ಜಗುಲಿಯಲ್ಲಿ ಯಥಾಪ್ರಕಾರ ಕುಳಿತಿದ್ದ ಹನುಮಕ್ಕ ಅವನನ್ನು ಕರೆದು ಬೆಲೆ ಕೇಳಿದಳು. ಅವನೊಂದು ದರ ಹೇಳಿದ. ಈಕೆ ಅದರ ಕಾಲು ಭಾಗಕ್ಕೆ ಕೇಳಿದಳು. ಮಂಜಣ್ಣಗೆ ಸಿಟ್ಟು ಬಂತು. "ಹನುಮಕ್ಕ, ನೀನು ಸುಮ್ಮನೆ ಜಗುಲಿ ಮ್ಯಾಗೆ ಕುಂತುಗೊಂಡು ಹೂಸು ಬಿಡು. ವ್ಯಾಪಾರ ಮಾಡೋದಕ್ಕೆ ಬರಬೇಡ" ಎಂದು ಬುದ್ಧಿ ಹೇಳಿದ. ಹನುಮಕ್ಕಗೆ ಸಿಟ್ಟು ಬಂತು. "ಲೋ ಮುಂಡೆಗಂಡ, ಗಿಟ್ಟಿದ್ರೆ ಕೊಡು, ಇಲ್ಲದಿದ್ದರೆ ಬಿಡು. ಸುಮ್ಮ ಸುಮ್ಮನೆ ನನ್ನ ಹೂಸಿನ ತಂಟೆಗೆ ಬರಬೇಡ. ಇಡೀ ಬಳ್ಳಾರಿ ಜಿಲ್ಲೆನಾಗೆ ಯಾರೂ ನನ್ನ ಹೂಸು ಬಿಡೋ ಶಕ್ತಿಗೆ ಸರಿಸಾಟಿ ಇಲ್ಲ, ತಿಳ್ಕೋ..." ಎಂದು ಎದೆ ತಟ್ಟಿ ಹೇಳಿದಳು. ಮಂಜಣ್ಣ "ಅದೇನು ಮಹಾ ಶಕ್ತಿಯೋ, ನೋಡೇ ಬಿಡಾಣ. ತೋರಿಸು..." ಅಂದ. "ಪುಗಸಟ್ಟೆ ಶಕ್ತಿ ಪ್ರದರ್ಶನ ಮಾಡಂಗಿಲ್ಲ. ಒಂದು ಹೂಸು ಬಿಟ್ಟರೆ ಒಂದು ಬದನೆಕಾಯಿ ಕೊಡಬೇಕು. ಒಪ್ಪಿಗೊಂತೀಯಾ?" ಎಂದು ಸವಾಲು ಹಾಕಿದಳು. ಮಂಜಣ್ಣ ಸವಾಲಿಗೆ ಒಪ್ಪಿಗೊಂಡ.

ದಾರಿಯಲ್ಲಿ ಹೋಗುತ್ತಿದ್ದ ಮಂದಿ ಈ ವಿಶಿಷ್ಟ ಸವಾಲಿಗೆ ಆಸಕ್ತಿಗೊಂಡು ಗುಂಪುಗೂಡಿದರು. ಹನುಮಕ್ಕ ತಾನೇ ಕೂಗು ಹಾಕಿ ಒಂದಿಷ್ಟು ಜನರನ್ನು ಕರೆದಳು. ಪಂದ್ಯ ಶುರುವಾಯ್ತು. ಬಲಗಡೆಯ ತೊಡೆಯನ್ನೆತ್ತಿ ಅನಾಯಾಸದಿಂದ "ಪುರ್..." ಎಂದಳು. ಮಂಜಣ್ಣ ಒಂದು ಬದನೆಕಾಯಿಯನ್ನು ಪುಟ್ಟಿಯಿಂದೆತ್ತಿ ಅವಳ ಮುಂದೆ ಇಟ್ಟ. ಅವನು ಕೈಯಿನ್ನೂ ಹಿಂದಕ್ಕೆ ತೆಗೆದುಕೊಂಡಳೋ ಇಲ್ಲವೋ, ಮತ್ತೊಮ್ಮೆ "ಪುರ್..." ಎಂದಳು. ಇನ್ನೊಂದು ಬದನೆಕಾಯಿ ಖಾಲಿ. ಮೂರನೆಯದನ್ನು ಎಡತೊಡೆಯನ್ನೆತ್ತಿ ಬಿಟ್ಟಳು. ಜನರೆಲ್ಲಾ ಬೆಕ್ಕಸ ಬೆರಗಾಗಿ ಮೂಗು ಮುಚ್ಚಿಕೊಂಡು ಪಂದ್ಯ ವೀಕ್ಷಿಸಲಾರಂಭಿಸಿದರು.

"ಹತ್ತು.... ಹದಿನೈದು... ಇಪ್ಪತ್ತು... ಮೂವತ್ತಾರು... ಐವತ್ತು..."

ಜನರೆಲ್ಲಾ ಚಪ್ಪಾಳೆ ಹೊಡೆಯಲಾರಂಭಿಸಿದರು. "ಹೊಡಿ ಹನುಮಕ್ಕ... ಭಪ್ಪರೆ ಹನುಮಕ್ಕ..." ಎಂದು ಆಕೆಯನ್ನು ಹರೆಯದ ಹುಡುಗರು ಉತ್ತೇಜಿಸಲಾರಂಭಿಸಿದರು. ಪುಟ್ಟಿಯಲ್ಲಿ ಅಬ್ಬಬ್ಬಾ ಎಂದರೆ ಇನ್ನೊಂದಿಪ್ಪತ್ತು ಬದನೆಕಾಯಿ ಉಳಿದವು. ಯಾರೋ ಒಬ್ಬರು ಪಟಾಕಿ ತರಲು ಹಣ ಕೊಟ್ಟು ಕಳುಹಿಸಿದರು. ಮತ್ತೆರಡು ಬದನೆಕಾಯಿ ಹೋದವು. "ಪುರ್... ಪುರ್... ಪುರ್..." ಸುಗ್ಗಿ ಕೋಯಿಲು ಕುಯಿದಂತೆ ಸದ್ದು ನಿರಂತರವಾಗಿ ಮುಂದುವರೆಯಿತು. ಕೊನೆಗೆ ಒಂದೇ ಒಂದು ಬದನೆಕಾಯಿ ಉಳಿಯಿತು. ಜನರೆಲ್ಲಾ ಅತ್ಯಂತ ಆತಂಕದಿಂದ ಉಸಿರು ಬಿಗಿ ಹಿಡಿದುಕೊಂಡರು. ಹನುಮಕ್ಕ ಎಲ್ಲರನ್ನೂ ಕೂಲಂಕಷವಾಗಿ ವೀಕ್ಷಿಸಿ, ಎರಡೂ ಅಂಗೈಗಳನ್ನು ನೆಲಕ್ಕೂರಿ ಇಡೀ ಪೃಷ್ಠವನ್ನು ಮೇಲಕ್ಕೆತ್ತಿ ಆಟಂಬಾಂಬ್ ಸಿಡಿಸಿದಂತೆ ಸದ್ದು ಮಾಡಿದಳು. ಅಂಬಕ್ಕ ಎತ್ತಿಕೊಂಡಿದ್ದ ಆರು ತಿಂಗಳ ಕೂಸು ಆ ಸದ್ದಿಗೆ ಹೆದರಿಕೆಯಿಂದ ಕಿರುಚಿ ಅಳಲಾರಂಭಿಸಿತು. ಮಕ್ಕಳು ಪಟಾಕಿ ಸಿಡಿಸಿದರು. ಚಪ್ಪಾಳೆ ಸದ್ದು ನಭಕ್ಕೆ ಕೇಳುವಂತೆ ತಟ್ಟಿದರು. ಮಂಜಣ್ಣ ಉಳಿದ ಒಂದೇ ಒಂದು ಬದನೆಕಾಯಿಯನ್ನು ಹನುಮಕ್ಕನ ಮುಂದಿಟ್ಟು "ದೊಡ್ಡಾಕಿ ಇದ್ದೀಯವ್ವಾ..." ಎಂದು ಸಾಕ್ಷತ್ ದುರ್ಗಮ್ಮನನ್ನು ನೋಡಿದಂತೆ ಭಕ್ತಿಯಿಂದ ಕೈ ಮುಗಿದು ಅಡ್ಡಬಿದ್ದ. ಹನುಮಕ್ಕ ಖಾಲಿ ಪುಟ್ಟಿಯನ್ನೆತ್ತಿ ಅವನ ತಲೆಗೆ ಕುಟ್ಟಿ ಆಶೀರ್ವಾದ ಮಾಡಿದಳು. ಜನರೆಲ್ಲಾ "ಹೂಸಿನ ಹನುಮಕ್ಕಗೆ ಜೈ..." ಎಂದು ಜಯಘೋಷ ಕೂಗಿದರು. ಒಂದಿಬ್ಬರು ಹೆಂಗಸರು ಹನುಮಕ್ಕಗೆ ಓಕುಳಿಯ ಆರತಿಯನ್ನು ಮಾಡಿದರು. ಹನುಮಕ್ಕ ಗೆದ್ದ ಬದನೆಕಾಯಿಗಳನ್ನು ಎಲ್ಲರಿಗೂ ಹಂಚಿದಳು.

^^^

ಉದಯೋನ್ಮುಖ ಕತೆಗಾರ್ತಿಗೆ ಒಂದು ಪ್ರಶಸ್ತಿ ಬಂದಿತ್ತು. ಪರಿಚಯ ಮಾಡಿಕೊಳ್ಳೋಣವೆಂದು ನಾನು ಪ್ರಶಸ್ತಿ ಪ್ರದಾನ ಸಮಾರಂಭಕ್ಕೆ ಹೋಗಿದ್ದೆ. ಕತೆಗಾರ್ತಿ ಭಾವಾವೇಶದಲ್ಲಿ ಮುಳುಗಿಹೋಗಿದ್ದಳು. ಮೂರು ಲೋಕವನ್ನು ಗೆದ್ದು ಬಂದಂತಹ ಆವೇಶದಲ್ಲಿ ಮಾತನಾಡಿದಳು. ಸಮಾರಂಭ ಮುಗಿದ ನಂತರ ಹೋಗಿ ಪರಿಚಯ ಮಾಡಿಕೊಂಡೆ. "ನಿಮ್ಮಲ್ಲಿ ಕತೆ ಹೇಗೆ ಮೂಡುತ್ತೆ?" ಎಂದು ಕೇಳಿದೆ. ಒಂದೆರಡು ಕ್ಷಣ ಭಯಂಕರ ಮೌನ ವಹಿಸಿದಳು. ನಂತರ ದೃಷ್ಟಿಯನ್ನು ಎತ್ತಲೋ ನೆಟ್ಟು "ನನ್ನ ಒಳಾ...ಗಿನಿಂದ ಬರ್ತದೆ. ಯಾವಾಗ ಅದು ನನ್ನೊಳಗೆ ಅಂಕುರಗೊಳ್ಳುತ್ತೋ ನಂಗೇ ಗೊತ್ತಾಗಲ್ಲ. ಕಾಲ ಸರಿದಂತೆ ಅದರ ಒತ್ತಡ ಹೆಚ್ಚಾಗುತ್ತಾ ಹೋಗುತ್ತೆ. ಕಡೆಗೊಮ್ಮೆ

ನನ್ನ ನಿಯಂತ್ರಣವನ್ನು ಮೀರಿ ಹೊರ ಬರುತ್ತೆ" ಎಂದಳು. "ಕಿಸಕ್..." ಎಂದು ನಕ್ಕೆ. ಗಲಿಬಿಲಿಯಾದಳು. "ಅದ್ಯಾಕೆ ನಗ್ತೀರ?" ಎಂದು ಜಬರಿಸಿದಳು. "ಸಾರಿ ಮೇಡಂ, ನಮಗೆ ಅದೇ ತರಹ ಬೇರೆ ಏನೋ ಬರ್ತದೆ" ಎಂದು ಹೇಳಿ, ಅಲ್ಲಿ ನಿಂತರೆ ಧರ್ಮದೇಟುಗಳು ಬೀಳುತ್ತವೆಂದು ಹೆದರಿ ಜಾಗ ಖಾಲಿ ಮಾಡಿದೆ.

^^^

ಕನ್ನಡ ಪಂಡಿತರಾದ ವೆಂಕಣ್ಣಾಚಾರ್ಯರು "ದ್ವಿತೀಯಾರಿ" ಎಂದು ಅಪಾನವಾಯುವನ್ನು ಗಂಭೀರವಾಗಿ ಕರೆಯುತ್ತಿದ್ದರು. ಅವರ ಪ್ರಕಾರ ಹೂಸು, ಸಂಖ್ಯೆ ಎರಡರ ವೈರಿ. ನಾವು ಒಬ್ಬರೇ ಇದ್ದಾಗ ಹೊಟ್ಟೆ ತುಂಬುವಷ್ಟು ಬಿಡಬಹುದು, ಅಪಾಯವಿಲ್ಲ. ಮೂರು ಅಥವಾ ಹೆಚ್ಚು ಜನರಿದ್ದಾಗಲೂ ಅವರಿವರ ಮೇಲೆ ಅನುಮಾನ ಬರುವಂತೆ ಬಿಡಬಹುದು. ಆದರೆ ಇಬ್ಬರೇ ಇದ್ದಾಗ ಮಾತ್ರ ಬಿಡುವ ಮೂರ್ಖತನವನ್ನು ಮಾಡಬಾರದು. ಗೊತ್ತಾಗಿಬಿಡುತ್ತದೆ. ಆದ್ದರಿಂದ ಅದಕ್ಕೆ "ದ್ವಿತೀಯಾರಿ" ಎಂಬ ಅನ್ವರ್ಥಕ ನಾಮ.

ಕೊಮ್ಮಣ್ಣನ ಮಗ ಸಿದ್ಧರಾಜು ಮಾತ್ರ ಅವರ ಈ ನಾಮಕರಣ ಸುಳ್ಳೆಂದು ನಿರೂಪಿಸಿದ. ಮದುವೆ ಮಾಡಿಕೊಂಡು ಮೂರು ತಿಂಗಳಿಗೆ ಹೆಂಡತಿಯನ್ನು ಕರೆದುಕೊಂಡು ಊರಿಗೆ ಬಂದಿದ್ದ. ಪತ್ನೀ ಸಮೇತ ಕಾಶವ್ವಗೆ ನಮಸ್ಕಾರ ಮಾಡಿದ. "ಗಂಡ ಹೆಂಡತಿ ಹೊಂದಿಕೊಂಡೀರೇನಪ್ಪ?" ಎಂದು ಕಾಶವ್ವ ಕುಶಲ ವಿಚಾರಿಸಿದಳು. "ಹೂಂನಜ್ಜಿ. ಒಬ್ಬರ ಮುಂದೆ ಒಬ್ಬರು ಸಂಕೋಚ ಇಲ್ಲದಂಗೆ ಹೂಸು ಬಿಡುವಷ್ಟು ಹೊಂದಿಕೊಂಡೀವಿ" ಎಂದು ಸಂಕೋಚ ಬಿಟ್ಟು ಹೇಳಿದ. ಕಾಶವ್ವ ಅವನ ಉತ್ತರಕ್ಕೆ "ಖೊ...ಖೊ...ಖೋ..." ಎಂದು ಬಾಯಿ ತುಂಬ ನಕ್ಕಳು. "ಜೀವನ ಪೂರ್ತಿ ಹಿಂಗೇ ಹೊಂದಿಕೊಂಡು ಇರ್ರಪ್ಪ" ಎಂದು ಮನಃಪೂರ್ತಿಯಾಗಿ ಆಶೀರ್ವದಿಸಿದಳು.

ಗೋಪಣ್ಣ ಇದೇ ವಿಷಯಕ್ಕೆ ಸಂಬಂಧಿಸಿದಂತೆ ಒಂದು ಹೊಸ ಗಾದೆ ಮಾತನ್ನು ಹೇಳುತ್ತಿದ್ದ. "ಬೊಗಳೋ ಹೂಸು ನಾರಲ್ಲ, ನಾರೋ ಹೂಸು ಬೊಗಳಲ್ಲ" ಅಂತ. ವೇದ ಸುಳ್ಳಾದರೂ ಗಾದೆ ಸುಳ್ಳಾಗುವದಿಲ್ಲವಂತೆ. ಎಲ್ಲಾ ಗಾದೆಗಳ ಬಗ್ಗೆ ಹಾಗೆ ಧೈರ್ಯವಾಗಿ ಹೇಳಲಾಗುವದಿಲ್ಲವಾದರೂ, ಗೋಪಣ್ಣನ ಈ ಹೊಸ ಗಾದೆ ಮಾತ್ರ ಸತ್ಯವಾಗಿತ್ತು. ಭರ್ಜರಿ ಗಲಾಟೆ ಮಾಡಿ ಬರುವ ಹೂಸಿಗಿಂತಲೂ, ಬೇಲಿಯಲಿ ಹಾವು ಸರಿದಂತೆ ಬರುವದೇ ತುಂಬಾ ಅಪಾಯಕಾರಿ.

^^^

ಇಂಗ್ಲೆಂಡಿನಲ್ಲಿ ಯಾವುದೇ ಪುಟ್ಟ ಸಹಾಯವನ್ನು ತೆಗೆದುಕೊಂಡರೂ ತಕ್ಷಣ "ಥ್ಯಾಂಕ್ಸ್..." ಎಂದು ಹೇಳಬೇಕು. ಮೊದಲ ಸಲ ಇಂಗ್ಲೆಂಡಿಗೆ ಹೋದಾಗ ನನಗೆ ಈ ಸಂಪ್ರದಾಯ ತಿಳಿದಿತ್ತಾದರೂ, ಅಭ್ಯಾಸವಾಗಿರಲಿಲ್ಲ. ನಾನು ಇಳಿದುಕೊಂಡಿದ್ದ ಹೋಟೆಲನ್ನು ಬ್ರಿಟಿಷ್ ಗಂಡ-ಹೆಂಡತಿ ನೋಡಿಕೊಳ್ಳುತ್ತಿದ್ದರು. ರೂಮನ್ನು ಸ್ವಚ್ಛ ಮಾಡುವದರಿಂದ ಹಿಡಿದು, ಅಡಿಗೆ ಮಾಡಿ-ಬಿಲ್ಲನ್ನು ಮುದ್ರಿಸುವ ತನಕ ಎಲ್ಲಾ ಕೆಲಸವನ್ನು ಅವರೇ ಮಾಡುತ್ತಿದ್ದರು. ಆ ಹೋಟೆಲಿನ ಒಡತಿಗೆ ಭಾರತೀಯರೆಂದರೆ ಇನ್ನಿಲ್ಲದ ಅಸಡ್ಡೆಯಿತ್ತು. ನಾನು ಯಾವುದೋ ಗತಿಗೆಟ್ಟ ದೇಶದವನೆಂದೂ, ಭಿಕ್ಷೆ ಬೇಡಲು ಬಂದಂತೆ ಆ ದೇಶಕ್ಕೆ ಬಂದಿದ್ದೀನೆಂದು ಅರ್ಥಬರುವಂತೆ ನನಗೆ ಕೇಳುವಂತೆ ಗೊಣಗುತ್ತಿದ್ದಳು. ನಾನು ಮನೆಯಿಂದ ಒಯ್ದಿದ್ದ ಉಪ್ಪಿನಕಾಯಿ, ಚಟ್ಣಿಪುಡಿ, ಪುಳಿಯೋಗರೆ ಗೊಜ್ಜು ತಿನ್ನುವಾಗ ಅದರ ವಾಸನೆ-ಬಣ್ಣಗಳಿಗೆ ಮುಖ ಸಿಂಡರಿಸಿಕೊಂಡು, ಅಲ್ಲಿ ಕುಳಿತವರ ಕಡೆ ನೋಡಿ ವಿಚಿತ್ರವಾಗಿ ನಗುತ್ತಿದ್ದಳು.

ಒಮ್ಮೆ ನಾನು ರಾತ್ರಿಯ ಊಟಕ್ಕಾಗಿ ಕುಳಿತಿದ್ದೆ. ಅವರ ಸಪ್ಪೆಯ ಅಡಿಗೆ ನನಗೆ ಸೇರುವದಿಲ್ಲವಾದ್ದರಿಂದ ಉಪ್ಪಿನಕಾಯಿ ಬಾಟಲಿಯನ್ನು ತಂದಿಟ್ಟುಕೊಂಡಿದ್ದೆ. ತಿನ್ನುವಾಗ ಖಾರ ಗಂಟಲಿಗೆ ಹತ್ತಿತು. ಕೆಮ್ಮಲಾರಂಭಿಸಿದೆ. ಅಲ್ಲಿಯೇ ನಿಂತಿದ್ದ ಒಡತಿಗೆ ನೀರು ಬೇಕೆಂದು ಸಂಜ್ಞೆ ಮಾಡಿದೆ. ಅವಳು ತಂದು ಕೊಟ್ಟಳು. ಗಟಗಟನೆ ಕುಡಿದೆ. ಕೆಮ್ಮು ನಿಂತಿತು. ಒಡತಿ ಅಲ್ಲಿಯೇ ಟೇಬಲಿನ ಮುಂದೆ ನಿಂತಿದ್ದಳು. ನಾನು ನಕ್ಕೆ. ಸುಮ್ಮನೆ ನಿಂತಿದ್ದಳು. ನನಗೆ ಯಾಕೆಂದು ಗೊತ್ತಾಗದೆ "ಏನು?" ಎಂದು ಕೇಳಿದೆ. ಅವಳಿಗೆ ಸಿಟ್ಟು ಬಂತು. "ಮ್ಯಾನರ್ಸ್ ಕಲಿತುಕೋ... ಮ್ಯಾನರ್ಸ್... ಇಷ್ಟು ಸಹಾಯ ಮಾಡಿದ್ದಕ್ಕೆ ಒಂದು ಥ್ಯಾಂಕ್ಸ್ ಕೂಡಾ ಹೇಳದ ನೀನು ಅದ್ಯಾವ ಕೆಟ್ಟ ಸಂಸ್ಕೃತಿಯಿಂದ ಬಂದವನೋ ನನಗೆ ಗೊತ್ತಿಲ್ಲ" ಎಂದು ಗಟ್ಟಿಯಾಗಿ, ಅಲ್ಲಿ ಕುಳಿತಿದ್ದ ಇತರರಿಗೂ ಕೇಳುವಂತೆ ಜರಿದಳು. ಆಗಲೇ ನನಗೆ ಥ್ಯಾಂಕ್ಸ್ ಹೇಳಿಲ್ಲವೆಂದು ಗೊತ್ತಾಗಿದ್ದು. ಅವಳ ಬೈಗಳನ್ನು ಕೇಳಿ ನನಗೆ ತುಂಬಾ ದುಃಖವಾಗಿ ಕಣ್ಣಲ್ಲಿ ನೀರು ಬಂತು. ಅರ್ಧ ಊಟಕ್ಕೇ ಎದ್ದು ಹೋದೆ. ಸುಮಾರು ಒಂದು ತಿಂಗಳು ಆ ಹೋಟೆಲಿನಲ್ಲಿ ನಾನು ಇರಬೇಕಾಯ್ತು. ಅಲ್ಲಿದ್ದಷ್ಟು ದಿನವೂ ಆ ಒಡತಿ ಏನೋ ನೆಪ ತೆಗೆದು ನನ್ನನ್ನೂ, ನನ್ನ ಸಂಸ್ಕೃತಿಯನ್ನೂ ಅವಹೇಳನ ಮಾಡುತ್ತಿದ್ದಳು.

ಕೊನೆಗೆ ಮನೆಯೊಂದನ್ನು ಬಾಡಿಗೆಗೆ ತೆಗೆದುಕೊಂಡು ಆ ಹೋಟೆಲನ್ನು ಬಿಡಲು ನಿರ್ಧರಿಸಿದೆ. ಕೊನೆಯ ದಿನ ಕೌಂಟರಿನಲ್ಲಿ ಒಡತಿ ಬಿಲ್ಲನ್ನು ಮುದ್ರಿಸಿ ಕೊಟ್ಟಳು. ನನ್ನ ವಾಲೆಟ್ ಸೂಟ್‌ಕೇಸಿನಲ್ಲಿಟ್ಟಿದ್ದೆ. ನಿಧಾನಕ್ಕೆ ಅದನ್ನು ತೆಗೆದು, ಹಣವನ್ನು ಎಣಿಸಿ ಕೊಡಲಾರಂಭಿಸಿದೆ. ಯಾಕೋ ಅವಳು ಒದ್ದಾಡುತ್ತಿದ್ದಳು.

"ಎನಿ ಪ್ರಾಬ್ಲಂ?" ಎಂದು ಕೇಳಿದೆ. "ಏನಿಲ್ಲ" ಎಂದು ಕೊಸರಿಕೊಂಡು ಅವಸರ ಮಾಡಿದಳು. ಮರೆಯದೆ ಅವಳಿಗೆ ಥ್ಯಾಂಕ್ಸ್ ಹೇಳಿ ಹೊರಬಂದೆ. ಟ್ಯಾಕ್ಸಿಯಲ್ಲಿ ಕುಳಿತ ಮೇಲೆ ಅವಳು ಬಿಲ್ಲಿಗೆ ಸಹಿ ಮಾಡಿಲ್ಲವೆಂದು ಗೊತ್ತಾಯ್ತು. ಮತ್ತೆ ಹೋಟೆಲಿನೊಳಗೆ ಓಡಿ ಹೋದೆ.

ಬಾಗಿಲು ತೆಗೆದಿದ್ದೇ ವಾಸನೆ ಗಪ್ಪೆಂದು ಮೂಗಿಗೆ ಬಡಿಯಿತು. ಸ್ವಲ್ಪ ಹೊತ್ತಿನ ಮುಂಚೆ ಅವಳು ಒದ್ದಾಡುತ್ತಾ ಅವಸರಪಡಿಸಿದ್ದೇಕೆಂದು ಗೊತ್ತಾಯ್ತು. ನಾನು ಹೊರ ಬಂದಿದ್ದೇ ಕೆಟ್ಟ ಹೂಸನ್ನು ಬಿಟ್ಟು ಹಗುರಾಗಿದ್ದಳು. ನಾನು ಅನಿರೀಕ್ಷಿತವಾಗಿ ಒಳ ನುಗ್ಗಿದ್ದು, ಮುಖ ಸಿಂಡರಿಸಿದ್ದೂ ಕಂಡು ಅವಳ ಮುಖ ಹುಳ್ಳಗಾಯ್ತು. ನಾನು ಏನೂ ಗಮನಿಸದವನಂತೆ ಅವಳ ಸಹಿಯನ್ನು ಬೇಡಿದೆ. ಹಾಕಿದಳು. ವಾಪಾಸಾಗುವಾಗ "ನಾನು ಹೂಸು ಬಿಟ್ಟರೂ ಇಷ್ಟೇ ಕೆಟ್ಟ ವಾಸನೆ ಹೊಡಿತದೆ. ಈ ವಿಷಯದಾಗೆ ನಮ್ಮಿಬ್ಬರ ಸಂಸ್ಕೃತಿಯಲ್ಲಿ ಮೇಲು-ಕೀಳಿಲ್ಲ ನೋಡು..." ಎಂದು ನಕ್ಕು ಹೊರಬಂದೆ.

15ನೇ ಮೇ 2007

ನಮ್ಮ ಪ್ರಕಟಣೆಗಳು

ಛಂದ ಪುಸ್ತಕ

ಛಂದ ಪುಸ್ತಕ ಬಹುಮಾನ

ಪುಟ್ಟ ಪಾದದ ಗುರುತು – ಸುನಂದಾ ಪ್ರಕಾಶ ಕಡಮೆ – ₹ 120
ಈ ಕತೆಗಳ ಸಹವಾಸವೇ ಸಾಕು – ಅಲಕ ತೀರ್ಥಹಳ್ಳಿ – ₹ 60
ಹಟ್ಟಿಯೆಂಬ ಭೂಮಿಯ ತುಣುಕು – ಲೋಕೇಶ ಅಗಸನಕಟ್ಟೆ – ₹ 180
ಗೋಡೆಗೆ ಬರೆದ ನವಿಲು – ಸಂದೀಪ ನಾಯಕ – ₹ 60
ಮೊದಲ ಮಳೆಯ ಮಣ್ಣು – ಕಣಾದ ರಾಘವ – ₹ 140
ಆಟಿಕೆ – ಬಸವಣ್ಣೆಪ್ಪಾ ಕಂಬಾರ – ₹ 100
ಮಾಯಾಕೋಲಾಹಲ – ಮೌನೇಶ ಬಡಿಗೇರ – ₹ 165
ಕೇಪಿನ ಡಬ್ಬಿ – ಪದ್ಮನಾಭ ಭಟ್, ಶೇವ್ಕಾರ – ₹ 150
ಮನಸು ಅಭಿಸಾರಿಕೆ – ಶಾಂತಿ ಕೆ ಅಪ್ಪಣ್ಣ – ₹ 230
ದೇವರು ಕಚ್ಚಿದ ಸೇಬು – ದಯಾನಂದ – ₹ 140
ಧೂಪದ ಮಕ್ಕಳು – ಸ್ವಾಮಿ ಪೊನ್ನಾಚಿ – ₹ 130
ಡುಮಿಂಗ – ಶಶಿ ತರೀಕೆರೆ – ₹ 130
ಬಯಲರಸಿ ಹೊರಟವಳು – ಛಾಯಾ ಭಟ್ – ₹ 120
ಮಾಕೋನ ಏಕಾಂತ – ಕಾವ್ಯಾ ಕಡಮೆ – ₹ 130

ಕಥಾಸಂಕಲನ

ಶಕುಂತಳಾ – ಗುರುಪ್ರಸಾದ್ ಕಾಗಿನೆಲೆ – ₹ 80
ಜುಮುರು ಮಳೆ – ಸುಮಂಗಲಾ – ₹ 220
ಶಾಲಭಂಜಿಕೆ – ಡಾ. ಕೆ. ಎನ್. ಗಣೇಶಯ್ಯ – ₹ 180 (7ನೆಯ ಮುದ್ರಣ)
ಕಾರಂತಜ್ಜನಿಗೊಂದು ಪತ್ರ – ಸಚ್ಚಿದಾನಂದ ಹೆಗಡೆ – ₹ 150
ಹಕೂನ ಮಟಾಟ – ನಾಗರಾಜ ವಸ್ತಾರೆ – ₹ 80
ಕಾಲಿಟ್ಟಲ್ಲಿ ಕಾಲುದಾರಿ – ಸುಮಂಗಲಾ – ₹ 80
ಹುಲಿರಾಯ – ಕೀರ್ತಿರಾಜ್ – ₹ 80
ನಿರವಯವ – ನಾಗರಾಜ ವಸ್ತಾರೆ – ₹ 125
ಹನ್ನೊಂದನೇ ಅಡ್ಡರಸ್ತೆ – ಸುಮಂಗಲಾ – ₹ 170
ಗಾಳಿಗೆ ಮೆತ್ತಿದ ಬಣ್ಣ – ಕರ್ಕಿ ಕೃಷ್ಣಮೂರ್ತಿ – ₹ 120
ಕನ್ನಡಿ ಹರಳು – ಪದ್ಮನಾಭ ಭಟ್, ಶೇವ್ಕಾರ – ₹ 130
ಒಂದು ಚಿಟಿಕೆ ಮಣ್ಣು – ಲಕ್ಷ್ಮಣ ಬಾದಾಮಿ – ₹ 130
ಬಂಡಲ್ ಕತೆಗಳು – ಎಸ್ ಸುರೇಂದ್ರನಾಥ್ – ₹ 160
ದೇವರ ರಜಾ – ಗುರುಪ್ರಸಾದ್ ಕಾಗಿನೆಲೆ – ₹ 150

ಕಟ್ಟು ಕತೆಗಳು – ಎಸ್ ಸುರೇಂದ್ರನಾಥ್ – ₹ 210
ಮಡಿಲು (ನೀಳ್ಗತೆ) – ನಾಗರಾಜ ವಸ್ತಾರೆ – ₹ 15
ತಿರಾಮಿಸು – ಶಶಿ ತರೀಕೆರೆ – ₹ 210

ಪ್ರಬಂಧ

ಪೂರ್ವ ಪಶ್ಚಿಮ – ಎಂ. ಆರ್. ದತ್ತಾತ್ರಿ – ₹ 80
ರಾಗಿಮುದ್ದೆ – ರಘುನಾಥ ಚ. ಹ. – ₹ 120
ಕುಟ್ಟವಲಕ್ಕಿ / ಗೊಜ್ಜವಲಕ್ಕಿ – ಪ್ರಶಾಂತ ಆಡೂರ – ₹ 170 / ₹ 170
ಕಿಲಿಮಂಜಾರೋ – ಪ್ರಶಾಂತ್ ಬೀಚಿ – ₹ 80
ಮಿಸಳ್ ಭಾಜಿ – ಭಾರತಿ ಬಿ ವಿ – ₹ 190
ನೀ ಮಾಯೆಯೊಳಗೋ... – ವಿಕ್ರಮ ಹತ್ವಾರ – ₹ 120
ಸಾವೆಂಬ ಲಹರಿ – ಗುರುಪ್ರಸಾದ ಕಾಗಿನೆಲೆ – ₹ 140
ವೈದ್ಯ, ಮತ್ತೊಬ್ಬ – ಗುರುಪ್ರಸಾದ ಕಾಗಿನೆಲೆ – ₹ 120
ಅಪ್ಪನ ರ್‍ಯಾಲೀಸ್ ಸೈಕಲ್ – ದರ್ಶನ್ ಜಯಣ್ಣ – ₹ 110

ಅನುವಾದ

ದಿ ಚಾಯ್ಸ್ – ಈಡಿತ್ ಎವಾ ಎಗರ್ (ಜಯಶ್ರೀ ಭಟ್) – ₹ 280
ದೇಹವೇ ದೇಶ – ಗರಿಮಾ ಶ್ರೀವಾಸ್ತವ (ವಿಕ್ರಮ ವಿಸಾಜಿ) – ₹ 250
ಪರ್ಸೆಪೊಲಿಸ್– ಮಾರ್ಜಾನ್ ಸತ್ರಪಿ (ಪ್ರೀತಿ ನಾಗರಾಜ) – ₹ 395
ಗಾಳಿ ಪಳಗಿಸಿದ ಬಾಲಕ – ವಿಲಿಯಂ ಕಾಂಕ್ವಾಂಬಾ (ಕರುಣಾ ಬಿ ಎಸ್) – ₹ 180
ಅಮೋಸ್ ಫಾರ್ಚೂನ್ – ಎಲಿಝಬೆತ್ ಯೇಟ್ಸ್ (ಜಯಶ್ರೀ ಭಟ್) – ₹ 100
ನವ ಜೀವಗಳು – ವಿಲಿಯಂ ಡಾಲ್ರಿಂಪಲ್ (ನವೀನ ಗಂಗೋತ್ರಿ) – ₹ 250
ಮೈಕೆಲ್ ಕೆ – ಜೆ.ಎಂ. ಕುಟ್‌ಸೀ (ಸುನಿಲ್ ರಾವ್) – ₹ 170
ಲೇರಿಯೊಂಕ – ಹೆನ್ರಿ ಆರ್. ಓಲೆ ಕುಲೆಟ್ (ಪ್ರಶಾಂತ ಬೀಚಿ) – ₹ 140
ಅರೆಶತಮಾನದ ಮೌನ – ಯಾನ್ ರಫ್–ಓ'ಹರ್ನ್ (ಅರುಣ್) – ₹ 310
ಪರ್ವತದಲ್ಲಿ ಪವಾಡ – ನ್ಯಾಂಡೊ ಪರಾಡೊ (ಸಂಯುಕ್ತಾ ಪುಲಿಗಲ್) – ₹ 340
ಚಂದಿರ ಬೇಕೆಂದವನು – ಮಿಮಿ ಬೇರ್ಡ್ (ಪ್ರಜ್ಞಾ ಶಾಸ್ತ್ರಿ) – ₹ 180
ಬಂಡೂಲ – ವಿಕಿ ಕಾನ್‌ಸ್ಟಂಟೇನ್ ಕ್ರುಕ್ (ರಾಜ್ಯಶ್ರೀ ಕುಳಮರ್ವ) – ₹ 425
ರೆಬೆಲ್ ಸುಲ್ತಾನರು – ಮನು ಎಸ್ ಪಿಳ್ಳೈ (ಸಂಯುಕ್ತಾ ಪುಲಿಗಲ್) – ₹ 420
ಫಾಲೋಯಿಂಗ್ ಫಿಶ್ – ಸಮಂತ್ ಸುಬ್ರಮಣಿಯನ್ (ಸಹನಾ ಹೆಗಡೆ) – ₹ 280
ಜಗವ ಚುಂಬಿಸು – ಸುಬ್ರೊತೋ ಬಾಗ್ಚಿ (ವಂದನಾ ಪಿ ಸಿ) – ₹ 240
ಪರ್ದಾ ಅಂಡ್ ಪಾಲಿಗಮಿ – ಇಕ್ಬಾಲುನ್ನೀಸಾ ಹುಸೇನ್ (ದಾದಾಪೀರ್) – ₹ 380
ವಾಡಿವಾಸಲ್ – ಚಿ. ಸು. ಚೆಲ್ಲಪ್ಪ (ಸತ್ಯಕಿ) – ₹ 70
ನಾಲ್ಕನೇ ಎಕರೆ – ಶ್ರೀರಮಣ (ಅಜಯ್ ವರ್ಮಾ ಅಲ್ಲೂರಿ) – ₹ 100
ಮಾವೋನ ಕೊನೆಯ ನರ್ತಕ – ಲೀ ಕ್ವಿನ್‌ಶಿಂಗ್ (ಜಯಶ್ರೀ ಭಟ್) – ₹ 340

ಕೋಬಾಲ್ಟ್ ಬ್ಲೂ – ಸಚಿನ್ ಕುಂಡಲ್‌ಕರ್ (ಸಪ್ನಾ ಕಟ್ಟಿ) – ₹ 150
ವಿದ್ಯಾವಂತ ವೇಶ್ಯೆಯ ಆತ್ಮಕಥೆ – ಮಾನದಾ ದೇವಿ (ನಾಗ ಹುಬ್ಬಿ) – ₹ 240
ದಿ ಲೈಟ್‌ಹೌಸ್ ಫ್ಯಾಮಿಲಿ – ಫಿರಾತ್ ಸುನೇಲ್ (ಮಾಧುರಿ ಕುಲಕರ್ಣಿ) – ₹ 230

ವಸುಧೇಂದ್ರ

ಮನೀಷೆ – ಕತೆಗಳು – ₹ 120 (8ನೆಯ ಮುದ್ರಣ)
ಯುಗಾದಿ – ಕತೆಗಳು – ₹ 190 (9ನೆಯ ಮುದ್ರಣ)
ಚೇಳು – ಕತೆಗಳು – ₹ 120 (8ನೆಯ ಮುದ್ರಣ)
ಹಂಪಿ ಎಕ್ಸ್‌ಪ್ರೆಸ್ – ಕತೆಗಳು – ₹ 195 (9ನೆಯ ಮುದ್ರಣ)
ಮೋಹನಸ್ವಾಮಿ – ಕತೆಗಳು – ₹ 270 (7ನೆಯ ಮುದ್ರಣ)
ವಿಷಮ ಭಿನ್ನರಾಶಿ – ಕತೆಗಳು – ₹ 280 (4ನೆಯ ಮುದ್ರಣ)
ಕೋತಿಗಳು – ಪ್ರಬಂಧ – ₹ 120 (8ನೆಯ ಮುದ್ರಣ)
ನಮ್ಮಮ್ಮ ಅಂದ್ರೆ ನಂಗಿಷ್ಟ – ಪ್ರಬಂಧ – ₹ 75 (25ನೆಯ ಮುದ್ರಣ)
ರಕ್ಷಕ ಅನಾಥ – ಪ್ರಬಂಧ – ₹ 150 (2ನೆಯ ಮುದ್ರಣ)
ವರ್ಣಮಯ – ಪ್ರಬಂಧ – ₹ 225 (5ನೆಯ ಮುದ್ರಣ)
ಐದು ಪೈಸೆ ವರದಕ್ಷಿಣೆ – ಪ್ರಬಂಧ – ₹ 280 (5ನೆಯ ಮುದ್ರಣ)
ಹರಿಚಿತ್ತ ಸತ್ಯ – ಕಾದಂಬರಿ – ₹ 200 (6ನೆಯ ಮುದ್ರಣ)
ತೇಜೋ–ತುಂಗಭದ್ರಾ – ಕಾದಂಬರಿ – ₹ 450 (13ನೆಯ ಮುದ್ರಣ)
ಮಿಥುನ – ಶ್ರೀರಮಣರ ಕತೆಗಳು – ₹ 135 (8ನೆಯ ಮುದ್ರಣ)
ಎವರೆಸ್ಟ್ – ಜಾನ್ ಕ್ರಾಕೌರ್ – ₹ 420 (4ನೆಯ ಮುದ್ರಣ)

ಕಾದಂಬರಿ

ಎನ್ನ ಭವದ ಕೇಡು – ಎಸ್ ಸುರೇಂದ್ರನಾಥ್ – ₹ 75
ನ್ಯಾಸ – ಹರೀಶ ಹಾಗಲವಾಡಿ – ₹ 250
ಗುಣ – ಗುರುಪ್ರಸಾದ್ ಕಾಗಿನೆಲೆ – ₹ 150
ದ್ವೀಪವ ಬಯಸಿ – ಎಂ. ಆರ್. ದತ್ತಾತ್ರಿ – ₹ 320
ತಾರಾಬಾಯಿಯ ಪತ್ರ – ದತ್ತಾತ್ರಿ ಎಂ ಆರ್ – ₹ 160
ಅಗೆದಷ್ಟೂ ನಕ್ಷತ್ರ – ಸುಮಂಗಲಾ – ₹ 230
ಪ್ರಿಯೇ ಚಾರುಶೀಲೆ – ನಾಗರಾಜ ವಸ್ತಾರೆ – ₹ 380
ಋಷ್ಯಶೃಂಗ – ಹರೀಶ ಹಾಗಲವಾಡಿ – ₹ 125
ಅಂತು – ಪ್ರಕಾಶ ನಾಯಕ್ – ₹ 200
ಚುಕ್ಕಿ ಬೆಳಕಿನ ಜಾಡು – ಕರ್ಕಿ ಕೃಷ್ಣಮೂರ್ತಿ – ₹ 200
ಬರೀ ಎರಡು ರೆಕ್ಕೆ – ಸುನಂದಾ ಪ್ರಕಾಶ ಕಡಮೆ – ₹ 220
ದೀಪವಿರದ ದಾರಿಯಲ್ಲಿ – ಸುಶಾಂತ್ ಕೋಟ್ಯಾನ್ – ₹ 160
ದಾರಿ – ಕುಸುಮಾ ಆಯರಹಳ್ಳಿ – ₹ 395

ಬರೀ ಎರಡು ರೆಕ್ಕೆ – ಸುನಂದಾ ಪ್ರಕಾಶ ಕಡಮೆ – ₹ 260

ಕವಿತೆ

ಮದ್ಯಸಾರ – ಅಪಾರ – ₹ 90
ಪೂರ್ಣನ ಗರಿಗಳು – ಪೂರ್ಣಪ್ರಜ್ಞ – ₹ 70
ಹಲೋ ಹಲೋ ಚಂದಮಾಮ – ರಾಧೇಶ ತೋಳ್ಪಾಡಿ – ₹ 50

ಪದಚರಿತೆ

ಸರಿಗನ್ನಡಂ ಗೆಲ್ಗೆ – ಅಪಾರ – ₹ 390

- ನಮ್ಮ ಪ್ರಕಟಣೆಯ ಎಲ್ಲ ಪುಸ್ತಕಗಳ ಪ್ರತಿಗಳೂ ಲಭ್ಯ
- ಪುಸ್ತಕದ ಪ್ರತಿಗಾಗಿ ವಾಟ್ಸಾಪ್ ಮಾಡಿ 98444 22782

www.ingramcontent.com/pod-product-compliance
Lightning Source LLC
LaVergne TN
LVHW040114210825
819220LV00036B/851
* 9 7 8 9 3 8 4 9 0 8 2 1 8 *